AF743323

नाथ संप्रदायाचे मुकुटमणी

चैतन्यगुरु गोरक्षनाथ

जयराज साळगावकर

सकाळ प्रकाशन

सकाळ प्रकाशन

नाथ संप्रदायाचे मुकुटमणी चैतन्यगुरू गोरक्षनाथ

Nath Sampradayache Mukutmani
Chaitanya Guru Gorakshanath

प्रथम आवृत्ती	:	मे, २०२४
प्रकाशक	:	सकाळ मीडिया प्रा. लि. ५९५, बुधवार पेठ, पुणे-४११ ००२
मराठी अनुवाद	:	माधवी कुंटे
संपादन	:	ऐश्वर्या कुमठेकर
संपादन साहाय्य	:	मिताली तवसाळकर, राजन सोनार
मुखपृष्ठ	:	आदित्य पाटील
मांडणी	:	सकाळ प्रकाशन
मुद्रणस्थळ	:	विकास प्रिंटिंग ॲण्ड कॅरिअर्स प्रा. लि. प्लॉट नं. ३२, एमआयडीसी, सातपूर, नाशिक
ISBN	:	978-81-973384-4-1
संपर्क	:	०२०-२४४० ५६७८ / ८८८८८४९०५० sakalprakashan@esakal.com

श्रीगोरक्षनाथ यांचे संकल्पना चित्र

संतश्रेष्ठ ज्ञानेश्वर यांचे संकल्पना चित्र

ज्यांनी हे पुस्तक लिहिण्याची प्रेरणा दिली, त्या डॉ. दुर्गा भागवत,
धर्मवीर भारती व योगाचार्य बी. के. एस. अय्यंगार
यांच्या पवित्र स्मृतींस अर्पण

विशेष नोंद

हठयोगाची उत्पत्ती, तंत्र, मंत्र आदि गुह्य विषय आणि त्यांचा मार्ग व बौद्ध तत्त्वज्ञान, तंत्र, देवता, तथागत यांच्यात असलेल्या सखोल संबंधाचा वेध घेण्याचा प्रयत्न या ग्रंथात केला आहे. सर्वसामान्य लोकांना सुलभतेने समजेल, अशी ग्रंथाची रचना केली आहे. अनेक विद्वान ग्रंथकर्त्यांच्या रचनांचे हे सुटसुटीत थोडक्यात केलेले संकलन आहे, एकत्रीकरण आहे. विविध देवदेवता, गुरूशिष्य, वेगवेगळ्या विचारप्रणाली आणि तत्त्वज्ञान या सर्वांचे एक अवलोकन आहे. त्यातून या सर्वांची रचना व सार यांचा बोध होईल. तथापि, या संदर्भात अधिक तपशील देणारे, तज्ज्ञांकडून केलेले सखोल साहित्य ज्यांना वाचायचे असेल त्यांच्यासाठी संदर्भ-सूची दिली आहे. त्यातील पुस्तके व संदर्भ-साहित्याची शिफारस करीत आहे.

विविध लोकसाहित्य लोककथांवर आधारित, संशोधनातून आपले व्यक्तिगत आयुष्य जोडण्याचा प्रयत्न वाचकांनी करू नये किंवा त्यांच्याशी संबंधित क्षेत्राच्या मान्यवर तज्ज्ञांच्या योग्य मार्गदर्शनाशिवाय त्या संदर्भात कसलेही प्रयोग करू नयेत. असे काही करून पाहणारे हे त्यायोगे होणाऱ्या बऱ्यावाईट परिणामांसाठी स्वतः जबाबदार राहतील.

प्रस्तुत संशोधन पुस्तकात अनेक निरीक्षणे मांडली आहेत, पुरातन-जुन्या-दुर्मीळ ग्रंथातून हे संदर्भ घेतले गेले आहेत. ते प्रत्यक्षात उतरविण्याचा प्रयत्न केला जाऊ नये तसेच गुरू-वैद्य-डॉक्टर यांना विचारूनच कोणतीही साधना, विधी, क्रिया अमलात आणावी. लेखक याविषयी कोणतीही जबाबदारी घेऊ शकत नाही.

पुस्तक लिहिण्याचे कारण कथा-मिथके याद्वारे व्यक्त झालेल्या गोष्टींचे दस्तावेजीकरण (डॉक्युमेंटेशन) करणे, हे आहे. अभ्यासकांना त्याचा खचितच फायदा होईल! प्रस्तुत पुस्तक लिहिण्यासाठी तीस-बत्तीस वर्षांचा काळ गुंतवावा लागला.

कामाख्या, काठमांडू, पुष्कर, अबू, चामुंग, नैनादेवी, मैसूर, बंगाल (दख्खीनेश्वर, तारापीठ, बेलूर मठ), गोवा, तिबेट-ल्हासा-पाटोला पॅलेस, शिगात्से अशा अनेक धर्मस्थळांना भेटी देऊन, तेथील तज्ज्ञांशी चर्चा करून या पुस्तकाची मांडणी झाली आहे. त्यामागे उत्सुकता, स्वतःची मुळे शोधण्याचा प्रयत्न, गूढतेविषयीचे आकर्षण अशा अनेक गोष्टी दडलेल्या आहेत. अंधश्रद्धेला प्रोत्साहन देण्याचा यात तिळमात्र हेतू नाही, हे मी येथे नम्रपणे नमूद करू इच्छितो.

– जयराज साळगावकर

परिचय

ॐ हा विश्वातील प्रथम ध्वनी! या ध्वनीतूनच काळाची आणि सर्व गोचरांची निर्मिती झाली. सर्व निर्मितीचे उत्पत्तिस्थान म्हणजे ॐ! वैश्विक शाश्वत सत्याची ती अभिव्यक्ती आहे. या ध्वनीमुळे आत्मजागृती होते, दैवी प्रेम व प्रकाश अंतरात निर्माण होतो आणि दिव्य आत्मानंदाची निरंतर अनुभूती येते. यामुळेच ॐ हा शब्द प्रत्येक धार्मिक मंत्राच्या, प्रत्येक पवित्र प्रार्थनेच्या शुभारंभाचा शब्द आहे. आपले विश्व म्हणजे अथांग कृष्ण अवकाश होते आणि ते ॐने व्याप्त होते. एका कल्पनेनुसार, हृदयाच्या ठोक्यासारखा हा ध्वनी हळूहळू शक्तिमान होत गेला आणि मग अनेक सामर्थ्यशाली प्रवाह वेगाने उसळत असलेल्या एका महाप्रचंड समुद्राच्या रूपात विश्व अवतीर्ण झाले. या महासागरातून सुवर्णरंगी प्रकाशमान असे एक अंडे वर आले. या हिरण्यगर्भ नावाच्या अंड्याच्या कवचात विश्वनिर्माता ब्रह्मा सामावला होता. त्याने कवचाचे पृथ्वी आणि स्वर्ग असे दोन भाग केले. त्यांच्यामध्ये पोकळीत वायू भरून टाकला. त्यामुळे हे दोन्ही लोक वेगळे आणि स्वतंत्र राहिले. ब्रह्मदेवाने उंच पर्वत, मोठाल्या नद्या (या लोकावर) निर्माण केल्या. दृष्टी, गंध, स्पर्श, रुची, श्रवण आणि विचार ही सहा मूलतत्त्वे निर्माण केली. या सर्वांमधून त्याने चैतन्यशाली जिवंत अस्तित्वे तयार केली. मनुष्यमात्र, पशुपक्षी, मासे, कीटक यासारख्या जिवंत अस्तित्वांनी वसवले गेलेले विश्व शुद्ध स्पंदनांच्या जीवांनी स्पंदित होत राहिले. आपल्यासारखे जीव मात्र पुनरूत्पादन करीत वंशसातत्य राखत राहिले.

त्या दिवसापासून आजतागायत विश्वामध्ये प्रचंड नैसर्गिक बदल घडले. अनेक गोष्टी रूपांतरित झाल्या. दैवी तत्त्वाचे अंश म्हणून असलेली आपली ओळख आता बदलली आहे. भौतिकवाद, साध्य केलेली उद्दिष्टे, सामाजिक प्रतिष्ठा, जात, वर्ग आणि आर्थिक प्रतिष्ठा या आणि यांसारख्या अनेक गोष्टींनी माणसाची पत, प्रतिष्ठा ठरू लागली आहे. यातूनच आपला अहं, गर्व, वैभव यांबद्दलचे संभ्रम पोसले गेले आहेत. आपले उद्दिष्ट आपला मूलस्रोत, आपली शुद्धता, शुचित्व, मूळ दैवी अस्तित्व आपण विसरलो आहोत. ॐ जाणून घेत 'ओम'कडे परत फिरणे, त्यात विलीन होणे म्हणजे परमात्म्यात विलीन होणे, हे आपल्या जीवनाचे खरे उद्दिष्ट आहे.

ॐ हा शून्यत्वाचा आणि (त्यातून निर्माण होणाऱ्या) अस्तित्वाचा ध्वनी आहे; पण आपले आत्मतत्त्व जाणण्यासाठी, आपले निजसामर्थ्य समजून घेण्यासाठी फक्त ॐचा जप पुरेसा नाही. ती खूप दीर्घ अशी प्रक्रिया आहे. त्यासाठी आत्मतत्त्व जाणण्याचा

निश्चित मार्ग अंगीकारणे आणि शिस्तबद्धता आवश्यक आहे. या मार्गाला 'योग' अशी संज्ञा आहे. या मार्गाने निश्चयाने पुढे जाणाऱ्या साधकाला त्याचे सर्वोच्च उद्दिष्ट म्हणजे मोक्ष किंवा निर्वाण प्राप्त होते. त्यामुळे जन्ममृत्यूच्या फेऱ्यांतून कायमची सुटका होते.

सांस्कृतिक, संपन्न अशा बहुविध ज्ञानाची खाण असलेल्या भारताने जगाला अनेक देणग्या दिल्या. त्यापैकी महत्त्वाच्या म्हणजे गूढ विद्या आणि योग! जीवनाच्या सर्व क्षेत्रांना लाभदायक, जगण्याचा पोत बदलून टाकणारा योगाचा अंगीकार आता पृथ्वीवरील काही देशांनी केला आहे. ॐ चा संस्कृत जप आणि योगासने हा जगभरातील अनेक लोकांच्या जीवनशैलीचा महत्त्वाचा भाग झाला आहे. त्यांनी आध्यात्मिक ज्ञानाचाही स्वीकार केला आहे. या गोष्टी धर्म वा पंथातीत असून वैश्विक आहेत.

योगी असणाऱ्या व्यक्तीने भौतिक जगाबाबत उदासीनता स्वीकारलेली असते, सर्व भौतिक, इंद्रिय सुखांचा त्याग केलेला असतो. लोभ व ममत्त्वाचा लोप केलेला असतो. आध्यात्मिक उद्दिष्टांची पूर्ती... शरीर व मन यांचा आत्म्याशी संयोग आणि अंतिमतः परमोच्च सत्यप्राप्ती म्हणजे आत्म्याची ब्रह्म वा परमात्म्याशी सायुज्यता अशी मांडणी 'वेदान्त' या तत्त्वज्ञान शाखेत केलेली आढळते. (इतर अनेक आध्यात्मिक परंपरांचे अंतिम सत्याबाबत वेदान्ताशी मतभेद आहेत.)

सर्वसाधारण योगाभ्यास हा सामान्य जनांना शक्य असतो; पण खरा योगी होण्याचा मार्ग मात्र फार थोड्या लोकांना प्राप्त होतो. हा गूढ मार्ग आहे, त्यासाठी अनेक वर्षांची साधना, समर्पितता, तीव्र इच्छाशक्ती आणि वैश्विक जाणीवेशी संपर्क होऊन अंतिम दैवी परमात्म्याशी मीलनाची तळमळ या सर्व गोष्टी आवश्यक असतात. पूर्ण प्रामाणिकपणा, धीर धरण्याची क्षमता आणि चिकाटी बाळगून जे या मार्गाकडे वळतात, त्यांना यश मिळू शकते, तेही एका मर्यादेपर्यंतच! जे अगदी शेवटापर्यंत जाऊन पोहोचतात; (अंतिम सत्य ज्यांना ज्ञात होते) त्यांना आपण स्वतः ब्रह्मन् (जगन्मिथ्या) असल्याचे ज्ञान होते. (त्यांची परमात्म्याशी सायुज्यता साधली जाते.) अल्पसंख्येच्या दीक्षित अशा लोकांच्या दोन पंथांकडे या गूढ शास्त्रातील ज्ञानाचे श्रेय जाते. सिद्ध आणि बुद्ध हे ते दोन पंथ!

सिद्ध पंथ भारतीय मातीत निपजलेला, येथेच पाळे-मुळे धरलेला आहे. बुद्ध हे नेपाळ, चीन, तिबेट, जपान, म्यानमार इत्यादी व भारतात घट्टपणे प्रस्थापित झालेले आहेत. आणि या दोन्ही मार्गांचे साधना-पंथ, दैवते व तत्त्वज्ञाने यांची नाळ एकमेकांशी दृढतेने जुळलेली आहे. (सिद्ध, हे हिंदू तसेच बौद्ध तांत्रिक परंपरेतही असतात; पण ते एकच आहेत असे मात्र म्हणता येत नाही. बौद्ध परंपरेनुसार बुद्ध होणे हे सिद्धांचे अंतिम ध्येय असते. एकच ध्येय आणि समान क्षमता असणारे स्त्री, पुरुष, योगी, योगिनी हे बौद्ध परंपरेत असतात.)

अतिशय उत्कट आणि श्रद्धामय अशा या दोन मार्गांच्या एकत्रीकरणाने व्यक्तीच्या आध्यात्मिक जाणीवांच्या कक्षांचे उन्नयन होऊन त्याला/तिला आपली पूर्ण क्षमता प्राप्त करणे शक्य होते. प्राचीन काळापासून शतकानुशतके असंख्य मार्गांनी या पंथांच्या देव देवतांची अनेक नावे, आकार व मिथके यांची वर्णने व चित्रणे होत आली आहेत. आदिनाथांपासून मत्स्येन्द्रनाथांपर्यंत प्रस्तुत पुस्तकाच्या प्रत्येक भागात या दोन पंथांतील काही विरुद्ध गोष्टी आणि काही साम्ये यांचा शोध घेतला गेला आहे; पण हे दोन्ही पंथ गोरखनाथांनी एकाच समान आध्यात्मिक धाग्याने बांधलेले आहेत.

प्राचीन काळापासून वेगवेगळ्या शतकात जन्मलेले, वेगवेगळ्या देशांमधील, विविध जातीजमातींचे लोक आदिनाथांपासून मत्स्येन्द्रनाथांपर्यंत सर्व सिद्धांची पूजा करीत आले आहेत. अनेक शतकांच्या कालावधीत या दैवतांनी विविध अवतार घेतले. भूतलावरील मर्त्य लोकांना संसाराच्या दुःख भोगांमधून मुक्ती मिळावी म्हणून त्यांना समजावले, शिकविले. जिथे केवळ शुद्ध आनंद आणि शांती आहे अशा आत्मोद्धाराच्या मार्गाची दिशा दाखविली, या साऱ्या प्रवासाची रूपरेषा मांडण्याचा प्रयत्न प्रसृत पुस्तकात केला आहे. शुद्धता, निष्पापपणा, साधेपणा, (सत् चित् आनंद स्थिती) ही मूळ सत्य आत्मस्थिती आहे. ती स्थिती प्राप्त करण्याच्या साधनेत या पुस्तकाचा उपयोग होईल.

योगी साधुपुरुष या स्थितीला 'सहजस्थिती' (साधी, नैसर्गिक, सहजन्य) म्हणतात. बौद्ध त्याला 'शून्य (स्थिती)' म्हणतात. ओशो त्याला 'वि-मन' (मन विरहित) स्थिती म्हणतात. गोरखनाथांच्या प्रतिपादनानुसार ही स्थिती प्राप्त होणे म्हणजे अहंकाराचा मृत्यू होणे. अखेरीस हे सर्व एकमेव अशा आद्य ध्वनीत विलीन पावते, तो ध्वनी म्हणजे ॐ... ॐ... ॐ...!

दिशा कृपलानी
(सह-संशोधक)

प्रस्तावना

जयराज साळगावकर यांनी लिहिलेल्या 'नाथ संप्रदायाचा मुकुटमणी – चैतन्यगुरू गोरक्षनाथ' या पुस्तकाची हस्तलिखित संहिता मी वाचली. (साधकांसाठी उपयोगी अशा) या पुस्तकाचे तीन मुख्य भाग आहेत – यौगिक देवदेवता, शैववाद आणि वज्रयान बौद्धवाद यांना एका सूत्रात गुंफणारे गोरखनाथांचे तत्त्वज्ञान व शिकवणूक, सिद्ध आणि बौद्ध परंपरा.

हठयोगाचा गूढ उगम, खूप प्रगती केलेल्या थोड्या साधकांनी अनुसरलेला हठयोगाचा मार्ग आणि बौद्ध तंत्र यांच्यातील ज्ञानाचा अत्यंत जवळचा हृदयसंबंध समजावणे, त्या मार्गांचा मागोवा घेत जाणे हे प्रसृत पुस्तकाचे उद्दिष्ट आहे आणि जनसामान्यांपर्यंत ते ज्ञान पोहोचावे ही त्यामागची धारणा आहे. अतिशय विश्वसनीय अभ्यासपूर्ण असे ग्रंथ व अन्य विविध साधनांचा अभ्यास करून त्यातील ज्ञानावर आधारित अशी या ग्रंथाची रचना केली आहे. पुस्तकाच्या अखेरीस संदर्भ-सूची दिली आहे. आपल्या ग्रंथासाठी लेखकाने किती प्रचंड वाचन केले, संदर्भांसाठी कष्ट उपसले, चिकित्सापूर्वक पद्धतशीर वाचन केले, त्या सर्वांची कल्पना येण्यास ही संदर्भ-सूची पुरेशी आहे.

पुस्तकाच्या प्रमुख शीर्षकाचा नीट अर्थबोध होण्यासाठी त्याला तीन उपशीर्षके जोडली आहेत. योग आणि तंत्र, शक्ती आणि तारा, सिद्ध व बौद्ध परंपरा. पुस्तकाच्या तीन भागांशी ही तीन उपशीर्षके निगडित आहेत. या तिन्ही भागांमध्ये लेखकाने विविध धार्मिक व गूढ परंपरांचा आढावा घेतला आहे. तांत्रिक बौद्धांचे आद्यगुरू व नेपाळमधील सिद्ध पंथाचे संस्थापक मत्स्येन्द्रनाथ आणि शैवपंथ यांना जोडणारे सूत्र म्हणजे गोरखनाथ आहेत हे लेखकाने प्रसृत पुस्तकात दाखवून दिले आहे. अनेक अवतरणे, विषयाशी निगडित असे विवेचक अभ्यासपूर्ण ग्रंथांचे परिशीलन, विपुल संदर्भ यामुळे हा ग्रंथ अतिशय विश्वसनीय झाला आहे. सहजतेने प्रवाहीपणे विषयाची मांडणी केली आहे.

पुस्तकाची एकंदर मांडणी उत्तम आहे. लेखकाने काढलेले निष्कर्ष स्वीकारार्ह असेच आहेत. बौद्ध आणि हिंदू आध्यात्मज्ञानात काही विशिष्ट संज्ञा, शब्द समान आहेत. त्यांच्या बाबतीत काही मूलभूत गोष्टी लक्षात घ्यायला हव्यात. हिंदू व तांत्रिक बौद्ध धर्मज्ञानामध्ये अनेक देवदेवतांची नावे समान आहेत. या देवदेवता म्हणजे अंतिम परमतत्त्व वा ब्रह्म नव्हे. देव हा शब्द वेदान्तात ज्याला ईश्वर म्हणतात, त्याला समानार्थी आहे आणि 'देव' या अर्थी ख्रिस्ती धर्मात वापरल्या जाणाऱ्या शब्दाच्या अर्थच्छटेची झालरही त्याला आहे. ही नावे (बौद्ध आणि हिंदू धर्मांतील देवतांची नावे)

समान मूलस्त्रोतातून आली असतील किंवा एका परंपरेने दुसऱ्या परंपरेतून आपल्यात सामावून घेतली असली पाहिजेत. तरीही त्यांच्यातील तात्त्विक भेद लक्षात घ्यायला हवेत. 'तारा' या देवतेचे उदाहरण पाहूया. हिंदू आणि बौद्ध परंपरांमध्ये तारा समान आहे. पण या देवतेसंदर्भातील संकल्पनेचा विकास मात्र वेगवेगळ्या तऱ्हेने झाला आहे. वज्रयान पंथामधील देवता कधी कधी हिंदू परंपरांप्रमाणेच असतात. काही हिंदू पंथ वा एकंदर हिंदू तत्त्वज्ञानाचा प्रभाव पडल्यामुळे, कदाचित असे झाले असण्याची शक्यता आहे. तथापि, एका गोष्टीची आपल्याला नोंद घ्यायला हवी. वज्रयानांची देवता ही पुष्कळदा बुद्धाच्या त्या त्या जन्मातील सहचारिणी असते. बुद्धाच्या पूर्वजन्मांमधील जोडीदार म्हणून या देवतांचे उल्लेख येतात. वज्रयानांच्या तांत्रिक प्रतिकानुसार त्या 'शक्तिरुपिणी' नसतात. शक्ती हे अतिशय चैतन्यमय प्रचंड कार्यशील असे तत्त्व आहे. पण वज्रयान पंथातील ही स्त्री दैवते केवळ बुद्धाच्या जोडीदारिणी असतात आणि विशेष क्रियाप्रवण नसतात. स्त्रीतत्त्व व पुरुषतत्त्वाचा संगम घडणे तिथे गरजेचे मानले जाते. शैव संकल्पनेशी हे थोडे मिळतेजुळते असले तरी पूर्णपणे समान नाही. म्हणून शक्ती व तारा या संपूर्णपणे समान देवता नाहीत. (१.४) बिनॉयतोश भट्टाचार्य यांच्यासारख्या मागील पिढीतील काही विद्वान अभ्यासकांनी बौद्ध देवतेकरिता शक्ती हे नाव वापरले आहे. पण 'प्रज्ञा' किंवा 'विद्या' हे योग्य शब्द आहेत. वज्रयानांमध्ये कधी कधी तिला कार्यप्रवण असल्याचे नोंदविले आहे. त्याला समर्पक अशी तिची नावेही आहेत; पण सर्वसामान्यतः तिचे असे वर्णन क्वचितच आढळते. गणेश या दैवताचा विचार करता, हिंदूंमध्ये त्याला जितके महत्त्व आहे तितके बौद्धांमध्ये आढळत नाही.

ज्ञाननाथांचा नाथपंथाशी असलेला संबंध सर्वश्रुत आहे आणि सर्वमान्यही आहे. (२.५) तथापि माझ्या मतानुसार त्या पंथातील तांत्रिक सिद्धान्त, तत्त्वे आणि त्यानुसार प्रत्यक्ष क्रिया यांच्यावर ज्ञाननाथांनी विशेष भर दिला नाही. त्या काळीही काही ढोंगी लबाड लोक समाजात होतेच. त्यांनी (खोट्या) तांत्रिक क्रिया लोकप्रिय केल्या; पण तत्कालीन ज्ञानी गुरूजनांनी याचा धिःकार केला. वज्रयानपंथी गुरूंनी तर निःसंदिग्धपणे त्याचा धिःकार केला. माझ्या मताप्रमाणे ज्ञाननाथांनी तंत्रमार्ग टाळला. त्यातील साधना वा कृतींबाबत भाष्य केले नाही. तांत्रिक सिद्धांत व कृतींना दूर ठेवत त्यांनी सामान्यजनांना साधनमार्गाबाबत मार्गदर्शन केले.

तिबेटी परंपरेचा असा विश्वास आहे की, माध्यमक तत्त्वे व सिद्धांताचा गुरू नागार्जुन आणि जादू, किमया इत्यादिंचा प्रवर्तक नागार्जुन हे एकच होते; पण अनेक आधुनिक संशोधक व विद्वानांप्रमाणे माझेही मत असे आहे की, उपरोक्त विश्वास अनाठायी आहे. समान नावे असलेल्या अनेक ऐतिहासिक व्यक्तींबाबत चर्चा करताना (३.४)

किंवा नागार्जुनाची किमया वर्णन करताना (३.९) या ग्रंथाच्या लेखकाने या संदर्भात जो दृष्टिकोन मांडला आहे तो अधिक निःसंदिग्ध व स्पष्ट व्हायला हवा.

सिद्धांची तांत्रिकमुळे (३.५) वर्णन करताना प्रस्तुत ग्रंथलेखकाने डेव्हिड फ्राउलीचे विवेचन उद्धृत केले आहे. सध्या काही भारतीय विद्वान संशोधकांनी सिंधू संस्कृती व सरस्वती संस्कृती एकच असल्याची उपपत्ती मांडली आहे. त्या संदर्भात वाद सुरू आहेत आणि अनेकांना ती उपपत्ती पटलेली नाही. संपूर्णपणे पटतील असे पुरावे मिळाल्याशिवाय ती संस्कृती व तिचे विविध टप्पे 'वैदिक' आहेत असा दावा करणे योग्य होणार नाही.

'तांत्रिक बौद्ध तत्त्वप्रणालीचे ऐतिहासिक मुद्दे' या शीर्षकाच्या विभाग (३.५)च्या उपविभागात असे नमूद केले आहे की, काळ पुढे जात राहिला त्याबरोबर बौद्धांमध्येही अनेक मतभेद झाले. प्रामुख्याने दोन तत्त्वप्रणाली अस्तित्वात आल्या. जुन्या वयस्कर लोकांची सिद्धांत प्रणाली 'हिनयान' म्हणून ओळखली जाऊ लागली. तर क्रांतिकारी मते अंतर्भूत असलेली तरुण पिढीची तत्त्वप्रणाली 'महायान' म्हणून ओळखली जाऊ लागली. अगदी अचूक विधान करायचे तर, 'धार्मिक मतभिन्नता निर्माण झाल्याने दोन तट पडले आणि स्थविरवादाच्या दोन तत्त्वप्रणाली अस्तित्वात आल्या. जुन्या पारंपरिक श्रद्धांच्या वयोवृद्ध विद्वानांचा एक तट झाला आणि मोठ्या गटाची सिद्धांत प्रणाली 'महासंघिका' अशा दोन तत्त्वप्रणाल्या निर्माण झाल्या. यातही आणखी १८ ते २० वेगवेगळे सिद्धांतपथ होते. (निकाया). पुढे महायानपंथी लोक या सर्वांना एकत्रितपणे 'हिनयानपंथी' म्हणू लागले. 'थविरवाद' किंवा 'थेरावाद' हा त्यांच्यापैकी एक! मोठ्या धार्मिक मतभिन्नतेनंतर निर्माण झालेल्या महासंघिकांमधूनच महायान पंथाची निर्मिती झाली.

पूर्वकालीन मोठ्या विद्वानांनी काही चुकीच्या संकल्पनाही अजाणता लोकप्रिय केल्या आहेत. तंत्राचे प्रकार या नावाच्या (अल्प विभागातील) उपविभागात बाह्य तंत्र व आंतरिक तंत्र हे काही मूळ तिबेटी संदर्भग्रंथाच्या इंग्रजी अनुवादावरून घेतले आहेत. (त्यावर आधारित आहे) उदाहरणार्थ, श्रीचक्र संभार तंत्र या आपल्या ग्रंथात काजी दावा संदुप वज्रयान (पंथाची) चार भागात विभागणी करतात. क्रिया, चार्य, योग आणि अनुत्तर योग ही विभागणी तिबेटी परंपरेनुसार आहे. ती संस्कृत ग्रंथांमधील भारतीय परंपरेनुसार मांडलेल्या वज्रयान पंथाच्या मांडणीसारखी नाही. एम. एम. एच. पी. शास्त्री कालचक्रयान अशी संज्ञा वापरतात तीही योग्य नाही. 'कालचक्रतंत्र' नावाचा मूळ संस्कृत ग्रंथ असून त्याचे तिबेटी व मंगोलियन अनुवादही उपलब्ध आहेत. ते वज्रयानावरचे पुस्तक आहे. कालचक्रयान असा उपपंथ अस्तित्वात नाही. 'शून्यता' ही संकल्पना खास वज्रयानांची आहे असे म्हणता येणार नाही. नागार्जुनांच्या माध्यमक

सिद्धांत प्रणालीत तिचा विकास झालेला आढळतो. तो सिद्धांत वज्रयान प्रणालीचा पायाच आहे. महायान पंथानुसार परमितयान व वज्रयान असे साधनेचे दोन मार्ग आहेत. दोन्ही मार्गांची पायाभूत तत्त्वे समान आहेत.

अंतिम सत्याबद्दल उपनिषदांमधील विधाने आणि त्या संदर्भातील बौद्ध ग्रंथांमधील विधाने यांच्यात साम्य असू शकते. पण त्यांची उद्दिष्टे समान नाहीत. 'सहज' ही संकल्पना (३.७) तांत्रिक परंपरांचे वैशिष्ट आहे. ईश्वराविषयी आस्तिक्य बुद्धी, बौद्ध तत्त्वज्ञानात (थोड्या बहुत प्रमाणात) विकास पावली; पण उपनिषदांमधील 'ब्रह्मन्' या संकल्पनेच्या जवळपासही ती आली नाही, परमोच्च अस्तित्व म्हणून ब्रह्मन् ही संकल्पना वज्रयानात स्थापित झाली नाही. ब्रह्मन् हे शाश्वत अंतिम तत्त्व आहे. पण कोणत्याही बौद्ध पंथाने कुठेही असे म्हटलेले नाही. हिंदू आध्यात्मिक प्रणालीतील योगाची संकल्पना आणि वज्रयानांची महासुख संकल्पना समान नाहीत. सर्व बौद्ध सिद्धांतांनी 'आत्मन्' या संकल्पनेचे खंडन केले आहे. म्हणून गौतम बुद्धाने मुक्तीबद्दल जे काही म्हटले आहे ते आत्मन् या संकल्पनेशी जोडणे योग्य होणार नाही.

प्रस्तुत ग्रंथलेखकाने दाखवून दिल्याप्रमाणे हिंदू तत्त्वप्रणाली व बुद्ध तत्त्वप्रणाली यांच्यात पुष्कळ साम्य आहे. (३.११) लेखकाने म्हटल्याप्रमाणे कधी कधी योग क्रियांची नावे, विशिष्ट अभिधाने भिन्न असतात; पण कधी कधी दोन्ही परंपरांमध्ये ती समानही असतात. उदाहरणार्थ, प्रत्याहार, धारणा, समाधी वगैरे पतंजलीच्या अष्टांग योगात येतात, तसेच वज्रयानांच्या षड्अवयवी योगात येतात. पण त्यांचे अर्थ व प्रत्यक्ष योगक्रिया भिन्न असतात. शैव आणि वज्रयान यांच्या अनेक संकल्पना, विशिष्ट नावे आणि क्रिया यांच्यात साम्य असले तरी त्यांच्या तत्त्वांमध्ये भिन्नता आहे. म्हणूनच 'या दोहोंचा पाया आणि मूलतत्त्वे समान आहेत', असे म्हणणे योग्य होणार नाही (३.११).

चौऱ्याऐंशी सिद्धांची नावांसह यादी या परंपरांमध्ये समान आहे. पण (हे सिद्ध) मूलतः कोणत्या परंपरेचे आहेत, हे सांगणे कठीण आहे. तथापि, संबंधित परंपरांनुसार त्यांच्या शिकवणुकीचा, तत्त्व विवेचनाचा अर्थ लावला जातो. आणखी जाता जाता सांगण्यासारखी गोष्ट म्हणजे चौऱ्याऐंशी या अंकाला वेगवेगळ्या प्रकारचे महत्त्व आहे. वेगवेगळ्या परंपरांमध्ये हे महत्त्व वेगळ्या तऱ्हेने येते. चौऱ्याऐंशी या अंकाच्या संदर्भात अनेक संकल्पना आहेत. पाली मधील ८४,००० धर्मस्कंध, इतर बौद्ध तत्त्वज्ञानातील उल्लेख आणि बुद्धेतर इतर धर्मग्रंथांमध्ये दिलेले त्यांचे महत्त्व या सर्व संकल्पनांची सरमिसळ करणे, त्यांना एकत्रित करणे उचित नाही.

थोडक्यात, मी असे म्हणेन की, विविध परंपरांच्या (साम्य असलेल्या) विविध संकल्पना एकत्र करून त्या संकल्पना समान आहेत असे मानणे योग्य होणार नाही.

कदाचित प्रस्तुत ग्रंथलेखकालाही असे अभिप्रेत नसावे. लेखकाला विविध परंपरांचे एकत्व दाखवायचे नसून त्यांच्यातील साम्याकडे निर्देश करायचा असावा. सोमाचा हवि देण्याचे जे वैदिक धर्मकृत्य होते, त्या संदर्भात सोमरसाच्या गुणांविषयी सांगणे आवश्यक आहे. सोमरस अत्यंत औषधी आरोग्यदायी होता. त्यामुळे काही (वार्धक्य जाऊन) तारुण्य मिळत नव्हते. हे खरे आहे की, एका वैदिक मंत्रात म्हटले आहे, ''आम्ही सोमरस प्यायलो आहोत, म्हणून अमर झालो आहोत.'' (अपाम सोमम् अमर्त्य अभुमगानम) तरीही इथे त्याचे महत्त्व वेगळे आहे. त्यांनी देवतांना सोमरस दिला आणि बळीचा (हविर्भागाचा) उरलेला भाग प्राशन केला. त्यांनी यज्ञ आणि बलोविधी अगदी अचूकपणे पार पाडला आणि म्हणून ते अमर झाले. (अमरत्वाची त्यांची मनीषा होती.) वेदांमध्ये कुठेही असे नमूद केलेले नाही की, वार्धक्य दूर करून पुन्हा तरुण होण्यासाठी सोमरसपान करावे. सोमरस देवांना अर्पण करायचा असे आणि तो यज्ञस्थळापासून अन्यत्र नेता येत नसे. इफेद्रा ही वनस्पती 'सोम' असावी असे अलीकडे मानले जाते. वेदोत्तर (उशीराच्या) काळात, उदाहरणार्थ, आयुर्वेदातील सुश्रुत संहितेतील सोम वनस्पती वेदात उल्लेखिलेल्या सोमवनस्पतीहून वेगळी असावी असे वाटते. वैदिक सोमवल्ली हळूहळू मिळेनाशी झाली असावी. तिच्या जागी तिच्यासारख्याच दिसणाऱ्या स्थानिक वनस्पतींचा उपयोग सुरू झाला असावा; पण तिचे औषधी गुणधर्म हुबेहूब सोमवल्लीसारखे नसावेत, उदाहरणार्थ, महाराष्ट्रात 'रानसेनी'च्या रोपाला सोमवल्लीसारखा दर्जा दिला आहे.

हा एक लहान मुद्दा मी विस्ताराने मांडला आहे. कारण काहीएक गोष्ट गृहीत धरून त्यावर सर्वसामान्य विधाने केली गेली, तर वाचकांची दिशाभूल होऊ शकते. एवढेच मला निदर्शनास आणावेसे वाटले.

प्रस्तुत ग्रंथलेखकाने हे पुस्तक वाचण्याची संधी मला दिली, त्याबद्दल मी अत्यंत आभारी आहे. पुस्तक वाचताना मी त्यात गुंतून गेलो इतके ते रसपूर्ण झाले आहे. लेखकाने या ग्रंथासाठी जे अपार कष्ट घेतले ते आश्चर्यकारक असून त्याबद्दल त्यांचे करावे, तेवढं कौतुक थोडेच आहे.

– श्रीकांत बहुलकर

shrikant.bahulkar@gmail.com

श्रीकांत बहुलकर यांच्या मतावर लेखकाची नोंद

या पुस्तकात अनेक महनीय ग्रंथांतील मजकुराचे संकलन केले आहे. शक्ती आणि तारा, जुळी अस्तित्वे यांसारख्या काही उपपत्ती विवादास्पद वाटण्याची शक्यता आहे. तथापि प्रस्तुत ग्रंथात अशा रहस्यांचा शोध घेण्याचा प्रयत्न केला असून ती अंतिम सत्य असल्याचा दावा कुठेही केलेला नाही. संदर्भ ग्रंथांचे वाचन, जाणकारांशी चर्चा व प्रस्तावनेत उल्लेख केलेले ऐतिहासिक (पौराणिक) ग्रंथ यांच्यावर हे पुस्तक आधारित आहे. माहिती व सखोल पृथःकरण यांच्याद्वारे नाथसिद्ध व बौद्ध या दोन गूढ संप्रदायांमधील संबंध व त्यांच्यातील भिन्नत्व मांडण्याचा प्रयत्न प्रस्तुत ग्रंथात केला आहे.

या पुस्तकामुळे कदाचित अंतिम सत्याच्या संशोधनासाठी एक नवीन क्षेत्र खुले होईल. गोरखनाथ हे या दोन्ही पंथांना एकत्र बांधून ठेवणारी महान शक्ती आहे हे सांगण्यासाठीच हा पुस्तक-प्रपंच केला आहे. डॉ. श्रीकांत बहुलकर यांनी केलेल्या बहुतांशी सूचनांचा अंतर्भाव या पुस्तकात केला आहे. (हेही नमूद करावेसे वाटते.)

मनोगत

लहानपणापासून मला नाथपंथाविषयी फार आकर्षण वाटत आले आहे. मी मराठी कुटुंबात जन्मल्या-वाढल्यामुळे आमच्या घरात ज्ञानेश्वरी पूजनीय मानली जाते. ज्ञानेश्वरी ही श्रीमद् भगवद्गीतेवरील टीका मराठी भाषेत लिहून संत ज्ञाननाथांनी मराठी भाषेला प्रतिष्ठा प्राप्त करून दिली. ज्ञाननाथ माउलींच्या आधी (ज्ञाननाथांना 'माउली', 'आई' असे अत्यंत प्रेमाने संबोधित करण्याचा प्रघात आहे.) गीतेचे तत्त्वज्ञान संस्कृत शिकलेल्या अभिजन वर्गासच उपलब्ध होते. ज्ञानेश्वरी लिहिली जाईपर्यंत गीता समजून घेण्यासाठी सर्वसामान्य माणसांना अभिजनांच्या विवेचनावरच अवलंबून राहावे लागे. त्याकाळी ब्राह्मण हे सर्वश्रेष्ठ वर्णाचे मानले गेले होते. त्यांचे संस्कृत भाषेवर प्रभुत्व होते. त्यांच्या या ज्ञानामुळे धर्म आणि धर्मग्रंथ यांवर त्यांचं निर्विवाद वर्चस्व होते. ज्ञाननाथांचा जन्म ब्राह्मण कुटुंबात झाला; संस्कृत भाषा येत नसलेल्या सर्वसामान्य माणसांना गीतेचे तत्त्वज्ञान उपलब्ध व्हावे, म्हणून त्यांनी ज्ञानेश्वरी (मराठी भाषेत) लिहिली.

अगदी कोवळ्या वयात निवृत्तिनाथ, ज्ञाननाथ (ज्ञानेश्वर), सोपान व त्यांची बहीण मुक्ताई ही भावंडे पोरकी झाली. त्यांचे वडील विठ्ठलपंत यांनी संन्यास घेतला होता. संन्यास घेतलेल्या माणसांना सर्व ऐहिक सुखांचा, कौटुंबिक नातेसंबंधांचा त्याग करून निष्कांचन, निर्मोही अवस्थेत प्रार्थना आणि ध्यानधारणेत आयुष्य व्यतीत करावे लागते. संन्यासी म्हणून जगताना त्या आयुष्यातील निरर्थकता लक्षात आल्यावर ते प्रपंचात परतले. तत्कालीन कर्मठ हिंदू समाजाला त्यांचा हा निर्णय मान्य झाला नाही. नेहमीचे साधे गृहस्थाश्रमी जीवन जगण्यासाठी त्यांना त्यांची परवानगी मिळाली नाही. विठ्ठलपंत व रुक्मिणीबाईंना वाळीत टाकले गेले. पारंपरिक रूढीग्रस्त, कर्मठ समाजाकडून त्यांना अपरिमित छळ सोसावा लागला. अखेर या दोघांनी प्राणत्याग करण्याचा निर्णय घेतला. चारही मुलांना पोरके करून दोघांनी मृत्यूला कवटाळले.

ही वाळीत टाकलेल्या बहिष्कृत पती-पत्नींची मुले असल्याने तत्कालीन विद्वान गुरूंनी ज्ञाननाथांचा शिष्य म्हणून स्वीकार करून त्यांना गुरूगृही ठेवून घेण्याचे नाकारले. या परिस्थितीमुळे अखेर ज्ञाननाथांनी वडीलबंधू निवृत्तिनाथांनाच आपले गुरू मानले. निवृत्तिनाथ हे नाथ परंपरेचे साधक होते. या परंपरेचे मूळ थेट आदिनाथांपर्यंत श्री शिव शंकरांपर्यंत पोहोचते. आदिनाथ हे आद्य (पहिले) नाथ मानले जातात. त्याकाळी

धर्माचे स्वरूप क्लिष्ट, रुढीग्रस्त, कर्मठ झाले होते. त्याविरूद्ध नाथपंथाने बंडाचा झेंडा उभारला. नाथपंथाच्या विचारांचा प्रचार, प्रसार करून सामाजिक परिवर्तन घडवून आणणे हे त्यांचे उद्दिष्ट होते. आदिनाथांनी स्थापन केलेल्या नाथपंथाचा कळस म्हणजे संत ज्ञाननाथ. नाथ पंथाच्या परंपरेचा तक्ता पुढे देत आहे.

ज्ञाननाथांवर संशोधन करीत असताना आदिनाथांपासून सुरू झालेली नाथ परंपरा मच्छिंद्रनाथ, गोरखनाथ यांच्याबद्दल अधिक माहिती मिळवण्याची ओढ वाटू लागली.

आदिनाथ
(आद्य नाथगुरू)

मच्छिंद्रनाथ **जालंधरनाथ**

गोरक्षनाथ (गोरखनाथ) **कानिफनाथ** **मैनावती**

गहिनीनाथ

निवृत्तिनाथ

ज्ञानेश्वर
(ज्ञाननाथ)

याच काळात जॉर्ज वेस्टन ब्रीग्ज यांनी लिहिलेले, 'गोरखनाथ व कानफाटा योगीज' (वर्ष १९३६) हे पुस्तक वाचनात आले. नाथपंथातील सिद्ध संप्रदाय म्हणजेच दत्त संप्रदाय यांच्या संदर्भात एका अमेरिकी विद्वानाने आपल्या मूलभूत अभ्यासातून घडवलेले दर्शन फारच आवडले. ब्रीग्ज यांनी दत्तसंप्रदायांतर्गत अघोर संप्रदायाचा शोध घेताना, त्याचा संबंध बोधिसत्त्व तत्त्वप्रणालीशी जोडलेला होता, ते वैशिष्ट्यपूर्ण आहे.

बौद्ध परंपरेचा संबंध बोधिसत्त्वांशी जोडला जाऊ शकतो. ब्रीग्ज यांनी आणखी शोध घेऊन दत्तसंप्रदायातील अघोर संप्रदायाचा संबंध बोधिसत्त्व तत्त्वप्रणालीशी जोडला. अत्याधिक उपयोग व दुरूपयोग केला गेल्यामुळे अघोर पंथाबद्दल लोकांमध्ये वाईट मत निर्माण झाले होते. अघोरचा खरा अर्थ आहे अत्यंत निर्भय मन, मृत्यूच्या भयावरही मात करणारी व्यक्ती! (अ-घोर=घोर नसणे=भय नसणे) जिला मृत्यूचेही भय उरत नाही,

एकदा मृत्यूच्या भयावर विजय मिळाला, की मग विजय मिळवण्याजोगे अन्य कोणतेही क्षेत्र उरत नाही.

आता पुन्हा ज्ञाननाथांकडे वळू या. त्यांनी पूजा-पाठाचे रूढ मार्ग बदलले, त्यांचे स्वरूप सौम्य केले. त्यांनी नामजपाची सोपी संकल्पना सर्वसामान्य लोकांसाठी रुजवली. ध्यानाच्या कठीण मार्गाऐवजी भक्तिभावाची प्रार्थना उपासनेत आणली. हरिनामाचे सतत स्मरण केले, नामजपावर मन एकाग्र केले तर मन शांत होते असा विचार त्यामागे होता. दैनंदिन जपाच्या हरिपाठ स्तोत्राचा उगम याच धारणेतून झाला. सर्वसामान्य साधकांची सोय लक्षात घेऊन हरिपाठाची साधी-सोपी प्रार्थनेची रचना केली होती. ज्ञाननाथांच्याच शब्दात सांगायचे तर, ''ते नाम सोपे रे रामकृष्ण गोविंद।'' शांतीप्रिय अशा वारकरी पंथाची स्थापना ज्ञाननाथांनी केली. या पंथाची पूजेची, ईश्वरभक्तीची पद्धत साधी-सोपी आहे. त्यासाठी साधनेही साधी आहेत. त्यामुळे या पंथाचा सामान्य जनांमध्ये खूप मोठा प्रसार झाला. एक विशेष गोष्ट म्हणजे आजही वारकरी पंथाचे अनुसरण खूप मोठ्या प्रमाणावर होते. दरवर्षी सुमारे दोन लाख वारकरी विठोबा माउलीला भेटण्यासाठी पंढरपूरची वारी पायी करतात. वारीचे अंतर ८० ते १२० किलोमीटरपर्यंत असते. वारी कोणत्या क्षेत्रापासून सुरू होते त्यावर हे अंतर अवलंबून असते. यात विविध गटांच्या दिंड्या असतात आणि वारीच्या मार्गावर भजने गात, वारकरी पंथाच्या ओव्या म्हणत, भक्तीत तल्लीन होऊन नाचत हा वारकऱ्यांचा मेळावा मार्गक्रमण करीत असतो. वारीच्या मार्गात जी गावे वा छोटी शहरे येतात तेथील लोक दिंड्यांचे उत्साहाने स्वागत करतात. दिंडीतील लोकांची जेवणाखाण्याची, पाणी पिण्याची व्यवस्था करतात. त्यांना मुक्कामासाठी तंबूंची सोय केली जाते. औषधे पुरविली जातात व शौचालयांची सुविधाही उपलब्ध करून दिली जाते.

इतर बहुतेक हिंदू देवतांच्या हातात शस्त्रे आढळून येतात. 'श्रीहरी विठ्ठल' हा असा एकमेव हिंदू देव असावा की, ज्याच्या हाती कोणतेही शस्त्र नाही. पुंडलिक या आपल्या शिष्याने फेकलेल्या विटेवर तो उभा असून, त्याचे दोन्ही कर 'कटीवरी' (दोन्ही हात कमरेवर) आहेत. पुंडलिकाची प्रचलित कथा अशी आहे—भक्त पुंडलिकाच्या भेटीसाठी खुद्द विठ्ठल त्याच्या दारी आले. त्यावेळी पुंडलिक आजारी आई-वडिलांच्या सेवेत मग्न होता. त्याने श्रीहरी विठ्ठल यांना दारातच थांबायला सांगितले. हात कमरेवर ठेवून विठ्ठल शांतपणे भक्ताच्या दारी त्याची वाट बघत उभे राहिले, आज तशीच विठ्ठलाची मूर्ती आढळून येते. महाराष्ट्रात धर्माला नवा विचार देण्यासाठी, त्या नवविचाराच्या प्रसारासाठी ज्ञाननाथांनी या कथेचे मर्म उलगडले. बघता बघता हा विचार संपूर्ण भारतात उत्तरेपासून दक्षिणेपर्यंत पसरला. पंजाबपासून तामिळनाडूपर्यंत श्रीहरी विठ्ठलाची भजने

आजही गायिली जातात. संत ज्ञाननाथांनी लिहिलेली भावार्थदीपिका (ज्ञानेश्वरी) हा ग्रंथ मराठीतील महत्त्वाचा दस्तावेज मानला जातो. जगभरात लाखो लोक ज्ञानेश्वरी भक्तिभावाने वाचतात. १३ कोटी मराठी भाषक लोकांसाठी ज्ञानेश्वरी हा अत्यंत महत्त्वाचा ग्रंथ आणि ठेवा आहे.

ज्ञाननाथांना समजून घ्यायचे तर 'आदिनाथ ते ज्ञाननाथ' असा नाथपंथाचा प्रवास समजून घ्यायला हवा. (संशोधनाच्या दरम्यान) दोन महत्त्वाची पुस्तके वाचनात आली. 'द *अलकेमीकल बॉडी'* (१९३६) हे डेव्हिड गॉर्डन व्हाईट यांनी लिहिलेले पुस्तक व आधी उल्लेखिलेले *'गोरखनाथ व कानफाटा जोगी'* (१९३८). या दोन पुस्तकांमुळे मी गोरक्षनाथ व त्यांच्या तत्त्वज्ञानाकडे अधिक ओढला गेलो. त्याचप्रमाणे नाथपंथाबद्दलही त्यातून बरेच काही समजून घेता आले. नाथपंथाचे बरेचसे वाङ्मय हे लोककथा व लोकसंगीतातून उपलब्ध होते. उदाहरणार्थ, महान तत्त्वज्ञ व लेखक गोरखनाथांनी 'शून्य गढ शहर' या निर्गुणी भजनाची रचना केली आहे. सुप्रसिद्ध भारतीय शास्त्रीय गायक कुमार गंधर्व यांनी गायलेले हे भजन फार प्रसिद्ध आहे. या भजनात नाथपंथातील 'शून्यता' या संकल्पनेच्या गाभ्याचा, त्याबद्दलच्या प्रतिकात्मक गोष्टींचा व साम्याचा शोध घेतला आहे. बौद्ध तत्त्वज्ञानातील शून्यतेच्या विचारांचा गाभाही तोच आहे.

आधुनिक अस्तित्ववादात अल्बर्ट कामू आणि जीओ पॉल सार्त्र यांनी असेच तत्त्व मांडले आहे. अस्तित्ववाद शून्यतेच्या तत्त्वाचा विचार करताना शून्यता अजिबात न जाणवू देण्याची उपपत्ती मांडतो. त्यामागची संकल्पना अशी आहे की, आपल्या अस्तित्वाचा प्रत्येक क्षण जगायचा, त्यावर विश्वास ठेवायचा. तो क्षणन्क्षण जपून ठेवायचा म्हणजे रिकामपण किंवा शून्यता जाणवणार नाही. अखेरीस हे विश्व काय आहे? रिकामे अवकाश... एक पोकळी... शून्यता आहे. जेव्हा शून्यता एका बिंदूवर संपृक्त होऊ लागते तेव्हा रिकामपण किंवा मोकळेपण शून्यासारखे, कृष्ण विवरासारखे होते. बिग बँग ही विश्वाच्या उत्पत्तीबद्दलची तत्त्वप्रणाली हेच सांगते. आर्यभट्टाची गणित विषयातील मोठी देणगी म्हणजे शून्य. सर्व काही शून्यापासून सुरू होते आणि शून्यातच विराम पावते. गोरखनाथांचे शून्यतेचे तत्त्व आणि बौद्ध तत्त्वज्ञानातील शून्यतेचे तत्त्व यांच्याबद्दलचा विचार मनात क्षणार्धात विजेसारखा लख्ख चमकून गेला. तो क्षण पुढे अनंतापर्यंत पसरला.

बौद्ध सिद्धांतावर संशोधन करीत असताना आयुष्यात एक विलक्षण घटना घडली. ती इथे नमूद करावीशी वाटते. या विषयातील संदर्भ-ग्रंथ वाचत असताना मला आतून एक प्रबळ ऊर्मी नेहमी येत असे, की आपण ल्हासा, तिबेट येथील बौद्ध धर्माचे आद्यपीठ, पाटोला पॅलेस बघावा. पण तिथपर्यंत जाणार कसे? त्या काळी तिबेटचा व्हिसा मिळणे जवळ जवळ अशक्यप्राय होते. भारतीयांना चिनी व्हिसा मिळायचा तो

कैलास मानस यात्रेकरता किंवा फारच फार तर व्यापार, वाणिज्य विषयक कामांसाठी!

या काळात माझ्या महाविद्यालयीन गिर्यारोहक मित्रांनी एव्हरेस्ट पर्वत चढाईची मोहीम आखली. तिचे नाव होते 'टाटा एव्हरेस्ट १९९८'. या आधी सुमारे दोन वर्षांपूर्वी त्यांनी कांचनजुंगा शिखराची मोहीम त्यांनी केली होती; पण त्यात ते काहीसे अयशस्वी ठरले होते. यामुळे आता त्यांना त्यांच्या नव्या मोहिमेसाठी देणग्या मिळणे कठीणच होते. अखेर टाटा उद्योग समूहाने रु. १ कोटी देण्याचे मान्य केले. पण अखेरच्या क्षणी त्यांनी अर्धीच रक्कम म्हणजे ५० लाख रुपये देऊ केले. आता उरलेली रक्कम या मोहिमेसाठी उभारणे आवश्यक होते. मंत्रालयातील काही वैयक्तिक ओळखींमुळे आम्ही महाराष्ट्राचे तत्कालीन मुख्यमंत्री श्री. मनोहर जोशी तसेच श्री. शरद पवार यांना भेटून त्यांना आमच्या मोहिमेसाठी सहकार्य करण्यास राजी केले आणि तसे केलेही, विशेषतः श्री. शरद पवार यांनी मला गिर्यारोहणाचा पूर्वानुभव असल्याने प्रसिद्धी व महत्त्वाच्या व्यक्तींशी भेटी-गाठी घालून देण्यासाठी मदत केली व सर्वतोपरी पाठिंबा दिला.

अशाच एका शनिवारी संध्याकाळी चार्टर्ड अकाऊंटंट असलेला माझा मित्र राजेन्द्र फडके माझ्याकडे आला. तो एक नाणावलेला गिर्यारोहक असून एव्हरेस्ट मोहिमेत सामील होता. त्याच्याबरोबर या मोहिमेतील आणखी एक सदस्य रत्नेश झवेरी होता. त्यांची एक अडचण घेऊन ते माझ्याकडे आले होते. त्यांच्या गटातील जी मुलगी त्यांच्यासाठी प्रसिद्धी माध्यमांशी संपर्क करत होती, ती या ग्रुपच्या आधारगटात सामील होती. तिच्या घरगुती अडचणींमुळे तिने या मोहिमेतून माघार घेतली. यामुळे त्यांच्या एकंदर कार्यक्रमात एक जागा मोकळी झाली होती. नेमके त्याच काळात माझ्या घरात दुरुस्तीचे, गृहरचनेत काही फेरबदल करण्याचे काम चालू होते. मी जरा बिचकतच माझ्या पत्नीला, भारतीला विचारले की, मी या मोहिमेत सामील होऊ का? अचानक एक जागा मोकळी झाली आहे आणि तिने चक्क होकार दिला. मी अंतर्यामी जाणून होतो की, तिने 'नाही' म्हटले असते तरी कसेही करून (तिचे मन वळवून) मी या मोहिमेत सामील होणारच होतो आणि कदाचित तिलाही माहिती होते की, तिने नाही म्हटले तरी मी काही करून ही संधी दवडणार नव्हतो आणि असा एव्हरेस्ट बेस कॅम्पकडे माझा प्रवास सुरू झाला.

एव्हरेस्ट बेस कँपला जाण्यासाठी सोमवारी आम्ही काठमांडूला पोहोचलो. एव्हरेस्टवर तिबेटच्या बाजूने चढाई करून अंतिम शिखर सर करणारी आमची मोहीम ही या तऱ्हेची पहिली मोहीम होती. बेस कॅम्पला पोहोचण्यासाठी आम्ही घाई केली. पाच दिवसांऐवजी तीन दिवसात तिथे पोहोचलो. आम्हाला कसेही करून लवकरात लवकर शिखर गाठायचे होते. चिनी सैन्याने नुकतेच एव्हरेस्ट पर्वताचे शिखर गाठले होते.

आम्ही ही त्यांच्या फार मागे नव्हतो. त्यामुळे आम्ही उत्तेजित झालो होतो. याचवेळी मला अंतःप्रेरणेने असे जाणवले की, पौर्णिमेच्या आधी आमचा गट काही शिखर गाठू शकणार नाही. आमचा गटनेता राजेन्द्र फडके याच्याजवळ मी तसे बोललोही. त्याला काही ते पटले नाही, कारण गिर्यारोहणाच्या एकंदर प्रमाणित अंदाजांशी माझे भाकित कुठल्याही तऱ्हेने जुळत नव्हते, असे फडक्यांना वाटत होते. त्यांनी बेस कॅम्प गाठण्याचे ठरविले.

पण झाले असे की, बेस कॅम्पला पोहोचायला आम्ही घाई केली. उंच ठिकाणी हवा विरळ होते, प्राणवायू कमी होतो. त्या वातावरणाला सरावण्यासाठी शरीराला पुरेसा वेळ मिळाला नाही. त्यामुळे आम्ही चौघेही रक्त ओकू लागलो, भूक लागेना आणि त्यामुळे गंभीर आजारी पडलो. बेस कॅम्पवरील अधिकृत चिनी डॉक्टरने आम्हाला तपासले आणि सांगितले की, आम्ही ताबडतोब खाली उतरावे. कमी उंचीचे ठिकाण गाठावे. कारण प्राणवायूच्या कमतरतेमुळे आमच्या मेंदूला रक्ताचा पुरवठा पुरेसा होत नव्हता. कमी उंचीच्या ठिकाणी उतरण्यासाठी आम्ही ताबडतोब काठमांडू गाठायचे ठरवले. पण त्या डॉक्टरने आम्हाला थांबवले. तो म्हणाला, 'तुम्ही आता चिनी सरकारच्या हद्दीत आणि अधिकारात आहात. त्यांच्या नियमांनुसार तुम्ही कुठल्या ठिकाणी खाली उतरायचे ते आम्ही ठरवू. तुम्हाला ल्हासाला जावे लागेल.'

तिबेटच्या बाजूच्या एव्हरेस्ट पर्वताच्या भयानक थंडीत आणि गतिमान बोचऱ्या थंड वाऱ्यांमध्ये आम्हा चौघांपैकी मी एकटा आनंदाने नाचू लागलो! अशा तऱ्हेने आम्ही ल्हासाकडे निघालो. वाटेत शिगात्से मठ लागला. तो बघून आम्ही बुद्ध पौर्णिमेच्या पवित्र दिवशी ल्हासाला पोहोचलो. हा मोठा योगायोग होता. त्या आधी पंचेन लामा (सध्या चीनमध्ये स्थानबद्ध असलेल्या) यांच्या सुप्रसिद्ध मठातही आम्ही जाऊन आलो. बुद्ध पौर्णिमेच्या पवित्र दिवशी ल्हासातील पटोला पॅलेसमध्ये जाण्याचा दुर्मिळ योग साधला गेला. ल्हासामध्ये या दिवसाचे महत्त्व कोणालाही माहीत असलेले दिसले नाही. त्या दिवशी उत्सव करावा, या गोष्टीला चिनी सरकारनेही फारसा पाठिंबा दिला नव्हता. मला असे जाणवले की, पद्धतशीरपणे योजना आखून कोणत्याही तऱ्हेने इथे येऊन पटोला पॅलेसला बुद्ध पौर्णिमेला भेट देणे जवळजवळ अशक्यच होते. आम्ही बरे झाल्यावर माझ्या मित्रांनी बेस कॅम्पला परतायचे ठरवले. मी मात्र ल्हासातच राहायचे ठरवले. पुढील काही दिवसांत मी अनेक महत्त्वाची पवित्र स्थाने आणि मठ यांना भेट देऊन तेथील लामांशी, साधूंशी, भिक्षूंशी बोललो. अनेक गोष्टी समजून घेतल्या. थोडक्यात, माझा वेळ मी सत्कारणी लावला, खूप आनंदात व्यतीत केला. मग परतायची वेळ आली. मी ल्हासामध्येच राहिलो, ते काही आमच्या मोहिमेच्या योजनेत समाविष्ट

नव्हते. मला ल्हासा ते काठमांडू विमानाचे तिकीट काढणे भाग होते. पैशांच्या बाबतीत मी कफल्लक झालो होतो आणि तिबेटचे चिनी अधिकारी क्रेडिट कार्ड स्वीकारत नव्हते. मी अगदी एकटा पडलो होतो. माझ्या गाईडला मी आधीच विचारले होते, (तो बहुधा चिनी सरकारचा खबऱ्या असावा) ''मला एअरपोर्टवर काही फी किंवा टॅक्स द्यावा लागेल का?'' वैतागलेल्या गाईडने म्हटले, ''नाही. काही द्यावे लागत नाही.'' आता मागे वळून बघता माझ्या असे लक्षात येते की, गाईड माझ्यावर खूप चिडला असावा. कारण कफल्लक अशा भारतीय प्रवाशाकडून त्याला टीप म्हणून छदामही मिळण्याची शक्यता नव्हती. (आणि माझ्याकडे त्याला देण्यासाठी पैसेही नव्हते.)

एअरपोर्टवर इमिग्रेशन काऊंटरला चिनी ऑफिसरने माझा पासपोर्ट घेतला. तो तपासला. व्हिसा तपासला आणि म्हटले, ''एअरपोर्ट टॅक्सचे १०० डॉलर्स!'' त्यावेळी माझ्या खिशात जेमतेम ५०० रुपये होते. त्या अधिकाऱ्याने माझा पासपोर्ट हिसकावून घेतला आणि एका सुरक्षा रक्षकाला फर्मावले की, ''याला भिंतीशी उभा कर.'' त्यावेळी मात्र मला भयंकर भीती वाटली. चिनी तुरुंगामध्ये अपराधी लोकांचा भयानक छळ होतो. त्यांना मारून त्यांच्या शरीराचे अवयव काढून विकले जातात, अशा वृत्तपत्रांमधून व इतरत्र वाचलेल्या त्याबद्दलच्या हकीकत माझ्या मनात जाग्या झाल्या. एवढ्यात अचानक कुठून कुणास ठाऊक खाकी कपड्यांमधला एक माणूस तिथे आला. त्यांच्या खांद्याला झोळीवजा पिशवी होती. त्याने मला विचारले, ''काय झाले? काय अडचण आहे?'' मी त्याला मोडक्या-तोडक्या नेपाळी भाषेत माझी चित्तरकथा ऐकवली. (मी विशी-बाविशीचा असताना दार्जिलिंगला गिर्यारोहण अभ्यासक्रमासाठी प्रवेश घेऊन अभ्यासक्रम केला होता. त्या काळादरम्यान मी ही भाषा थोडीबहुत जाणून घेतली होती.) त्यानंतर जे काय घडले, ते अविश्वसनीय वाटावे असेच आहे. माझ्याजवळ जे ५०० रुपये होते ते त्याने घेतले. माझा १०० डॉलर्सचा संपूर्ण टॅक्स त्याने भरला माझा पासपोर्ट परत दिला आणि त्यामुळे मला विमानात चढायची परवानगी मिळाली. आपण बुद्धाचे एक वैशिष्ट्यपूर्ण रूप बघतो. त्यात भिक्षूच्या रूपातील बुद्धाच्या खांद्यावर भिक्षा ठेवण्यासाठी झोळी अडकवलेली असते. माझ्या बाबतीत हा चमत्कार घडला होता! हा काही दृष्टीभ्रम नव्हता. (झोळी सदृश्य पिशवी खांद्याला अडकवलेला माणूस म्हणजे जणू बुद्धच प्रत्यक्ष आला होता! त्याने माझा एअरपोर्ट टॅक्स भरला होता असे वाटले.)

ल्हासातून बाहेर पडल्यावर मला वाटले की, मी सुटलो. माझ्या मागचे संकट टळले. पण तसे होणार नव्हते. मी नेपाळमध्ये आल्यावर महिला इमिग्रेशन ऑफिसरने मला म्हटले की, माझ्याकडे व्हिसा नाही. एकाच ठिकाणाहून निघण्यासाठी आम्हा चौघांचा

एकच ग्रूप एकत्रित व्हिसा होता. तिने सांगितले की, मी ल्हासाहून नेपाळला आलो होतो, त्यामुळे ल्हासाहून इथला व्हिसा मिळायला हवा. म्हणून ल्हासाला जाऊन तिथून आल्यामार्गे नेपाळला परत यावे. नेपाळहून ल्हासाला जाणारे विमान संध्याकाळी निघेल अशीही माहिती तिने मला दिली. मला भयंकर धक्का बसला. हा फारच गुंतागुंतीचा मामला झाला होता. मी कशीबशी मोडक्या-तोडक्या नेपाळीत माझी चित्तरकथा तिला सांगितली. यात तीन चार तास गेले. त्यानंतर मी तिला बॉलिवूडच्या हकीगती सांगितल्या. मुंबईत आल्यास सिनेअभिनेत्यांची भेट घालून देण्याचे आमीष दाखवले. तिच्याशी बोलता-बोलता अखेर तिचे अंतःकरण विरघळले! त्यानंतर अर्ध्या तासातच इमिग्रेशनमधून बाहेर पडलो आणि एकदाचे मुंबईला जाणारे विमान पकडले!

या अशा तऱ्हेच्या हकीगती फक्त योगायोगाने घडत नाहीत. आपली समज आणि जाणीव यांच्या पलीकडे एक शक्ती कार्यरत असते आणि योग्यवेळी तिच्यामुळे तुमच्या दैवाची तुम्हास साथ मिळते. वेगवेगळ्या स्थळी असे अनुभव आले आहेत. त्यांच्यामुळे मला जीवनात योग्य मार्ग मिळत गेले आहेत. त्यांच्यामुळे मी कधी उंच चढलो, कधी खाली आलो. पण अखेरीस नेहमीच सकारात्मक परिणाम हाती आले. या पुस्तकाची निर्मिती ही अशीच सकारात्मक परिणामाची घटना आहे. आवश्यक माहिती माझ्यापर्यंत आपसूक आली. संदर्भ जणू माझ्याकडे स्वतःहून चालत आले. जेव्हा कधी मला एखाद्या विषयाबद्दल, मुद्द्याबद्दल अधिक वाचनाची आवश्यकता भासली तेव्हा मला हवी असलेली पुस्तके घेऊन लोक स्वतःहून माझ्या ऑफिसात आले. जेव्हा मला संशोधन साधनांची निकड भासली, काही अनुभव हवेसे वाटले, काही प्रश्नांची उत्तरे, काहींप्रति संदर्भ.... मिळालेल्या संदर्भांची दुसरी बाजू मांडणारे संदर्भ हवे होते, तेव्हा ते सर्व किमया घडल्याप्रमाणे मला आपोआप मिळत गेले. (मला वाटते की, या पुस्तकाच्या प्रवासादरम्यान) स्वतः ज्ञाननाथ सतत माझ्याबरोबर असावेत. त्यांनी नेहमी माझ्याजवळ असावे, अशी मी कायम प्रार्थना करीत असतो.

मग समाधि अव्यत्यथा । भोगावी वासना यया ।
ते मुद्रा गोरक्षराया । दिधली मिनीं ॥

- ज्ञानेश्वरी अध्याय १८वा ओवी १७५४, गीता प्रेस.

अखंड समाधीची रहस्यमय परंपरा गोरक्षनाथांना त्यांचे गुरू मत्स्येन्द्रनाथ यांनी दिली. त्यात अतिशय गंभीर पवित्र अनुभूती अंतर्भूत होत्या. ही ओवी ज्ञानेश्वरीच्या अखेरीस आढळते. भगवद्गीतेचा मथितार्थ सांगून झाल्यावर ही ओवी येते. तेव्हा शैवतत्त्वाकडून वैष्णव तत्त्वाकडे ज्ञाननाथांनी समाजाचा प्रवाह वळवला, तो बदल इथे समजावला जातो, सूचित केला जातो. ज्ञाननाथांनी असे का केले असावे? कदाचित

नाथपंथातील ज्या उपासना, पूजाविधी प्रचलित होते त्या पद्धती बदलून सोपासाधा भक्तिपंथ त्यांना प्रचलित करायचा होता. त्यांना तांत्रिक कर्मकांडे टाळून नामजपाचा साधा मार्ग भक्तजनांना दाखवायचा होता.

तेव्हा बरेच संधिसाधू, ढोंगी योगी नाथपंथाचा मुखवटा चढवून त्या पंथाच्या लोकप्रियतेचा फायदा करून घेत होते. त्यांचे हे असले ढोंगी उद्योग ज्ञाननाथांना थांबवायचे होते. हे खोटे योगी अनेक अनैतिक कर्मकांडे नाथपंथी उपासनेच्या नावाखाली करीत होते. योगाचे अज्ञान असलेले हे तथाकथित ढोंगी साधू पवित्र योग परंपरा बिघडवत होते, त्या परंपरा कलंकित करीत होते, नाथपंथाच्या कीर्तीला बट्टा लावत होते. त्यामुळे लोकांमध्ये त्या पंथाविषयी असलेली सद्भावना व प्रेम दिवसेंदिवस कमी होत चालले होते.

गोरख धंदा, अघोरी, कानफाट्या यांसारखे शब्द लोक वाईट अर्थाने वापरू लागले होते. खरे पाहता अघोरचा अर्थ आहे : अ - नसणे व घोर- म्हणजे भीती. म्हणजे निर्भय. अगदी मृत्यूच्या भीतीवर सुद्धा ज्याने विजय मिळवला आहे, असा. हे योग्यांच्या वेशातील काही ढोंगी लोक भोळ्या लोकांना कसलीही भीती घालून त्यांना लुबाडत होते. लोकांच्या मनात भयगंड निर्माण करत होते. त्यांचा तो विशिष्ट वेष, कपाळावर हाता-पायांवर फासलेले चिताभस्म हे स्मशानात निवास करीत असल्याचा (लोकांचा) समज, त्यांच्या जटांचे बुचडे, त्यांची काही साधने, यंत्रे, त्यांच्या कानांमधील कुंडले यामुळे ते वेगळे आणि रहस्यमय दिसत. या बोगस योग्यांनी आपल्या दिखाव्याच्या पोशाखाचा उपयोग लोकांना लुबाडण्यासाठी केला आणि पंथाच्या लोकसाहित्यात काही काल्पनिक गोष्टी घुसडल्या.

पुढे ब्रिटिशांनाही या पंथाविषयी तिरस्कार निर्माण झाला होता. १८५७ च्या उठावात तर नाथपंथीय साधू, बैरागी (आणि भटकेविमुक्त, भिल्ल, पारधी) हे हिंदुस्थानच्या सेनेतील सैनिकच बनले होते. त्यामुळे ब्रिटिशांनी त्यांना चिरडण्याचा बराच प्रयत्न केला; पण यांपैकी बहुसंख्य लोक नागरी जीवनापासून लांब, वेगळे राहात होते... आहेत. त्यामुळे पुढे ब्रिटिशांनी त्यांचा नाद तात्पुरता सोडून दिला.

मागे उद्धृत केलेल्या ओवीमध्ये शैवपंथाचे वैष्णवपंथात रूपांतर का झाले ते समजून घेता येते. (ज्ञानदेव असे सूचित करतात) या साऱ्या विचारांचे मूळ गुरू गोरक्षनाथांच्या शिकवणुकीत आहे. ती शिकवणूक त्यांना त्यांचे गुरू मत्स्येन्द्रनाथांकडून मिळाली आहे. (मिनी म्हणजे मत्स्येन्द्रनाथ). गोरक्षनाथ हे त्यांचे गुरू मत्स्येन्द्रनाथ व ज्ञाननाथ यांना जोडणारा दुवा आहेत.

श्री. भीष्मराज बाम, पुणे येथील भांडारकर इन्स्टिट्यूटचे श्री. श्रीकांत बहुलकर,

दिशा कृपलानी, टाईम्स ऑफ इंडियाचे श्री. अवधूत नाडकर्णी, ज्ञानेश्वरीचे तज्ज्ञ विद्वान डॉ. रविन थत्ते, माझे ऑफिस सहकारी तसेच सौ. रश्मी नाडकर्णी, श्री. राजन सोनार, श्री. सत्यवान, हर्षाली पाताडे या सर्वांचा मी अत्यंत कृतज्ञ आहे, कारण हे पुस्तक पूर्ण करण्यासाठी या साऱ्यांचे बहुमोल सहकार्य मला मिळाले आहे. मी सदैव त्यांचा ऋणी असेन. वेळोवेळी योगशास्त्राविषयक मार्गदर्शन करणारे श्री. प्रशांत अय्यंगार यांचे मनःपूर्वक आभार!

मी ज्या कुटुंबात जन्मलो, वाढलो तिथले आध्यात्मिक संस्कार, तिथले वातावरण, यांचा माझ्यावर मोठा परिणाम झाला. विशेषतः माझी आजी श्रीमती इंदिराबाई साळगावकर हिचा माझ्या श्रद्धेच्या जडणघडणीत मोठा वाटा होता. माझे वडील ज्योतिर्भास्कर जयंत साळगावकर यांनी मला मराठी संत साहित्याची गोडी लावली. संत साहित्याची अतिशय संपन्न अशी परंपरा मराठी वाङ्मयाला लाभली आहे. माझ्या वडिलांकडे अनेक क्षेत्रांतील विद्वान, नामांकित व्यक्ती येत. या थोरा-मोठ्यांना भेटण्याची त्यांचे विचार ऐकण्याची संधी मला मिळाली.

माझे वडील संस्कृत व धर्मशास्त्रातील तज्ज्ञ होते. त्यांनी ज्योतिष व खगोलशास्त्रातही विस्तृत संशोधन केले होते. त्या बाबतीत त्यांचा फारच मोठा अभ्यास होता. त्यांना अंतःप्रेरणेने काही गोष्टी कळत असत. माझ्या स्वतःच्या काही आठवणी आणि काही अनुभव इतके विलक्षण आहेत की, लोकांना त्यावर विश्वास ठेवणे कठीण जाईल. पण माझे अनुभव हे प्रत्यक्षानुभव आहेत; ते भ्रम किंवा भास नाहीत. माझे वडील गाणपत्य, अर्थात थोर गणेशभक्त होते. शिवशक्तीचा पुत्र, विघ्नहर्त्या श्रीगणेशावर त्यांची गाढ श्रद्धा होती. पण त्यांचे मराठी संत साहित्याचे ज्ञान सखोल होते. नाथपंथ, ज्ञानेश्वर यांचा बराच अभ्यास होता आणि त्यांना प्रचंड स्मृती - शक्तीचे वरदान होते. या पुस्तकाची निर्मिती आणि आयुष्यात मी जे काही करू शकलो, यात त्यांचा बहुमोल वाटा आहे.

हे पुस्तक लिहिताना, विविध संकल्पनांचे विश्लेषण करताना मी जरा अधिक स्वातंत्र्य घेतले आहे. पण ते अपरिहार्य होते. नाथपंथीय तत्त्वज्ञान, बौद्ध तत्त्वज्ञान व बोधिसत्त्व यांना काही सूत्रात जोडून घेणे हे एक मोठे पाउल उचलण्यासारखे होते. त्यात 'दत्तात्रेय' या सिद्ध पंथाचा समावेश करून त्यांचे पूजाविधी, उपासना पद्धती यांच्याशी असलेले साम्य शोधणे काही परंपरावादी विद्वानांना रुचणार नाही. याची मला कल्पना आहे. तथापि, संशोधन, अभ्यास व श्री. अवधूत नाडकर्णी, श्री. भीष्मराज बाम यांच्यासारख्या विद्वानांकडून प्राप्त झालेले संदर्भ यांच्या पायावरच मी ही तुलना केली आहे. नाथपंथातील पीर परंपरा प्रसिद्ध आहे. महाराष्ट्रात असे फक्त चार पीर आहेत. सर्वांत कळसाचे पीठ हे मुंबईतील पायधुनी इथे आहे. नाथ योगी भाईनाथ

महाराज हे नाथांच्या या पीर परंपरेतील योगी आहेत. भाईनाथ महाराज माउली पायधुनी येथील सर्वोच्च पीठाचे पीठासीन अधिकारी आहेत. त्यांचे आशीर्वाद आणि मार्गदर्शन मिळाल्याने माझे काम उत्तम तऱ्हेने चालू राहिले व मन प्रसन्नही राहिले.

बौद्ध तंत्राबद्दल संशोधन करताना काही तर्क करून (सिद्धांताचा) शोध घेणे आवश्यक होते. गोरखनाथ आणि ज्ञाननाथ यांचे आशीर्वाद असल्यानेच मी मन ताळ्यावर ठेवून हे संशोधन करू शकलो. माझा असा दृढ विश्वास आहे की, हे पुस्तक निर्माण होण्यास मी केवळ साधनमात्र आहे. गुरू त्यांची इच्छा माझ्याद्वारे पूर्ण करवून घेत आहेत. या विश्वासामुळेच मी मन, बुद्धी स्थिर राखू शकलो. हे ज्ञान प्राप्त करताना जर मिळालेल्या ज्ञानाचा उपयोग साधकाने व्यक्तिगत लाभासाठी, लोभासाठी किंवा सूड उगवण्यासाठी केला, तर सीमारेषा सहज पार होऊ शकते. (त्या माणसाला वेड लागणेही शक्य असते.) त्या वेडाच्या प्रचंड पसरलेल्या जंगलात तो हरवून जातो. हे सर्व काही कार्य 'ॐ चैतन्य गोरक्षनाथाय नमः' म्हणून (त्यांच्यासाठी) व ज्ञानोबा माउलींच्या सेवेसाठी केले आहे.

हा प्रवास अनेक जन्मांचा आहे, एवढेच मी जाणतो आणि हा जन्म म्हणजे त्याचा छोटासा भाग आहे. अत्यंत नम्रपणे हे पुस्तक मी वाचकांच्या हाती सोपविताना प्रार्थना करतो की, त्यांनी मला समजून घ्यावे. सहनशीलतेने या प्रयत्नांकडे बघावे आणि इथून अनंताकडे निघालेल्या या प्रवासात सहभागी व्हावे.

॥ ॐ तत् सत् ॥

जयराज साळगावकर

अनुक्रमणिका

शून्यतेविषयी

भजन आणि कीर्तन हे सगुणभक्तीचे महत्त्वाचे भाग आहेत. पण नाथपंथाने सिद्ध करून दाखवले की, भजनाद्वारे निर्गुण भक्ती ही अतिशय ताकदीने केली जाऊ शकते. गोरक्षनाथ, कबीर यांच्यासारख्या संतकवींच्या शब्दांचे सामर्थ्य अफाट असून त्याचा जनमानसावर फार मोठा प्रभाव आहे.

शून्य गढ शहर

(निर्गुणी भजन : गोरखनाथ)

गोरखनाथांच्या तत्त्वज्ञानाचे सार

शून्य गढ शहर घरबस्ती, कौन सोता कौन जागे है ।
लाल हम रे, हम लालन के, तन सोता ब्रह्म जागे है ॥
जलबीच कमल, कमलबीच कलियाँ, भंवर बासन लेता है ।
इस नगरि के, दस दरवाज, जोगी फेरी नित देता है ॥
तन की कुंडी मन का सोटा, ग्यान की रगड लगाता है ।
पांच पचीस बसे घट भीतर, उन कू घोट पिलाता है ।
अगन कुंडसे तपसी तापे, तपसी तापसा करता है ।

पांचो चेला फिरे अकेला, अलख अलख कर जपता है ॥
एक अप्सरा सामे उभी जी, दूजी सूरमा हो सारे है ।
तिसरी रंभा सेज बिछावे, परण्या नही है कुँवारा है ।
परण्या पहिले पुत्तुर जाया, मात पिता मन भाया है ।
शरण मच्छिंदर गोरख बोले, एक अखंडी ध्याया है ।

माझे परममित्र, भारतीय शास्त्रीय संगीताचे जाणकार, सुप्रसिद्ध गायक, पंडित कुमार गंधर्वांचे शिष्य श्री. सत्यशील देशपांडे यांच्याकडून मी हे भजन ऐकले.

शून्य गढ शहर, शहर घरबस्ती

हे भजन संगीतबद्ध केले होते खुद्द कुमार गंधर्वांनी! भजन थेट माझ्या अंतरात्म्याला स्पर्शून गेले. नंतर कुमार गंधर्वांच्या एका मैफिलीत त्यांच्याकडून हे भजन ऐकण्याचा योग आला. पुढे मग खूप प्रयत्न करून पं.सत्यशील यांच्या मागे लागून अखेर मला त्या गाण्याची ध्वनिफीत मिळाली. या भजनाची रचना नाथपंथातील ज्येष्ठ गुरू गोरक्षनाथ यांनी केली आहे. माझे आध्यात्मिक गुरू अ. ल. भागवत हेही नाथपंथाचेच! प्रत्येक वरुथिनी एकादशीला ते आमच्या घरी नवनाथांचा पूजाविधी संपन्न करीत असत. सलग दहा वर्षे आमच्या घरी त्यांनी ही पूजा केली. त्यांच्या मृत्यूनंतर पुढे तीस वर्षे आजतागायत आम्ही ती परंपरा चालू ठेवली आहे. वर उल्लेख केलेल्या पवित्र दिवशी आमच्या वा इतर एखाद्या भक्तांच्या घरी हा पूजाविधी करण्यात येतो. या पूजेसंदर्भात एक गोष्ट मला फार आवडते. ती म्हणजे घराचा मालक मनोमन आपले घर नवनाथांना समर्पित करतो व स्वतः त्या घरात पाहुणा म्हणून राहातो. या दिवशी संध्याकाळी भजनसंध्याही आयोजित होत असते. खूप मोठे गायक, संगीतकार या पूजेच्या दिवशी आमच्याकडे भजने गाऊन गेले आहेत. सर्व गायकांना आम्ही वर उल्लेख केलेले गोरक्षनाथांचे भजन गाण्याची विनंती करीत असू. जर हे भजन त्या गायकाच्या परिचयाचे नसेल, तर भजनाचा कार्यक्रम संपल्यावर त्याची मूळ ध्वनिफीत आम्ही त्यांना ऐकवीत असू. कुमारजींच्या आवाजातील मूळ भजन ऐकणे, हा सर्व गायकांसाठी अलभ्य लाभ असे. यानंतर प्रत्येक वेळी या निर्गुणी भजनाच्या अर्थाबाबत चर्चा होई.

हल्ली जवळजवळ प्रत्येक गाणे यू ट्यूबवर ऐकता येते. आपल्याला हवे तेव्हा कोणतेही भजन उपलब्ध होण्याची सोय झाली आहे. लिखित स्वरूपात भजनाचे बोल आणि त्याचा अर्थही इंटरनेटवर उपलब्ध असतो. नाथपंथी शिष्यांची अनेक निर्गुणी भजने

लोकप्रिय आहेत. कुमार गंधर्वांनी संगीतबद्ध केलेली सर्व भजने अतिशय सुंदर असून ती ऐकणे हा प्रसन्न अनुभव असतो. (निर्गुणी भजनाचे) काव्य, तत्त्वज्ञानात्मक अर्थ दोहोंना आध्यात्मिक आणि साहित्यिक सखोलता आहे आणि त्यांच्या उत्कृष्टपणाला तोड नाही. कुमारजींची अर्धांगिनी वसुंधराताई, त्यांची कन्या आणि पुत्र हे सर्वजण ही भजने अतिशय तल्लीन होऊन गात असत. त्यांनी गायलेली भजने प्रत्यक्ष ऐकणे हा एक आनंदानुभव असे.

मच्छिंद्रनाथ, गोरक्षनाथ आणि नाथसंप्रदायातील इतर सहयोगी यांनी भारतीय अध्यात्माला दिलेले योगदान अतुलनीय आहे. नवव्या-दहाव्या शतकांच्या सुमारास नाथ तत्त्वज्ञानाचा भारतात व शेजारच्या देशांमध्ये फार मोठा प्रभाव होता. या काळात वेगवेगळे संप्रदाय व धर्म यांच्यात विसंवाद होण्यास सुरुवात झाली. अशावेळी नाथपंथाची तत्त्वे अनेक संप्रदाय व धर्म यांना योग्य आणि ग्राह्य वाटू लागली. यामुळे नाथ योगी अनेकांचे गुरू झाले. एकंदरीत नाथपंथाचा भारतीय आध्यात्मिक मानसिकतेवर खूप मोठा प्रभाव होता. आदिनाथ शिव आणि भगवान दत्तात्रेय हे या पंथाचे आद्य संस्थापक मानले जातात.

भारतीय आध्यात्मिकता आणि भक्तिमार्ग आता जगभर पसरला आहे. श्री. प्रल्हाद टिपानिया यांनी गायलेली कबिरांची भजने अत्यंत लोकप्रिय आहेत. श्रीमती शबनम वीरमणी ज्यांना कबीरांच्या काव्यविषयक संशोधनासाठी डॉक्टरेट मिळाली आहे; डॉ. कृष्णकुमार, श्री. विजय सरदेशमुख, पंडित सत्यशील देशपांडे, राहुल देशपांडे असे कुमारजींचे शिष्य व अनेक प्रसिद्ध गायकांनी गायलेली निर्गुणी भजने यू ट्यूबवर सर्वांसाठी उपलब्ध आहेत. कित्येकांनी आपापल्या मतांनुसार त्यांचा अर्थ लावला आहे. खरे तर, निर्गुणी भजनात मांडलेल्या तत्त्वज्ञानाचा अर्थ लावणे अत्यंत कठीण आहे. काव्याचा अर्थ समजावण्यासाठी जे संकेत वा प्रतीके वापरली आहेत तीही चटकन समजण्याजोगी नाहीत. संत साहित्याचा ज्यांनी अभ्यास केला आहे त्यांनाच या अर्थाचे नीटपणे आकलन होऊ शकते.

भगवद्गीतेप्रमाणेच नाथपंथानेहीं कर्मयोग, ज्ञानयोग व भक्तियोग यांचा स्वीकार केला आहे. भारतीय आध्यात्मात सगुण आणि निर्गुण हे एकमेकांच्या विरुद्ध मानले जात नाहीत. निर्गुण ध्यानातून अद्वैताची जी अवस्था प्राप्त होते, तीच अवस्था मूर्तिपूजेतूनही प्राप्त होऊ शकते. मूर्तिपूजेतून ती साध्य करणे (निर्गुण ध्यानमार्गापेक्षा) अधिक सोपे आहे. भजन आणि कीर्तन हे सगुणभक्तीचे महत्त्वाचे भाग आहेत. पण नाथपंथाने सिद्ध करून दाखवले की, भजनाद्वारे निर्गुण भक्ती ही अतिशय ताकदीने केली जाऊ शकते. गोरक्षनाथ, कबीर यांच्यासारख्या संतकवींच्या शब्दांचे सामर्थ्य अफाट असून त्याचा

जनमानसावर फार मोठा प्रभाव आहे. कुमारजींनी या थोर संतांची कवने निवडली. त्यांच्यातून अद्वितीय संगीत - शिल्प उभे केले. ती कवने अतिशय लोकप्रिय झाली. भक्तियोगाच्या साधकांसाठीही ही भजने म्हणजे मोठे वरदान ठरले. या भजनांमुळे मला नेहमीच फार आनंद मिळाला आहे. त्यांचे अर्थ गुंतागुंतीचे आहेत आणि मला आवडणारी ही भजनेही संख्येने भरपूर आहेत. म्हणून जे भजन माझे अत्यंत आवडते आहे, ज्यावर मी सतत चिंतन केले आहे, ज्याच्या संबंधात अनेक लोकांशी चर्चा झाली आहे, अशा भजनासंबंधी मी लिहायचे ठरवले आहे. हा मुक्त भावानुवाद आहे. मला सर्वांत भावलेला अर्थ मी उलगडला आहे.

गोरक्षनाथांच्या तत्त्वज्ञानाचे सार या भजनात उत्कृष्टपणे व्यक्त झाले आहे. हे भजन ऐकताना एक दृश्य मनःचक्षूंसमोर तरळते.

गोरक्षनाथ आपल्या एका आवडत्या शिष्याबरोबर यात्रेला निघाले होते. संध्याकाळी अंधार पडू लागल्यावर त्यांनी रात्रीसाठी एका किल्ल्यात मुक्काम करायचे ठरवत. ते किल्ल्याजवळ पोहोचता पोहोचता चांगलाच काळोख पडला. एक पूर्ण नगर आत वसलेला असा तो अवाढव्य किल्ला होता. त्यांनी एका देवळात उतरायचे ठरवले; पण त्या देवळात किंवा आसपासच्या घरांमध्ये माणसांची हालचाल जाणवत नव्हती. सगळेजण गाढ झोपेत असल्यासारखे वाटत होते. शिष्याने गुरूंना विचारले, ''हे असे कसे झाले गुरूजी? प्रत्येकजण गाढ झोपेत कसा काय आहे? एकही माणूस जागा नाही, हे कसे घडले? समजा, या वेळी एखाद्या शत्रूने हल्ला चढवला तर? हे इतके बिनघोर झोपलेले लोक स्व-रक्षणार्थ कसे लढतील?'' त्यावर गुरूंनी उत्तर दिले, ''अरे, आपण दोघे जागे आहोत ना? आपल्या शरीराचेही असेच असते. शरीर नेहमी गाढ निद्रेत असते; पण आतील ब्रह्म नेहमी जागे असते.''

ते शहर फार सुंदर होते. तिथे गुरू शिष्यांचा उत्तम आदरसत्कार झाला. त्यांची सर्वतोपरी काळजी घेतली गेली. त्यांना काही दिवस राहाण्याचा आग्रह केला गेला. एक दिवस गुरू शिष्य आंघोळ करायला एका तळ्याकाठी आले. गुरूंनी शिष्याचे लक्ष त्या तळ्यातील कमळांकडे वेधले आणि म्हणाले, ''बघ, कमळे कशी उमलली आहेत आणि आपल्यातील मध भ्रमराला द्यावा म्हणून त्यांना बोलवीत आहेत. इथे खूपशा कमळांच्या कळ्या आहेत. त्या उद्या उमलतील. मग ती कमळ फुले उद्याही भ्रमराला मधासाठी आमंत्रित करतील. पण भ्रमर मात्र तिथे कायमचे वस्ती करीत नाहीत. तो आपल्यासारखा सतत भ्रमण करणारा संन्यासी आहे. आपल्यालाही या वैभवशाली सुंदर नगरीत कायमचे वास्तव्य करण्याचा मोह होता कामा नये. आपले शरीर या नगरासारखे आहे. त्याला दहा दारे आहेत. दहा दारे म्हणजे आपली दहा ज्ञानेंद्रिये.

कोणत्याही दारातून आत शिरून शत्रू हल्ला करू शकतो. शत्रू म्हणजे विविध लोभ, मोह आणि आपल्या पूजेत अडथळे आणणारी तऱ्हेतऱ्हेची विघ्ने! म्हणून योग्याने नेहमी जागृत आणि सावध असले पाहिजे. सर्व दरवाजांचे नीट रक्षण केले पाहिजे.

''या देवळात इतर योगीही राहात आहेत. ते संध्याकाळी भांगेची तयारी सुरू करतात. आपले शरीर हे भिक्षेच्या वाडग्यासारखे आणि मन सोट्यासारखे असायला हवे. भांग घोटताना सोट्यासारखे मन सतत ज्ञान जमा करून पृथक्करण करीत राहाते. (रगडून रगडून फोलपटे, अनावश्यक भाग दूर करून) खऱ्या ज्ञानाचा प्रकाश पसरतो. पंचमहाभूते आपल्या शरीरात सूक्ष्मपणे वास करतात. त्यांची आणखी पंचवीस सूक्ष्म भागांमध्ये विभागणी होते. त्यांच्यामधून आपले शरीर निर्माण होते. आपली बुद्धी आणि मन यांचा बिंदुमात्र अंश शरीरातील प्रत्येक पेशीत असतो. आपण गोळा केलेले खरे ज्ञान जेव्हा आपण पूर्णतः स्वीकारतो तेव्हा ते ज्ञान शरीरातील प्रत्येक पेशीत प्रवेश करते आणि मग आपण पूर्णपणे अंतिम सत्य प्राप्त करतो.

रात्रीच्या वेळी एक योगी पेटत्या धुनीच्या प्रकाशात ध्यान करताना आढळला. गुरूंनी शिष्याला सांगितले की, योगी पवित्र अग्नीसमोर ध्यान करतो आहे. सगळ्या इच्छा जाळून तो अंतस्थ प्रकाश चेतवितो आहे. त्याचे पाच शिष्य म्हणजे मन, बुद्धी, अहंकार, चित्त हे चार व त्याची वाणी हा पाचवा शिष्य होय. त्या सगळ्यांना इकडे-तिकडे हिंडायची मुभा आहे. पण त्यांना सतत 'अलख अलख'चा जप करायला बजावले आहे. आपण जे पाहू ते सर्वच सत्य असेल असे नाही, प्रत्येक दृश्यामागील सूक्ष्म सत्यापर्यंत पोहोचणे आवश्यक आहे. आपल्या सर्व ज्ञानेंद्रियांच्या बाबतीत हे लागू होते. अलखचा अर्थ असा की, ज्ञानेंद्रियांच्या आकलनावर अवलंबून राहू नका. आपल्याला काही दिसते, समोर येते, कारण त्या दिसण्याखाली, दृश्यामागे, सूक्ष्म सत्य कार्यरत असते. ते सत्य जाणून घेण्यासाठी सखोल मनन चिंतन व ध्यान करीत राहिले पाहिजे.

''गुरू आणि शिष्य असेच हिंडत असताना एक सुंदर स्त्री गुरूसमोर येऊन उभी राहिली. सतत ध्यान केल्याने गुरूंना प्राप्त झालेल्या प्रकाशमानतेमुळे ती संमोहित झाली होती. एक क्षण शिष्याला मोह झाला; पण गुरू जवळच होते. त्यांच्या प्रभावाने शिष्य चटकन भानावर आला. दुसरी एक सुंदर सालंकृत स्त्री त्यांना नजरेने इशारे करीत होती, तिसरी रंभेसारखी सुंदर स्त्री बिछाना तयार करून त्यांना येण्याचे आवाहन करीत होती. शिष्याने गुरूंना विचारले, ''अशा मोहांनी चहुबाजूंनी वेढले गेल्यावर तुम्ही काय करता?'' गुरू म्हणाले, ''असे मोह अनेकदा समोर आले; पण मला कधी ते अडकवू शकले नाहीत. मी माझे ब्रह्मचर्य शाबूत राखले. मला कोणा स्त्रीची गरज उरली नाही,

कारण विवाह न करता तुझ्यासारखा पुत्र (शिष्य हा पुत्रवत असल्याने) मला मिळाला आहे. (नाथपंथाच्या तत्त्वानुसार) तुझे आई-वडील म्हणजे प्रत्यक्ष ईश्वर व पार्वती यांचे फार मोठे वरदान तुला लाभले आहे. म्हणूनच तू या मार्गावर आलास, माझ्यावरही अशी ईश्वरी कृपा आहे. म्हणून मला पितृवत् अशा मच्छिंद्रनाथांचा गुरू म्हणून लाभ झाला. त्यांचा मला पूर्ण आधार आहे. त्यांच्या उपदेशानुसार मी सतत ध्यानस्थ राहून ब्रह्माची पूजा करतो.''

नाथपंथात गुरूंकडून शिष्याला दीक्षा मिळाल्यावर त्यांच्यात पिता-पुत्राचे नाते निर्माण होते असे म्हणतात. गोरक्षनाथांनी आपल्या लिखाणात अनेक ठिकाणी 'मच्छिंद्र का पूत' असा स्वतःचा उल्लेख केला आहे. (या पंथात) ईश्वर आणि पार्वती सर्व जगाचे माता, पिता मानले जातात. (नाथपंथीय) असेही मानतात की, आत्मज्ञान प्राप्त करण्याची इच्छा त्यांच्याच कृपेमुळे होते.

- भीष्मराज बाम

◈◈◈

भाग १

यौगिक आणि तांत्रिक देवदेवता

१.१ नाथ संप्रदायाचे संस्थापक व सिद्धांचे आद्य गुरू - आदिनाथ

'अलक्ष' या मूळ संस्कृत शब्दातून 'अलख' शब्दाची उत्पत्ती झाली. अलक्ष म्हणजे अजिंक्य, सामान्य मानवी डोळ्यांच्या दृष्टोत्पत्तीस न येणारे किंवा मानवी ज्ञानेद्रियांच्या कक्षेबाहेरचे! निरंजन म्हणजे शुद्ध, निष्कलंक, वासनारहित असा अर्थ होतो. सर्व विश्वात असलेली शुद्ध यौगिक जाणीव म्हणजे 'अलख निरंजन'.

हिंदू धर्मग्रंथानुसार त्रिदेव म्हणजे ब्रह्मा, विष्णू व शिव पवित्र व वंद्य असून शिव सर्वांमध्ये अधिक शक्तिशाली आहेत. त्यांची अनेक रूपे व अनेक अवतार असून त्यांच्या व्यक्तित्वाचे पैलू गूढ वाटतात. असे म्हटले जाते की, शिवाची आराधना केल्याने साधकांना मानवी क्षमतेचा पूर्ण विकास करून घेत अखेर आत्मोद्धार करण्याची व जीवन-मृत्यूच्या चक्रातून मुक्ती मिळवण्याची प्रेरणा मिळते.

शिव ही देवता संहारक व लयकर्ती मानली गेली आहे. त्या संदर्भातील त्यांचे तत्त्वज्ञान, त्यांचे संगीत, त्यांचे तांडवनृत्य व प्रलयकारी तृतीय नेत्राबाबत पुराणांमध्ये अनेक दाखले सापडतात. त्यांची वेशभूषा, राहाणी इतर देवतांहून भिन्न आहे. गजचर्माची वस्त्रे आणि नररुंडमाला धारण करणाऱ्या शिवांच्या गळ्याभोवती नागाचे वेटोळे असून त्यांच्या जटांमधून गंगा निघते आणि मग पृथ्वीवर येते, असे वर्णन पुराणांमध्ये आढळून येते.

विषसुद्धा सहज पचविण्याची ताकद असलेल्या शिवाचे आवडते पेय म्हणजे भांग! डमरू हे वाद्य (आद्य संगीतकार मानल्या गेलेल्या) शिवाच्या हातात नेहमी असते. त्यांची पत्नी 'सती' ही पुढील जन्मांमध्ये 'पार्वती', 'काली' या नावांनी विख्यात झाली. 'गजमुख गणेश' व 'षण्मुख कार्तिकेय' हे त्यांचे पुत्र आहेत व नंदी हे त्यांचे वाहन आहे. ते कपाळावर चिताभस्म लावतात. हिमालयाच्या पर्वतरांगांमधील कैलास पर्वत किंवा स्मशान ही त्यांची निवासस्थाने आहेत. ते देवगणांचे ज्येष्ठ नेते असून ते विश्वनिर्मितीच्या सुरुवातीपासून अस्तित्वात असल्याचे मानले जाते.

> शिव या शब्दाचा अर्थच मुळी 'परमपवित्र' असा आहे. ते शक्तिमान आहेत. शुद्ध आत्मन् आहेत. एकाग्रतेने त्यांचे नामस्मरण केल्यास सर्व पापे नष्ट होतात, अशी श्रद्धा आढळून येते. पुराणकथेत असे वर्णन केले आहे की, स्वर्गातील पवित्र गंगा पृथ्वीवर यावी म्हणून भगीरथाने तप केले. पण तिचे कोसळणे पृथ्वीला सहन झाले नसते, म्हणून भगीरथाचे उपास्य दैवत शिव यांनी आधी गंगेला आपल्या जटेमध्ये झेलले आणि मग तिला पृथ्वीवर उतरविले. हे सामर्थ्य फक्त शिवांजवळच होते. 'ॐ नमः शिवाय' हा त्यांचा पंचाक्षरी मंत्र सामर्थ्यशाली आहे. हा मंत्र एकाग्रतेने जपल्यास दुष्ट शक्तींपासून संरक्षण मिळते.

हा मंत्र सर्वसामान्य माणसांना समजण्यास कठीण अशा यौगिक व तांत्रिक क्रियांचा गाभा मानला जातो. तथापि त्याचा साधा सोपा अर्थ, 'मी शिवाला नमन करतो' असा आहे. शिव म्हणजे पवित्र व शुद्ध म्हणून मंत्रोच्चार करणाऱ्या भक्ताला प्रत्येक वेळी आपल्या आत्म्याच्या नित्य शुद्धत्वाचा बोध होतो आणि स्वतःतील ईश्वरी अंशाकडे जाण्यास त्यांची सुरुवात होते. सततच्या मंत्रजपामुळे मन समग्र शुद्ध होते, असे मानले जाते. ईश्वरी कृपालाभ, सामर्थ्य आणि आत्मज्ञानासाठी नियमितपणे १०८ वेळा मंत्रजप केला जातो.

कैलासावर ध्यानमग्न स्थितीत अर्धोन्मीलित नेत्र असताना सुद्धा शिवाचा तृतीय नेत्र सर्व विश्वावर नजर ठेवतो, असा भक्तांचा विश्वास आहे. शिवाच्या आत्मज्ञानाचे व अतींद्रिय शक्तींचे वर्णन हिंदूंच्या पवित्र ग्रंथांमध्ये विस्तृतपणे केले आहे. या ग्रंथांनुसार त्रिमूर्तींपैकी ब्रह्मा हे निर्माणकर्ता, विष्णू हे पालनकर्ता आणि शिव हे संहारकर्ता असून ते सृष्टीत समग्र परिवर्तन घडवून आणतात. शिव हे भोळे आणि सहज प्रसन्न होणारे देव

त्रिमूर्ती

आहेत. पश्चात्तापाने अंतःकरण शुद्ध झालेल्या व्यक्तीला ते तत्काळ क्षमा करतात म्हणून त्यांना 'भोलेनाथ' म्हटले जाते. समुद्रमंथनातून आलेले विष प्राशन करून त्यांनी मनुष्य जातीचा विनाश थांबविला. विषप्राशनामुळे त्यांचा कंठ निळा झाला, म्हणून त्यांना 'नीलकंठ' असे नाव प्राप्त झाले. शिव अतिशय सामर्थ्यवान असून भक्तांच्या भक्तीला लगेच पावतात. ते देवगणांचे नेते आहेत. म्हणून त्यांना देवाधिदेव 'महादेव' असेही म्हटले जाते.

शिवाच्या व्यक्तित्त्वाचे असे अनेक दाखले पुराणांतर्गत सापडतात. त्याचप्रमाणे लोककथांमध्येही त्यांचे चमत्कार, भोळेपणा, भक्तांना तत्काळ पावण्याचा दयाळूपणा याबद्दलचे वर्णन येते. त्यांनी भक्तांना दिलेले वरदान, त्यांचा प्रसन्न भाव आणि क्रोध, कैलासावर एकांतात चाललेली योगसाधना, पत्नी पार्वती (काली, शक्ती), पुत्र गणेश व कार्तिकेय यांच्यासह रममाण होणारा कुटुंबवत्सल भाव, नटराज स्वरूपात विविध भावना नृत्यातून व्यक्त करणारे नृत्यकलेचे जनकत्व, कधी सौम्य, आनंदी तर कधी-कधी क्रोधी असे त्यांचे गुणविशेष आढळून येतात. स्थितिशील, आळशी जगाचा संहार करण्यास ते तांडव करतात. तर कधी ते नृत्यातून लास्य प्रकट करताना आनंद व सौंदर्याचा वर्षाव करतात. वर वर बघता हा विरोधाभास वाटतो ; पण क्रोधाने दुःखी, पापी, स्थितीशील जगाचा संहार करून करुणाभावाने उत्तम नवनिर्मिती करणे यात सुसंगती आहे. आपल्या भक्तांचे ते पालन व रक्षण करतात.

त्यांना 'महाकाल' असेही म्हटले जाते. काळ म्हणजे समय. काळा याचा एक अर्थ मृत्यू असाही होतो. त्यांची मृत्यूवर सत्ता चालते. त्यांच्या पत्नीला 'महाकाली' म्हणतात. पाप, दुष्टता, दुराचार यांच्याशी युद्ध करण्यास श्रीविष्णू प्रारंभ करतात तेव्हा त्यांना साहाय्य करण्यास स्वतः युद्धात न उतरता शिव आपली पत्नी काली, दुर्गा हिला पाठवितात. क्वचित कधी जेव्हा तिला परिस्थिती नियंत्रणात आणणे कठीण होऊ लागते तेव्हा मात्र शिव सर्व सूत्रे स्वतःकडे घेतात. शत्रूचा व शत्रुप्रदेशाचा विनाश घडवण्यास ते तृतीय नेत्र उघडतात. डमरूचा भयकंपित करणारा ध्वनी सर्वत्र पसरतो. शिवाचे तांडव सुरू होते. अशा वेळी पृथ्वी थरथर कापू लागते. ते महायोगीही आहेत. त्यांच्याबद्दल

भगवान विष्णू

अशी बरीच माहिती पुराणांमधून व लोककथांमधून मिळते.

सिद्ध संप्रदायाचे ते संस्थापक व आद्य गुरू आहेत म्हणून त्यांना 'आदिनाथ' असे म्हटले जाते. आदिनाथ या शब्दाचे मूळ आदेश या शब्दात असावे. आदेश म्हणजे आज्ञा. तथापि, आध्यात्मिकदृष्ट्या या शब्दाच्या अर्थाचा आवाका मोठा आहे. प्रस्तुत संदर्भात आदिनाथ म्हणजे महासामर्थ्यशाली राजा, अधिदेव असा होऊ शकतो. योगीजनांना आदिनाथ हे नाव पवित्र व आदरणीय वाटते.

नाथपंथी योगी आदिनाथांना नेहमी, 'अलख निरंजन' असे संबोधित करतात. या संबोधनात आदर आणि श्रद्धा असते. 'अलक्ष' या मूळ संस्कृत शब्दातून 'अलख' शब्दाची उत्पत्ती झाली. अलक्ष म्हणजे अजिंक्य, सामान्य मानवी डोळ्यांच्या दृष्टोत्पत्तीस न येणारे किंवा मानवी ज्ञानेंद्रियांच्या कक्षेबाहेरचे! निरंजन म्हणजे शुद्ध, निष्कलंक, वासनारहित असा अर्थ होतो. सर्व विश्वात असलेली शुद्ध यौगिक जाणीव म्हणजे 'अलख निरंजन'. शिवशंकरांना नाथसंप्रदायाचे आदिगुरू मानले जाते व 'योगीश्वर' असे म्हटले जाते. गूढ विज्ञान, मरणोत्तर जीवअस्तित्व आणि आत्मे यांच्यावर त्यांची सत्ता चालते, असे यातून सूचित होते. विश्वनिर्माता ईश्वर असाही त्याचा अर्थ होतो.

भगवान शिव किंवा आदिनाथ यांच्याबद्दल नाथयोग्यांनी अनेक कथा, दंतकथा व आख्यायिका मौखिक परंपरेने पुढे नेल्या. त्यातील सर्वांत महत्त्वाची कथा आहे मत्स्येन्द्रनाथांची. अत्यंत गूढरीत्या त्यांना शिवाचा कृपाप्रसाद प्राप्त झाला. खुद्द शिवाकडून अमरकथातत्त्वाचे ज्ञान त्यांना मिळाले. योग आणि तंत्रविद्येतील सखोल सूक्ष्म अर्थ त्यात समाविष्ट होता.

◈◈◈

१.२

अवलोकितेश्वर (मत्स्येंद्रनाथ उर्फ मच्छिंद्रनाथ)

निर्वाणाची अद्वैत अवस्था प्राप्त करून घेण्यास अतिशय घृणास्पद वस्तू आणि (मनाला लोभणारी चांगली वस्तू) या सम वाटून सारख्याच ग्रहणयोग्य वाटल्या पाहिजेत. सर्वांभूती समत्त्वाची जाणीव झाली पाहिजे आणि सर्वांमध्ये अवस्थित अशा शुद्ध आनंदाची अनुभूती आली पाहिजे.

एका प्राचीन लोककथेनुसार भगवान अवलोकितेश्वर पद्मपाणी बोधिसत्त्वांना भगवान शिवशंकरानं योगाच्या यथार्थ स्वरूपाचे ज्ञान दिले. एकदा क्षीर समुद्राच्या किनाऱ्यावर देवी पार्वतीने भगवान शिवाला विनंती केली की, योग आणि तंत्रविद्येतील अमरकथातत्त्वाचे ज्ञान त्यांनी तिला एकटीला द्यावे. या विद्येतील सूक्ष्म, सखोल ज्ञान भगवान शिवांकडून ग्रहण करीत असताना समुद्राच्या लाटांच्या जोजवणाऱ्या, शांतविणाऱ्या आवाजाने पार्वतीचा डोळा लागला; पण भगवान शिव देत असलेले ज्ञान व्यर्थ गेले नाही.

'लोकेश्वर' वा 'अवलोकितेश्वर' यांनी मत्स्यरूप घेऊन तिथे समुद्रात राहून प्रत्येक अमूल्य शब्द ग्रहण केला. अशा तऱ्हेने महान योगी भगवान शिवांकडून प्रत्यक्ष ज्ञान प्राप्त करून ते पहिले सिद्ध झाले. भगवान शिवाने त्यांचे नाव मत्स्येन्द्रनाथ (मच्छिंद्रनाथ) असे ठेवले. ही नाथसिद्ध पंथाची सुरुवात होय!

मत्स्येन्द्रनाथ या शब्दात तीन शब्द समाविष्ट आहेत. मत्स्य म्हणजे मासा किंवा माशांमध्ये जन्मलेला; इन्द्र हा पर्जन्य, मेघ व विजेवर आधिपत्य असलेला देव आणि नाथ म्हणजे मालक, ईश्वर वा गुरू. मत्स्येन्द्रनाथांबद्दलच्या आख्यायिका भारताच्या ईशान्य भागात, विशेषतः नेपाळ व तिबेटमध्ये फार लोकप्रिय आहेत. तिकडे त्यांचे हजारो भक्त त्यांची स्तवने गात, त्यांच्या पवित्र समाधीचे दर्शन घेतात. 'मी अंतःकरणपूर्वक सिद्धयोगी मत्स्येन्द्रनाथांना नमस्कार करतो' हा त्यांचा मंत्र आहे.

> मत्स्येन्द्रनाथांनी नाथ आणि सिद्ध परंपरेचा पाया घातला. त्या परंपरेनुसार ज्ञानप्राप्ती करणाऱ्यांना ज्ञानलाभ होऊन ते सिद्ध होतात. त्यांना फार मोठी आत्मशक्ती प्राप्त होऊन अखेर मोक्षपदही मिळते. पाशुपत शैवपंथीय ज्ञान आणि नेपाळमधील उत्तर कालखंडातील बुद्ध तत्त्वज्ञान यांचा संगम घडवून आणण्यात मत्स्येन्द्रनाथांचे योगदान फार मोठे आहे. तंत्रसाधना करणारे व अद्‌भुत चमत्कारांची शक्ती अंगी असलेले म्हणून ते ख्यातकीर्त आहेत. त्यांच्या विशिष्ट तंत्राला हिंदूंच्या शैवपंथात 'भैरव तंत्र' म्हणतात, तर वज्रयान बौद्ध पंथी त्याला 'हेरूका तंत्र' म्हणतात.

तिबेटमध्ये मत्स्येन्द्रनाथांना 'लुईपा' (माशांची आतडी भक्षण करणारा) म्हणतात. जुन्या बंगाली भाषेतील 'लोहिता' या मूळ शब्दावरून लुईपा हा शब्द आला असावा, असे म्हणतात. लोहिता हा एक प्रकारचा मासा असतो. यावरून असे म्हणता येईल की, मीनापा, मच्छींदर, मत्स्येन्द्र, लुईपा हे सगळे समानार्थी शब्द आहेत. लुईपा या शब्दाची लुहिपा, लोहिपा, लुपिया, लोपिया ही रूपेही जगभरातील भक्तांच्या प्रार्थनांमध्ये आढळून येतात.

मत्स्येन्द्रनाथ किंवा लुईपा यांच्या वज्रयानपंथापर्यंत झालेल्या प्रवासाचे मूळ थेट श्रीलंकेत सापडते.

आपल्या वडिलांच्या वैभवशाली राज्याचा त्याग करून लुईपाने आत्मज्ञान प्राप्तीचा मार्ग पत्करला. शाक्य मुनींप्रमाणे तोही योगी होण्यासाठी रात्रीच्या वेळी एका सेवकासह राज्याबाहेर पडला. फक्त एक मृगाजीन हीच त्याची चटई होती, त्याचे सिंहासन होते नि तेच त्याचे पांघरण्याचे वस्त्र होते. लुईपा अतिशय आकर्षक, देखणा होता. लोक त्याला सहजपणे भिक्षा घालत असत. त्याने पायी प्रवास करत उभा आडवा भारत पिंजून काढला. अखेर तो वज्रासन येथे आला. इथेच शाक्यमुनींना आत्मज्ञान प्राप्त

झाले होते. आतिथ्यशील व ज्ञानी अशा डाकिणींकडे तो राहिला. त्यांच्याकडून त्याला स्त्रीशक्तीच्या अंतरंगाचे ज्ञान प्राप्त झाले.

वज्रासनहून मजल दरमजल करीत लुईपा पाटलीपुत्र नगरीत पोहोचला. ती गंगानदीच्या तीरी वसलेली तेथील राजाची राजधानी होती. इथे त्याने स्मशानात मुक्काम केला आणि भिक्षेवर निर्वाह करू लागला. एके दिवशी बाजारात भिक्षा मागता मागता तो एका वेश्यागृहाशी आला. तिथे पूर्वसुकृताने त्याची एका गणिकेशी गाठ पडली. ती पूर्वजन्मीची डाकीण होती आणि डाकिणींचे सारे ज्ञान तिला पूर्णपणे अवगत होते. तिने बराच वेळ लुईपाकडे एकटक पाहिले आणि म्हटले, ''तुझी चार चक्रे आणि त्यांच्यातील आत्मशक्ती अगदी शुद्ध आहे; पण तुझ्या हृदयात एक दाण्याएवढा राजवंशीय अहंकाराचा काळा ठिपका दिसतो आहे.'' भिक्षा म्हणून तिने त्याच्या मातीच्या वाडग्यात नासके शिळे अन्न टाकले आणि त्याला जायला सांगितले. ते नासके अन्न खाणे अशक्य असल्याने त्याने गटारात टाकून दिले. डाकिणीने नेमके हे पाहिले आणि ती ओरडली, ''तू आपल्या अन्नाच्या शुद्धतेबाबत मनाने इतका गुंतला असशील, तर तुला निर्वाण कसे प्राप्त होणार?''

हे ऐकल्यावर लुईपा दुखावला. मग त्याच्या लक्षात आले; पसंती नापसंती दर्शविणारे, निवड करणारे, भल्यावाईटाचे शिक्कामोर्तब करणारे आपले मन धूर्तपणे आपल्या नकळत कार्यरत आहे. बोधित्वप्राप्तीच्या मार्गातील तो मोठा अडसर आहे. अजूनही आपले मन सूक्ष्मपणे एखादी गोष्ट अधिक आवडते असे ठरवते. (त्याची एक प्रकारे अभिलाषा धरते) ही जाणीव झाल्यावर लुईपा गंगानदीच्या काठी गेला. आपल्या घट्ट झालेल्या विचार, सवयी, संकल्पना या सर्वांच्या पाशातून मुक्त होऊन जाणीव शुद्ध करण्यासाठी त्याने १२ वर्षांची कठोर आराधना आरंभिली. तेथील मच्छीमार, नदीकाठी मासळी साफ करताना त्यांच्या आतड्याचा मलाशयाच भाग काढून फेकून देत असत. ती फेकलेली आतडी खाऊन निर्वाह करीत असताना सारे जगत हे शून्य अवकाश असल्याचे आंतरिक ज्ञान त्याला होऊ लागले. त्यामुळे त्या निषिद्ध आतड्यांचे रूपांतर हे शुद्ध जाणीव निर्माण करणाऱ्या अमृतात झाले. माशांची फेकलेली निषिद्ध आतडी विशेषतः त्यांचा मलाशयाचा भाग खाणारा म्हणून त्या मच्छीमारांनी त्याला लुईपा म्हणायला सुरुवात केली. त्याच्या या भोजनाने त्याला 'लुईपा' हे नावे मिळाले. त्याचबरोबर शक्ती आणि ज्ञानही मिळाले. (मन त्या भोजनाने निर्विकार अविचल झाल्यावर ज्ञानोदय होऊ लागला.) दरीकापा व डेंगीपा यांच्या दंतकथेत त्याचा विस्तृत उल्लेख आढळतो.

लुईपा मातृतंत्रात अत्यंत वाकबगार होता असे म्हटले जाते, कारण ऐहिक जीवन

जगणाऱ्या साध्या डाकिणी जाणिवेचे मूर्तिमंत स्त्रीतत्त्व मानल्या जातात. त्या लुईपाच्या आद्य गुरू होत्या. गणिका डाकिणीने त्याच्या राजवंशीय अहंकाराचा उल्लेख केला. तो वंशीय, जातीय व सामाजिक भेदभावाचे प्रतीक मानता येईल. तिने त्याच्या मातीच्या वाडग्यात टाकलेले नासके अन्न हा त्याज्य वस्तू ग्रहण करून (मनाची आवड-निवड, वासना नाहीशी करून) निर्वाह करीत साधना करण्याचा मार्ग म्हणता येईल.

ज्ञानप्राप्तीच्या या मार्गाचा पाया म्हणजे घाणेरडे, घृणा वाटणारे असेल ते स्वीकारण्यासाठी स्वतःला सिद्ध करीत जाणे. त्यामुळे जाणीव – जागृती होते. मन निर्विकार होत जाते. चांगल्या वाईटाचा भेद मावळून समभाव प्राप्त होतो. अलौकिक अनुभूती येऊ लागते. घृणास्पद ते स्वीकारून त्याचा सतत देहधारणेसाठी उपयोग केल्यावर (स्थिर, शांत, समभावी होत गेलेल्या मनामुळे त्या वस्तू सात्विक भाजी-भाकरीसारख्याच वाटू लागतात.) या मार्गाने सर्वांठायी समत्त्व जाणवू लागते. भेद आणि पूर्वग्रह अहंकाराच्या मुळाशी असतात. ते या मार्गाने नष्ट होतात. या नैतिक धारणांचे पूर्ण रूपांतरण होऊन सर्वत्र निर्विकार शून्य अवकाश असल्याचा प्रत्यय येतो.

प्रत्येक इंद्रिय विषयवस्तू, मनाची प्रत्येक अवस्था आणि विचार विकार (हे भ्रम असून) वस्तूतः सर्वत्र भरून असलेल्या शून्य अवकाशाचे वास्तव जोवर योगी जाणत नाही, तोवर द्वंद्वात्मक संसारात तो अडकून राहील आणि चांगले, वाईट, आवडते, नावडते, टीका, भेदाभेद या सर्व गोष्टी करीत राहील.

निर्वाणाची अद्वैत अवस्था प्राप्त करून घेण्यास अतिशय घृणास्पद वस्तू आणि (मनाला लोभणारी चांगली वस्तू) या सम वाटून सारख्याच ग्रहणयोग्य वाटल्या पाहिजेत. सर्वांभूती समत्त्वाची जाणीव झाली पाहिजे आणि सर्वांमध्ये अवस्थित अशा शुद्ध आनंदाची अनुभूती आली पाहिजे.

त्या काळच्या समाजाने घालून दिलेल्या चांगल्या वाईटाच्या निकषानुसार मासा हा जिवंत जलचर असल्याने त्याचे मांस, आंतडे हे कर्मठ ब्राह्मणांसाठी निषिद्ध असे. माशांचा काढून टाकलेल्या आतड्याच्या मलाशयाचा भाग हा तर कुत्र्याला खाण्यायोग्य समजला जाई. कुत्रा हा कुलचिन्हे कोरलेल्या स्तंभावरील सर्वांत खालच्या दर्जाचा पशू असे. त्यामुळे लुईपाचे हे माशांच्या आतड्याचे भोजन त्याच्या पूर्वीच्या सहाध्यायांना गलिच्छ, अस्पर्श वाटले असल्यास नवल नाही. सामान्यतः अशी घाण भक्षण करणाऱ्याचा अपमान करून त्याला दूरच ठेवले जाते. (म्हणून साधक) जेव्हा जन्मापासून पुढे जगतांना तयार झालेली विविध नाती, जन्माने मिळालेले विशेष हक्क, संपत्ती या सर्वांवर पाणी सोडतो तेव्हा त्याला/तिला चराचरातील खऱ्या 'अहम्'ची म्हणजे दिव्य अस्तित्वाची जाणीव होणे शक्य होते.

इतिहासात लुईपाच्या कालखंडाबद्दल अनिश्चितता आहे. तोच मीनापा किंवा मच्छिंद्रनाथ आहे हे मान्य केले तरी लुईपाचे हिंदूंशी फारसे संबंध आढळत नाहीत. त्याचा साधनामार्ग मात्र शाक्तपंथियांच्या साधनामार्गाशी साम्य असलेला आहे. या दोन्ही आध्यात्मिक विचारधारा इतिहासात वेगवेगळ्या काळात वेगवेगळ्या ठिकाणी दिसून आल्या तरी त्यांची शक्ती, नावे, पूज्यदैवते इत्यादींमध्ये इतके साम्य आहे की, हे दोन्ही पंथ एकच असल्याची शक्यता वर्तविली जाते.

सुमारे ८४ आख्यायिकांमध्ये लुईपाला प्रथम स्थान दिले असून, काळ आणि स्थान दोन्हींचा विचार करता महामुद्र सिद्धांनी त्याला आदिगुरू मानलेला आढळतो. बौद्धांच्या वज्रयान पंथाचा विशेषतः महामुद्र परंपरेचा संस्थापक म्हणून सरहाला मान दिला जातो. सरहाची कीर्ती त्याच्या लेखन प्रतिभेच्या सामर्थ्यामुळे सर्वत्र पसरली. तर सिद्धांचा प्रामाणिकपणा आणि बांधिलकी ही मूल्ये लुईपाच्या नावांशी निगडित आहेत. लुईपा आणि सरहा दोघेही संवर तंत्र परंपरेचे प्रवर्तक मानले जातात. पण लुईपाला 'गुह्यपती' म्हणतात. कारण लोकांचा असा विश्वास आहे की, डाकिणी वज्रवाराहीकडून त्याच्यात प्रत्यक्ष शक्तिसंपात घडून आला. लुईपा हा सरहाच्या शिकवणुकीचे प्रत्यक्ष उदाहरण आहे, असे दोहागीतांमुळे लक्षात येते. बऱ्याच थोर महासिद्धांसाठी लुईपा हा प्रेरणास्त्रोत ठरला आहे. कंबाला, घंटापा, इन्द्रभूती, जालंधर, नरोपा अशा काही सिद्धांची नावे उदाहरणादाखल घेता येतील. या सगळ्यांना संवरतंत्राची दीक्षा लुईपाच्या पद्धतीनुसार मिळाली होती.

> मत्स्येन्द्रनाथांचे मूळ गूढ आहे. त्यांचे मूळस्थान आसाम कामरूप असल्याचे मानले जाते, त्याला थोडा पुरावाही आहे. कामाख्या मंदिराच्या खिडक्यांखालील चित्रांमध्ये पाण्याच्या लाटा दाखविल्या आहेत. ते मत्स्येन्द्रनाथांचे प्रतीक आहे. नेपाळचे संरक्षक दैवत म्हणून त्यांना आदराचे स्थान आहे. आपल्या प्रदेशातील लोकांचे विधीलिखित ते ठरवतात अशी मान्यता आहे. नेपाळमध्ये भगवान शिवाची पूजा प्रचलित करून तेथे त्यांनी शैव पंथाचे पुनरुज्जीवन केले.

पावसाशी संबंधित अशी एक महत्त्वाची आख्यायिका नेपाळमध्ये प्रचलित आहे. या आख्यायिकेनुसार एकदा नेपाळमध्ये बारा वर्षे सतत दुष्काळ पडला होता. हा दुष्काळ मत्स्येन्द्रनाथांचे शिष्य गोरखनाथ यांच्यामुळे पडला होता अशी लोकांची धारणा होती. त्या अवर्षणचक्रातून नेपाळची सुटका व्हावी त्यासाठी मत्स्येन्द्रनाथांच्या सामर्थ्याने पाऊस पडावा, म्हणून आसाम कामरूप जवळच्या कपोतल पर्वतावरून

मत्स्येन्द्रनाथांना नेपाळमध्ये आदराने आमंत्रित करण्यात आले.

आख्यायिका असे सांगते की, गोरखनाथांना उचित आदर मिळाला नाही. (अपमान झाल्याने) गोरखनाथ देवीपाटणच्या दक्षिणेकडील एका पर्वतावर समाधी लावून बसले. बारा वर्षे ते या ध्यानावस्थेत होते. त्या काळात नेपाळमध्ये अजिबात पाऊस पडला नाही. जनतेचे पाण्याअभावी हाल होऊ लागले. अखेर भातगावचा राजा आपल्या राजपुरोहितांना घेऊन गोरखनाथांचे गुरू 'मत्स्येन्द्रनाथ' यांना साकडे घालण्यास त्या क्षेत्री जाण्यास निघाला. तेव्हा मत्स्येन्द्रनाथ कपोतल पर्वतावर राहात होते. त्यांचे दर्शन घेऊन आदरपूर्वक प्रणाम करीत राजाने आपल्या जनतेचे होणारे हाल कथन केले आणि आपल्याबरोबर नेपाळला येण्याची विनंती केली. मत्स्येन्द्रनाथ नेपाळला येताहेत हे गोरखनाथांना (ध्यानावस्थेत) जाणवले. त्यांना वंदन करून त्यांची उचित पूजा, सत्कार करण्यासाठी गोरखनाथ ध्यान सोडून पर्वतावरून उतरून आपल्या गुरूंना सामोरे गेले. गोरखनाथांनी पर्वतावरील आसन सोडताच पाऊस पडू लागला आणि अवर्षण दूर होऊन जनतेत आनंद पसरला. या कथेशी संबंधित अनेक लोककथाही आहेत आणि थोड्याफार फरकाने थोड्या वेगळ्या पद्धतीने ही कथा अनेक रूपांत समोर येते.

एका नेपाळी कथेनुसार गोरखनाथांनी एका टेकडीवर नऊ पर्जन्यसर्पांना एका सिद्धीने बंधित केले आणि त्यांच्या आसनावर बारा वर्षे अविरतपणे बसून राहिले. त्यामुळे एवढा प्रदीर्घ काळ दुष्काळ पडला. मग राजाने ऋषींना बोलावून त्यांचा सल्ला घेतला आणि त्यानुसार शक्तीचा अवतार असलेल्या जगदंबा मंदाकिनी देवीची पूजा-अर्चा सुरू केली. तिच्या सामर्थ्याने एक पर्जन्य सर्प बंधमुक्त झाला. त्यानंतर राजाने कपोतल पर्वतापर्यंतची खडतर यात्रा पार करून तिथे ध्यानस्थ बसलेल्या मत्स्येन्द्रनाथांची आराधना सुरू केली. बराच काळ लोटल्यावर मत्स्येन्द्रनाथ समाधी अवस्थेतून भानावर आले. गोरखनाथांच्या कृत्याबद्दल सारे काही त्यांनी अंतर्ज्ञानाने जाणले. त्यांनी एका मधमाशीचे रूप घेऊन एका मातीच्या घड्यातून राजाबरोबर नेपाळपर्यंत प्रवास केला. त्यांच्या आगमनानंतर दुष्काळ दूर सरला आणि भरपूर पाऊस पडला.

नेपाळच्या पहाडी प्रदेशातील गोरखा (गोरक्ष) या जमातीचे नाव गोरखनाथांवरूनच आले आहे. मत्स्येन्द्रनाथ हे गोरखनाथांचे गुरू आणि संकटनिवारक म्हणून पाटणमध्ये त्यांचा रथोत्सव, रथयात्रा दरवर्षी होते. पावसासाठी त्यांची पूजा-अर्चा स्तवन करून त्यांना प्रसन्न करावे हा रथयात्रेचा हेतू असतो. धार्मिक वर्षारंभाची सुरुवातच या उत्सवाने होते. मत्स्येन्द्रनाथांची तीन फूट उंचीची लहानशी रक्तवर्णी मूर्ती आहे. तिला 'रातो मच्छिंदरनाथ' असेही म्हणतात. तांत्रिकांच्या लोकेश्वराचा हा अवतार मानला जातो. हीच उत्सव मूर्ती सोहळ्याच्या केंद्रस्थानी असते. मूर्तीची खूप मोठी मिरवणूक निघते.

मच्छिंद्रनाथ यात्रेत पुढे पुष्कळ धार्मिक विधी, कर्मकांडे होतात. महिनाभर ही यात्रा चालू राहाते. अशाच एका रथयात्रेने वर्षाची अखेर होते. या मिरवणुकीच्या केंद्रस्थानी काठमांडूच्या मच्छिंद्रनाथांची मूर्ती असते. 'करुणामाया' नावाने ओळखली जाणारी ही पांढऱ्या रंगाची मूर्ती नेपाळींचे श्रद्धास्थान असून, आठ दिवस तिची पूजा व धार्मिक विधी चालू असतात.

या उत्सवासंदर्भात अशी एक आख्यायिका आहे की, पंधराव्या शतकात मातीची भांडी बनविण्यासाठी काही कुंभार जमीन खणत असताना त्यांना सामू मत्स्येन्द्रनाथांची मूर्ती मिळाली. तत्कालीन राजा गुणकाम देव याने मूर्ती स्वच्छ करून तिची डागडुजी केली. मग एक सुंदर देऊळ बांधून तिची प्राणप्रतिष्ठा केली. सतराव्या शतकात प्रताप माल्ला मत्स्येन्द्रनाथांची रथयात्रा सुरू केली. आजतागायत लोक ही रथयात्रा मोठ्या उत्साहाने साजरी करीत आले आहेत. दोन्ही रथोत्सवांवर हीनयानी, महायानी तांत्रिकांचा मोठा प्रभाव आहे. एक महत्त्वाची गोष्ट लक्षात घ्यायला हवी की, पर्जन्यदेवता म्हणून मत्स्येन्द्रनाथ हिंदू व बौद्धांना फार आदरणीय व पूजनीय आहेत. दोन्ही संस्कृतींमध्ये त्यांच्या आशीर्वादासाठी आणि एकंदर समाजाच्या कल्याणासाठी त्यांची पूजा-अर्चा, स्तवन केले जाते.

काही आख्यायिकांनुसार अवलोकितेश्वरांप्रमाणेच मत्स्येन्द्रनाथ कोणतेही रूप धारण करू शकतात. आपल्या इच्छेनुसार कुणाच्याही शरीरात प्रवेश करू शकतात. तिथे आपल्या मर्जीनुसार तात्पुरते वा कायमचे वास्तव्य करू शकतात. नेपाळमध्ये मत्स्येन्द्रनाथ व अवलोकितेश्वर एकच असल्याचे मानले जाते. एका परंपरेनुसार त्यांनी आसाममधून नेपाळमध्ये प्रवेश केला. दुसऱ्या परंपरेनुसार त्यांनी श्रीलंकेमधून प्रवेश केला. दोन्ही परंपरा, मत्स्येन्द्रनाथांचे मूळ बौद्धांचे नसल्याचे दर्शवितात. पण बौद्ध तंत्रमार्ग (मत्स्येंद्रनाथांच्या) हिंदू स्वरूपाहून खूप जुना असून पौर्वात्य गुणवैशिष्ट्यांनी मंडित आहे.

लोकेश्वर किंवा अवलोकितेश्वर हे एक बौद्ध संत होते. ते चौथे बोधिसत्त्व होते अशी लोकांची श्रद्धा आहे. मूर्तिमंत करुणा ईश्वर अशी त्यांची ख्याती आहे. पूर्ण क्षेत्रात ते सर्वोच्च दैवत मानले जाते. विशेषतः तिबेटमध्ये ते ठळकपणे दिसून येते. एक मान्यता अशी आहे की, लोकेश्वर हे नेपाळ राज्याच्या बाहेरच्या प्रदेशातील होते आणि बुद्धदेवांच्या सांगण्यावरून ते नेपाळमध्ये आले; पण या मताबाबतीत मतभिन्नता आढळते.

आख्यायिकांप्रमाणे बुद्ध अमिताभ यांच्यातून निघालेल्या एका तेजस्वी प्रकाशकिरणापासून त्यांना घडवले गेले. म्हणून अवलोकितेश्वर हे अंतस्थ तेज आणि अपार शुद्ध प्रकाश या गुणवैशिष्ट्यांनी मंडित आहेत. ते सर्वत्र, सर्व काही पाहू शकतात. या सामर्थ्यामुळे ते विश्वाच्या कानाकोपऱ्यापर्यंत सर्व जीवमात्रांपर्यंत पोहोचू शकतात.

त्यांच्या संपर्कात येणाऱ्या प्रत्येक आत्म्यावर त्यांचा करुणावर्षाव होतो. 'ॐ मणीपद्मे हूं' हा त्यांचा मूल-मंत्र आहे.

(साधकांची) अशी श्रद्धा आहे की, या षडाक्षरी मंत्रातील प्रत्येक अक्षर एका वैश्विक क्षेत्राशी निगडित आहे. त्याचा एकाग्रतेने अविरतपणे जप केला तर प्रत्येक क्षेत्रातील दोष दूर होऊन शुद्धीकरण होण्यास फार मोठे साहाय्य मिळते. 'ॐ' हे कमलांमधील रत्न आहे असा मंत्राचा वाच्यार्थ आहे. हिंदू आणि बौद्ध तांत्रिकांमध्ये त्याचे भिन्न गर्भितार्थ आढळतात.

'ॐ मणीपद्मे हूं'

चौदाव्या दलाई लामांनी त्या संदर्भात म्हटले आहे - ''कार्यपद्धती आणि सूज्ञता यांच्या अविभाज्य एकात्मतेतून निर्माण झालेल्या (या मंत्रजपांच्या) साधना मार्गावर श्रद्धेने अवलंबून राहून सातत्याने साधना केली तर आपले अशुद्ध शरीर, वाणी आणि मन यांचे पूर्ण रूपांतर होऊन उन्नयन झालेले शुद्ध शरीर, वाणी आणि वृद्धत्व पावलेल्या मनाचा अभूतपूर्व लाभ होतो.'' हार्ट ट्रेझर ऑफ एनलाईटन्ड वन्स (आत्मज्ञानी लोकांच्या हृदयातील खजिना) या पुस्तकाचे लेखक जेन रिनपोचे म्हणतात, ''ॐ मणीपद्मे हूं' हा मंत्र उच्चारण्यास सोपा आहे; पण तो अत्यंत शक्तिशाली आहे, कारण संपूर्ण शिकवणुकीचा तो गाभा आहे. (अत्यंत श्रद्धेने वारंवार उच्चार करण्याचा, नामजपाच्या मार्गाचा अवलंब करताना) आपल्याला निखळ औदार्य प्राप्त होण्यास 'ॐ' या शब्दाच्या दैवी सामर्थ्यांचे साहाय्य होते. शुद्ध नीतिपूर्ण आचरणासाठी 'म' शब्द साहाय्यभूत होतो. सहिष्णूता व सहनशीलतेचे सत्त्व परिपूर्ण होण्यास 'णी' शब्दाची मदत होते. चिकाटी आणि सातत्य या गुणांच्या परिपूर्णतेच्या मर्यादा गाठण्यासाठी 'प' शब्दातून बळ मिळते. अभंग एकाग्रतेसाठी 'मे' शब्द साहाय्यकारी होतो. 'हूं' शब्दामुळे सूज्ञतेचे आचरण निर्दोष, परिपूर्ण होऊ लागते.''

महायान मतप्रणालीनुसार अवलोकितेश्वरांचा सर्वश्रेष्ठ गुण (आणि त्यानुसार कृती) म्हणजे स्वतःसाठी बुद्धत्व प्राप्त करून निर्वाणगती मिळणे सहज शक्य असतानाही तसे न करता अवलोकितेश्वरांनी बोधिसत्त्व राहाण्याचा निर्णय घेऊन ज्या सर्वसामान्य प्रापंचिक लोकांना साधनामार्गाची ओढ होती त्यांना साहाय्य व मार्गदर्शन केले. सर्वसामान्यांना आत्मज्ञानाचा लाभ होण्यास कार्य करताना स्वभावगत करुणा, आत्मोपन्न औदार्य, शुद्ध निःस्वार्थ इच्छा ह्या त्यांच्या गुणवैशिष्ट्यांचा प्रत्यय आलेल्या जनतेने त्यांना देवत्व बहाल

केले. आजही जगात अनेक ठिकाणी लोक श्रद्धा व भक्तिपूर्वक त्यांची पूजा करतात.

दोन शब्दांच्या संधीतून अवलोकितेश्वर हा शब्द तयार झाला आहे. अवलोकित म्हणजे 'दृष्टिक्षेप किंवा पाहणे.' ईश्वर म्हणजे देव. या शब्दाचा अर्थ होतो, 'करुणामय दृष्टीचा देव' किंवा 'सर्वत्र दिसून येणारा देव'. पशुपक्षी, कीटक, ब्राह्मण, देवता वा मृतात्मा असे कोणतेही रूप अवलोकितेश्वर धारण करू शकतात अशी लोकांची श्रद्धा आहे. लोकांना मदत करण्यास ते सदा तत्पर असतात. ते हत्या, कारागृह, आग या संकटांपासून भक्तांचे रक्षण करतात. अपत्यहीनांना त्यांच्या कृपालाभाने अपत्यप्राप्ती होते. आपल्या भक्तांच्या संसारातील दुःखे संकटे दूर करून त्यांना मार्गदर्शन करीत निर्वाणमार्गाकडे नेतात. शारीरिक, भावनिक, मानसिक, आत्मिक अशा सर्व स्तरांवर ते साहाय्य करतात. या संदर्भात आणखी एक वैशिष्ट्य म्हणजे बौद्धांसाठी बोधिसत्त्व अवलोकितेश्वर हे करुणासागर ईश्वर आहेत. याच अर्थाने मत्स्येन्द्रनाथांनाही ते करुणामाया लोकेश्वर म्हणतात.

भगवान बुद्ध - शाक्य मुनी

◈◈◈

१.३ शक्ती आणि तारा : आत्मभगिनी

सर्वसामान्य ऐहिक जिवांना या भयांपासून मुक्त करण्याबद्दल तारा प्रसिद्ध आहे. गौतम बुद्धांच्या शिकवणुकीनुसार भय हे कालातीत असते. त्यामुळे आदीम काळापासून सर्व जिवांना वाटणारे भय आजच्या मानवालाही वाटते. त्यात फरक पडलेला नाही. ताराने दाखविलेल्या मार्गानुसार सतत साधना करणाऱ्या साधकांचे या भयापासून रक्षण होते आणि भयाच्या मूळ कारणांपासून मुक्तीही मिळते.

कोणत्याही आध्यात्मिक दृष्टिकोनातून विचार करताना स्त्रीशक्तीचे समुचित समग्र आकलन करून घेत तिला पुरुषशक्ती इतका उच्च दर्जा देणे क्रमप्राप्त ठरते. कारण त्यामुळे सर्व ऊर्जांचा समतोल सांभाळला जातो. म्हणून कोणताही देव त्याच्या अर्धांगिनी देवीशिवाय अपूर्ण ठरतो.

शक्ती हे अतिशय कार्यप्रवण स्त्रीदैवत आहे. तिचे सती, काली, पार्वती असे विविध अवतार व विविध रूपे ही देवाधिदेव शिवाची अर्धांगिनी स्वरूपे आहेत. आवेशयुक्त, धगधगीत, प्रेमळ, मातृरूपी वत्सल, संरक्षक, निर्माती आणि विनाशकर्ती अशी तिची अनेक गुणरूपे आहेत आणि त्या सर्व वैशिष्ट्यपूर्ण रूपांमध्ये ती पूजनीय, वंदनीय आहे.

शक्ती म्हणजे सृजनशील जीवनऊर्जा व त्या ऊर्जेची कृतिशीलता! तिच्याशिवाय शिव शक्तीहीन, चेतनाहीन होतील आणि हे विश्वचक्र थांबेल. ब्रह्मांडाचे व्यवहार स्थगित होतील. 'तो' जर कॅनव्हास असेल, तर 'ती' म्हणजे त्यावरील चित्र आहे. तो जर नगारा असेल, तर ती म्हणजे त्याचा रुद्रघोष! तो वाद्य असला, तर ती संगीत आहे. तो फुल असला, तर ती सुगंध आहे. सर्व विश्वासाठी त्यांची एकात्मता अत्यंत आवश्यक आहे. कुणाही व्यक्तीला आत्मस्वरूप जाणायचे असेल वा बोधित्वप्राप्ती हवी असेल, तर शिव शक्तीची ताकद आणि ऊर्जा (कुंडलिनी स्वरूपातील अंतस्थ शक्ती) यांचा आंतरिक संगम अत्यंत आवश्यक असतो. सर्वार्थाने शिव व शक्ती एकमेकांपासून वेगळे होऊ शकत नाहीत. एकमेकांशिवाय ते अपूर्ण राहातील.

> शक्तीच्या साधकांना आणि भक्तांना 'शाक्त' म्हटले जाते. शाक्तपंथ हा त्यांचा साधनामार्ग आहे. त्यांची अतिशय महत्त्वाची धर्मक्षेत्रे व देवळे शक्तिपीठे म्हणून प्रसिद्ध आहेत. ही शक्तिपीठे कशी निर्माण झाली, याबद्दल एक ऐतिहासिक दंतकथा आहे. या गूढ संदर्भाने भारताची आध्यात्मिक संरचना, हिंदू विचारधारेचा चेहरामोहरा आणि काही प्रमाणात सर्वंकश असे परिवर्तन घडून आले.

ही दंतकथा अशी आहे की, ब्रह्मदेवांनी आपल्या उजव्या अंगठ्यापासून दक्षाची निर्मिती केली. पुढे दक्ष राजा झाला. वीरिणी ही त्याची राणी व सती ही राजकन्या होती. सतीने स्वतःहून शिवाला पती म्हणून निवडले. तिचा शिवशंकरांशी विवाह झाला खरा; पण दक्षाला हे अजिबात आवडले नाही. त्याला शिव रानटी, वनवासी वाटले. शिवाची जटाजूट, नररुंडमाला, चिताभस्म विलेपित शरीर, सर्वसंगपरित्याग केलेल्या योग्यासारखी राहाणी, ऐश्वर्यहीन स्थिती या सर्वांबद्दल त्याच्या मनात तिरस्कार आणि राग होता. एकदा दक्षाने एका मोठ्या यज्ञाचे आयोजन केले. त्यासाठी त्याने सर्व देवदेवतांना आमंत्रित केले; पण शिवशंकरांना मात्र (जावई असूनही) आमंत्रण दिले नाही. यामुळे सती फार दुखावली गेली. तरीही (आपल्या घरी आमंत्रण कशाला हवे या विचाराने) ती यज्ञस्थळी पोहोचली. तेव्हा दक्षाने तिच्याकडे दुर्लक्ष केले आणि तिच्या पतीचा अपमान करणे सुरू केले. सतीसाठी शिव म्हणजे सर्वस्व होते. तिची त्यांच्यावर उत्कट भक्ती होती. दक्षाने चालविलेल्या या अपमानसत्रामुळे संतप्त होत तिने यज्ञाच्या प्रज्वलित अग्नीत उडी घेतली आणि मृत्यू पत्करला. पण तिचा संपूर्ण देह जळाला नाही. हे वृत्त शिवांना समजताच त्यांनी अत्यंत क्रोधायमान होत आपल्या जटेतील

एक बट उपटली. ती जमिनीवर आपटताच त्यातून वीरभद्र आणि भद्रकाली प्रकटले. ते ताबडतोब सतीच्या आत्मदहनाच्या घटनास्थळी पोहोचले. त्यांनी समग्र यज्ञस्थानाचा विनाश केला आणि दक्षाचे मुंडके उडवले. पुढे (क्रोध थोडा शांत झाल्यावर) शिवाने दक्षाला क्षमा केली आणि त्याच्या धडावर एडक्याचे शीर बसवून त्याला जीवनदान दिले. त्यानंतर दक्षाने यज्ञ पूर्ण केला; पण सतीच्या आत्मदहनामुळे दुःखावेग कमी न झालेले शिव शांत होईनात. भग्न हृदय, शोकावेग आणि वेदनेने ओसंडणारे मन घेऊन शिव साऱ्या जगात भटकत राहिले. त्यांची तगमग थांबेना. सतीचा मृतदेह आपल्या बाहूंमध्ये धरून त्यांनी विनाशकारी तांडव सुरू केले. अखेरीस श्रीविष्णूंनी सतीच्या देहावर सुदर्शनचक्र फेकले. तिच्या शरीराचे बावन्न खंड होऊन ते भारत, तिबेट, श्रीलंका, पाकिस्तान इत्यादी ठिकाणी विखुरले. (तिचा उजवा हात ज्या ठिकाणी पडला त्या स्थानाला 'दाक्षायणी शक्तिपीठ' म्हणतात.) तिचे गुडघे जिथे पडले त्या स्थानाला 'महामाया कपाली' म्हणतात. जिथे जिथे तिच्या देहाचा खंडित अंश पडला ते प्रत्येक स्थळ तीर्थक्षेत्र झाले. शक्तिपीठ म्हणून प्रसिद्ध पावले. असे म्हटले जाते की, सतीच्या त्या त्या अवयवाशी संबंधित विश्वचैतन्य किंवा आत्मतेज त्या त्या शक्तिपीठाशी निगडित आहे.

या सर्व शक्तिपीठांमध्ये चार आदिशक्तिपीठे सर्वोच्च आणि पवित्रतम मानली जातात. आसामचे कामाख्या मंदिर (इथे सतीचा जननसंबंधीत अवयव पडला असल्याचे मानले जाते.), बेहरामपूर येथील तारा तारिणी मंदिर (इथे तिचे स्तन पडले), पुरी येथील विमला मंदिर (इथे तिची पावले, पादखंड पडले) आणि कोलकात्याचे डाखिना कालिका मंदिर (इथे चेहऱ्याचे अंश... मुखखंड पडले.) ही आदिशक्ती अत्यंत पवित्र व पूजनीय मानली जातात. बावन्न शक्तिपीठांपैकी प्रत्येक क्षेत्रस्थानी देवीचे नाव वेगळे आहे. देवीकडून मिळणारे वरदान वेगळे आहे. ज्या स्थानी देवीचा जो अवयव खंडित होऊन पडला त्याच्याशी संबंधित आजार वा दुखणे त्या स्थानी पूजा उपासना केल्यावर बरे होते, अशीही भाविकांची श्रद्धा आहे. (शक्तिपीठांशी संबंधित तपशीलवार चर्चा ग्रंथाच्या अन्य प्रकरणात आली आहे.)

शक्ती देवतेची ऊर्जा आकार बदलणारी, सदा परिवर्तन पावणारी, अतिशय चंचल अशी आहे आणि प्रत्येकाला (आपापल्या स्वभावानुसार) वेगवेगळ्या स्वरूपात सुलभ साध्य आहे. एच. पी. ब्लावत्स्की यांनी विसाव्या शतकात लिहिलेल्या, 'सीक्रेट डॉक्ट्रीन' (गुप्त तत्त्वप्रणाली, या पुस्तकात शक्तीच्या अनेक प्रकारांचे विवेचन केलेले आढळते. ते सारांश रूपाने पाहू या.)

- **पराशक्ती :** परमोच्च शक्ती ही व्यक्त अशा सर्व विश्वात अवचित असते. प्रकाश आणि उष्णतेचे मोजमाप करण्याचा शास्त्रज्ञांचा प्रयत्न अखंड सुरू असला तरी आध्यात्मिक उष्णता किंवा प्रकाश मोजण्याचा कोणताही निश्चित मार्ग उपलब्ध नाही. प्रत्येक व्यक्तीभोवती तिच्या देहाशी निगडित असे वलय असते. (हे विद्युतचुंबकीय कंपनांनी बनलेले असावे.) हे वलय पराशक्तीचे एक रूप आहे.
  ज्ञानशक्ती ही बुद्धी, स्मृती, तर्क, विवेक, ओळख आणि संवेदनांच्या वस्तुनिष्ठ ज्ञानाची शक्ती असते. दिव्यदृष्टी असलेल्या व्यक्तींकडे स्थलकालासंदर्भात भविष्यात होणाऱ्या घटना जाणण्याची क्षमता असते. ते प्रसंग वा घटना बघण्याची, जाणण्याची वा त्यातील संभाषण ऐकण्याची क्षमता असते. ही एकातऱ्हेची ज्ञानशक्तीच म्हणता येईल.
- **इच्छाशक्ती :** हिची ताकद शरीरांतर्गत सर्व नाड्यांना चेतविते, शरीराला विविध कार्ये करण्यास हुकूम करते. काय करायचे ते स्नायूंना सांगणे, संगीत, नृत्य इत्यादी विविध कलांचा आविष्कार करण्यास प्रेरित करते. काहीएक ध्येयासाठी प्रेरीत झालेल्यांना त्या ध्येयाच्या मार्गावर कार्यान्वित करते. बुद्धीच्या क्षमतेशी पूर्ण निगडित असलेल्या ज्ञानशक्तीहून इच्छाशक्ती भिन्न असते. पण ती ज्ञानशक्तीशी संबंधित असते. उदाहरणार्थ, रेकी उपचारक आपल्या दुखणाईतांच्या शरीरावर हात ठेवून त्यांच्याकडे 'प्राण' हस्तांतरित करतात (किंवा दूरवरूनही प्राणतत्त्व रवाना करू शकतात.). ते असे करू शकतात, कारण त्या संदर्भात त्यांना ज्ञान असते. म्हणूनच इच्छाशक्ती त्या ज्ञानाचा उपयोग करून रुग्णाला आराम देण्यासाठी त्यांना प्रेरित करते.
- **क्रियाशक्ती :** ही प्रकटीकरणाची एक गूढ शक्ती आहे. त्यामुळे व्यक्ती कोणत्याही क्षेत्रात अतिशय सृजनशील आणि अत्युच्च कोणतीही निर्मिती करू शकते. ज्ञानशक्ती व क्रियाशक्तीच्या संयोगाने व्यक्ती संगीत, नृत्य, चित्रकला, यासारख्या कोणत्याही सृजनशील कलेत तरबेज होऊ शकते. इथे एक गोष्ट लक्षात घ्यायला हवी की, ही ज्ञानशक्ती जाणीव जन्मजात प्रेरणांशी निगडित असते. ती क्रियाशक्तीला पायाभूत असते. क्रियाशक्ती ही निर्मितीसाठी इंधन पुरवते वा योग्य तिथे संयम ठेवते. त्यातून अंतिम ध्येयाप्रत पोहोचता येते. आपल्या जीवनात संपत्ती आणि आरोग्याबाबतच्या परिस्थितीत अमूलाग्र बदल घडविण्यास ही शक्ती अन्य शक्तींशी जोडून घेतल्यास फार उपयोग होतो.
- **कुंडलिनी शक्ती :** ही आपल्याला मिळालेली जन्मजात शक्ती आहे. एखाद्या सर्पाप्रमाणे तिची साडेतीन वेटोळी आपल्या कण्यात अवस्थित असतात. या

शक्तीने व्यक्तीचा परमोच्च विकास होतो, आत्मज्ञान होते आणि आध्यात्माची सर्वोच्च पायरी गाठली जाते. ही शक्ती सहजासहजी कार्यरत होत नाही. सतत साधना आणि ईशतत्त्वाबद्दल पवित्र प्रेम यामुळे ती हळूहळू जागृत होऊ लागते. योगीजन तिच्या जागृतीसाठी संपूर्ण आयुष्य खर्ची घालतात. आपले कर्म निर्धारित करण्यात व पुनर्जन्मासंदर्भात तिची महत्त्वाची भूमिका असते. (या शक्तीबद्दल अधिक तपशीलवार माहिती अन्य प्रकरणात दिली आहे.)

तारा

> मोक्षमार्गाची वाटचाल करणाऱ्या प्रत्येक साधकासाठी शक्तिदेवतेची कास धरणे फार महत्त्वाचे आहे. तिचेच बुद्धधर्मातील प्रकटीकरण म्हणजे तारा! आपल्या मुलांचा (सर्व मनुष्यमात्रांचा, जगत्या जिवांचा) अत्यंत प्रेमाने सांभाळ करून त्यांचे पालनपोषण करणारी ही मातृदेवता आहे. प्राचीन काळापासून जगभर तिची पूजा होत आली आहे. विशेषतः तिबेट, नेपाळ, चीन, जपान व रशियामध्येही तिचा प्रभाव आढळतो. ती सद्‌गुण, पावित्र्य, करूणा आणि मातृप्रेम आदी गुणवैशिष्ट्यांनी मंडित आहे.

तारादेवीने सामान्यजनांना आत्मज्ञान होण्यासाठी केलेल्या कार्याबद्दल समग्रतेने समजून घेणे वा त्याबद्दल लिहिणे कठीण आहे, कारण ती कार्ये प्रचंड व व्यापक आहेत.

भक्तांना वरदान व आशीर्वाद देण्याबद्दल तिची ख्याती आहे. दीर्घायुष्य, संपत्ती, संतती, आरोग्य, युद्धे न होऊ देणे अशी अनेक वरदाने ताराकडून मिळतात अशी भक्तांची श्रद्धा आहे. तिच्या महान अस्तित्वापासून बावीस विविध रूपे उद्‌भवली. जगभर या स्वरूपांची स्तोत्रे गाईली जातात व भक्तिपूर्वक पूजा-अर्चा केली जाते.

गौतम बुद्धाने आठ महाभये उद्‌घोषित केली आहेत. सर्वसामान्य ऐहिक जिवांना या भयांपासून मुक्त करण्याबद्दल तारा प्रसिद्ध आहे. गौतमबुद्धाच्या शिकवणुकीनुसार भय हे कालातीत असते. त्यामुळे आदिम काळापासून सर्व जिवांना वाटणारे भय आजच्या मानवालाही वाटते. त्यात फरक पडलेला नाही. ताराने दाखविलेल्या मार्गानुसार सतत साधना करणाऱ्या साधकांचे या भयापासून रक्षण होते आणि भयाच्या मूळ कारणांपासून मुक्तीही मिळते.

बोधिसत्त्व

तारा यंत्र हे साधे तरीही शक्तिशाली यंत्र आहे. त्याचे भूपुर गडद निळसर, हिरव्या रंगाचे आहे. ते संतुलनाचे प्रतीक आहे. संसार-सागरातून तरून जाण्यास हे संतुलन फार आवश्यक असून त्यावर ध्यान केंद्रित केले तर लाल रंग निर्माण होतो. यंत्रातील पाकळ्या लाल-गुलाबी रंगाच्या असून त्या एक तऱ्हेने लज्जा व संकोच यांचे प्रतीक आहेत. त्यांच्यावर ध्यान केंद्रित केल्यानंतर माणूस प्रामाणिक व स्पष्टवक्ता होतो. (अनाठायी लज्जा व संकोच दूर होतो.) वरच्या दिशेने निर्देशित होणारा त्रिकोण कुंकवासारखा लाल आहे. तो क्रोधाचे प्रतीक आहे. तारा ही देवता आपल्याला सर्व प्रकारच्या भयांपासून मुक्ती देते. (लाल रंगाच्या क्रोध, भय, संतापासारख्या गोष्टी प्रतिकावर ध्यान केंद्रित

करून त्या गोष्टी दूर व्हाव्यात, असा निश्चय केला तर त्यातून मुक्ती मिळण्यास तारा मदत करते.)

तारा यंत्र

लाल त्रिकोण गडद जांभळ्या रंगावर अवस्थित आहे. हा रंग आकाशाचे प्रतिनिधित्व करतो. त्यातून आपले पाचवे चक्र सूचित होते. आपले पंचम चक्र हे ज्ञानदेवता सरस्वतीचे अधिष्ठान असते, असे म्हटले जाते. तारा या देवतेशी साधकाचा संबंध प्रस्थापित होण्याची प्रक्रिया पूर्णत्वाला जाण्यासाठी स्थिर समतोल भाव अतिशय आवश्यक आहे. हाच गुण साधकाला भवसागर तरून जाण्यास साहाय्यकारी ठरतो. तटस्थ असा हिरवा रंग लाल रंगाने निर्माण होणाऱ्या हिंसकतेला शांत करतो. त्या थंड हिरव्या रंगावर ध्यान केंद्रित केल्याने आयुरारोग्य प्राप्ती होते अशी भक्तांची धारणा आहे.

तारा ही महामाता आहे. ती उपजत शहाणपणाने युक्त अशी ज्ञानी डाकिणी आहे. ती सर्व संसाराची आणि निर्वाणाचीही माता आहे. सर्व बुद्धांची ती जननी आहे. तिला आई मानले जाते, कारण ती जन्म देते. पोषण करते आणि आपल्याला आत्मज्ञान प्रकाश प्राप्तीसाठी सर्वतोपरी साहाय्य करते. ती सर्वत्र अवस्थित आहे आणि प्रत्येक जीवित भूतमात्र तिच्याशी केव्हाही संपर्क करू शकतो. तिची शक्ती अमर्याद आणि असीम आहे. मात्र आपले मन आणि हृदय आपण मोकळे ठेवायला हवे. आपली भक्ती अंगठीसारखी मध्ये मोकळी असली, की त्यात तिच्या करुणेचा आकडा अलगद अडकतो आणि तिच्याशी सहज संपर्क साधला जातो. शक्ती या देवतेप्रमाणेच तारा देवतेची अनेक रूपे व आकार आहेत. आपल्याला दुःख, वेदनांमधून मुक्त करण्यास ती रूपे वेगवेगळ्या पातळीवर कार्यरत असतात. उदाहरणार्थ, रक्तवर्णी स्वरूपाची तारा आपले सत्य स्वरूप जाणण्यास आपल्याला उद्युक्त करते. मनाच्या अहंकारी आणि विविध गंडांनी पछाडलेल्या अवस्था आपल्याला खाली खेचत असतात. तिच्या साहाय्याने अशा गुदमरून टाकणाऱ्या बंधनांमधून आपण मुक्त होऊ शकतो. आपला आत्मा स्वतंत्र होतो. इतरांच्या भावनांशी समरस होऊन त्या आपल्या अंतरात अनुभवण्याएवढे संवेदनशील होण्यास तिची मदत होते.

झेन बौद्ध गुरूंच्या उपदेशाप्रमाणे ''जीवन जगताना ध्यानाप्रमाणे द्वंद्वाच्या पलीकडे जा. विश्रब्ध व्हा. (मन स्थिर करा) कसलीही आशा आकांक्षा मनात उद्भवू देऊ नका.

कसलेही आकलन करून घेण्याची धडपड करू नका. आपल्या शांत मनःस्थितीच्या मूळ प्रवाहाबरोबर निरंतर वाहत रहा.''

उपजत शहाणपण आणि ज्ञान यांनी परिपक्व अशी डाकिणी तारा आपला मूळ स्वभाव, आपले मन, भवतालचे वास्तव जाणून घेण्यास आपल्याला मदत करते. कधी-कधी आपले आकलन, आपली जाणीव ही आपल्या सहा ज्ञानेंद्रियांनी, विचारांच्या जुनाट पद्धतीमुळे मर्यादित होते. समाज, जात, धर्म आणि यासारखे इतर प्रचलित मापदंड आपल्यामुळे स्वभावाला वेढून टाकतात. आपण त्याच्या सापळ्यात अडकतो. यातून मुक्त होण्यासाठी निश्चयपूर्वक साधनेची गरज आहे. या करिता हे महागुरू डाकिणीचा तिसरा डोळा असा ज्याचा उल्लेख करतात तो प्राप्त करणे आवश्यक आहे. हा तिसरा डोळा म्हणजे 'ज्ञानी मन'. त्यात आपले खरे आत्मस्वरूप प्रतिबिंबित होते. त्यामुळे द्वंद्वापलीकडे जाण्यास मदत होते. आपण बंधनातून मुक्त होऊ लागतो. मग क्षणभरात वस्तुजाताकडे समग्रतेने पाहाता येते. (एरवी आपले पाहणे, जाणणे, आकलन खंडित असते) हे तटस्थ अवलोकन कोणत्याही आवडी-निवडी, पसंती-नापसंती शिवाय असते. यानंतर आपल्याला आपल्या मूळ बुद्धत्वाची जाणीव होते. ही अवस्था सत्य, शुद्ध, विश्वाशी सुसंगती राखणारी, नित्य शांत आणि आनंदी असते. महागुरू जिग्मे लिंगपाच्या शब्दात सांगायचे तर, ''अखिल ब्रह्मांड हे डाकिणी मंडल आहे.'' सर्व बुद्धत्व पावलेल्यांची माता म्हणून तारा ओळखली जाते. आपल्यावर चढलेली अनेक विचारांची पुटं, परंपरा, रुढींच्या भिंती, पारंपरिक संस्कार, सवयी या सर्व अडथळ्यांमुळे शून्य स्वरूप असलेला आपला मूळ स्वभाव आपल्याला जाणवत नाही. त्या अडथळ्यांचा विनाश करत शून्यत्वाची ही अवस्था एकदा प्राप्त झाली, की त्यात अनेक संधी, परिवर्तन, कृतिशीलता, निर्मितीक्षमता आणि आनंद असतो, त्याची जाणीव होते. या सर्वांशिवाय आयुष्य निरर्थक असते हेही जाणवते. आपल्या आत असलेल्या परमोच्च ज्ञानी डाकिणींच्या अस्तित्वामुळे शून्यत्वाचा अनुभव येतो. त्याचबरोबर प्रेम व करुणा ही मूल्ये अंतरात रुजतात. (या स्वरूपाची तपशीलवार चर्चा पुस्तकाच्या पुढील एका प्रकरणात केली आहे.)

कामा आणि टेरमा यांच्यापासून तारेची वंशावळ सुरू होते. टेरमाच्या शाखेचे परत मोठा, मध्यम व लहान असे उपशाखा प्रकार आहेत. तारेच्या विविध रूपाच्या साधना, आराधनांबद्दलची शिकवण टेरमा शाखेचे साधक देतात. ही रूपे शांत, थोडी उग्र, अति कोपिष्ट अशी विविध प्रकारची आहेत. पण या ज्ञानशाखेची परंपरा खंडित झाली असून या साधनेचे ज्ञान देणारे ग्रंथही नाहीसे झाले आहेत. या साधनेची परंपरा अनेक गुरूंनी पुढे नेली; पण काही साधकांनी गुरू पद्मसंभवांची शिष्या येशे त्सोग्याल सारख्या ज्ञानी

डाकिणींचा यथोचित मान राखला नाही. (त्यांनी दिलेल्या ज्ञानाचे नीट आकलन करून घेतले नाही, दुर्लक्ष केले.) वंशपरंपरागत ज्ञान पुढे नेण्यात अशा अडचणी येऊनही परमपूज्य आणि शक्तिमान दैवत म्हणून तारेचे स्थान तिबेटी बौद्धांमध्ये अबाधित राहिले आहे.

अशा दंतकथा, लोककथांनी हिंदू व तांत्रिक बौद्ध धर्मपरंपरांमध्ये या देवी-देवतांना उच्चस्थान बहाल केले. पण त्यांची शिकवण, त्यांचे ज्ञान जिग्मे लिंगपा या योग्याने जोमदारपणे पुढे नेले. त्याच्या महानतेमुळे, प्रभावामुळे योगप्रणालीला सुस्पष्ट दिशा मिळून भारत, नेपाळ, तिबेट, चीन, भूतान आणि इतर अनेक देशांमध्ये योगाने घट्ट मूळ रोवले.

◈◈◈

१.४ तांत्रिक देवता : मार्गदर्शन, शौर्य आणि वैभव

निर्वाणाची अद्वैत अवस्था प्राप्त करून घेण्यास अतिशय घृणास्पद वस्तू आणि (मनाला लोभणारी चांगली वस्तू) या सम वाटून सारख्याच ग्रहणयोग्य वाटल्या पाहिजेत. सर्वांभूती समत्त्वाची जाणीव झाली पाहिजे आणि सर्वांमध्ये अवस्थित अशा शुद्ध आनंदाची अनुभूती आली पाहिजे.

तंत्राचा महत्त्वाचा भाग म्हणजे आराध्य दैवताची त्याच्या सर्व वैभव, शौर्य व शरीरसंपदेसह पूजा करणे. या साधनामार्गात स्त्रीस्वरूपाला फार उच्च स्थान दिलेले आढळते. आई जगदंबेची पूजा म्हणजे काही तत्त्वे व विश्वास यांच्यावर आधारित कर्मकांडे व पारंपरिक पूजाविधी निभावणे एवढेच नव्हे; तर तिचा कृपाप्रसाद, तिचे ज्ञान आणि शहाणपण यांवर विश्वास ठेवून त्यानुसार तिची आराधना करीत, त्यातून स्वतःचे उन्नयन करीत जाणे हे या साधनामार्गात अपेक्षित असते. पारंपरिक तंत्र मार्गात ईश्वराचे स्त्रीस्वरूप आणि पुरुषस्वरूप यांची बरोबरीने पूजा केली जाते. त्यामुळे शक्तीची आराधना करावयाची झाली तर त्याबरोबर शिवाचीही आराधना करावी लागते.

त्यांचे पुत्र श्रीगणेश व कार्तिकेय यांनाही तेवढेच महत्त्व दिले जाते. एकंदरीतच हिंदू देवदेवतांच्या समूहात त्यांना मानाचे स्थान आहे. तंत्रमार्गात स्त्रीदैवतांना शहाणपण

आणि पूर्ण समान अवस्थेतील ऊर्जा यांचे मूर्त स्वरूप मानले जाते. करुणा, प्रेम व (भक्तांचा) स्वीकार या गुणांमध्ये ते रुजलेले असते. देवीच्या विविध सौंदर्यपूर्ण स्वरूपांमध्ये निसर्गाची शुद्ध चैतन्यावस्था (सम्वित) अवस्थित असते. निसर्ग म्हणजे तिच्या सौंदर्याचे प्रतिबिंब आहे, असेही म्हणता येईल. फुले, पक्षी, पर्वत, वने, उपवने, भव्य समुद्र आणि अनंत अवकाश हे सारे निसर्ग घटक म्हणजे देवीची संगीत व नृत्यक्रीडा आहे. कामसौंदर्य हाही तिच्या व्यक्तिमत्त्वाचाच भाग आहे. तंत्रामुळे मनुष्यमात्राला या सर्वांचा शोध घेता येतो. सौंदर्य हे तिचे अलंकरण असून त्या पलीकडे तिचे भव्य दिव्य स्वरूप विस्तारले आहे. देवी म्हणजे अखंड अस्तित्वाचा आनंदकंद आहे. चित्त पूर्ण समाधानी असण्यासाठी हा आनंद आपल्या हृदयात जागृत व्हायला हवा, असे तंत्रसाधक मानतात.

हिंदू परंपरेतील प्राचीन पवित्र ग्रंथवेद हे वाणी, मन आणि प्राण या तीन प्रांतांचे प्रतिनिधित्व करतात. त्यांना 'त्रयी विद्या' म्हणजे तीन ज्ञानशाखा म्हटले जाते. ग्रीक पुराणांमधील तीन देवतांची संकल्पना याच्याशी मिळतीजुळती आहे. देवी ही ज्ञानस्वरूपिणी असल्याने तिची खरी पूजा करण्यास ज्ञानार्जन आवश्यकच आहे. (हे आध्यात्मिक ज्ञान असून) त्याच्या साहाय्याने तिची मानसपूजा करण्यास ध्यान करणे गरजेचे आहे.

साधकांच्या विश्वासानुसार देवीचे ध्यान हा एक प्रकारे आत्मशोध असून अधिकाधिक ज्ञान मिळविण्यासाठी, सतत प्रयत्नशील राहाण्यासाठी तो प्रवृत्त करतो. तरलता, गुप्तता, आत खोलवर लपलेल्या गोष्टी, रहस्यमयता गूढत्व यांचे मूर्तिमंत रूप म्हणजे देवी! अतिशय संवेदनशीलपणे तिची आराधना करीत तिचा शोध घ्यायला हवा. ती आपल्या सर्वांच्या आत अस्तित्वात असलेली मार्गदर्शक शक्ती आहे. ती प्रत्यक्ष ज्ञान आहे आणि आकलनही आहे. तिचे चिंतन अत्यंत प्रेरणादायी असते. ती रूपांतरण घडवणारी आनंददायी महाशक्ती आहे. देवी अपरिचित, अज्ञात, (रहस्यमय, गूढ) असल्याने तिचे आकर्षण तिचा शोध घेण्यास प्रवृत्त करते. जो निजानंद आपण शोधतो तो तिच्याजवळ असल्याने आपण तिला पूर्ण शरण जाऊन समर्पित व्हायला हवे. म्हणजे मग विद्यमान भौतिक जगापलीकडील काल आणि स्थलाच्या प्रांतात प्रवेश मिळतो. कालरहस्य ज्ञात होते. शाश्वततेचा शोध लागतो. सर्व स्तरांवरील ज्ञान व शहाणपण तिच्या आत समाविष्ट आहे. तिची दहा ज्ञानरूपे म्हणजे दशमहाविद्या (किंवा दहा ज्ञानदेवता). त्यांच्यामध्ये असंख्य स्वरूपात अनेक विविध शक्ती सामावलेल्या असतात.

आणखी मोठ्या आवाक्याने विचार करता दशमहाविद्या दहा महान ज्ञानांचे

(ज्ञानशाखांचे) प्रतिनिधित्व करतात. त्यांच्यात आपल्या आत्म्याचे व विश्वव्यापाराचे यथार्थ ज्ञान प्रतिबिंबित झालेले असते. आपल्या डोळ्यांवर मायेचे भ्रमजाल नष्ट झाल्यावर सत्याचे ज्ञान होते. या देवता बऱ्याचवेळा अंतरंगाची जाणीव करून देतात. ही जाणीव ज्ञानपूर्ण असते आणि खलत्व व मोहबंधनांपासून मुक्त असते. या देवतांची रूपे नेहमी प्रसन्नच असतात, असे नाही. पण त्या मन जागृत करतात आणि डोळ्यांवरील पट्टी उघडून अनेक रहस्ये खुली करतात. आपली कार्यशक्ती पूर्ण जागृत करून उच्च कोटीच्या शक्ती व सामर्थ्यांशी आपले सूर जुळवून घ्यायचे असतील तर एक सावधगिरी बाळगायला हवी. आपण हलक्या प्रतीच्या शक्तींशी चिकटून राहता कामा नये. त्यांचा मोह बाळगला तर आपला विकास होणार नाही. देवतेच्या ज्ञान स्वरूपाचे आकलन होण्यासाठी आधी तिला आपल्या आत प्रवेश दिला पाहिजे. पूर्ण आदराने समर्पित भावाने तिला शरण गेले पाहिजे. तिचे प्रत्येक रूप आत्मज्ञानाकडे नेणाऱ्या विशिष्ट मार्गाचे प्रतिनिधित्व करते. (ही रूपे) आरोग्य, संपत्ती, कीर्ती, आध्यात्मिकता एवढंच काय आपल्या दैनंदिन कामांमध्ये व जीवनाच्या विविध क्षेत्रांमध्येही साहाय्यभूत होतात. देवीची यौगिक शक्ती कार्य करते. आपण फक्त तिची जी लय आहे, सूर आहे ते सर्व जाणून घेत त्याच्याशी एकरूप व्हायला हवे.

या जगात ती अनेक नावांनी ओळखली जाते. दक्षिणेकडे तिला राजराजेश्वरी म्हणतात. ईशान्य भारत, नेपाळ, तिबेट, भूतान, म्यानमार व बौद्धधर्मीय इतर देश इत्यादी ठिकाणी ती 'तारा' या नावाने ओळखली जाते. बंगाल, आसाम व देशांतर्गत अन्य काही ठिकाणी तिला 'काली' म्हटले जाते. ज्ञानदेवतांमध्ये काली अग्रेसर मानली जाते. प्रस्तुत पुस्तकात सिद्ध व बौद्ध परंपरा केंद्रस्थानी असल्याने इथे काली व तारा या देवतांच्या कृपाप्रसादावर आणि वरदानांवर लक्ष केंद्रित करण्यात आले आहे.

चौदाव्या शतकात पूर्ण भारतात लिहिल्या गेलेल्या हिंदूंच्या प्राचीन धर्मग्रंथात, महाभागवत पुराणात आपल्याला महाविद्यांची मूळ कथा आढळते. ती दक्षराजाच्या प्रसिद्ध यज्ञाशी निगडित आहे. या कथेनुसार दक्षाच्या या यज्ञकार्याला सतीने जाऊ नये असे शिवशंकरांनी सांगितले. त्यावेळी संतप्त झालेल्या सतीने त्यांच्यावर आरोप केला की, ते सतीकडे दुर्लक्ष करीत आहेत. तिचा क्रोध इतका प्रखर झाला की, तिचे डोळे लालभडक झाले, शरीर थरथर कापू लागले. तिच्या क्रोधाकडे पाहाताच शिवांनी डोळे मिटून घेतले. जेव्हा त्यांनी डोळे उघडले तेव्हा त्यांना एक भयंकर स्त्री नजरेस पडली. ते तिच्याकडे बघत असताना तिचे सुडौल रूप बदलत जाऊन ती वयस्क दिसू लागली. तिच्या चार भुजा आणि चार हात प्रकटले. तिचे केस मोकळे आणि अस्ताव्यस्त होते. ओठ ओलसर होते, रंग काळा होता. तिने जीभ बाहेर काढली होती आणि ती डोलत

होती. तिच्या गळ्यात फक्त नररुंडमाला होती. केसांवर मुकुटासारखी चंद्रकोर होती. लाखो सूर्यांच्या तेजाने तळपणारे हे रूप शिवासमोर प्रकट झाल्यावर त्या देवीने असे अट्टाहासी हास्य केले की, पृथ्वी कापू लागली, हलकल्लोळ माजला. त्या हास्यनादाने सर्व विश्व व्यापून गेले.

भगवान शिव

भयभीत झालेल्या शिवांनी तिथून पळून जाण्याचा प्रयत्न केला. पण या उग्र देवतेच्या हास्याने त्यांना जागच्या जागी खिळवून ठेवले. त्यांनी पळून जाऊ नये, म्हणून तिने दशदिशा आपल्या विविध रूपांनी भरून टाकल्या. तिच्या या रूपांना 'महाविद्या' म्हटले जाते. भागवत पुराणानुसार 'या देवता कोण?' असे (शंकरांनी) सतीला विचारताच 'त्या माझ्या मैत्रिणी आहेत,' असे सतीने सांगितले. निश्चल असलेल्या शिवांनी पुन्हा एकदा डोळे मिटले. जेव्हा त्यांनी डोळे उघडले तेव्हा त्यांना एक हसतमुख स्त्री समोर दिसली. 'सती कुठे गेली?' असे त्यांनी विचारताच ती उत्तरली, 'ही काय तुमच्यासमोरच उभी आहे.' आपल्याभोवती दशदिशांमध्ये असलेल्या देवतांबद्दल शिवांनी विचारले, तेव्हा ती म्हणाली, ''दक्षिणेला काली, ऊर्ध्व दिशेला तारा, पश्चिमेला छिन्नमस्ता, पूर्वेला भुवनेश्वरी, उत्तरेला बागला, आग्नेयेला धूमवती, नैऋत्येला त्रिपुरसुंदरी, वायव्येला मातंगी आणि ईशान्येला सोदासी आहे.''

तारेच्या पूजाअर्चेसंबंधी लिहिलेल्या 'तंत्रसार' या हिंदू ग्रंथात एक दंतकथा आहे. त्यात महाविद्या किंवा कालीची विविध रूपे कशी निर्माण झाली, त्या संदर्भातील हकीगत

येते. या कथेनुसार सत्ययुगात भगवान शिव कालीसह राहत असताना अस्वस्थ होतात आणि निघून जाण्याचे ठरवितात. ते निघतात तेव्हा काली विचारते, 'कुठे निघालात?' ते म्हणतात, 'जिथे इच्छा असेल तिथे जाईन.' ते भटकत असताना ज्या ज्या दिशेला जातात त्या त्या दिशेला कालीचे एक रूप प्रकट होताना दिसते. या दहा महाविद्यांच्या रूपांपैकी आधी दिसते ती काली. मग तारा, भुवनेश्वरी, भैरवी, सोदासी, बागलामुखी, कमला, धूमवंती, मातंगी आणि छिन्नमस्ता ही इतर रूपे दृष्टोत्पत्तीस येतात. या सर्व देवतांकडे बघता बघता भगवान शिव यांना भान येते की, आपल्याला कालीला सोडून जायचे नाही. देवी सर्वव्यापी आहे हे भानही त्यांना येते आणि कळते की देवी सर्व विश्वात भरून उरली आहे, कुठेही गेले तरी ती कोणत्यातरी रूपात अस्तित्वात असतेच.

रूपांतरणाची देवता : काली

रूपांतरणाची देवता : काली

या रहस्यमय गूढ देवतेचा संबंध पुष्कळदा अंधकारमय कृष्ण ऊर्जेशी जोडला जातो. ती रूपांतरणाची देवता मानली जाते. मृत्यू आणि विनाशाशी तिचे निकटचे नाते असून ती रहस्यमय देवता आहे. काली म्हणजे काहीतरी अशुभ, धोका, शाप असल्याचे काहीजण मानतात; पण (खरे पाहता) अज्ञान दूर करण्यास आणि जीवनात येणाऱ्या दुष्ट राक्षसी शक्तींशी लढण्यास तिचे आशीर्वाद मिळावे, कृपालाभ व्हावा म्हणून तिची पूजा - प्रार्थना करायला हवी. 'काल' या शब्दाचे स्त्रीरूप आहे 'काली'! काल म्हणजे समय. म्हणून काली म्हणजे सुद्धा समय. त्याचेच अधिराज्य साऱ्या जगावर चालते. परिवर्तन हे अंतिम सत्य असून तेच अखंडित सातत्यपूर्ण वास्तव आहे. परिवर्तन होणे कधीही थांबत नाही. हा काळाने मनुष्यजातीला दिलेला (गुप्त) संदेश आहे. याच परिवर्तनाच्या शक्तीद्वारे आपले अवयव वाढतात आणि विकसित होतात. आपल्या आत्म्याचा हेतू समजण्यास, त्यांचे अंतिम ज्ञान होण्यास अनेक जन्ममृत्यूंच्या चक्रांमधून जावे लागते. उत्क्रांत होत, जन्ममृत्यूच्या फेऱ्यांतून सुटका करून घेण्याची जी विकास प्रक्रिया आहे त्याचे प्रतिनिधित्व काली करते. एखाद्या महागर्भाशयाप्रमाणे असणाऱ्या काळाजवळ पालन-पोषण करण्याची,

सेवा सुश्रुषेची आणि प्रेमाची स्त्रीशक्ती असते; पण आपल्याला सतत भविष्यकालाची ओढ लागलेली असल्याने आपल्याला वाटते, हा काळ आपल्या मालकीचा आहे. त्यामुळे आपल्या जीवनात मोहाचा प्रवेश होतो. म्हणूनच काली देवतेच्या माध्यमातून आपण आपल्या जीवनातील मोहांचा त्याग करीत काळावर ताबा मिळवू शकतो. नव्याचे स्वागत करायचे, तर जुन्याचा त्याग करणे क्रमप्राप्त आहे. अशा तऱ्हेने सर्व सोडून देत, जुन्या सवयींचा, वर्तनक्रमांचा, दृष्टिकोनांचा, जीवनपद्धतीचा विनाश कालीच्या माध्यमातून घडू शकतो. ऐहिक गोष्टींचा त्याग करण्यास तिचे मोठेच साहाय्य मिळते. ज्ञानाच्या पलीकडे जाण्यास, अज्ञान व दुःख दूर करण्यास, अहंकार समूळ संपवून ईश्वरी शक्तीपुढे नत होण्यास तिची मदत मिळते. अंतःकरणापासून सर्व काही तिच्या चरणी अर्पून माणसाला भवसागरातून मुक्त होता येते. मग हळूहळू आपण काळाशी एकरूप होऊ लागतो, विरघळू लागतो आणि शुद्ध जाणिवेनिशी या जगाचे चलनवलन अधिक तटस्थ वृत्तीने पाहू शकतो.

> काळ (समय) हा जीवनाची शक्ती अथवा प्राण मानला जातो. काली देवता ही प्रत्यक्ष 'काल' असल्यामुळे तीही जीवनशक्ती आहे, ती प्राणिमात्रांची जीवनदात्री माता आहे, जीवतत्त्वाची ऊर्जा आहे. प्राणिमात्रांना जिवंत राहण्यासाठी ऊर्जा रक्तातून मिळते. म्हणून कालीचा संबंध रक्ताशी जोडला गेला आहे. अनेक कलाविष्कारांमधून, चित्रांमधून तसे प्रतिकात्मक रूपाने दर्शविले गेले आहे.

जीवमात्रांच्या शारीरिक प्रक्रियांमधून ती स्वतःला नित्यनूतन करीत राहते. तिला अर्पण केलेल्या बलीविधींमधून हे घडते. काल हा मृत्यू घडवून आणतो, म्हणून काली ही मृत्युदेवताही आहे. असे मानले जाते की, (काली घडवून आणत असलेला) मृत्यू हा आध्यात्मिक स्वरूपाचा असल्याने आयुष्यातील निरर्थक आणि फोल गोष्टी संपुष्टात येऊन शाश्वत जीवनाचा मार्ग निर्माण होऊ लागतो. असे म्हटले जाते की, ''काली म्हणजे मृत्यूमध्ये सामावलेले जीवन आणि जीवनात सामावलेला मृत्यू आहे.'' अशा तऱ्हेने आपण रोज तिच्यासमोर मृत्यू पत्करायला हवा. बडेजाव, भीती, अहंकार, चिंता यांचा मृत्यू घडवून आणायला हवा. त्यामुळे जीवशक्तीची झीज भरून निघेल आणि नसांमधून कालीचा कृपाप्रसाद वाहत असल्याचे प्रत्ययाला येईल. या देवतेशी संबंधित ध्यानमार्गानुसार मन पूर्ण रिकामे करून जाणिवेच्या ज्योतीचा प्रकाश शोषून घ्यायला

हवा. (यात उल्लेख केलेली) जाणीव म्हणजे आपण जिथून आलो आणि जिथे परत जाणार त्या दिव्य शक्तीबद्दलचे प्रेम पुन्हा प्रज्वलित करणे होय.

काली म्हणजे मृत्यूच्या गूढ गहन तरीही भव्य अशा रूपांचे प्रतीक आहे. अनेक चित्रकारांनी काली स्मशानात नृत्य करताना चित्रित केलेली आढळते. या शक्ती देवतेला प्रसन्न करण्याचा एक मार्ग म्हणजे मृत्यूचे ध्यान व चिंतन! (काली) भीतिदायक व विनाशकारी वाटण्याची शक्यता असली तरी या देवतेच्या माध्यमातून साधक आत्म्याच्या अमरत्वाचा अनुभव घेऊ शकतात. तिच्याचमुळे हा अनुभव प्राप्त होतो अशी साधकांची धारणा आहे. तिच्याकडे मृत्यूची सत्ता आहे आणि सर्व प्रापंचिक इच्छा आकांक्षांचा विलय करून निर्वाणाकडे म्हणजे अंतिम मोक्षाकडे नेण्याची शक्तीही आहे. अंतिम मोक्षप्राप्ती हे प्रत्येक आत्म्याचे उद्दिष्ट असते. या स्थितीत मनशुद्धी अहंकारादि सर्वांचा लोप होऊन 'अभाव'पूर्ण शांती तेवढी व्यापून राहते. जेव्हा कालीच्या शक्तीचा साधकाशी संयोग होतो तेव्हा आयुष्यात क्रांतिकारी बदल घडून येतो. आत्म्याला बंधनात ठेवणाऱ्या सर्व श्रृंखला तोडून सर्व मर्यादा पार करण्यास तिचे साहाय्य मिळते आणि अखेर तीच आपल्याला नावरूपापलीकडे असलेल्या सत्याप्रत नेते.

> कालीची शक्ती ही क्रियाशक्ती आहे. रूपांतरणाची आणि क्रियेची शक्ती आहे. यौगिक रूपांतरण प्राप्त करण्यास साधकाला तिचे आशीर्वाद लाभतात. एकदा तिच्या इच्छेला शरण गेल्यावर ती अकल्पनीय विश्वात नेते.

वैश्विक पातळीवर ती (पंचमहाभूतांपैकी) वायूशी निगडित आहे. हवेप्रमाणेच ती सतत हालचाल करीत बदल घडवत राहते. हवेप्रमाणेच ती सर्वस्थल संचारिणी आणि अत्यंत तरल आहे. ती विश्वातील विद्युतशक्तीशीही निगडित आहे. ती अत्यंत चपळ असून कोणत्याही भाकितापलीकडची आहे. ती अचानक क्रांतिकारी बदल घडवून आणते. विजेच्या वेगाने येऊन क्षणार्धात दृष्यमान होणाऱ्या प्रकाशाचा साक्षात्कार तिच्या भक्तांना होतो. यापूर्वीच तिच्या संदर्भात नोंदविल्याप्रमाणे काली मनुष्यशरीरात असणारी प्राणशक्ती आहे. आपल्या श्वासोच्छ्वासात तीच असते. मनुष्यमात्राचा मृत्यू होताना ही शक्ती त्याच्या शरीरातून बाहेर पडून तरल अशा चैतन्य विश्वात जाते. आपल्या श्वासोच्छ्वासाच्या लयीवर लक्ष केंद्रित करून अवधानपूर्वक निरीक्षण केल्यास कालीची प्रचीती येऊ शकते.

असे म्हटले जाते की, काली म्हणजे मूर्तिमंत सौंदर्य! काळ म्हणजे समयाचे

मोजमाप किंवा अवधी! कालीचे सौंदर्य हे संतुलित प्रमाणबद्ध सौंदर्य असल्याचे म्हणता येईल; पण हे सौंदर्य भयकारी, विनाशकारी, मृत्यूचे सौंदर्य आहे. आपल्या आयुष्यात ती कसल्याही परतफेडीची अपेक्षा नसलेल्या प्रेमाच्या रूपात अवतरू शकते किंवा अप्राप्य सौंदर्याच्या रूपातही ती येऊ शकते. दैवी गूढ रहस्याचे प्रतीक असलेले हे सौंदर्य शारीरिक रूपाच्या कक्षेत मावणारे नसते. म्हणून आपण जितके बाह्यरूपात सौंदर्य शोधण्याचा प्रयत्न करतो तितके आपले आयुष्य, आपले जगणे गमावत जातो. आपण जितके आंतरिक सौंदर्य शोधण्याचा प्रयत्न करतो, त्यानुसार आपण मृत्यूच्या पलीकडे जाण्याचा प्रवास सुरू करतो. कालीच्या अधिक जवळ जाण्याचा हा मार्ग असतो, कारण काली ही मृत्यूच्या पलीकडे आहे. काली ही शिवाची सहचारिणी आहे. शिवाला 'महाकाल' म्हणतात. ते काळ आणि चिरंतनत्व यांचे स्वामी आहेत. स्वतः शिव स्थिर, कर्म न करणारे शांत स्वरूप असले, तरी त्यांच्या हृदयातून वाहणारा कृपेचा झरा, त्याचे क्रियाशील रूप म्हणजे काली म्हणता येईल. कित्येक चित्रांमध्ये शिवाच्या शवावर काली नृत्य करताना चित्रित केलेली आढळते. काली म्हणजे जीवन आणि शक्ती. आपल्या सूक्ष्म देहात कालीचे स्थान हृदय चक्राजवळ असल्याचे म्हटले जाते. आपल्या जड, भौतिक शरीरातील हृदयाशी तिचा संबंध आहे, कारण तो अवयव इतर सर्व अवयवांना रक्तपुरवठा करतो. म्हणजेच जीवनशक्ती संचारित करतो. म्हणून तिला 'रक्तकाली'ही म्हटले जाते. ती प्रत्यक्ष हृदयाची प्राणशक्ती आहे. भद्रकाली स्वरूपात ती अत्यंत पवित्र देवता मानली जाते. आध्यात्मिक शरीरात हृदय केंद्रात तिचे वसतिस्थान असल्याचे साधकाचे म्हणणे आहे. या स्वरूपात ती भक्तांमध्ये उच्च कोटीचे रूपांतर घडवते. तिच्या कृपेने भक्तांना आत्मज्ञान होते.

कालीचे रूप अतिशय उग्र दहशत वाटावी, असे असल्याने भक्तांना तिचा धाक वाटतो. तिचा रंग गडद निळा आहे. गळ्यात कवट्यांची माळ आहे. तिची लांब जीभ बाहेर काढलेली! कित्येक चित्रांमध्ये आणि मूर्तींमध्ये जिभेऐवजी दोन मोठे सुळे बाहेर आल्याचे दाखविलेले असते. तिला चार बाहू, चार हात असून तिच्या एका हातात तलवार किंवा कट्यार असते आणि दुसऱ्या हातात धडावेगळे केलेले शरीर असते. त्यातून रक्त ठिपकत असते. दुसरे दोन हात वरदान देणाऱ्या मुद्रांच्या स्वरूपात असतात. त्या (वरद हस्तमुद्रांमुळे) भीती दूर होते. तिचे कटिवस्त्र मानवी बाहूंनी, भुजांनी बनविलेले असते. बहुतेक चित्रांमध्ये ती स्मशानात नृत्य करताना दाखविलेली असते किंवा एका शवावर नृत्य करीत असताना चित्रित केलेली आढळते. हे शव प्रत्यक्ष शिवशंकरांचे असते. तिच्या या स्वरूपात अनेक आध्यात्मिक प्रतिके सामावलेली आहेत. तिचा निळा रंग हे अवकाश व चिरस्थायी कालाचे प्रतीक आहे. धडावेगळे शीर हे अहंकार समूळ कापून काढल्याचे

प्रतीक आहे. गळ्यातील कवट्यांची माळ दर्शविते की, सर्व प्राणिमात्रांना मृत्यू स्वीकारावा लागतो आणि पुनर्जन्मही होतो. नामरूपाशी संलग्न असलेल्या मनाला त्यापासून मुक्त करण्याचे सामर्थ्य तिच्या अंगी आहे; हे कवटीच्या प्रतिकातून सूचित होते. मानवी भुजांचे कटिवस्त्र असे दर्शविते की, सर्व अवयवांवर आणि कृतींवर तिची सत्ता आहे.

तिच्या संदर्भातील उपयुक्त मंत्र हा चामुंडा देवीचा मंत्र आहे. चामुंडा हा कालीचा अतिशय उग्र भयंकर असा अवतार आहे. देवी माहात्म्यात या संदर्भातील कथा आढळते. 'ॐ ऐं ह्रीं क्लीं चामुंडायै विच्चे' हा तिचा मंत्र आहे. मंत्राचा सोपा साधा अर्थ म्हणजे... 'ॐ' हा सर्वश्रेष्ठ आदिशब्द आहे. 'ऐं' हे सरस्वतीस्वरूप अक्षर असून ज्ञान प्रदान करते. ह्रीं हे पार्वती स्वरूप असून शुद्धीकरण करते. 'क्लीं' हे कालीस्वरूप असून रूपांतरण घडविते आणि 'स्वाहा' हा मंत्र काली चामुंडेला प्रसाद/बली/देत असून तो (ग्रहण करण्याची विनंती आहे.) 'विच्चे' म्हणजे कापणे. राक्षसाचे मस्तक कापणे... राक्षसाचे मस्तक हे अहंकाराचे प्रतीक असल्याने अहंकार समूळ कापला जाणे.

तिचा बीजमंत्र क्रीं हा आहे. 'क्रीं' म्हणजे क्रियाशक्ती. (बीजमंत्राचा) जप पुरेसा असतो. तिची पूजा करताना साधकगण 'क्लीं'चा जप करू शकतात अथवा केवळ 'काली'चा नामजप करू शकतात. या जगात नित्य असे काहीच नाही. (सर्व अनित्य आणि परिवर्तनशील आहे) त्या परिवर्तनाचे प्रतिनिधित्व काली ही देवता करते. बौद्ध आणि हिंदू तत्त्वज्ञानांची ही महत्त्वाची शिकवण आहे. मृत्यू आणि विनाश हे जीवनाचे अंतिम सत्य आपल्याला तिच्या माध्यमातून जाणून घेता येते. कालीला जाणून घेणे म्हणजे लहान मुलातील वृद्ध माणूस जाणणे आणि वृद्ध माणसातील बालक जाणणे. ही जाणीव परिपूर्ण होणारा माणूस काळाची संकल्पना समजू शकतो आणि अखेर अनंतात विलीन होऊ शकतो.

'शाक्त प्रमोदा'त दिलेल्या आकृतीनुसार कालीयंत्राची रचना केली गेली आहे. बाहेरचा चौकोन किंवा भूपुर दोन समांतर ओळींमध्ये रेखलेले आहे. त्याचा रंग सोनेरी किंवा लालसर पिवळा असतो. या दोन स्तरांनंतर तिसरा स्तर गडद निळ्या रंगाचा असतो. हे तीन स्तर वस्तुजाताच्या घनरूप, द्रवरूप व वायुरूप या तीन अवस्था दर्शवितात. भूपुराचा बाहेरचा व आतला स्तर सोनेरी रेघेने रेखांकित केलेला असतो. त्यामुळे आकृतीची भौमितिक रचना व्यवस्थित राहाते. भूपुराच्या आत, वर्तुळाच्या बाहेर अर्धवट त्रिकोण दिसतो. विश्वजननी त्रिपुराम्बा आणि तिचे अनंतत्त्व या त्रिकोणाद्वारे दर्शविलेले आहे. आठ पाकळ्यांचे कमळ हे संपूर्ण जगाचे प्रतीक आहे. हवा, आकाश, पृथ्वी, जल, अग्नी, मन, बुद्धी आणि अहंकार या प्रकृतीच्या आठ तत्त्वाचे प्रतिनिधित्व कमळाच्या आठ पाकळ्या करतात. आठ पाकळ्यांच्या आत तीन सोनेरी वर्तुळे आहेत. ती काळाचे तीन भाग दर्शवितात. नैसर्गिक अस्तित्वाचे प्रतिनिधित्व करणाऱ्या

कमळाच्या आठ पाकळ्या कर्मांचे योगदान या काळाला देतात. तीन सोनेरी वर्तुळे भूतकाळ, वर्तमानकाळ व भविष्यकाळाचे प्रतिनिधित्व करतात.

मध्यभाग समकेंद्री आहे. एकात एक असलेले तीन त्रिकोण हे सत्त्व, रज, तम या गुणांचे प्रतिनिधित्व करतात. शक्तीच्या प्रकारांशी हे गुण निगडित आहेत. हे त्रिकोण काळाच्या वर्तुळांशीही संबंधित आहेत. केंद्रस्थानी असलेला बिंदू हे खुद्द कालीचे प्रतीक आहे. गडद निळ्या रंगाच्या या यंत्रावर ध्यान केंद्रित केले, तर निळ्या रंगाला पूरक असा नारिंगी रंग दिसू लागतो. यंत्रावर ध्यान केल्याने खुल्या मनाने स्वीकारण्याचे औदार्य येते आणि भक्त हे अधिक मिळून-मिसळून वागणारे मोकळ्या स्वभावाचे होतात. सोनेरी बिंदू भोवतीचा त्रिकोण किरमिजी लालसर असतो. तो प्रेम आणि श्रद्धेचे प्रतीक होय. असा भक्तांचा अनुभव आहे. काली देवतेचे पूजन योद्धे करतात. रणभूमीवर विजय प्राप्त व्हावा म्हणून तिची आराधना केली जाते. अग्नीपुराण व गरूड पुराणात अशा तऱ्हेचे उल्लेख येतात.

काली यंत्र

ठग जमातीची ती संरक्षक देवता असल्याचे भागवत पुराणात नमूद केले आहे. काली ही चोरांना खास वरदान आणि जादूची ताकद देते. त्यामुळे ते गुन्हेगारी कृत्ये यशस्वीपणे करू शकतात, असे वर्णन 'मंगल काव्यस' या बंगाली ग्रंथात येते. काही हिंदू जातींचे लोक आणि आदिवासी जमाती तिच्या अनुयायी आहेत, असे म्हटले जाते. मानसर शिल्पशास्त्र ग्रंथात नमूद केले आहे की, कालीची मंदिरे स्मशानाजवळ किंवा चांडाळांच्या वस्तीजवळ बांधण्यात यावीत.

अकराव्या शतकात लिहिल्या गेलेल्या कलिंगट्टु पुराणी या तामीळ ग्रंथात कालीच्या एका मंदिराचे वर्णन येते. त्यानुसार मंदिर वाळवंटात असून देवीच्या रांगड्या, रानटी व्यक्तित्वाला साजेसे आहे. ते युद्धात मारल्या गेलेल्या शत्रूंची मुंडकी, शरीराचे अवयव, रक्त, मांस, अस्थी यांनी बांधले गेले असून त्याचे स्वरूप देवीला शोभणारे असे उग्र आहे. इथे होणाऱ्या पूजासुद्धा भयानक, भीषण असतात. भक्त आणि योद्धे स्वतःच्या हाताने आपले डोके उडवून देवीला अर्पण करीत असल्याचे वर्णन येते. आपली निर्भयता, शौर्य (आणि भक्ती) सिद्ध करण्यास या प्रकारची कृत्ये केली जातात. मंदिर स्वच्छ करण्यास पाण्याऐवजी रक्त वापरले जाते आणि फुलांऐवजी मांस वापरले जाते. जळणारी प्रेते हेच देवळातील दिवे असतात. पाच प्रेतात्म्यांच्या बैठकीवर बसलेली

काली मांसाने बनविलेल्या बिछान्यावर प्रेताची उशी करून विश्रांती घेते, असे शहारे आणणारे वर्णन या ग्रंथात येते.

शिव आणि सती संबंधी असलेल्या अनेक मिथक कथांमध्ये कालीही असल्याचे आढळून येते. वामन पुराणात या संदर्भात एक कथा येते. पार्वती वर्णाने काळी असल्याने शिव तिला 'काली' म्हणतात. आपले रूप बदलण्यास काली तपश्चर्या करते. अखेर तिची मनोकामना पूर्ण होऊन पुढील अवतारात ती 'गौरी' होते. तिचा वर्ण सोनेरी गोरा तेजस्वी असतो. पण ती आपली कृष्णवर्णी काया टाकून देते. त्यातून राणी कौशिकी प्रकट होते. तिच्या तीव्र संतापातून कालीची निर्मिती होते. म्हणून काली उग्र, कृष्णवर्णी, आक्रमक, हिंसक अशा व्यक्तित्वाची झाली असल्याचे पुराणांतर्गत नमूद केले आहे. काली आणि शिवाच्या संदर्भातील काही कथा लोकविलक्षण आहेत. अनेक दंतकथांमध्ये नमूद केले आहे की, शिवशंकराची विनाशकारी शक्ती कालीमुळे प्रकट होते. दाक्षिणात्य भारतात एक मिथक कथा प्रचलित आहे. त्या कथेनुसार शुंभ आणि निशुंभ या राक्षसांचा युद्धात पाडाव करून त्यांना ठार केल्यावर देवी आपल्या उग्र आक्रमक मैत्रिणींसह एका वनात गेली. तिथेच काही दिवस वास्तव्य करण्याचा तिचा बेत होता. त्यामुळे (तिथे असलेला) शिवाचा एक भक्त विचलित झाला. त्याने याबाबतीत शिवाकडे साहाय्य मागितले. शिव देवीसमोर प्रकट झाले. (त्यांच्या हेतूचा अंदाज आल्यामुळे) देवी प्रक्षुब्ध झाली. तिने असे सांगितले की, ही भूमी तिची असून तिला तिथून कुणीही घालवू शकत नाही. यावर शिवांनी तिला नृत्याचे आव्हान दिले आणि नृत्यात त्यांना हरवावे म्हणून तीही आव्हान स्वीकारून सिद्ध झाली. नृत्याची बाजी जिंकण्यासाठी अखेर शिवाने शक्तिशाली रौद्र तांडव सुरू केले आणि नृत्याची बाजी जिंकली. तेव्हापासून युगाचा अंत करणारे, विश्वाचाही विनाश करणारे, झंझावाती तांडव नृत्य शिवाने करणे गरजेचे असले, तर त्यांना प्रक्षुब्ध करून चेतविण्याचे काम कालीच करू शकते. (असा सर्वांचा दृढ समज झाला.) देवीच्या आक्रमक हिंसकतेचे ते प्रतिबिंब आहे, असेही म्हणता येईल. अशा तऱ्हेची अनेक उदाहरणे व घटनांचे दाखले देता येतील. शिवाच्या स्वभावाची बेफाम आणि क्रूर बाजू प्रकट होण्यास काली त्यांना भुलवते, भुरळ घालते. अनेकदा दोघांमध्ये ती अधिक वरचढ ठरते. (असे या उदाहरणांवरून म्हणता येईल.)

आपल्या उग्रतेने, तीव्रतेने काली ही देवता माणसांच्या व्यक्तिगत नैतिकतेत आणि सामाजिक व्यवस्थेत संपूर्ण परिवर्तन घडवू शकते. राक्षसांचा वध करणारी (मनुष्यमात्रातील अहंकार कापून काढणारी) देवी सतत आपल्या आरामदायक क्षेत्रातून आपल्याला बाहेर काढत असते. आपल्या खोलवर दडपलेल्या भयरूपी राक्षसांना समर्थपणे तोंड देण्यास प्रवृत्त करत असते, पण ही आक्रमकता मर्यादेबाहेर जाऊ न

देण्याची खबरदारी घ्यायला हवी. कारण काली देवता आपले संरक्षण करते तीच जर अतिशय उद्दीपित झाली, तर त्या भरात मर्यादा ओलांडून विनाशही घडवू शकते.

तंत्र विचारप्रणालीत तिची भूमिका मध्यवर्ती स्थानी आहे. अभिनव गुप्ता यांच्या बहुतेक काश्मिरी ग्रंथांमध्ये तेथील तांत्रिक विधींमध्ये ती सर्वांत महत्त्वाची देवता असल्याचे म्हटले गेले आहे. या क्षेत्रात तिचे महत्त्वाचे प्रतीक शक्तीचक्र सर्वत्र प्रचलित आहे. जाणीव आणि तिच्या चलनवलनात होणारी उत्क्रांती यांचे ते प्रतीक आहे. या मुख्य चक्राला आणखी बारा कालींची चक्रे जोडलेली असतात. पूर्व भारतात विशेषतः बंगालमध्ये तांत्रिक योगाची निवासी देवता म्हणून कालीची सर्व रूपांमध्ये पूजा होते.

वास्तविक शिवशंकरांना तंत्राचे सर्व ज्ञान असल्याची मान्यता आहे. तरीही कालीच्या रूपात पार्वती आपली शक्ती, आपला पराक्रम प्रकट करते. मानवाला स्वत:मध्ये परिवर्तन घडवून आणण्यास मदत करते. जग अधिक उत्क्रांत करण्यास साह्यभूत होते. योगिनी तंत्र, कामाख्या तंत्र आणि निरूत्तर तंत्र अशा काही तंत्रप्रणाली या एकमुखाने काली हीच सर्वात महान देवता असल्याचे घोषित करतात. ती प्रत्यक्ष महादेवीचे स्वरूप असल्याचे मानतात. महानिर्वाण तंत्रात एके ठिकाणी खुद्द शिवशंकरांनी कालीची स्तुती करत म्हटले आहे, 'ती काळालाही गिळंकृत करते. प्रलयानंतर सर्व विश्व विनाश पावल्यावर फक्त तीच अस्तित्वात असते. तीच (चराचराचे) मूळ आहे आणि तीच (चराचराची) विनाशकर्तीही आहे. भक्तांना मार्गदर्शन करणारी महत्त्वाची देवता म्हणून कालीचे तंत्रमार्गातील स्थान निर्विवाद आहे. तंत्रमार्गांची एकंदर पद्धतही अनेक विधींवर आधारित आहे. हे विधी भौतिक शरीर व सूक्ष्म शरीराच्या रूपांतरणाशी संबंधित असतात. विशेषतः डाव्या तंत्रमार्गांमध्ये विलक्षण स्वरूपात साधना केली जाते. पंचतत्त्वे किंवा पाच निषिद्ध वस्तूंच्या संदर्भातील कर्मकांडे त्यात समाविष्ट असतात. या पाच निषिद्ध गोष्टी म्हणजे मद्य, मांस, मासे, मुद्रा व मैथुन. या साधनेमुळे मनाने उभ्या केलेल्या भिंती ढासळतात. सत्य खंडित स्वरूपात असते ते अखंड स्वरूपात समोर येते. सरतेशेवटी ब्रह्माशी एकरूपता साधली जाते. विशिष्ट दृष्टिकोनामुळे जग द्वंद्वात्मक भासत असते. साधक त्या द्वंद्वापलीकडे जातो. पवित्र-अपवित्र, स्वच्छ-अस्वच्छ असे भेद गळून पडतात. अखेर सामाजिक मर्यादा, दुनियेची बंधने आणि सत्याच्या द्वंद्वात्मक, खंडित अशा आकलनाचे बंध नाहीसे होतात. कर्पुरादी स्तोत्रामध्ये (कालीच्या प्रशंसापर लहानशा रचनेमध्ये) पंचतत्त्वाचे, कर्मकांडाचे तपशीलवार वर्णन येते. स्मशानभूमी ही कालीची आवडती जागा आहे. तिथे स्मशान साधना केली जाते. असे म्हटले जाते की, ध्यानावस्थेत अतिशय हिंमतीने जेव्हा साधक कालिकाला सामोरा जातो तेव्हा ती त्याला फार मोठी शक्ती, सामर्थ्य प्रदान करते. साधकाला मुक्तीही मिळू

शकते. साधकाला काली देवीच्या भयंकर, भीषण पैलूंवर लक्ष केंद्रित करून ध्यान करावे लागते. तेव्हा ती त्याला उद्दिष्टपूर्तीत साहाय्य करते.

शिवाची सहचारिणी म्हणून ती नेहमीच्या पतिव्रता प्रकारच्या पठडीत अजिबात बसत नाही. पतीची पूर्ण भक्ती करून त्याची प्रत्येक इच्छा प्रमाण मानणाऱ्यांपैकी ती नाही. उलट ती वरचढ आहे. अधिक विनाशकारी आहे आणि मैथुनक्रियेतही ती वरच्या स्थानी असते. लैंगिकतेच्या संदर्भात ती अतिशय सामर्थ्यशाली आहे. तंत्रमार्गात तिचे शिवासह केलेल्या समागमाचे स्पष्ट उल्लेख येतात. तारा सहस्रनाम स्तोत्रात देवीची तीव्र भूक आणि इतरांना आकर्षण वाटावे असे दैहिक सौंदर्य याचे विशेषत्वाने उल्लेख येतात. 'योनीरूपा', 'योनीत वास्तव्य असलेली', 'रेताने पूजली जाणारी', 'रेताने भरलेली', 'मूर्तिमंत कामेच्छा' अशी तिची अनेक नावे (सहस्रनाम स्तोत्रात) येतात. नेहमीच्या पठडीतील विवाहित, विशिष्ट बंधनात राहाणाऱ्या, लैंगिकदृष्ट्या नेहमी समाधानी असणाऱ्या स्त्रियांची चौकट मोडून काली पलीकडे जाते. तिची छबी अगदी विरुद्ध आहे. तिची भूक तीव्र आहे आणि ती अतिशय धोकादायक आहे. समाजाच्या गुदमरवणाऱ्या चौकटींपासून मिळणाऱ्या स्वातंत्र्याचे प्रतीक म्हणजे काली! राने-वने, स्मशाने अशा जागांमध्ये तिचे वास्तव्य आणि संचार असतो. सुसंस्कृत जगाच्या गजबजाटापासून ती नेहमी दूर असते. तिच्या सवयी, दिसणे, वर्तणूक आणि मूल्ये सगळे नैसर्गिक, कसलेही संस्कार न झालेले आदिस्वरूपातील आहे.

तिच्या दिसण्याशी अनेक तांत्रिक अर्थ जोडले गेले आहेत. विशेषत: तिचे मोकळे विस्कटलेले केस आणि बाहेर आलेली जीभ यांना विशेष अर्थ आहे. तिच्या सर्व ध्यान मंत्रांमध्ये ती उघडलेल्या तोंडाची आणि बाहेर काढलेल्या जिभेची अशा रूपातच आहे. कारण ती रक्ताची तहानलेली आहे. स्वाहाकार करणाऱ्या तिच्या रक्ताच्या भुकेचे ते प्रतीक आहे. दक्षिणकालीच्या रूपाचा अर्थ हिंदू वेगळ्या पद्धतीने लावतात. आपण आपल्या पतीच्या, शिवाच्या शरीरावर उभ्या आहोत हे तिच्या लक्षात आल्यावर लाज वाटून ती आपली जीभ चावते. असा त्या बाहेर काढलेल्या जिभेचा अर्थ लावला जातो.

जेफ्री क्रिपाल यांच्या म्हणण्याप्रमाणे बाहेर काढलेल्या जिभेचे गहन तांत्रिक अर्थ आहेत. त्यात अनेक अर्थच्छटा सामावल्या आहेत. उदाहरणार्थ, कामतृप्ती किंवा निषिद्ध दूषित वस्तू खाणे, (हा अर्थ त्यांनी सांगितला आहे.) हा अर्थ बरोबर असू शकतो. कारण दक्षिणकालीच्या मूर्ती, चित्रे किंवा तिच्या संदर्भातील विशिष्ट यंत्रे, चिन्हे यांच्या आकृतीमध्ये प्रतिकरूपाने तिचा शिवाशी समागम होताना दर्शविला आहे. काही ठिकाणी शिवलिंगाची उत्तेजित अवस्था दर्शविली आहे. एका ठिकाणी जीभ बाहेर काढलेली काली आपल्या सहचराबरोबर स्मशानात विहार करताना दाखवली

आहे. क्रिपाल यांच्या मताप्रमाणे तिचे हे बंडखोर कृत्य म्हणजे भीड न बाळगता समाज जे निषिद्ध समजतो, अस्वच्छ आणि प्रदूषित समजतो, त्यातील चर्वीचा मुक्त आनंद अनुभवणे आहे. देवीच्या या सवयी आणि स्वरूप सुसंस्कृत समाजाला भयंकर आणि संस्कारहीन वाटू शकते. अतिशय नाजूक संवेदनांच्या व्यक्तीला ते घृणास्पदही वाटू शकते, पण तंत्रमार्गानुसार जगाच्या या कोत्या मनाच्या घृणास्पदतेबाबतच्या, किळस येणाऱ्या किंवा स्वार्थासंदर्भातील संकल्पनांपासून सुटून मुक्त होणे आवश्यक असते.

तिचे मोकळे केस रुढी-परंपरांना छेद देणाऱ्या कृत्यांचे प्रतीक आहे. बहुतेक विवाहित स्त्रिया केसांची वेणी घालतात किंवा अंबाडा घालतात. भांगात सिंदूर भरतात. ती त्यांच्या विवाहित असण्याची खूण असते. देवीचे मोकळे सुटलेले केस, अनावृत दिसणे, रक्ताची तहान, स्मशानातील वावर, बाहेर काढलेली जीभ यातून सामाजिक, पारंपरिक चौकटीबाहेरचे व्यक्तित्त्व उभे राहते. हे व्यक्तित्व सामाजिक रूढी, परंपरांबद्दल तुच्छता बाळगणारे, स्वतंत्र मुक्त आहे. मोकळे केस म्हणजे (देहबंधनातून सुटून) अनंतात विलीन होण्याचेही प्रतीक असू शकते. या अर्थी त्याला एक वैश्विक परिमाण लाभते. तिचे मोकळे केस म्हणजे जगाचा अंत, एकंदर व्यवस्थेचा भंग आणि अराजकता, गोंधळ यांचेही प्रतीक असू शकते. काली अशा आदिम अवस्थेत, वन्य स्वरूपात सर्वसामान्य स्त्री-पुरुषांना बंधने झुगारून देण्यास उद्युक्त करते. जगाचा सर्व स्वरूपात आस्वाद घ्यायला सांगते. जे निषिद्ध आहे तेही अनुभवायला सांगते. या सर्व द्वंद्वापलीकडे सर्वांभूती असलेली एकता आणि पावित्र्य यांचा शोध घ्यायला सांगते. हा शोध अंती तिच्या देवत्वापाशी नेऊन सोडतो.

तारा : संरक्षक देवता

हिंदू आणि बौद्ध भक्तांसाठी तारा ही देवता महत्त्वाची आहे. पूर्वेकडील देवतांमध्ये तिला महत्त्वाचे स्थान आहे. बोधिसत्त्व अवलोकितेश्वरांची पत्नी म्हणून बोधिसत्त्व तारा विख्यात आहे. चिनी परंपरा आणि दंतकथांमध्ये ही देवता क्वान यिंग या नावाने जाणली जाते. महाविधा किंवा दहा ज्ञानदेवतांमध्ये तिचे कालीशी खूप साम्य आहे. ते तिचे पहिले रूपांतरण मानले जाते. काळ आणि जीवन हे कालीला समानार्थी शब्द आहेत. काली ध्वनीस्पंदनांशी, दिव्य शब्दांशी निगडित आहे. हे दैवी शब्द म्हणजे तारा! तारा ही शब्दशक्ती किंवा ध्वनीशक्ती आहे. ती काळाच्या शक्तीशी निगडित आहे. जाणीव, जागृतावस्था, बुद्धी आणि काळाच्या चलनवलनाचे प्रतिनिधित्व शब्द (ध्वनी) करतो. दैवी शब्दांची स्पंदने ही काळाची शक्ती आहे, असे मानले जाते.

तारा हे नाव संस्कृत शब्द 'त्री' पासून उत्पन्न झाले. त्याचा अर्थ तारून नेणे, पार

तारा

नेणे. जेव्हा कोणी संकटात सापडते, आणीबाणीची वेळ येते, नद्या, महासागर पार करायचे असतात. मार्गात असे वळण येते जिथे अनेक फाटे फुटतात, कोणता मार्ग घ्यावा हे समजेनासे होते. एरवी कधीही योग्य मार्गदर्शनाची गरज असते अशावेळी भक्तजन, साधकगण तारेचे स्मरण करतात. (कारण या प्रसंगातून ती तारून नेईल अशी त्यांची श्रद्धा असते.) म्हणून तिला 'संकटमोचक' देवता म्हटले आहे. तिचे ज्ञान आणि शहाणपण यांच्या साहाय्याने ती भक्तांना अडचणीतून बाहेर पडण्याचा मार्ग दाखवते. तिचे शहाणपण हे पवित्र वेदांइतके प्राचीन आहे. अनेक आध्यात्मिक परंपरांमध्ये तिला, तिच्या शिकवणुकीला महत्त्वाचे स्थान आहे. 'त्री'चा आणखी एक अर्थ आहे विखरून टाकणे. अवकाशात जसे तारे विखुरलेले असतात (ते अंधारात प्रकाश पसरवून मार्गदर्शन करतात.) तशी ही देवता मानवांना त्यांच्या इच्छा आकांक्षा सफल करण्यास सृजनशील मार्ग दाखविते.

ॐ हा शब्द तारेशी जवळून संबंधित आहे. हिंदू आणि बौद्धांच्या सर्व पवित्र मंत्रांच्या आद्यस्थानी येणारा हा शब्द प्रणवाचे मूळ स्पंदन मानला जातो. ताराचा अर्थ आहे (संकट, पाप वगैरें मधून) तारून नेणारी, मुक्त करणारी, (संकट मोचक, दुःखहारक). भगवान शिव आणि ॐमचा वैदिक अर्थ असाच आहे. 'ॐ'लाही तारिक किंवा तारा म्हटले जाते. एखादी बोट समुद्रात आपल्याला आपल्या मुक्कामाच्या बंदरात सुखरूप पोहोचवते तशी ही परोपकारी, कृपाळू देवता अज्ञानाच्या, प्रपंचाच्या भवसागरातून तारून नेते. तारा हा स्त्रीवाचक शब्द नाव (नौ) या शब्दाशी समानार्थी आहे. त्याचा अर्थ

आहे होडी. (होडीप्रमाणेच) तारा भक्तांना वादळांमधून तारून नेते. त्याचा रुपकात्मक अर्थ आहे जीवनातील अज्ञान आणि भावभावनांच्या वादळातून ती आपल्याला सुखरूप बाहेर काढते. तिची ही संकटात रक्षण करण्याची शक्ती दुर्गेप्रमाणेच आहे. दुर्गाही भक्तांचे सर्व संकटांमध्ये रक्षण करते. (दुर्गाणी) कित्येकदा या दोन देवतांची नावे एकत्र करून तारेला 'दुर्गा-तारा' असेही म्हटले जाते. दुर्गा संकटांशी लढण्याचे बळ देते. तारेच्या कृपाप्रसादाने भक्तगण संकटांच्या पलीकडे जातात. ती सर्वोपरी आहे. कितीही लहान-मोठ्या अडचणी, अडथळे असले तरी ते तारेच्या कृपेने सहज दूर होतात. व्यक्तीच्या क्षमतेची अत्युच्च पातळी गाठण्यास तारेचे साहाय्य मिळते. त्यायोगे मनाच्या आणि जगाच्या मर्यादा ओलांडण्यास तिचे प्रोत्साहन, मार्गदर्शन, कृपा सर्व काही लाभते. आपल्या मार्गातील मोठ्या अडचणी म्हणजे मनाच्या चौकटी आणि विचारांचे (पक्के झालेले) आकृतिबंध. तारेच्या कृपालोभाने या मानसिक आंदोलनाच्या पलीकडे जाता येते. मनाच्या या अवस्था म्हणजे (ॐ) या दिव्य शब्दाचा लहानसा भागच! तारा ही ॐचे मूर्तिमंत रूपेसुद्धा मानली जाते.

अनंत विश्वे आणि त्यांची रहस्ये उघड करणारा शब्द म्हणजे ॐ. तो या जगाचा निर्माणकर्ता आणि विनाशकर्ताही आहे. हा आदि शब्द म्हणजे इथर किंवा सर्व वस्तुजातात असलेले दैवी सारतत्त्व आहे. पातंजल सूत्रानुसार ॐ हा आद्य जगत्गुरू, ईश्वराचा, देवाधिदेवाचा आवाज आहे. कोणताही मंत्र कार्यान्वित होण्यास ईश्वराची रहस्ये प्रकट होण्यास ॐच्या शक्तीशी निगडित व्हायला हवे. ॐने सर्व आध्यात्मिक मंत्रांची, श्लोकांची सुरुवात होते. ॐ हे स्वयंपूर्ण आद्य ध्वनीस्पंदन आहे. या ध्वनीच्या माध्यमातूनच प्रत्येक पवित्र ग्रंथातील साहित्याचा उच्च पातळीवरील आणि सखोल अर्थ जाणून घेता येतो. असे म्हटले जाते की, सर्व मंत्र तारा या देवतेच्या आत सामावले आहेत. ती प्रत्यक्ष मंत्रशक्ती आहे. ती भक्तांना संभाषणाची, काव्याची शक्ती बहाल करते आणि ज्यांना या बाबतीत प्रभुत्व मिळवायचे आहे त्यांनी तिची पूजा करणे अनिवार्य आहे. असे म्हटले जाते की, तारेचे जे सच्चे भक्त आहेत त्यांना वादविवादात कुणी हरवू शकत नाही. त्यांची साहित्य प्रतिभा फार उच्च पातळीची असते.

तारा देवता हा श्वासोच्छ्वास शुद्ध करणारी शक्ती आहे. श्वासोच्छ्वास ही प्राणशक्ती आहे. म्हणून श्वासोच्छ्वास हा जीवनाचा आद्य ध्वनी आहे. तो मूळ आवाज आहे. उत्स्फूर्त अनुच्चारित मंत्र (सोऽहः हंसः) आहे. मन आणि प्राण हे आवाज आणि स्पंदनांप्रमाणे या हंस ध्वनींमध्ये रुजलेले असतात. म्हणून ध्वनी आणि मंत्रांमध्ये शुद्धीकरणाची उत्साह उत्पन्न करण्याची आणि मन स्वच्छ करण्याची शक्ती असते. वेगवेगळे ध्वनी हे ज्ञानाचे वाहक असतात. ध्वनीच्या वेगवेगळ्या

अर्थांपासून मनुष्यमात्राला जे ज्ञान मिळते त्या ज्ञानाचे तेज म्हणजे तारा! ती जिज्ञासेचेही प्रतिनिधित्व करते. अधिकाधिक ज्ञान मिळविण्याची इच्छा तारेशी संबंधित आहे. हे ज्ञान अज्ञानसागर, भवसागर पार करण्यास मदत करते. ज्ञानाच्या साहाय्याने मोक्ष मिळवणे ही मनुष्यमात्राची नैसर्गिक प्रेरणा असते. ती तारेशी निगडित आहे. तारा आपल्या वाणी आणि विचारांमध्ये दडलेली असते. आपली बंधने तोडून मुक्त होण्यास अज्ञाताचा शोध घेण्यासाठी तारा सतत साहाय्य करीत असते. वाणीच्या 'पश्यंती' या टप्प्याशी तारा विशेषत्वाने संबंधित असते. 'जाणण्याची', खरा अर्थ प्रकाशित होण्याची क्रिया या टप्प्याला घडते. सत्य प्रकट करणाऱ्या ध्वनीचे ती प्रतिनिधित्व करते. निर्दोष अशा सत्य ज्ञानाच्या आकलनासाठी तिची आराधना करावी लागते, अशी भक्तांची श्रद्धा आहे.

बृहस्पती हा वैदिक देव शहाणपणाचा अधिपती मानला जातो. तो ध्वनीचा अधिष्ठाता देवही आहे. एका कथेनुसार तारा ही त्याची पत्नी आहे. वाणीच्या स्थानात जिव्हेशी तिचा निकटचा संबंध आहे. या संदर्भातील एक रोचक गोष्ट म्हणजे जिव्हा (जीभ) हा स्त्रीवाचक शब्द गूढपणे अग्नीतत्त्वाचे प्रतिनिधित्व करतो. तसेच विश्वात्मा असलेल्या 'पुरुषा'च्या वाणीशक्तीशीही तो जवळून संबंधित आहे. तारा या देवतेची वाणी, विविध गोष्टींच्या आस्वादाची सूक्ष्म जाण आणि अभिरुची यांच्यावर सत्ता चालते. तिच्या पूजनाने, तिच्याशी जोडले गेल्यावर खऱ्या आनंदाची जाणीव होते. मानवाच्या शरीरांतर्गत 'सोमा'चा प्रवाह सुरळीत असावा म्हणूनही ती साहाय्य करते. तिचा चंद्राशी घनिष्ट संबंध आहे. एका पौराणिक मिथक कथेनुसार बृहस्पतीची पत्नी असूनही तारेचा चंद्राशी गुप्त प्रेमसंबंध होता. म्हणून ती द्विस्वभावी आहे. ज्ञान (विवेक) आणि आवेगी भावना दोन्ही तिच्या व्यक्तिमत्त्वात अंतर्भूत आहेत. एका प्रवाद-श्रद्धेनुसार चंद्रापासून तिला बुध नावाचा पुत्र झाला (तो वाणी आणि बुद्धीचा ग्रह मानला जातो).

काली अवतारात 'तारा' ही देवता शिवांची पत्नी आहे. तिच्या या प्रसन्न, वरदायिनी स्वरूपात तिला 'गौरी'ही म्हणतात. गौरी ही पोषणकर्ती मातृदेवता आहे. ती आध्यात्मिक ज्ञानाचा विकास करणारी ती ही शुद्ध प्रकाशरूप आहे. अज्ञान आणि द्वंद्वांच्या पार पोहोचण्यास ती (भक्तांना) साहाय्य करण्यास सदा तत्पर असते. समग्र विश्वाची जननी असलेल्या दैवी मातृरूपाच्या संकल्पनेशी 'तारे'ची संकल्पना समांतर आहे. (तारा आपल्याला त्या दैवी मातेची आठवण करून देते असे म्हटल्यास वावगे ठरणार नाही.) महाक्रोधी अशा तिच्या रूपाला 'उग्र तारा' म्हटले जाते. तिची कांती गडद निळ्या रंगाची असल्याने तिला 'नील सरस्वती' असेही म्हटले जाते. ती वाणीची देवता आहे. वागीश्वरीही आहे. तिच्या संतप्त स्वरूपाला 'उग्र सरस्वती' असे म्हटले जाते. सर्व ज्ञानाधारित स्पर्धा, वादविवाद स्पर्धांमध्ये जय मिळविण्यास उग्र सरस्वती

आपल्या साधकांना शक्ती प्रदान करते. मात्र साधक सत्य मार्गाने जाणारा असायला हवा. आपल्या भौतिक शरीराच्या क्षेत्रात (जड देहात) तारेचा जसा जिभेशी संबंध असतो तसाच नाभीजवळील मणिपूरचक्राशीही संबंध असतो. ते (चक्र) 'पश्यति'च्या केंद्रस्थानी असते. गुरू म्हणून किंवा ॐस्वरूपी म्हणून जेव्हा ती नाभीपासून वर मस्तकापर्यंत जाते तेव्हा ती तृतीय नेत्राच्या क्षेत्राशीही संबंधित असते.

> काली आणि तारा यांच्या रूपात खूप साधर्म्य आहे. गडद निळा वर्ण, रूक्ष अस्ताव्यस्त केस, आठ सर्पांचे अलंकार आणि गळ्यात नररुंडमाला ही तिची ठळक वैशिष्ट्ये! अनेक चित्रांमध्ये चार बाहू आणि चार हात असलेली, त्या हातांमध्ये तलवार, कात्री, कमळ आणि कापलेले मुंडके असलेली आणि प्रेतावर नाचणारी अशी तारा चित्रित केलेली आढळते. तिच्या तामसी प्रकृतिधर्मानुसार तिचा रंग गडद निळा असतो. ती तमाचे, अंधकाराचे प्रतिनिधित्व करते. तारा ही अव्यक्त ध्वनी आहे, तर काली ही अव्यक्त काल आहे.

तिचे स्वरूप प्रतिकात्मक आहे. आठ सर्प हे आठ सिद्धींची प्रतिके आहेत. या सिद्धींच्या योगाने शरीरात बदल घडवून कोणताही आकार धारण करता येऊ शकतो. कमळ हे खुल्या हृदयाचे प्रतीक आहे. सर्व मोहबंधने तोडण्याची शक्ती म्हणजे कात्री. नाद... आद्य ध्वनीस्पंदन हा तिचा प्रकृतिधर्म असल्याने तिचे केस मोकळे आणि विस्कळीत दर्शविले जातात. बौद्ध परंपरेत ती विविधरंगी रूपात दिसून येते. (त्या परंपरेत आढळून येणाऱ्या) शुभ्र तारा, नील तारा आणि हरित तारा यांचा सौंदर्य व शहाणपण व बुद्धीच्या विविध हिंदू देवतांशी संबंध जोडला जातो.

तारेचा मुख्य मंत्र आहे ॐ. या बीजमंत्राचा अखंड जप तिच्या पूजनासाठी पुरेसा असतो. 'ॐ ऱ्हीं स्त्रीं हूं फट्' या मंत्रजपानेही तिचे पूजन केले जाऊ शकते.

या मंत्रातील ॐ हा तारक मंत्र आहे. ह्रीं हा शुद्धीकरण व रूपांतरणाचा मंत्र आहे. स्त्रीं हा स्त्री प्रकृती-वाचक मंत्र आहे. त्यातून प्रजनन आणि भरणपोषणाची शक्ती मिळते. हूं हा मंत्र दैवी क्रोध आणि दुष्टांपासून संरक्षण तसेच ज्ञान आणि जाणून घेण्याची शक्ती या सर्वांना सामावून घेणारा मंत्र आहे. फट् (हा मंत्र)सुद्धा संरक्षण प्रदान करतो आणि अडचणी दूर करतो.

अक्षोभ्य ऋषी हे या मंत्राचे मंत्रकर्ते आहेत आणि भगवान शिवांच्या सभोवार विजय मिळवून शांत राहण्याच्या गुणाचे ते प्रतिनिधीच आहेत असे म्हटले जाते. बौद्ध परंपरेप्रमाणे ते ध्यानी बुद्धांपैकी एक आहेत. आरशाइतक्या लख्ख आणि कशानेही

विचलित वा प्रक्षुब्ध न होणाऱ्या, कोणत्याही बंधनांपासून मुक्त असणाऱ्या, शहाणपणाचे प्रतिनिधित्व ते (अक्षोभ्य ऋषी) करतात. आपले मन शांत आणि विकाररहित असते तेव्हा या मंत्राचे मूलतत्त्व आणि ताकद प्रत्ययाला येते. कोणत्याही पंथाचे अनुसरण न करता ॐ हा मंत्र कुणालाही जपण्याचे स्वातंत्र्य आहे. त्याच्या अखंड जपामुळे साधकाला तारा-विद्या (तारा या देवतेशी संबंधित ज्ञान) प्राप्त होण्यास साहाय्य होते.

या मंत्राचा जप करताना (मंत्र जपामुळे) हे जग आणि त्यातील सर्व लोकांचे रक्षण व्हावे (जगणे निष्कंटक व्हावे) हा हेतू मनात अगदी अढळ असावा म्हणून साधकाने तारेच्या कृपालाभाची याचना करावी. आणखी एक मार्ग म्हणजे मन संपूर्ण विचाररहित शांत करावे आणि या मंत्राच्या उच्चारांमधील स्तब्धतेवर एकाग्र करावे. त्या काळात ॐ हा मूलध्वनी ऐकण्याचा प्रयत्न करावा. त्या अविचल शांत स्थितीत या ध्वनीच्या मुळाशी पोहोचल्यावर पंचेंद्रियांमागे भटकत असलेले आपण आपल्या आत्मस्वरूपाजवळ पोहोचतो. तिथे (विचार-विकार, भेदाभेद, आवडनावड काहीच नसलेली) शुद्ध शांतता असते.

तिबेटची राष्ट्रीय देवता असलेल्या तारेला बौद्ध तंत्रमार्गात फार महत्त्वाचे स्थान आहे. तिची सौम्य आणि उग्र अशी दोन्ही रूपे आहेत. तथापि बौद्ध परंपरेत तिचे सौम्य रूप अधिक आढळते; तर हिंदू परंपरेत तिचा उग्ररूपी अवतार अधिक पूजनीय असा आहे. सुबंधू यांनी लिहिलेल्या वासवदत्ता या सातव्या शतकातील ग्रंथात तिचा सर्वप्रथम उल्लेख आढळतो. कित्येक प्राचीन पवित्र चित्रांमध्ये ती ध्यानी बुद्धाची अमोघसिद्धी असल्याचे चित्रित केलेले आहे. भगवान अवलोकितेश्वरांच्या अश्रूंमधून तिची निर्मिती झाल्याचेही चित्रित केलेले आढळून येते. अकराव्या शतकाच्या सुमारास भारतात आतीश या बौद्ध योग्याने आपल्या ग्रंथाच्या माध्यमातून बौद्ध तत्त्वज्ञानाची ओळख करून दिली. त्यांनी संस्कृतमधील अनेक ग्रंथ तिबेटी भाषेत अनुवादित केले आणि तारेच्या पंथाचा तिकडे प्रसार केला. तिथे हा पंथ लोकप्रिय झाला. त्यांच्या या ग्रंथांना 'मृत्यूची फसगत' या नावाने ओळखले जाऊ लागले.

तारेची सर्व रूपे मनुष्यजातीची उद्धारक, संरक्षक अशीच आहेत. भक्तांच्या श्रद्धेनुसार तारा आपल्या भक्तांना अकाली मृत्यूपासून वाचवू शकते. भक्तांना दीर्घायुष्याचे वरदान देणारी तारा आग, समुद्रावरील वादळे, तुरुंगवास, अवांछित जाळ्यात अडकणे/जंगलात रस्ता चुकणे अशा संकटांतूनही त्यांची सुटका करते. सर्व जीवमात्रांकरिता तिच्या हृदयात अपार करुणा असल्याने भक्तांसाठी त्यांच्या मृत्यूलाही हुलकावणी देणे हे तिच्या प्रकृतिधर्माला साजेसेच म्हणता येईल.

हिंदूंच्या तारेच्या व्यक्तिमत्त्वात मृदू असा पैलू आढळतो. तिचे रूप थोडे वेगळे

आहे. पृथुल उदरी आणि मोठे स्तन असलेली तारा नवसर्जन वंशसातत्य आणि सर्व विश्व जीवमात्रात असलेल्या एकाच चैतन्याचे प्रतिनिधित्व करते. असे म्हटले जाते की, तिच्या आत सर्व विश्व सामावले आहे आणि पोकळीतून ते प्रत्यक्ष प्रकट होणार आहे. (गोचर होणार आहे.) तिच्या सहस्त्रनामातील एक नाव जलेश्वरी आहे. ती पर्जन्य देवता असल्याचे ते सूचक नाव आहे. वृक्षमध्यानिवासिनी म्हणजे वृक्षांमध्ये निवास असलेली जगद्धात्री म्हणजे जगाची माता, पालनकर्ती आहे. तिला रक्षणकर्तीही मानले जाते. भवसागरातून तारून नेणारी ती तारा, असेही तिचे वर्णन केले जाते. तिच्या कृपेचा वर्षाव भक्तांवर सतत होत असतो आणि पूजा, जप, ध्यान अशी कर्मे भक्तांनी केलीच पाहिजेत यावर तिचा भर नसतो. (अंतःकरणपूर्वक भक्ती तिच्यासाठी महत्त्वाची असते.) तिला 'मोक्षदायिनी' असेही म्हटले जाते. शारीरिक दुःखे, ऐहिक समस्या आणि दैवामुळे येणारी संकटे या सर्वांमधून बाहेर पडण्यास ती भक्तांना साहाय्य करते. अनेक चित्रांमध्ये ती भक्तांसह एका नावेत बसलेली रंगवलेली आहे. तिच्या हाती वल्हे आहेत. संसार सागरातून ती भक्तांना पलीकडे नेताना दाखविली आहे. अज्ञानरूपी सागर पार करून आत्मज्ञानाचा प्रकाश भक्तांच्या अंतःकरणात पसरावा या आध्यात्मिक उद्दिष्ट प्राप्तीसाठी ती भक्तांना सर्वतोपरी साहाय्य करते.

तिबेटी मठ परंपरांनुसार तरुण (मठनिवासी) साधकांना तारेसाठी श्रद्धा आणि आदर व्यक्त करणारे काही विधी करावे लागतात. त्यांना जीवनाच्या (आरंभाचे) दीक्षाविधी म्हटले जाते. आपल्या भक्तांची दुःखे आणि वेदना तारा पाहू शकत नाही. ती त्यांचे रक्षण, पोषण करते. संकटांमध्ये असलेल्या भक्तांचे जीव वाचवते. याखेरीज बौद्धांच्या धर्मप्रणालीनुसार तारेची काही संतप्त, क्रोधी रूपेही आहेत. कुरूकुला हे असेच एक रूप! भक्तांच्या शत्रूचा विशेषतः दुष्ट आणि पापी आत्म्यांचा संहार करण्याची महाशक्ती तिच्या अंगी असते. असे म्हटले जाते की, जेव्हा साहाय्यासाठी तिला आमंत्रित केले जाते, तिचा मनापासून धावा केला जातो, तेव्हा ती साधकाच्या शरीरातच निवासाला येते. पुष्कळदा हे साधक कर्मकांडप्रवण, तपाचरण करणारे पुरुषसाधक असतात. तारेची शक्ती महाकाय असल्याने ती जागवण्याचा विधी केल्यावर (तिला आपल्यात धारण करण्यास) मोठ्या क्षमतेचे वाक्बगार असेच साधक लागतात. या विधीनुसार हे साधक रक्तवर्णी वस्त्रे धारण करतात. ते स्वतः आपल्याला तारेच्या रूपातच बघतात. मग तिच्या मंत्राचा दहा हजार वेळा जप करून तिला विधीनुसार योग्य त्या वस्तू अर्पण करतात. ज्या राक्षसाचे वा शत्रूंचे संकट दूर व्हावे म्हणून हा विधी केला असतो त्या शत्रू वा राक्षसाचे निर्दालन करण्याची विनंती देवीला करतात.

बौद्ध परंपरेतील तारेची अन्य उग्र रूपे म्हणजे महासीना तारा (उग्र तारा) आणि

महामाया - विजयवाहिनी तारा! तिला नील श्रृंगाली (निळी कोल्ही) असेही म्हटले जाते. तारेचे पूजन भारतीय भूमीत खोलवर रुजलेले आहे. वसिष्ठ मुनींच्या एका दंतकथेवरून त्याचा तर्क करता येतो. त्यांनी वामाचारी पंथाची साधना केली. निषिद्ध मानल्या गेलेल्या पंचमकारयुक्त विधींसह उपासना करून तारेचा कृपालाभ प्राप्त करून घेतल्याची ती कथा आहे. हिंदू परंपरांमध्ये तिचे जे वर्णन येते ते 'काली'शी मिळतेजुळते आहे. तारेचे रूप, व्यक्तित्त्व आणि स्मशान संचाराची आवड सगळे काही कालीसारखंच आढळून येते. (हिंदू परंपरेत वर्णन केलेला) तिचा उग्र, कोपिष्ट आणि भयंकर स्वभाव बौद्ध परंपरेतील तारेच्या सौम्य रूपाच्या व स्वभावाच्या विरुद्ध आहे. उग्रतारा आणि दक्षिणा यांच्यात बरेच साम्य आढळून येते. शिवाशी मिळत्याजुळत्या अशा पुरुषावर पाय देऊन त्या उभ्या आहेत. दोघींचा वर्ण गडद निळा आहे. व्याघ्रचर्माखेरीज त्यांनी इतर फारशी वस्त्रे नेसलेली नाहीत. त्यांच्या गळ्यात नररुंडमाला असून जीभ बाहेर काढलेली आहे. त्यांच्या ओठांमधून रक्ताचे ओघळ बाहेर पडतानाही चित्रित केलेले आढळतात. त्यामुळे तारा आणि काली ओळखण्यात पुष्कळदा गल्लत होते. त्यांची विशेषणे आणि त्यांच्याकरिता रचलेली स्तोत्रे, स्तवने दोघींना लागू होतात. उदाहरणार्थ, तारेला 'कालिका', 'भद्रकाली', 'महाकाली' असेही संबोधित केल्याचे आढळून येते.

कालीप्रमाणेच तारेलाही रक्त प्रिय आहे, असे समजतात. 'जिला रक्ताचा नैवेद्य आवडतो' किंवा 'जी रक्ताने माखली आहे' असे तिचे वर्णन मुंडमाला तंत्र स्तोत्रात केलेले आढळून येते. तारेला रक्त, विशेषतः मानवी रक्त प्रिय असल्याचे वर्णन 'तारा-तंत्र' या ग्रंथात आढळते. असे म्हटले जाते की, हे रक्त भक्ताच्या कपाळ, हात, छाती, भ्रूमध्य या भागांतून घेतले जाते. कारण इथे सूक्ष्म शरीराची ऊर्जा-चक्रे अवस्थित असतात. तारासुद्धा शिवाशी संबंधित आहे. ती त्याची सहचारिणीच आहे. हरवल्लभा, शंकरवल्लभा (म्हणजे शंकराला प्रिय असलेली) हरपत्नी, महाभैरव पत्नी अशी तिची नावे आढळून येतात. साधुसंन्यासी, योगी यांच्याशी ती अनेक तऱ्हांनी संबंधित आहे. (त्यांच्या पूजा, प्रार्थनेत, ध्यानधारणेत तिचा समावेश असतो.)

तारेच्या पूजाअर्चनेसाठी कालीप्रमाणेच वामाचारी तांत्रिक विधींचा अवलंब केला जातो. निषिद्ध शक्तीभोवती तिच्या पूजाविधी व कर्मकांडाची रचना केलेली असते. या निषिद्ध वस्तूंचे संपूर्ण रूपांतरण घडवीत त्यांना आत्मिक विकासाची साधने बनविण्याचे उपासनेचे उद्दिष्ट असल्याचे आढळते. हेसुद्धा कालीच्या पूजा-उपासनेसारखेच आहे. कालीप्रमाणेच तारेला स्मशानभूमीत संचार करायला आवडते. अनेक चित्रांमध्ये तारेच्या मागे पार्श्वभूमीला चिता पेटलेल्या दिसतात आणि तिथे कोल्ह्यांचा संचारही चित्रित केलेला आढळतो. ऐन मध्यरात्री तिचे पूजाविधी करावे असे म्हटले जाते.

तिच्या सहस्त्रनामांमध्ये 'स्मशानभैरवी' असे एक नाव आहे. तिची देवळे, पूजास्थाने पुष्कळदा स्मशानाच्या आसपास आढळून येतात. 'तारापीठ' हे तिचे विख्यात मंदिर कलकत्याच्या स्मशानभूमीनजिक आहे. धडाडून पेटलेला चितेचा अग्नी हे तिच्या शक्तीचे प्रतीक मानले जाते.

प्रतिकात्मक दृष्टीनेही तारा व काली यांच्यात फार मोठं साधर्म्य आढळून येते. ताराही निर्वसन, नररुंडमालाधारी व पुरुषाच्या प्रेतावर पाय देऊन उभी असलेली आढळते. ती विमुक्त, विपाशा, उग्र पाशवी आणि सर्वांवर सत्ता गाजवणारी देवता आहे.

तथाकथित सभ्य समाज आणि त्यांचा पारंपरिक दृष्टीक्षेप याविरुद्ध तिने जणू बंड उभारलेले आहे. सर्व वस्तूंचा नाश आणि विलय यांच्याशी तिचा निकट संबंध आहे. पण या सर्वांशी विरोधाभासी असे मातृत्वाचे मृदू गुणवैशिष्ट्यही तिच्या ठायी आहे. स्मशानातील चिता ही तिच्याशी प्रतीक रूपाने संबंधित आहे. मृत्यूपश्चात देहाचा विनाश झाल्यावर तो भस्मसात झाल्यावर नवीन रूपांतरण घडवून आणण्याची तिची किमया या प्रतिकातून स्पष्ट होते. शुद्धीकरण, नवसर्जन आणि रूपांतरण घडवून आणण्याची तिची शक्ती चितेच्या प्रतिकाने दर्शविली जाते. सूर्याच्या प्रचंड उष्णतेशीही ती संबंधित आहे.

तारेच्या गळ्यातील नररुंडमालेची प्रतिकात्मकता ही कालीच्या गळ्यातील मुंडमालेप्रमाणे प्रतिकाप्रमाणेच आहे. माळेतील कवट्या या अक्षरांच्या ध्वनीचे प्रतीक असून पूर्ण माला ही शब्द ब्रह्माचे प्रतीक आहे. तिच्या कंबरेभोवती छाटलेल्या हातांची मेखला आहे. संचित कर्माच्या विनाशाचे ते प्रतीक असून हा विनाश झाल्यावर मनुष्यमात्रास जन्म-मृत्यूच्या फेऱ्यांमधून मुक्ती मिळते. अज्ञान आणि मर्यादित जाणीव मनुष्यमात्राला गुलाम करते. त्या बेड्या तोडून माणसाला मुक्त करण्यासाठी तिच्या हाती तलवार आणि कात्री आहेत. तिच्या या शस्त्रांनी वाईट गोष्टी संपुष्टात येऊन त्याचे रूपांतरण सकारात्मक गुणांमध्ये होते. मनाच्या अवांछित निरर्थक कृत्यांचा विनाश घडवित आपल्या भक्तांना सर्व बंधनांतून मुक्त करण्याचे कार्य देवी निरंतर करीत असते.

मातृदेवता म्हणून तिचा एक अवतार अतिशय लक्षवेधी आणि नाट्यपूर्ण आहे. बंगालमधील तारापीठ येथे त्याचा प्रत्यय येतो. तेथे वसिष्ठांसमोर तिचे जे रूप प्रकट झालेले दाखवले आहे त्यात ती भगवान शिवांना स्तनपान देताना आढळते. तिची ही मूर्ती तिचे पोषक, सौम्य, प्रेमळ स्वभावविशेष प्रकट करते. जवळच्या स्मशानात पूजास्थळी तिचे भयंकर उग्र रूप दिसून येते. त्यात तिची रक्ताची तृष्णा शमवून तिला प्रसन्न करून भक्त तिच्याकडून वरदान मिळवतात. तिचे शुद्धीकरण विधी केले जातात आणि बोकडांचे बळी दिले जातात. पश्चिम बंगालमधील वीरभूम जिल्ह्यातील रामपुरहाट येथे बामखेपा देऊळ आहे. तेही महत्त्वाचे तीर्थस्थळ मानले जाते. (त्या

संदर्भात अधिक तपशीलवार चर्चा पुस्तकात अन्य ठिकाणी आली आहे.)

तारेची ही दोन रूपे अगदी विरुद्ध भासतात खरी! हिंदू (पूजत असलेली) तारा ही कालीप्रमाणेच उग्र आहे. तिच्या भयंकरपणामुळे भक्त कित्येकदा भयभीतही होतात. पण बौद्ध परंपरेतील तारा भक्तांवर करुणेचा, कृपेचा वर्षाव करते. तथापि, या दोन्ही परंपरांमधील तारेचे उद्दिष्ट एकच आहे. ते म्हणजे भक्तांना संरक्षण आणि मोक्षलाभ प्राप्त करून देणे.

शक्ती आणि तारा : जुळी व्यक्तित्त्वे

फार पूर्वीपासून तारा आणि शक्ती यांच्यातील खरा संबंध शोधण्यासाठी, सिद्ध करण्यासाठी अनेक संशोधने होत आली आहेत. व्ही.एच. सोनावणे यांच्या ताज्या संशोधन ग्रंथात 'लज्जागौरी' या देवतेची अनेक चित्रे, प्रतिमा, मूर्ती यांचा सोदाहरण ऊहापोह केलेला आहे. ही देवता दोन्ही पाय इतके विलग करून बसलेली आढळते की, तिच्या जननेंद्रियाचा बाह्य भाग प्रकट झालेला दिसतो. वास्तविक लज्जागौरीचा शब्दशः अर्थ आहे 'लाजरी गौरी'. अनेक धार्मिक ग्रंथांमध्ये पार्वतीचा उल्लेख या नावाने केलेला आढळतो. हे नाव कसे पडले असावे याचा उलगडा एका दंतकथेत होतो. कथेनुसार एकदा शिव-पार्वती कामक्रीडा करीत असताना एका भक्ताने त्यांना पाहिले. (त्यावेळी अर्थात पार्वतीला संकोच आणि लज्जा वाटणे साहाजिक होते.) सांकलिया या संशोधकाचे प्रतिपादन मात्र वेगळे आहे. लज्जागौरी म्हणजे लज्जा वाटलेली गौरी. हा अर्थ सांगणे म्हणजे कठोर वास्तवावर गुळगुळीत आवरण चढवण्यासारखे आहे. त्याचा खरा अर्थ कोणतीही लज्जा नसलेली विमुक्त स्त्री असा होतो. डॉ. रा.चिं. ढेरे या ज्येष्ठ संशोधक तज्ज्ञांनी लावलेली व्युत्पत्ती, सांकलिया यांच्या मताला पुष्टी देते. ढेरे यांच्या मतानुसार जुन्या कन्नड भाषेतील लांजी किंवा लांजिका या शब्दातून लज्जा शब्द उद्भवला असावा. मूळ शब्दाचा अर्थ व्यभिचारिणी, वेश्या असा आहे.

सोनावणे यांच्या संशोधनानुसार शैवपंथीयांच्या अनेक पवित्र मूर्ती, चित्रे यामध्ये लज्जागौरी आढळून येते. ती शिवाचेच शक्तीरूप असल्याचा निष्कर्ष त्यांनी काढला आहे. तथापि ते याला अशीही पुष्टी जोडतात की, अशाच तऱ्हेची स्त्री मूर्ती औरंगाबाद येथील बौद्ध लेण्यातील एका भिंतीवर आढळते. ती अनावृत असून तिच्या अंगावर केवळ अलंकार आहेत. तीसुद्धा उकिडवी बसलेली असून तिच्या जननेंद्रियाचा बाह्य भाग दिसतो. तरीही त्या भिंतीवर ती बुद्धांच्या प्रतिमेसह दाखविलेली आहे. ही स्त्री प्रतिमा कुणाची असावी असा सवाल ते उपस्थित करतात.

एकंदर त्या गुहेची रचना (त्यातील चित्रे, मूर्ती इत्यादी) खूप योजनाबद्ध अशी

नसून सहजगत्या करीत गेल्यासारखी आहे. कदाचित काही कलाकृतींसाठी वेगवेगळ्या दानशूर देणगीदारांनी कुणाकुणाला काने सोपविली असावीत. आणि त्या कलाकृती ह्या गुहेतील मूर्ती चित्रे यांच्या योजनाबद्ध रचनेचा भाग नसावा. बुद्धाच्या बहुतेक पवित्र मूर्ती, चित्रे इ. प्रलंभपादासन किंवा पद्मासनात आढळतात. तथापि, या भिंतीवर उकिडवी बसलेली स्त्री ही उजवा हात वर उचललेल्या स्थितीत असलेली दिसते. म्हणून असा प्रश्न उभा राहतो की, हिंदू लज्जागौरी ही बौद्धांच्या पवित्र चित्रे, मूर्ती इत्यादी कलाकृतींमध्ये कशी समाविष्ट झाली असावी? तिचा तिथे संबंध लावणे कठीण आहे. ती खरोखर लज्जागौरी आहे का?

अनेक संशोधन ग्रंथ आणि विद्वानांची मते लक्षात घेता एक गोष्ट स्पष्ट होते. या देवीला (तिचे नाव काहीही असो) ओळखण्याचा ढोबळ मार्ग म्हणजे गुडघे उचलून योनीचा बाह्य भाग प्रकट करणारी तिची आसनस्थिती. तिचे हे आसन समागमकृतीसाठी आहे किंवा अपत्याला जन्म देतेवेळची प्रसवकालीन स्थिती आहे हे मात्र कुठेही स्पष्ट होत नाही. पण अपत्यप्राप्तीसाठी स्त्रिया तिची पूजा करतात. विशेषतः मूल होत नसलेल्या स्त्रिया तिची उपासना करतात.

सुरुवातीच्या काळात या देवतेची पूजा याच कारणासाठी (अपत्यधारणा व्हावी म्हणून) होत असावी. तथापि नागार्जुनीकोंडा येथे सापडलेल्या या देवीच्या मूर्तीखाली ज्वापुता (जिची अपत्ये जिवंत आहेत अशी) असे नाव देणगीदार म्हणून कोरलेले आढळते. ही ईक्ष्वाकु कुळातील राणी खर्धुवुला (Kharhduvula) होती आणि देवीची उपासना फलद्रुप झाल्याने (अपत्यप्राप्ती झाल्याने) तिच्या मूर्तीसाठी कृतज्ञतापूर्वक ही देणगी दिली असावी किंवा भक्तिभावाने तिला अर्पण केली असावी. अशीही शक्यता आहे की अपत्यसंभव, त्यासाठी आधी होणाऱ्या समागमाचे आसन किंवा प्रसूतिसमयीची स्थिती (यांच्यात एक सूत्रबद्धता असून) त्याचे प्रतीक म्हणून ही मूर्ती असावी. समागमाचे आसन किंवा स्त्रीची प्रसूतिकालीन स्थिती अशा दोन्ही अर्थांनी मूर्तीची रचना होत असावी. वास्तवात ज्याप्रमाणे स्त्री-पुरुष समागम आणि फलस्वरूप अपत्यसंभव या गोष्टी कालक्रमाने घडतात त्या दोन्ही स्थिती पूजा करताना साधकाला

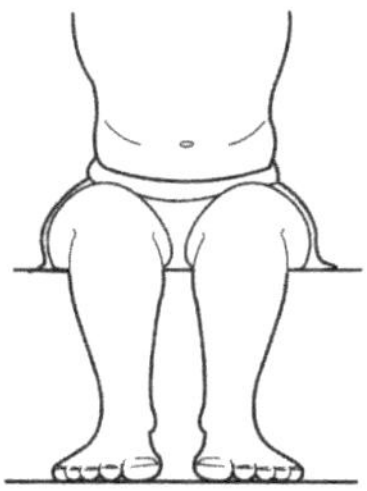

प्रलम्भपादासन

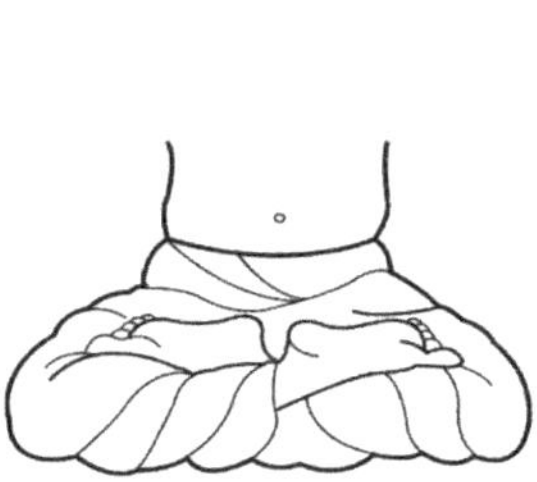

पद्मासन

अभिप्रेत असाव्यात. तरीही कलादृष्ट्या आणि संशोधन ग्रंथांमधील मतांचा विचार करता मूर्तीची बैठक हे समागमकालीन आसन असल्याचा निष्कर्ष काढणे, अवघड आहे.

लज्जागौरीच्या मूर्ती समोरून पूर्ण अनावृत्त असतात. बहुतेकवेळी त्यांच्यासह कुणीही पुरुष जोडीदार नसतो. म्हणून मूर्तिकाराने योनीपूजेसाठी जननेंद्रियाचे प्रकटीकरण केले तरी तिथे समागमासाठी पुरुष जोडीदार दाखविलेला नसतो. (त्यामुळे हे समागमाचे आसन नसावे, असा तर्क करता येतो.) होल येथे असलेल्या आठव्या शतकात बांधलेल्या हुर्च्चीमल्ली मंदिरात एक नक्षीकामाची पट्टी आहे त्यात पाय फाकवून उकीडवी बसलेली स्त्री मूर्ती आहे. तिने दोन्ही हात पसरून (आधारासाठी) दोन्ही बाजूंना उभ्या असलेल्या पुरुषांची प्रचंड लिंगे धरलेली आढळतात. इथे योनीचे प्रकटीकरण हे कदाचित समागमाचे आसन वाटण्याची शक्यता वरवर वाटत असली तरी एकंदर पुराव्यानुसार ही प्रसूतिकालाची स्थिती असावी. हे 'उत्तदनपाद आसन' आहे. मोनिएर विल्यम्स यांनी स्पष्टीकरणार्थ दिलेल्या तळटीपेत असे नमूद केले आहे की, प्रसूतीसाठी जिचे दोन्ही पाय फाकविले आहेत (असे आसन). उत्तर चालुक्य काळातील बाराव्या शतकातील असेच एक शिल्प आहे. त्यात स्त्री प्रसुत होत असतानाचे तपशील कोरले आहेत. याच्या पुष्कळ आधीच्या कालखंडातील कलेत अशा मूर्तीचे चित्रण केले आहे. याचा संबंध जनन आणि फलन यांच्याशी असलेला स्पष्टपणे जाणवतो. ख्रिस्तपूर्व पहिल्या शतकातील एका मातीच्या भांड्यावर एक देवता आपल्या योनीतून धान्याची लोंबी काढताना चित्रित केलेली आढळते. ते फलन आणि जनन यांचे प्रतीक आहे. (लोकायतकालीन)

औरंगाबाद येथील त्या विशिष्ट मूर्तीची तुलना मातृका आणि लज्जागौरी दोघींशी केली जाऊ शकते. तिच्या उजव्या हाताचे कोपर गुडघ्यावर टेकलेले असून, हात वर उचललेला आहे. ती बौद्ध देवता वसुंधरेसारखीही वाटते. हातात धान्यमंजिरी असणे हे तिचे वैशिष्ट्य आहे. मग औरंगाबाद येथे आढळलेली ती मूर्ती तारेची, विशेषतः वसुंधरेची असावी, हेही एक अनुमान आहे. (कारण ती मूर्ती बुद्ध प्रतिमेजवळ आहे.) तारेची वर्तनपद्धती, शरीराची ठेवण ही वेगवेगळ्या ग्रंथांमध्ये आणि प्रांतांमध्ये वेगवेगळ्या तऱ्हेने वर्णन केली आहे.

> औरंगाबाद येथील मूर्तीत अनेक देवतांची वैशिष्ट्ये आढळून येतात. धान्य प्रसवणारी देवी, लज्जागौरी, वसुंधरा या सर्वजणींचा एकमेकींशी काही सामान्य संबंध आहे. त्या देवता अपत्यसंभव आणि फलनाशी संबंधित आहेत.

औरंगाबादच्या मूर्तीत हे स्पष्टपणे आढळून येते. एकंदर लज्जागौरींच्या प्रतिमांच्या तुलनेत त्या मूर्तीचे जननेंद्रिय इतक्या स्पष्टपणे चित्रित झाले नसले तरी तिची गणना लज्जागौरीच्या श्रेणीत करायला हरकत नाही. तरीही तिचे स्थान बौद्ध गुंफेत आढळत असल्याने तिचे हे वैशिष्ट्य आगळे आणि एकमेवाद्वितीय आहे असेही म्हणावे लागेल.

साधारणपणे सहाव्या शतकापासून पुढे तुर्कांचे राज्य चालू होईपर्यंत जी बौद्ध लेणी निर्माण झाली त्यात तारेच्या प्रतिमा हमखास आहेत. बुद्धांच्या महायान परंपरेत शाक्त पंथाचे अतिक्रमण झाल्याचे हे निर्देशक आहे. हिरानंद शास्त्रींच्या मताप्रमाणे हिंदू ग्रंथांमध्ये तारा नेहमी बौद्ध वस्त्र प्रावरणांमध्ये असल्याचे दिसते. पुराणांमध्येही तिची बौद्ध वंशपरंपरा दिसून येते. तिच्या मस्तकावर अक्षोभ्याची प्रतिमा असते आणि चीनाचाराप्रमाणे म्हणजे चिनी पद्धतीने तिचे पूजन केले जात असल्याचे दिसून येते. पुराणांमध्येही तिचा उल्लेख 'महाशक्ती' आणि 'तारा-अंबा' असा केलेला आहे. समुद्रमार्गे जाणाऱ्या लोकांची ती रक्षक देवता आहे. तिचे पूर परिस्थितीवर नियंत्रण असल्याचे म्हटले जाते. प्राचीन काळापासून तिचा 'ध्रुवतारा' असाही उल्लेख होत आला आहे. कोळी आणि खलाशी समुद्रावर संचार करीत असताना प्रकाशमान ताऱ्याप्रमाणे ती त्यांना मार्गदर्शन करीत किनाऱ्यावर सुखरूप घेऊन येते. पश्चिम भारतात ती अतिशय लोकप्रिय देवता आहे. उत्तर दख्खन भागातील बौद्ध गुंफा तसेच कान्हेरी, एलोरा, औरंगाबाद, नाशिक, पन्हाळे काजी आणि अजंठा येथील गुंफांमध्ये तिच्या प्रतिमा आढळून येतात. समुद्रप्रवास नित्य करणाऱ्या लोकांशी तिचा असलेला संबंध या क्षेत्रांमधील तिच्या प्रतिमांमुळे अधोरेखित होतो.

तारा आणि पार्वतीमधील साधर्म्यही काही ठिकाणी ठळकपणे दिसते. पार्वतीचे एक नाव दुर्गा आहे. हिंदू धर्मप्रणालीत दुर्गेला जगज्जननीचे स्थान दिले आहे. तसेच स्थान तारेला बुद्धधर्मप्रणालीत आहे. तिच्या प्रतिमेशी संबंधित स्तवने आणि श्लोक एलोरा गुंफांमध्ये कोरलेले आहेत. तेच श्लोक आणि स्तवने मार्कंडेय पुराणातही आहेत. डॉ. बी. भट्टाचार्य यांनी इंडियन बुद्धिस्ट आयकोनोग्राफी या आपल्या ग्रंथात या देवतेचे अनेक अवतार आणि महत्त्वाची नावे यांचे वर्णन केले आहे. 'साधनामाला' या ग्रंथातही 'जागुली', 'पर्णशबरी', 'महाचीन तारा', 'खंदिरा वाणी', 'महर्षी तारा', 'वश्य तारा', 'षड्भुजा सीता तारा', 'धनदा तारा', 'सीता तारा' अशी नावे आढळतात. महाचीन कर्म तंत्र ही वामाचारी तंत्र परंपरा आहे. त्यात या देवतेला महत्त्वाचे स्थान आहे. हिंदू तांत्रिक परंपरेत ही देवता पूर्णपणे सामावली गेली आहे. या अतिशय आल्हाददायी देवतेचे एक रूप आहे वज्रतारा! रत्नसंभवातून ती निपजली. स्वयंभू स्तूप क्षेत्रात तिची या स्वरूपाची प्रतिमा आहे. चीनमध्येही काही ठिकाणी तिच्या या स्वरूपातील

वज्रतारा : रत्नसंभवमधील स्वयंभू स्तूप क्षेत्र, चीन

मूर्ती, प्रतिमा, चित्रे आहेत. स्थानिक लोक जिला 'वज्रयोगिनी' म्हणतात, ती वज्रतारा नेपाळमध्ये विख्यात आहे. तीही ध्यानी बुद्ध रत्नसंभवातून उद्‌भवली असल्याचे म्हटले जाते. डॉ. बी. भट्टाचार्य यांच्या मते सन १३५०च्या आसपास बंगालवर मुसलमानी आक्रमण झाल्यानंतर बंगाली बुद्ध संन्याशांनी तिला ढाक्याहून भारतात आणले. सतराव्या शतकाच्या सुरुवातीपासूनच हिंदू धर्मात भवानी देवीची पूजा लागल्याचे दिसते. भवानी देवी ही बौद्ध उपासनेतील वज्रयोगिनीच होय! असे म्हणण्यास बराच वाव दिसतो.

गोवा विश्वविद्यालयाच्या इतिहास विभाग प्रमुख प्रतिमा कामत यांनी तारे संबंधी लिहिलेल्या एका अभ्यासपूर्ण लेखात तारा या सुंदर देवतेविषयी आपली निरीक्षणे तपशीलवार नोंदविली आहेत. (संदर्भ - http://www.orissa.gov.in/e_magazine/orissareview/2012/nov/engpdf/33-34-44.pdf) त्यात त्यांनी असे म्हटले आहे 'गोवा हे समुद्राच्या किनारपट्टीचे क्षेत्र आहे. ते अनेक जलप्रवाहांनी वेढलेले आहे. गोव्याच्या सांस्कृतिक वारशाचा एक ठळक भाग म्हणजे सामुद्रिक देवता 'म्हादेईस्थित महिषासुरमर्दिनी'. ती नौकांची रक्षणकर्ती देवता असून म्हादेई नदीच्या खोऱ्यातील दर्यावर्दी लोक तिची भक्तिभावाने पूजा करतात. या देवतेचा कालानुसार मागोवा घेतला असता तिचे अगदी सुरुवातीचे संदर्भ कदंब वंशाच्या राजघराण्याच्या काळात सापडतात. मध्ययुगीन काळाच्या आरंभी त्यांची येथे सत्ता होती.'

आपली संशोधित माहिती नोंदविताना लेखिकेने म्हटले आहे, ''पंधरा स्त्री देवतांची शिल्पे आढळून आली. त्यांची सातेरी, शांतादुर्गा, जोगेश्वरी, नवदुर्गा (एखाद्या कुलाची अनामिक कुलदेवता) अशी विविध नावे स्थानिक लोकांमध्ये रूढ आहेत. ती नौकेत बसलेली अथवा उभी असलेली दिसते. एका शिल्पात ती मत्स्याकृती नौकेत बसलेली दाखविली आहे. गजलक्ष्मीच्या दोन प्रतिमा नौकाकृती हौदांमध्ये उभ्या असलेल्या दिसून येतात. ब्राह्मणी माया देवतेची तीन शिल्पे आढळली. त्या शिल्पांच्या पायतळी नौका कोरलेल्या आहेत. याखेरीज सहा पुरुष देवतांची शिल्पे आढळली. यापैकी पूर्ण शस्त्रसज्ज स्थितीतील शिल्पे ज्या दगडी पायांवर उभी आहेत, त्यांच्यावर नौका कोरल्या आहेत

किंवा घोड्यावर बसलेल्या शिल्पांच्या पायाभूत दगडाचा आकार नौकांसारखा आहे.

पुढे त्यांनी असे नमूद केले आहे की, यातील बहुतेक शिल्पे ही नवस फेडण्यासाठी घडवून घेतलेली आढळतात. तारिणी ही नौकादेवता व तारवीर हा नौकादेव मानला जातो. ओडिशाच्या किनारपट्टी क्षेत्रात तारा-तारिणी या देवतेचे पूजन केले जाते. सांस्कृतिक संदर्भ व पवित्र मूर्ती प्रतिमांची जडणघडण इत्यादीं बाबतीत तारा-तारिणीचे गोव्याच्या या सामुद्रिक देवतेशी असलेले साम्य ठळकपणे जाणवते.

ओडिशाच्या गंजम जिल्ह्यात तारा आणि तारिणी यांचे पूजन केले जाते. येथे तारा-तारिणीचे विख्यात देऊळ आहे. तसेच घाटगाव आणि रत्नागिरी येथे 'अष्टमहाभया' तारेचे पूजन केले जाते. या सर्व दर्यावर्दी लोकांच्या सामुद्रिक व्यापारासाठी समुद्रप्रवास करणाऱ्यांच्या रक्षक देवता आहेत. आपल्या कामकाजात यश मिळावे, विघ्ननिवारण व्हावे, म्हणून ओडिशाच्या तटवर्ती क्षेत्रांमध्ये त्यांचे पूजन होते. रत्नागिरी तारा आपल्या भक्तांना आठ मोठ्या भयांपासून (संकटामधून) वाचवते, अशी भक्तांची श्रद्धा आहे. त्यातील प्रमुख भय आहे जहाज फुटणे आणि त्यातील लोकांना जलसमाधी मिळणे... जलार्णवभय असा त्याचा उल्लेख केलेला आढळतो. तटवर्ती भागाचे रक्षण करणाऱ्या गोव्याच्या सामुद्रिक देवता कित्येकदा समुद्रापासून दूर सह्याद्री रांगांच्या पार्श्वभूमीवर सात्तेरी संगुएम या घाटावरील तालुक्यांमध्ये आढळतात. केरी, भुईपाल नागवेम, धामशे, गुलेली शाईल-मेलौली, जारमे, सोनाल, सावर्डे, भिरोंडा, मालपान इत्यादी सात्तेरीच्या खेड्यांमध्ये त्यांची देवळे असून त्यांची पूजा-अर्चा नियमित होते. तसाच पोंड्यातील गंजेम संगुएममधील बाराभूमी, सुर्ला आणि ताल्लदेम या गावांमध्येही देवळांमधून नित्य पूजन होते.

म्हादेई नदी आणि तिला येऊन मिळणाऱ्या उपनद्यांच्या काठांवर या देवतांची शिल्पे आढळून येतात. या भागाला भेट देणाऱ्या लोकांना ही शिल्पे पाहायची असल्यास हिरव्यागार भूमीवर एखाद्या नदी, झऱ्याकाठी किंवा देवरायांच्या कडेला असलेल्या देवळांमध्ये किंवा बोंडला अभयारण्याच्या बाहेर असलेल्या क्षेत्रात जी देवळे आहेत त्यात ही शिल्पे बघावयास मिळतात. स्थानिक भागात उपलब्ध असलेल्या विशिष्ट पाषाणांमध्ये स्थानिक कारागीर व शिल्पकारांनी घडवलेली ही शिल्पे रसरशीतच व जिवंत वाटतात. त्यांच्या मूर्ती, प्रतिमा इत्यादींवर स्थानिक प्रभाव दिसून येतो. सात्तेरीच्या कलाकारांची विशिष्ट पद्धती, वेगवेगळ्या श्रद्धावानांच्या पद्धतीनुसार घडवल्या जाणाऱ्या पवित्र मूर्तींची पद्धती, स्थानिक लोकांची पद्धती, ब्राह्मणी पद्धती, जैन, बौद्ध पद्धती या सर्वांच्या एकत्रिकरणातून झालेला एक वेगळ्याच तऱ्हेचा कलाविष्कार बघावयास मिळतो.

पुढे लेखिका असे म्हणते - देवी माहात्म्यात देवीचा दुर्गा या नावाने जयजयकार

तारेचे शिल्प : पद्मसाम्य लिंग, रिट्रीट सेंटर अँड मोनेस्ट्री, न्यूयॉर्क

केला आहे. भक्तांना मोहमायेच्या जाळ्यातून सोडवून भवसागर पार करण्यास साहाय्य करणारी ती त्यांची नौका तारून नेणारी अशी देवता आहे. समुद्रात भर वादळात ज्यांच्या नौका भेलकांडत राहातात, अत्यंत संकटात सापडतात त्या आपल्या भक्तांचे रक्षणही देवी करते.

तारिणी आणि तरिता अशीही दुर्गेची अन्य नावे आहेत. तारिणी म्हणजे नाव, होडी! तारिणी या संस्कृत शब्दाचा अर्थ (संकटात) तारणारी, रक्षणकर्ती असा होतो. महाभारतात अर्जुनाने रचलेले जे दुर्गास्तोत्र आहे, त्यात दुर्गेचा तारिणी म्हणून गौरव केला आहे. गायत्री हे तारा किंवा भवतारिणीचे प्रारंभीचे स्वरूप आहे. तिला भयहारिणी आणि भवतारिणी असे म्हटले आहे. कारण ती भय दूर करते आणि संसाररूपी भवसागरातून तारून नेते. महिषासुरमर्दिनीचा समुद्राशी असलेला संबंध दर्शविणारे एक गुणविशेषण महिषासुरमर्दिनी स्तोत्रामध्ये येते. हे विशेषण म्हणजे सागराची कन्या!

या सर्व विवेचनावरून तारिणी ही आध्यात्मिक दृष्टीने तारेसारखीच आहे. दोघीही आपापल्या भक्तांना आत्म्याचे रक्षण करण्यास भवसागर ओलांडून पलीकडे (मुक्तीच्या दिशेने) जाण्यास मदत करतात. तारिणीच्या अनेक अवतारांपैकी सान्तेरी आणि शान्तादुर्गा या सुपिकतेच्या प्रतीक आहेत. (स्त्रीला भरपूर अपत्ये व्हावीत, म्हणून सहाय्यकारी) देवता मानल्या गेल्या आहेत. गंगेप्रमाणेच तारिणी ही म्हादेई परिसरात 'माता' मानली गेली आहे आणि बौद्ध परंपरेतील तारा म्हणून ती भक्तांच्या जहाजांचे संकटामध्ये रक्षण करते आणि त्यांना तारून नेते. महिषासूरमर्दिनी म्हणून ती भक्तांच्या जहाजांचे रक्षण करतेच (ती सागराची कन्या आहे.); याशिवाय जलप्रवास करणाऱ्या तिच्या भक्त व्यापारी, स्थानिक खलाशी इत्यादी मंडळींच्या शत्रूंचा विनाशही करते. गोव्याची संस्कृती तेथील अनेक गोष्टींमुळे आणि गोव्याच्या इतिहासात एक वेगळाच ऐतिहासिक पैलू प्रतिबिंबित झालेला आढळतो. सात्तेरी आणि बिचोलिम तालुके हे महत्त्वाचे व्यापारी मार्ग आहेत. तसेच तेथे (हिंदूंसह) जैन व बौद्धांची पवित्र मंदिरे, पूजास्थाने इ. आहेत.

गोव्याचा इतिहास लक्षात घेता तिथे बौद्ध धर्मप्रणाली, जैन धर्मप्रणाली प्राचीन काळी तसेच मध्ययुगाच्या प्रारंभी रूजली आणि विस्तारली. कोठांबी, कुडनेम, लामगांवच्या गुंफा आणि कोलवले यासारखी स्थळे दोन्ही धर्मियांसाठी महत्त्वाची आहेत. सागरी देवता महिषासूरमर्दिनी हिच्या स्वरूपाची संकल्पना आणि त्या संकल्पनेचा शिल्पे, चित्रे इत्यादींच्या माध्यमातून केलेला कलाविष्कार पाहाता त्यात जैन यक्षी आणि अंबिकेची झलक का दिसते त्याचा उलगडा (या इतिहासामुळे) होतो. लेखिका प्रतिभा कामत यांना सावर्डे तारिणीच्याजवळ एक बौद्ध (अथवा जैन) संन्यासी दिसला होता. श्याईल मेलौली येथील (तारिणीच्या) शिल्पाच्या पायाशी बौद्ध भिक्खूची प्रतिमा कोरलेली आढळते. या सर्व शिल्पांमध्ये जहाजे आहेतच; त्याचबरोबर अगदी आगळ्या अशा नौवहन आणि समुद्राशी संबंधित नक्षीदार चित्रकृती आहेत. त्यात आपल्याला वल्ही, नांगर, डोलकाठी, शिडे, होड्यांवरील त्रिकोणी झेंडे, मत्स्यकृती, मगरी इत्यादींचा वापर शिल्पाच्या आसपास नक्षीदार अलंकरणासाठी केलेला आढळतो.

म्हादेई नदीच्या खोऱ्यात पूजनीय असलेली तारिणी ही अशा तऱ्हेने अनेक देवतांचे एकत्रिकरण होऊन निर्माण झालेली शक्ती देवता आहे. एकमेकांच्या श्रद्धांमध्ये सहभागी होत, सर्वांच्या काही गोष्टी स्वीकारून समाविष्ट करीत, एक सर्वधर्मीय संस्कृती सात्तेरीमध्ये मध्ययुगाच्या प्रारंभी भरभराटली होती. त्याचे प्रतिबिंब तारिणींच्या शिल्पांमध्ये पडलेले दिसून येते. या सर्व क्षेत्रातच स्थानिय, संस्कृतोद्भव, बौद्ध आणि जैन परंपरांच्या मनोहारी मिश्रणाची पखरण दूरवर आणि खोलपर्यंत झालेली आढळते. एकेकाळी भारतीय संस्कृती किती उदार, सर्वसमावेशक, लोकशाही पद्धतीचे स्वातंत्र्य देणारी विविधरंगी अशी होती त्याची आठवण झाल्याशिवाय राहात नाही.

''ओम मणी पद्मे हुम्''

◈◈◈

१.५ तांत्रिक रक्षणकर्ते दैवत – गणेश

ॐ गं गणपतये नमः।

गणपती उपनिषदात दिलेला हा मंत्र मूलमंत्र समजला जातो. या मंत्राच्या आवर्तनांनी सर्व पापे, नकारात्मकता संपुष्टात येतात. कुंठित झालेली ऊर्जा मोकळी होते आणि मार्गातील अडथळे दूर होतात, अशी गणेश भक्तांची श्रद्धा आहे. प्रत्येक गणेशमंत्राशी जोडल्या गेलेल्या देवतेची विशिष्ट शक्ती त्या मंत्रात अवस्थित असते. त्याची योग्य उच्चारासह आवर्तने व प्राणायाम केल्यास उत्तम फळे मिळतात, असे म्हटले जाते.

हिंदू दैवतांपैकी लोकांना अतिशय प्रिय असणारे दैवत म्हणजे गणेश! त्याला 'विघ्नहर्ता' म्हटले जाते. आपल्या भक्तांना तो अनेक वरदाने देतो. त्याचे ध्यान करणाऱ्या साधकांना दृढता आणि कणखरपणा प्राप्त होतो. कोणत्याही कार्याचा शुभारंभ करण्याआधी त्याचे नामस्मरण केले जाते. त्यामुळे कार्य सिद्धीस जाते, असा लोकांचा विश्वास आहे. त्याच्या नामस्मरणाने आनंदप्राप्ती आणि सकारात्मक ऊर्जा मिळते. गणेश हा ब्रह्मचारी व अविवाहितांचा अधिदेव असल्याचे मानले जाते.

त्याच्या जन्मासंबंधीच्या अनेक दंतकथा पुराणांमध्ये आढळतात. त्यातील एका कथेनुसार पार्वतीने आपल्या शरीराचा उटण्याचा लेप उतरवला. त्यातून गणेश निर्माण केला. तिच्या गृहावर पहारा देणारे रक्षक नव्हते तेव्हा तिने या उटण्याच्या लेपातून एक बालमूर्ती साकारली आणि तिच्यात प्राण फुंकले. या बालकाला तिने रक्षक म्हणून नियुक्त केले. त्याच्या हाती एक राजदंड दिला आणि ठाम सूचना दिली की, तिच्या अंत:पुरात कुणालाही प्रवेश देऊ नये. काही वेळाने भगवान शिव तेथे आले. त्यांना महालात प्रवेश करण्यास या बालकाने प्रतिबंध केला. संतापलेल्या शिवांनी आपल्या त्रिशुळाने या बालकाचे मस्तक उडवले.

जेव्हा पार्वतीला हे कळले, तेव्हा तिला फार दु:ख झाले. 'या बालकाला पुन्हा जिवंत करा' असे तिने शिवाला सांगितले. ब्रह्मदेवांनी तिचे सांत्वन केले. बालकाच्या धडावर बसविण्यास मस्तक हवे, ते शोधण्यास शिव निघाले. रात्र झाली होती. सर्व बालके आपापल्या मातांच्या कुशीत झोपलेली होती. शिवांना एक बालगज येताना दिसला. त्याचे मस्तक घेऊन शिव परतले आणि त्या बालकाच्या धडावर ते गजमस्तक बसविले. नंतर त्याच्यात प्राण फुंकले. या पुनर्जीवित बालकाचे नाव गणेश ठेवले. गण म्हणजे अस्तित्वात असलेल्या व्यक्ती आणि आकार, रूपे इत्यादी. त्या सर्वांचा ईश म्हणजे देव गणेश. त्यांच्या जन्माबद्दलच्या अनेक दंतकथा प्रचलित आहेत. पण त्या सर्वांच्या गाभ्याशी एक गोष्ट स्पष्ट आहे, गणेश ही दैवी शक्तीची निर्मिती आहे. तो जगन्मातेच्या निवासस्थानाचा रक्षक आहे. त्याच्या परवानगीनंतरच भक्तांना दिव्यलोकाचे द्वार खुले होते. विशेषत: तंत्रपूजेत त्याच्या नावाची आळवणी सुरुवातीलाच केली जाते. लहान-मोठ्या कोणत्याही कार्याच्या आरंभी त्याची पूजा केली जाते. त्याचे नामस्मरण केले जाते. मग तो प्रवास असो, पत्र लिहिण्यास सुरुवात असो, घर बांधणे असो वा उद्योगाची सुरुवात करणे असो. ठेंगणी ठुसकी लंबोदर मूर्ती, डोळे बारीक पण रत्नांसारखे चमकत असलेले, त्याच्या चार हातांपैकी तीन हातांमध्ये पाश, अंकुश आणि शंख धारण केलेले असतात. त्याच्या चौथ्या हातात लाडू (मोदक) असतो आणि त्याच्यासोबत नेहमी त्याचे वाहन असलेला उंदीर असतो. त्याचे गजमस्तक आणि गुबगुबीत शरीरामुळे तो मुलांना फार आवडतो. काही माणसांना या रूपाचे आश्चर्य वाटते, पण भक्तांना त्याच्या स्वरूपात दिव्यत्वाचा साक्षात्कार होतो. त्याचे तर्कविचार आणि शंका नाहीशा झालेल्या असतात. या गोष्टींचे सावट त्यांच्या विचारांवर, निर्णयावर पडू शकते. तेच संपुष्टात आल्यावर भक्तमंडळी बाह्यरूप किंवा वरवरच्या परिस्थितीला किंमत देत नाहीत. ज्यांना त्याच्या रूपात दोष आढळतात त्यांच्यावर तर्कबुद्धीचा प्रभाव असतो. त्यामुळे त्यांच्या आध्यात्मिक मार्गात अडथळे निर्माण होतात, अशी समजूत आहे.

श्रीगणेश

> गणेशाला शरण गेल्यावर तर्कबुद्धीच्या शंका-कुशंका नाहीशा होतात. मनाचे कार्य श्रद्धेच्या बळावर चालते आणि श्रद्धा ही विश्वातील एक मोठी शक्ती आहे. गणेशाचे शुद्ध अंत:करण, त्याचे शहाणपण, दूरदर्शीत्व, धोरणीपणा, नम्रता इत्यादी गुणांमुळे हिंदू देवसमूहात त्याला श्रेष्ठस्थान प्राप्त झाले.

त्याला सर्व सृष्टीचा ईश किंवा रक्षणकर्ता का मानतात, याबद्दल एक वेधक पुराणकथा आढळते. पवित्र ग्रंथानुसार शिव हे सर्व देवदेवतांचे एकमेव रक्षणकर्ता होते. ते सर्व अस्तित्वे, आत्मे, राक्षस इत्यादींचेही संरक्षण करीत असत. एकदा शिव समाधी अवस्थेत गेले. त्यांची समाधी भंग होईना. देवांचा त्यांच्याशी काहीच संवाद घडेना. असे म्हटले जाते की, सर्व गणांनी बराच काळ त्यांचे स्तवन केले. प्रार्थना केली. त्या सर्वांना नेहमीच मार्गदर्शन करू शकेल असा त्यांचा नायक हवा होता. जेव्हा सल्लामसलतीची गरज भासेल तेव्हा तो उपलब्ध असायला हवा होता. त्यांना वेळोवेळी संकटातून तारून नेणारा अधिदेव हवा होता, पण शिव कितीतरी काळ समाधीतून बाहेर येईनात.

मग सगळे गण ब्रह्मदेव आणि श्रीविष्णूंकडे गेले. त्यांनी नवीन गणपती किंवा गणेश (सर्व गणांचा नायक) नेमावा, अशी विनंती केली. आपसांत सल्लामसलत केल्यावर श्रीविष्णूंनी गणांना सुचविले की, त्यांनी कार्तिकेय व लंबोदर यांच्यातून एकाचीच निवड करावी. दोघांपैकी अधिक योग्य कोण हे ठरविण्यास एक स्पर्धा आयोजित केली.

श्रीविष्णू परीक्षक होते आणि (या वेळ पावेतो समाधीतून जागृत होऊन आलेले) शिव आणि पार्वती या प्रसंगी उपस्थित होते. विश्व प्रदक्षिणा करून जो आधी परत येईल तो स्पर्धा जिंकेल व तो गणेश म्हणून निवडला जाईल, असे आव्हान या दोघांसमोर ठेवले गेले. कार्तिकेय आपल्या मयुरावर बसून लगेच पृथ्वीप्रदक्षिणेस निघाले, पण लंबोदर जागचे हलले नाहीत. विष्णूंनी त्यांना स्पर्धेत सहभागी होण्यास आग्रह केल्यावर लंबोदर उठला. आधी आपल्या माता-पित्यांना वंदन केले. नंतर तिथे उपस्थित असलेल्या सर्व देवदेवतांच्या समूहाला वंदन केले. नंतर तो आपल्या उंदरावर स्वार झाला. हजर असलेले सर्व देवदेवता आणि यक्षादी अर्धदेवतांचा समुदाय लंबोदराच्या वर्तनाने फार प्रभावित झाला. प्रत्यक्ष संपूर्ण विश्वाला प्रदक्षिणा घालण्याऐवजी त्याने पार्वती (आदि प्रकृती) व शिव (दैवी पिता, पुरुष) यांना प्रदक्षिणा घातली आणि जाहीर केले की, 'मला दिलेले कार्य मी पूर्ण केले आहे. मी विश्वप्रदक्षिणा घातली आहे.' सर्व देवीदेवतांच्या समुदायासमोर आपल्या कृतीचा उलगडा करत त्याने म्हटले, ''हे विश्व म्हणजे इंद्रियगोचर सापेक्ष अस्तित्व आहे. प्रत्यक्ष सत्याहून वेगळी आभासपूर्ण माया आहे. दैवी माता आणि पिता (प्रकृती व पुरुष) हे विश्वनिर्मितीचे सर्व सत्य अस्तित्वाचे स्रोत आहेत. त्यांना प्रदक्षिणा घातल्याने विश्व प्रदक्षिणा पूर्ण झाली.'' त्याचे ज्ञान, शहाणपण आणि गुण याची सर्व उपस्थितांनी प्रशंसा केली. त्यांनी त्याला गणेश, गणांचा नायक, सर्व निर्मितीचा कर्ता, अधिदेव म्हणून निवडले. त्या गणेशाचा मंत्र पुढीलप्रमाणे आहे,

ॐ गं गणपतये नमः।

गणपती उपनिषदात दिलेला हा मंत्र मूलमंत्र समजला जातो. या मंत्राच्या आवर्तनांनी सर्व पापे, नकारात्मकता संपुष्टात येतात. कुंठित झालेली ऊर्जा मोकळी होते आणि मार्गातील अडथळे दूर होतात, अशी गणेश भक्तांची श्रद्धा आहे.

प्रत्येक गणेशमंत्राशी जोडल्या गेलेल्या देवतेची विशिष्ट शक्ती त्या मंत्रात अवस्थित असते. त्याची योग्य उच्चारासह आवर्तने व प्राणायाम केल्यास उत्तम फळे मिळतात, असे म्हटले जाते. स्थूलमानाने त्याचा अर्थ होतो - या जगाच्या स्वामीला... गणपतीला मी वंदन करतो. असे म्हटले जाते की, रोज पूर्ण एकाग्रतेने या मंत्राचा जप अंत:करणापासून केला असता सर्व दुष्ट शक्तींपासून संरक्षण होते. कोणतीही नकारात्मक शक्ती भक्तांच्या मनात आणि त्याच्या घरात शिरू शकत नाही. रोज एक माळ जप म्हणजे मंत्राची १०८

आवर्तने केली तर ती लाभदायक ठरतात. अखंडपणे ४८ दिवस एक माळ जपली तर ती उपासना होते. कधी कधी उपासना करणाऱ्या भक्तांना दैवी कृपालाभ म्हणून सिद्धीही प्राप्त होते. हा मंत्रजप आजार बरे करण्यास वा मनुष्यजातीचे भले व्हावे म्हणून शुभचिंतन करण्यासाठीही केला जातो. अशी समजूत आहे. तथापि त्याचा दुरुपयोग झाला तर असुरांकडून शाप मिळतो किंवा शिक्षा होते.

गणेश यंत्र

भक्तांची अशी श्रद्धा आहे की, गणेश यंत्रावर ध्यान केले तर साधकाला संयम व संतुलन प्राप्त होते. यातील भूपुर हे चमकदार हिरव्या रंगाचे किंवा श्रीयंत्राप्रमाणे अथवा तारा यंत्राप्रमाणे निळसर हिरवे असते. हिरवा रंग हे संतुलनाचे प्रतीक आहे. त्या रंगावर ध्यान लावले तर लाल रंग प्रकट होतो. तो मूळ रंगाला पूरक असतो. लाल रंग हे जीवन, स्वातंत्र्य आणि स्फूर्तीचे प्रतीक असल्याचे मानले जाते. यंत्रातील आठ पाकळ्यांचे कमळ हे कुंकवासारखं लाल असते. ते आदिकालीन प्रकृतीचे स्वभावतत्त्व दर्शविते. यात पृथ्वी, आप, तेज, वायु, आकाश, सत्त्व, रजस्, तमस् ही मूलतत्त्वे असतात. यात सहा किरणांचा तारा आहे. तो प्रकृती आणि पुरुषामधील संतुलन दर्शवितो.

वर टोक असलेला त्रिकोण हा पुरुषसूचक असून खाली टोक असलेला त्रिकोण स्त्रीसूचक आहे. मधला सहा शलाकांचा पिवळ्या रंगाचा तारा अमृततत्त्वाचा सूचक आहे. याचा रंग श्रीगणेशाच्या वर्णासारखा असतो. सर्वांत मध्यभागी जो बिंदू आहे तो खुद्द गणेश असून त्याच्यावर ध्यान लावणे हे यंत्राच्या पूजेचे मूळ उद्दिष्ट आहे. यातील सोनेरी रंग अतिशय आकर्षक व डोळ्यांना सुखावणारा असतो.

◈◈◈

भाग २

दोन तत्त्वप्रणालींना
एकत्र बांधणारा धागा -
गोरक्षनाथ (गोरखनाथ)

एका महान अभ्यासक साधकाला सुरुवातीस आपण वंदन करू या. योगाचे सखोल ज्ञान मिळवण्यास त्याने आपले अवघे आयुष्य वेचले. त्यांच्या अविरत साधनेमुळे तो एक महान योगी म्हणून उदयाला आला. भारतीय मातीत अनेक शतके रुजलेल्या एका महत्त्वाच्या तत्त्वप्रणालीचा दृढ पाया त्याने रचला. या तत्त्वज्ञान व विचारप्रणालीच्या संस्थापकांची शिकवण, उपदेश व तत्त्वज्ञान हे योग व मोक्षप्राप्तीच्या साधनेचा कणा आहेत. हे महान शिक्षक, सद्‌गुरू म्हणजे चैतन्यगुरू गोरखनाथ!

एका महत्त्वाच्या तत्त्वप्रणालीच्या या थोर संस्थापकाचा जन्म, उदय आणि सततच्या साधनेनंतर झालेले आत्मज्ञान या बाबतीत एक दंतकथा प्रचलित आहे. त्यांचे गुरू मत्स्येन्द्रनाथांच्या जन्मकथेइतकीच गोरखनाथांची जन्मकथा चित्तवेधक आहे. मत्स्येन्द्रनाथ त्यांचे गुरूच नव्हे तर आध्यात्मिक मार्गदर्शक आणि रक्षक-पालक असे देव होते. असे म्हटले जाते की, ब्राह्मण साधूच्या वेषात मत्स्येन्द्रनाथ दूरदूरचा प्रवास करीत असत. ते भिक्षा मागत असत. भिक्षा घालणाऱ्या ज्या लोकांवर ते प्रसन्न होत त्यांना वर देत. त्यांच्या आशीर्वादाने त्या लोकांच्या मनोकामना पूर्ण होत असत. एकदा ते असेच प्रवास करीत असताना एका झोपडीशी उभे राहून त्यांनी भिक्षा मागितली. त्या झोपडीत एक स्त्री व तिचा पती राहत होते. त्या स्त्रीने मत्स्येन्द्रनाथांना आदरपूर्वक बोलावून त्यांना पोटभर जेवण दिले. साधू म्हणून तिने त्यांचा यथोचित आदरसत्कार केला; तरी तिने त्यांच्याजवळ कोणताही वर मागितला नाही. भगवान मत्स्येन्द्रनाथांना ती दु:खी असल्याचे जाणवले. त्यांनी तिला दु:खाचे कारण विचारले. तिला मूल नव्हते. अपत्यहीनतेचे दु:ख तिने बोलून दाखविले. मत्स्येन्द्रनाथांनी तिला मूठभर राख दिली. थोडी राख प्राशन करून थोडी कपाळाला लावावी म्हणजे शिवकृपेने मनोकामना पूर्ण होईल, असे सांगून मत्स्येन्द्रनाथ निघून गेले. त्या स्त्रीने ही सगळी हकीगत शेजारणीला सांगितली. त्यावर शेजारीण म्हणाली, 'कुठला कोण अनोळखी साधू! त्यानं दिलेली राख उगाच खाऊ नकोस. त्यापासून अपाय झाला म्हणजे? वेडेपणा करू नकोस.' ते ऐकून ती भाबडी स्त्री घाबरली. तिनं ते पवित्र भस्म अंगणातल्या कोपऱ्यात शेणामातीचा ढीग होता त्यावर टाकून दिले. नंतर ती घटना तिच्या लक्षातही राहिली नाही.

बारा वर्षांनंतर मत्स्येन्द्रनाथ त्या रस्त्याने जात असताना झोपडीजवळ आले. त्यांनी त्या स्त्रीला म्हटले, 'तुझ्या मुलाला मला भेटायचे आहे. त्या स्त्रीला धक्काच बसला. तिने प्रामाणिकपणे आपला मूर्खपणा कबूल केला. काय घडले ते मत्स्येन्द्रनाथांना सांगितले. मत्स्येन्द्रनाथांनी तिला सांगितले की 'तिने अविश्वास दाखवला तरी त्यांचे वरदान आणि भाकीत खोटे ठरणार नाही.' राख कुठे टाकली असे त्यांनी विचारल्यावर ती स्त्री त्यांना शेणामातीच्या ढिगाकडे घेऊन गेली. भगवान शिवांवर प्रगाढ विश्वास

असलेल्या मत्स्येन्द्रनाथांनी शिवस्मरण करून मुलाला बाहेर येण्याचे आवाहन केले आणि चमत्कार घडला. त्या ढिगातून मातीने माखलेला एक लहान मुलगा बाहेर आला. शेणामातीतून आलेला असल्याने त्याचे नाव गोरक्षनाथ.... (गायी बैल वगैरेंचा स्वामी) असे ठेवले. 'पृथ्वीने रक्षण केलेला' असाही 'गोरक्षनाथ'चा अर्थ होतो. गोरक्षनाथ मत्स्येंद्रनाथांचा परमशिष्य झाला. त्याने मस्त्येन्द्रनाथांचा ज्ञानाचा वारसा पुढे नेला. ज्ञानदान करता करता त्याला (साधना व अभ्यासामुळे) शहाणपण आणि शक्ती प्राप्त झाली. त्याने गोरक्ष पद्धती म्हणजेच गोरक्षसंहितेचा पाया घातला. त्यात हठयोगाचा सूक्ष्म आणि सखोल अर्थ समजावलेला आहे.

गोरक्षनाथांचे व्यक्तिमत्त्व 'परमहंस' प्रकारचे होते. आश्रम परंपरेची स्थिती त्या काळी ढासळली होती. जैन आणि बौद्ध संस्कृती कुणाही व्यक्तीला संन्यासाची परवानगी देत होत्या. परिणामी, भारतात अर्धकच्च्या शरीर मनाच्या अपरिपक्व संन्याशांची प्रचंड गर्दी झाली होती. त्या काळी खऱ्या योग्यतेचे नाथ पंथी, सिद्ध आणि योगी आश्रम संस्कृतीला झुगारून बाहेर पडले. कोणत्याही सामाजिक चौकटीपलीकडे जात योगी म्हणून जगण्याचा आपला अधिकार त्यांनी मिळवला. ही परंपरा पुढे विकसित होत गेली. ही मंडळी हिंदू नव्हती वा मुस्लीमही नव्हती. समाजात त्यांचा एक वेगळाच समुदाय उदयाला आला. त्यांचा वर्ग, विभाग, जात वगैरे काहीही ठरवणे अशक्य होते. शंकराचार्यांप्रमाणे गोरक्षनाथांनी लहान वयातच संन्यस्त वृत्तीने लौकिक जगाचा त्याग केला. ते आणि त्यांच्या शिष्यांचा वर उल्लेखिलेला वेगळाच वर्ग तयार झाला. श्वेताश्वेतर उपनिषदांवरील भाष्यात श्रीशंकराचार्यांनी परमोच्च कोटीचे आदर्श नोंदविले. त्याला आपली जोड देत गोरक्षनाथांनी ते आचरणात आणले. गोरक्षनाथांसारखा संन्यासी सापडणे कठीणच आहे. कारण त्यांचा संन्यास फक्त नाव बदलण्यापुरता नव्हता. सर्व संपूर्ण व्यक्तिमत्त्व विसर्जित करून नवा जन्म घेण्याचा तो खराखुरा संन्यास होता.

नव्या आणि जुन्या धर्मग्रंथांमध्ये गोरक्षनाथांचे नाव बदललेले नाही. हठयोग प्रदीपिका, विभिन्न तंत्र, शामा रहस्य इत्यादी ग्रंथांमध्ये त्यांचा गोरक्षनाथ असाच उल्लेख येतो. महार्णव तंत्रयोगी संप्रदायाविष्कृती, सिद्धासिद्धान्त पद्धती, अमरौघ प्रबोध, व योग मार्तंड या ग्रंथांमध्ये त्यांचा गोरक्षनाथ असा उल्लेख येतो. विहारसूचीमध्ये त्यांना 'गोरक्ष आप्पा' असे संबोधित केलेले आढळते. नेपाळी पुराणांमध्ये त्यांच्या जन्मासंबंधी अनेक हकिगती येतात. त्या कथांमध्ये गोरक्षनाथांचे विविध प्रकारचे जन्म आणि त्यांच्याशी संबंधित चमत्कार वर्णन केलेले आढळतात. काही पुराणांमध्ये असा उल्लेख येतो की, गोदावरी नदीकाठी एका ब्राह्मण कुटुंबात त्यांचा जन्म झाला. अनेक कथांमध्ये त्यांचे भगवान शिव आणि मस्त्येंद्रनाथांशी असलेले नाते सिद्ध करणाऱ्या हकिगती दिलेल्या

आढळतात. ते देवाचे पुत्र असल्याचा उल्लेखही काही पुराणांमध्ये येतो. त्यांचे जन्मस्थळ भिन्न भिन्न दिलेले आढळते. उत्तर भारतात गोरखपूर, नेपाळ, पंजाब या ठिकाणी जन्म झाल्याचे उल्लेख वेगवेगळ्या ग्रंथांमधून येतात. गोदावरी नदीकाठी चन्द्रगिरीवर त्यांचा जन्म झाल्याचे काही ग्रंथात नमूद केले आहे. दक्षिण भारतातील बादव या खेड्यात जन्म झाल्याचा उल्लेखही एका ठिकाणी सापडतो. त्यांच्या जन्मकाळाबद्दलही एकवाक्यता नाही. त्यांनी चार युगांमध्ये चार स्थळी अवतार घेतल्याचे म्हटले गेले आहे. त्या मतानुसार सत्ययुगात पंजाबातील पेशावर येथे, त्रेतायुगात गोरखपूर येथे, द्वापरयुगात द्वारकेत व कलियुगात काठियावाड गोरखपुरी येथे त्यांचे अवतार होणार असल्याचे नमूद केले गेले आहे. काही तज्ज्ञांनी याचा वेगळ्या तऱ्हेने अर्थ लावला आहे. त्यांच्या मते पेशावर येथे गोरक्षनाथांचा जन्म झाला. नंतर त्यांनी गोरक्षपूर, काठियावाड द्वारका या स्थळांच्या तीर्थयात्रा केल्या.

गोरक्षनाथ स्तोत्रात गोरक्ष या नावाचे वेगवेगळे अर्थ दिले आहेत.

> ग म्हणजे गुणसंपन्न, र म्हणजे रूपवान, क्ष म्हणजे कधीही न संपणारा आत्मानंद... अक्षय ब्रह्मन्! सांप्रदायिकांच्या मते गो म्हणजे रक्षण करणे. काहींच्या मते गो म्हणजे 'वाणी' आणि र म्हणजे रक्षण. क्ष म्हणजे जे कधीही क्षर पावत नाही... संपत नाही असे. गोरक्ष! गोरक्षनाथ आपल्या सिद्धींच्या साहाय्याने पृथ्वीवरील सर्व जीवमात्रांच्या ज्ञानेंद्रियांचे रक्षण करतात.

गोरक्षनाथांबद्दल पुराणांमध्ये इतके वेगवेगळे संदर्भ सापडतात की, त्यातून सत्य शोधणे कठीण होते. शिवपुराणात गोरक्षनाथ शिवाचे अवतार असल्याचे म्हटले आहे. गोरक्ष गीतेत असे नमूद केले आहे की, त्यांनी इन्द्राणीचे पावित्र्य रक्षण करण्यास बृहस्पतीला मदत केली. स्कन्दपुराणात ते नवनाथांपैकी एक असल्याचा उल्लेख आहे. प्राणतोषिनी या तांत्रिक धर्मग्रंथांत विमलानंद यांनी गोरक्षनाथांना 'श्री नाथ' म्हटले आहे. पुराणांमध्ये व धार्मिक ग्रंथांमध्ये त्यांच्याबद्दल वेगवेगळे संदर्भ सापडत असले तरी त्यांच्याबद्दल सर्वत्र अत्यंत आदराने लिहिले गेले आहे. त्यावरून ते असामान्य बुद्धी व शहाणपण असलेले ज्ञानी, नीतिवान, शूर, धैर्यवान असे व्यक्तिमत्त्व होते, याबाबत शंका घ्यायला जागा राहत नाही.

डॉ. हजारीप्रसाद द्विवेदी यांनी गोरक्षनाथांना महापुरुष म्हटले आहे. त्यांनी गोरक्षनाथांच्या विविध गुण आणि बहुआयामी व्यक्तिमत्त्वाकडे वाचकांचे लक्ष

वेधले आहे. आतापर्यंतच्या सर्व ऊहापोहावरून असा निष्कर्ष काढणे योग्य ठरेल की, शंकराचार्य हे मुळात शैव होते आणि वैदिक शैव संन्यासी साधूंना त्यांनी एकत्र आणले. इतर सर्व शैवपंथीयांना गोरक्षनाथांनी एकत्र आणले. तत्त्वज्ञान आणि अध्यात्म क्षेत्रात शंकराचार्यांच्या अतुलनीय कामगिरीमुळे त्यांचा उमटलेला ठसा एवढा प्रभावी होता की, त्या क्षेत्रातील भारतीय विद्वानांमध्ये जेव्हा चर्चा, वैचारिक आदान-प्रदान होते तेव्हा शंकराचार्यांचे नाव अपरिहार्यपणे येतेच. गोरक्षनाथांचे व्यक्तिमत्त्व धार्मिक होते. धर्म आणि अध्यात्म क्षेत्रातील त्यांचे ज्ञान इतके चौफेर विस्तृत आणि एकाग्रतेने, गंभीर अभ्यासाने मिळविलेले होते की, त्यांचे नाव आणि कार्य यांच्याशिवाय त्या क्षेत्रांचा इतिहास पूर्ण होऊच शकत नाही. त्यांचा समाजाशी थेट संबंध होता. सतत लोकांमध्ये फिरून सुखदु:खांमध्ये सामील होऊन लोकजीवनात त्यांनी अढळ स्थान मिळविले होते. ते खऱ्या अर्थी लोकनेते होते. जनतेचा एवढा आदर आणि प्रेम क्वचितच कोणाला लाभत असेल. त्यांचे जीवन शिस्तबद्ध होते. मनावरील ताबा असीम होता. अत्यंत सहनशीलतेने व चिकाटीने त्यांनी योगविषयक ज्ञानाचा प्रचार केला. त्यामुळे इतकी शतके लोटल्यावरही त्यांचे जीवन प्रेरणादायी ठरते. त्यांच्या कार्याची विशालता आणि आवाका प्रचंड होता. या सर्व गोष्टींमुळे आजही ते असामान्य अलौकिक वाटतात.

गोरक्षनाथांनी संस्कृतमध्ये लिहिलेला 'सिद्धसिद्धान्त पद्धती' हा ग्रंथ त्यांचे संस्कृत भाषेवरील प्रभुत्वाचा मोठा पुरावा म्हणावा लागेल. पुराणांमधील अनेक कथांमध्ये गोरखनाथांच्या गुणांबद्दल तपशीलवार वर्णन येते. या सर्वांवरून काही निष्कर्ष सहज समोर येतात. त्यांच्या अंगी समयसूचकता होती. ते अतिशय तेजस्वी होते. आपल्या यौगिक शक्तीने ते विविध रूपे धारण करू शकत असत आणि सूक्ष्म देहाने सर्वत्र संचार करू शकत असत. दक्षिण भारतातील प्रख्यात वाद्य मृदंग वाजविण्यात ते तरबेज होते. त्यांना नृत्याचे, नृत्यशास्त्राचे सखोल ज्ञान होते. अशा त्यांच्या विविध गुणसंपन्नतेचे पुरावे अनेक लोककथांमधून मिळतात.

एखाद्या माणसात अनेक क्षमता व गुण असले की (अहंकारामुळे) त्याचा नैतिक दर्जा ढासळायला सुरुवात होते. पण विविध गुणसंपन्न अशा गोरक्षनाथांची नैतिक श्रेष्ठता आदर्शवत् होती. ते अत्यंत धैर्यवान होते. आपले ज्ञान आणि कौशल्य त्यांनी नेहमीच लोककल्याणासाठी वापरले. भौतिक सुखे, स्त्रीसहवास इत्यादींबद्दल त्यांच्या मनात संपूर्ण वैराग्य होते. प्रत्येक स्त्री त्यांना मातेसमान वाटत असे. एकदा मत्स्येन्द्रनाथांनी त्यांच्या झोळीत मुद्दाम एक सुवर्णमुद्रा लपविली तेव्हा, आपल्या योगसामर्थ्याने गोरक्षनाथांनी एक मोठा सुवर्णपर्वत निर्माण केला. अखेर मस्त्येन्द्रनाथांनी ती झोळी नदीत फेकून दिली. आपल्या यौगिक शक्तीने ते गरीब भुकेल्यांना जेवू घालत असत.

अशा गोरखनाथांबद्दलच्या अनेक आख्यायिका प्रचलित आहेत. जात, वर्ग, वर्ण, पंथ इत्यादी भेदाभेद त्यांच्या मनाला शिवले नाहीत. त्यांच्या लेखी सर्व माणसे समान होती. मांसाहार आणि मद्यपान यांच्यापासून ते कटाक्षाने दूर राहिले. त्यांना स्वत:चे असे घर सुद्धा नव्हते. ते सतत फिरत असत. त्यांच्या पुस्तकांमधून त्यांनी केलेल्या तीर्थयात्रांच्या स्थळांची अनेक वर्णने आढळतात. त्यांना आपल्याहून लहान स्त्रिया बहिणी समान व मोठ्या स्त्रिया मातेसमान वाटत. स्त्रियांबद्दल वासनायुक्त भोगलालसा बाळगणाऱ्या पुरुषांचा त्यांना तिरस्कार वाटे असे संदर्भ आहेत.

त्यांच्या 'अमरौघशासनम्' व 'महार्थमंजिरी' यासारख्या ग्रंथांमधून त्यांच्या भारतीय अध्यात्म व तत्त्वज्ञान विषयक सखोल ज्ञानाचा परिचय घडतो. आणि त्यांची दिव्य दृष्टी, अंतर्ज्ञान, व बुद्धिमत्ता यांची प्रचीती येते. ते मानवतावादी होते. आपल्या अनुयायांना दु:ख, वेदना, संकट निवारणासाठी त्यांनी नेहमी साहाय्य केले. त्यांच्या या (सामान्य लोकांमध्ये मिळून मिसळून राहाण्याच्या) जीवनशैलीमुळे त्यांचा समकालीन विद्वानांशी नेहमी संघर्ष झाला. ज्ञानाचे उद्दिष्ट, लोकांचा विकास आणि त्यांचे जीवन अधिक उन्नत, आनंदी करण्याचे असले पाहिजे, अशी त्यांची दृढ धारणा होती. प्रतिगामी तत्त्वप्रणालींना त्यांचा नेहमी विरोध असे. यासाठी त्यांना कित्येकदा विरोध पत्करून लढा द्यावा लागला. तो त्यांनी कणखरपणे शौर्याने दिला. आपल्या अनुयायांना त्यांनी दृढ निश्चयी व श्रद्धावान होण्याची शिकवण नेहमी दिली. काही जहाल मुस्लिमांशीही त्यांना सामना करावा लागला. त्यांनाही हिंसेपासून दूर राहाण्याची समज गोरक्षनाथांनी दिली. चौदाव्या शतकाच्या आधी लिहिलेल्या हठयोग प्रदीपिकेत श्री गोरक्षनाथांचा उल्लेख 'महान सिद्ध' असा केला गेला आहे.

'मत्स्येंद्रांचे पतन' या दंतकथेत गोरखनाथ व मस्त्येंद्रनाथांच्या गुंतागुंतीच्या मनोहारी नात्याचे दर्शन घडते. त्यावर आधारित बंगाली नाटके 'मीन चेतन' (मीन जागृती) व 'विजय' (गोरखनाथांचा विजय) ह्या गुरूशिष्यांच्या सुंदर नात्यावर प्रकाश टाकतात.

योगावरील प्रभुत्व असलेल्यांचा स्त्री कामनेशी संबंध आल्यावर जो ताण उद्भवतो त्याबद्दल या ग्रंथामधून विवेचन येते. साधारणपणे माणसांमधील दोष व दौर्बल्य यांचा ऊहापोह या ग्रंथांमध्ये केलेला आहे. या पुस्तकाच्या प्रारंभी आपण पाहिले की शिव पार्वतीला योगविषयक गूढ ज्ञान देत असताना तिला झोप लागली. परंतु शिव देत असलेले ज्ञान हे मत्स्याच्या रूपात तिथे असलेल्या मत्स्येंद्रनाथांनी ग्रहण केले, त्यामुळे त्यांना शाप मिळाला की, एक दिवस त्यांनाही झोप लागेल आणि मग त्यांनी ग्रहण केलेले योगाचे सर्व ज्ञान ते विसरतील. पुढे मत्स्येंद्रनाथ कदली राज्यात आले असता हा शाप खरा झाला.

आसामच्या कामरूप प्रांतात कदली राज्य होते. तिथे गेल्यावर राजे महाराजांचे

ऐश्वर्यशाली जीवन अनुभवण्याची इच्छा मत्स्येंद्रनाथांच्या मनात उद्भवली. त्यामुळे त्यांची योग्यांची कर्तव्ये, त्यांचे आदर्श, तत्त्वे सर्वांचा मत्स्येंद्रनाथांना विसर पडला. कमला राणीबद्दल त्यांच्या मनात मोह उद्भवला. विद्येच्या साहाय्याने त्यांनी त्रिविक्रम राजाच्या शरीरात परकाया प्रवेश केला. विविध इंद्रिय सुखे, संपत्ती, वैषयिक सुखे यांचा उपभोग घेत ते जगू लागले. त्या जीवनातच रममाण झाले. कित्येक दशके उलटल्यावर मत्स्येन्द्रनाथांचा पट्टशिष्य गोरखनाथ यांना कानेरी या नाथ सिद्धाकडून ही हकिगत समजली की, कदली राज्यात सोळाशे बायकांच्या सापळ्यात अडकलेले त्यांचे गुरू मृत्यूला जवळ करीत आहेत. कदली राज्यात पुरुषांना प्रवेश नव्हता. अपवाद फक्त मत्स्येंद्रनाथांचा होता. ते तर तिथेच रमले होते. आपल्या गुरूला या सापळ्यातून बाहेर काढण्यास गोरखनाथांनी स्त्री वेषात गायन वादन करणाऱ्या नर्तकींच्या संघासह कदली राज्यात प्रवेश केला.अत्यंत दुर्दैवी तऱ्हेने मृत्यूच्या निकट जाणाऱ्या आपल्या गुरूला वाचवण्यासाठी गोरखनाथांनी आपल्याजवळचा मृदुंग जोरात वाजवून 'जाग मच्छिंदर गोरख आया' हे गाणे म्हणण्यास सुरुवात केली. 'नादब्रह्माचा' आवाज आणि आपल्या शिष्याचा आवाज कानांवर पडताच मत्स्येन्द्रनाथ मोहाच्या धुंदीतून तात्पुरते बाहेर आले.

आपल्या गुरूच्या यौगिक शक्ती त्यांच्यात पुनःस्थापित व्हाव्यात आणि आंतरिक शक्तींशी सूर जुळावा म्हणून गोरखनाथ त्यांना रानात घेऊन गेले. 'काया साध, काय साध मच्छंदर' (आपले यौगिक शरीर पुन्हा मिळव. त्यातील दोष व विकृती दूर कर) हे गीत गोरखनाथ गाऊ लागले. आपल्या गुरूंना पूर्ण भानावर आणण्यास गोरखनाथांनी आणखी एक धक्का दिला. त्यांनी बिंदुकनाथाला (रेताच्या थेंबापासून योगशक्तीने निर्माण झालेला असा त्या नावाचा अर्थ आहे). ठार केले. बिंदुकनाथ हा मच्छिंद्रनाथांना कमलेपासून झालेला पुत्र होता. गोरखनाथांनी मृत बिंदुकनाथांच्या शरीराचे कातडे सोलून काढले. त्यातील सर्व अशुद्धता धुऊन काढली आणि एखाद्या जनावराचे कातडे टांगावे तसे ते कातडे छपरावर टांगले. हे कृत्य बघून कमला आणि मच्छिंद्रनाथ अवाक् झाले. हादरून गेले. नंतर गोरक्षनाथांनी त्यांच्यासमोर १०८ बिंदुकनाथ निर्माण केले. यानंतर मच्छिंद्रनाथांच्या मनावरील मोहमायेची नशा उतरली. ज्या इंद्रियसुखांची व आकर्षणांची आसक्ती त्यांच्या मनात निर्माण झाली होती त्या निद्रेतून ते जागे झाले. त्यांचे आत्मज्ञान पुनः प्रस्थापित झाले. नंतर गोरखनाथ आणि मच्छिंद्रनाथांनी कदली राज्य सोडले. (असेही म्हटले जाते की कदली राज्यातील स्त्रियांनी गोरखनाथांवर आपले मोहपाश टाकण्याचा प्रयत्न केला. पण मनावर पूर्ण ताबा असलेले दृढ निश्चयी गोरखनाथ त्या सापळ्यात अडकले नाहीत. उलट त्यांच्या यौगिक शक्तीमुळे त्या स्त्रियांचे वटवाघळांमध्ये रूपांतर झाले.)

◈◈◈

२.१ गोरखनाथांचा वंश आणि कालखंड

संपूर्ण मानवजातीसाठी गोरखनाथांनी दिलेले महत्त्वाचे योगदान म्हणजे त्यांनी योगविषयक ज्ञान सर्वसामान्यांना उपलब्ध करून दिले. सामान्य लोकांना समजेल अशा भाषेत त्यांनी त्यासंबंधी सांगोपांग माहिती दिली. योगविषयक असे बरेच ग्रंथ आहेत, ज्यांच्यामध्ये नाथ-गुरुंचे आयुष्य तपशीलवर दिलेले आहे. त्यात ठळकपणे गोरखनाथांचे जीवन आणि कार्य वर्णिलेले आढळते.

हिंदू दैवतांपैकी लोकांना अतिशय प्रिय असणारे दैवत म्हणजे गणेश! त्याला 'विघ्नहर्ता' म्हटले जाते. आपल्या भक्तांना तो अनेक वरदाने देतो. त्याचे ध्यान करणाऱ्या साधकांना दृढता आणि कणखरपणा प्राप्त होतो. कोणत्याही कार्याचा शुभारंभ करण्याआधी त्याचे नामस्मरण केले जाते. त्यामुळे कार्य सिद्धीस जाते, असा लोकांचा विश्वास आहे. त्याच्या नामस्मरणाने आनंदप्राप्ती आणि सकारात्मक ऊर्जा मिळते. गणेश हा ब्रह्मचारी व अविवाहितांचा अधिदेव असल्याचे मानले जाते.

गोरखनाथांचे अनुयायी त्यांना 'महापुरुष' म्हणतात. त्यांना स्थलकालाचे बंधन नसून त्यांच्या लेखी स्थलकाल सापेक्ष आहेत असेही म्हटले जाते. त्यांचे अनुयायी त्यांना 'परमहंस' म्हणतात. (ज्यांच्या श्वासाबरोबर 'सो' आणि उच्छ्वासाबरोबर 'हम'

असा मंत्रोच्चार सतत चाललेला असतो तो आपोआप होतो. इतकी त्यांची ध्यानावस्था उच्च कोटीची असते.) कोणत्याही साधूकरिता हा सर्वश्रेष्ठ सन्मान आहे. ध्यानामुळे सर्व इंद्रिये पूर्ण ताब्यात असलेल्या व्यक्तीलाच हा सन्मान मिळू शकतो. त्यांचे शिष्य त्यांचे वर्णन करताना म्हणतात की - ''ते देवांना प्रिय आहेत. त्यांची आराधना, पूजा देवाधिदेवांनी स्वीकारली आहे. तुम्ही त्यांच्याकडे हवा तो वर मागू शकता.''

गोरखनाथांच्या शिष्यांनी त्यांच्या रूपाचे वर्णन पूरन भगत यांच्याकडे करताना त्यांना सांगितले आहे की, सर्व स्त्री पुरुष एकमुखाने म्हणतात की त्यांचे सौंदर्य अवर्णनीय आहे. भारताच्या राजदरबारातील कुणाही सौंदर्यवतीचे सौंदर्य त्यांच्यापुढे फिके पडेल. ते एखाद्या सरोवरात विहार करणाऱ्या हंसासारखे आहेत. ते केव्हा प्रकट झाले तो निश्चित काळ, दिनांक उपलब्ध नाही. पण त्यांनी भेट दिलेल्या स्थळांची, भेट प्रसंगांची नोंद अनेक ठिकाणी आढळते.

> काठमांडू येथील पशुपतीनाथ मंदिराजवळ प्रभू गोरखनाथ राहात होते, असे म्हटले जाते. गोरखनाथ हे मूलतः वज्रयान बौद्ध होते. आणि त्यांचे गुरू मत्स्येंद्रनाथांमुळे शैव तत्त्वप्रणालीशी त्यांचा दृढ संबंध होता असे तर्कशुद्ध अनुमान मांडायला हरकत नाही.

कोणी कोणी असेही म्हणतात की ते पंजाबचे मूळ निवासी होते. तिथून त्यांनी भारतभर संचार केला. त्यांचे मुख्य स्थान झेलममधील टिल्ला येथे होते. बाबा फरीद यांनी १२४४ मध्ये गिरनारची यात्रा केली. १२६६ मध्ये त्यांचा देहान्त झाला. त्यांचा गोरखनाथांशी जवळचा संबंध होता. गोरखनाथांचे एक पवित्र स्मृतिस्थळ तिथे (गिरनारमध्ये) आहे. एका आख्यायिकेनुसार गिरनार पर्वतावर शिवांना प्रसन्न करण्यास देवी पार्वतीने अनेक गीते व स्तवने गायली. याच स्थळी (गोरखनाथांचे स्मृती स्थळ आहे त्याच्या आसपास) शिव पार्वतीवर प्रसन्न होऊन प्रकट झाले. काही सिंधी दन्तकथांनुसार गोरखनाथांची ही आवडती जागा होती. ते इथे ध्यान करीत असत. आणि त्यांची धुनी इथे अजून अस्तित्वात आहे.

त्यांच्या आध्यात्मिक वंशावळीची नोंद अनेक इतिहास तज्ज्ञांनी आणि इतर अनेक लोकांनी विविध ठिकाणी केली आहे. सर्वांत विश्वसनीय स्रोत मानला जातो तो म्हणजे संत कबीर यांनी लिहिलेली 'गोरखनाथ की गोस्टी'. (कथा). त्यात गोरखनाथांनी स्वतःला आदिनाथांचे नातू व मत्स्येंद्रनाथांचे पुत्र म्हटले आहे. दुसरे महत्त्वाचे शिष्य

गिरनार, गुजरात येथील अंबामाता मंदिरातून दिसणारे जैन मंदिर

म्हणजे संत ज्ञाननाथ. त्यांनी आपल्या भगवद्गीतेवरील ग्रंथांत (ज्ञानेश्वरीत) म्हटले आहे की, ते योगाचे साधक होते आणि विशेषतः गोरखनाथांचे शिष्य होते. र.ल. पांगारकर यांचा प्रसिद्ध चरित्रग्रंथ 'श्री ज्ञानेश्वर महाराज चरित्र' १९१२मध्ये प्रसिद्ध झाला. त्या ग्रंथानुसार ज्ञाननाथांचे वडील विठ्ठलपंत व गोरखनाथ यांची भेट झाली होती. 'गोरक्षसंवाद' या ग्रंथात गोरक्षनाथ आणि त्यांच्या ग्रंथातील अनेक अवतरणे यांच्यामुळे त्यांच्या साहित्यिक पूर्वसुरी व वारसदारांबद्दल माहिती मिळते. ज्ञाननाथांच्या पूर्वजांचा नाथपंथाशी जवळचा संबंध होता, यालाही त्या ग्रंथांत दुजोरा मिळतो.

गोरखनाथांच्या उदयाच्या कालखंडाचे अनुमान ज्ञानेश्वरीवरून लावता येते. हा ग्रंथ १२९० मधील आहे. म्हणजे त्याआधी साधारण दहाव्या, अकराव्या शतकात गोरखनाथांनी आपले कार्य उभारले असावे. याला पुष्टी देणारे अन्य संदर्भही आहेत. राणी पिंगला, गोपीचंद आणि भर्तृहरी यांचे उल्लेख गोरखनाथांच्या कालखंडाशी संबंधित आहेत. त्यांचा कालखंड अकराव्या शतकाच्या सुरुवातीचा असावा, असे मानण्यास जागा आहे.

संपूर्ण मानवजातीसाठी गोरखनाथांनी दिलेले महत्त्वाचे योगदान म्हणजे त्यांनी योगविषयक ज्ञान सर्वसामान्यांना उपलब्ध करून दिले. सामान्य लोकांना समजेल

गोरखनाथ मंदिर, गिरनार

अशा भाषेत त्यांनी त्यासंबंधी सांगोपांग माहिती दिली. योगविषयक असे बरेच ग्रंथ आहेत, ज्यांच्यामध्ये नाथ-गुरूंचे आयुष्य तपशीलवर दिलेले आहे. त्यात ठळकपणे गोरखनाथांचे जीवन आणि कार्य वर्णिलेले आढळते. (कारण तसे होणे अपरिहार्य होते) गोरखनाथांनी पंथाचा पाया मजबूतपणे रचत त्याची मुळे रुजविली. या थोर आदरणीय व्यक्तीची महानता, त्यांचे कार्य समजून घ्यायचे तर नाथ सिद्ध किंवा कानफाटा जोग्यांच्या पंथाचा मागोवा घेत जाणे क्रमप्राप्त ठरते. (कानफाटा जोगी हे नाव सर्वसामान्य लोकांमध्ये प्रचलित आहे. कारण जोग्याच्या कानाला मोठा छेद देऊन त्या पोकळीत त्यांनी मोठी जड कुंडले अडकविलेली असतात. त्या वजनामुळे कानाचे छिद्र मोठे होऊन फाटल्यासारखे दिसते.) कानफाटा जोगींची जीवनपद्धतीही समजावून घ्यायला हवी. तसेच त्यांची तत्त्वे आणि त्यांची थोडी गूढ, अनाकलनीय, थोडी विचित्र अशी कर्मकांडे, विधी आणि त्याभोवती रचलेल्या दंतकथाही रूपक स्वरूपात जाणून घ्यायला हव्यात.

◈◈◈

२.२

गोरखनाथी साधू : त्यांची धर्मकृत्ये, तत्त्वे आणि जीवनपद्धती

कानफाटा योगी कधीही लोकांच्या घराच्या आत प्रवेश करीत नाहीत. झोपडी किंवा तंबूसारख्या तात्पुरत्या उभारलेल्या निवाऱ्यात ते झोपतात, त्यांच्यातील बहुतेक जणांकडे कोणतीही संपत्ती नसते. स्वतःची अशी फुटकी कवडीही नसते.

गोरखनाथांच्या निष्ठावान अनुयायांना 'नाथ' (मालक) म्हणतात. 'कानफाटा' (फाटलेल्या कानांचे) असे त्यांचे संबोधन सर्वसामान्य जनतेत प्रचलित आहे. त्यांच्या पंथाचे संस्थापक गोरखनाथ यांच्या नावावरून त्यांना 'गोरखनाथी' असेही म्हणतात. 'सिद्ध साहित्य' या आपल्या ग्रंथात पीतांबरदत्त बार्थवाल यांनी दिलेल्या संदर्भानुसार नाथ ही पदवी असून बंगाली वज्रयान वा वज्रनाथी बौद्ध परंपरेत त्याचा 'गुरू' किंवा 'लामा' या अर्थी उपयोग होत असे. सरहा-पा, कानहा-पा या ज्येष्ठ लामांचा उल्लेख 'नाथ' म्हणून केल्याचे आढळते. त्यांना स्थिर अविचल बुद्धीचे नाथ असे म्हटले गेले होते. गोरखनाथी (साधू) योग्याच्या एका वेगळ्याच वर्गाचे प्रतिनिधित्व करतात. इतर योगी साधूंहून त्यांच्या श्रद्धा, शिकवण व जीवनपद्धती वेगळी आहे. ते भारतात मध्यप्रदेश, पंजाब, गुजरात, महाराष्ट्र, विशेषतः उत्तर दख्खन, गंगेजवळचा प्रदेश अशा अनेक ठिकाणी आढळतात. त्यांचे नेपाळमध्येही वास्तव्य आहे.

> कानफाटा योग्यांची काही आगळीवेगळी वैशिष्ट्ये आहेत. सर्वांत महत्त्वाचे आणि कुतूहलजनक असे वैशिष्ट्य म्हणजे त्यांच्या कानांना पाडलेली मोठी चीर आणि त्यात अडकविलेली कुंडले, बाळ्या वगैरे! त्यामुळे ते सहज ओळखू येतात.

त्यांच्या दीक्षाविधीच्या अंतिम टप्प्याला त्यांचा गुरू एक दुधारी सुरी घेतो. आणि दोन्ही कानांच्या मध्ये असलेल्या पोकळ भागाला चीर देतो. त्या कापलेल्या भागात कडुनिंबाच्या काड्या घालून ठेवल्या जातात. हळूहळू जखम भरते. पण ती चीर तशीच रूंदावलेली राहाते. मग कडुनिंबाच्या काड्या काढून टाकून तिथे मोठाली कुंडले किंवा मुद्रा अडकविल्या जातात.

हा कुतूहल वाटावा असा विधी म्हणजे भक्ताचे भगवान शिवावर आणि गोरखनाथांवरील भक्तीचे प्रतीक मानले जाते. असे म्हटले जाते की, येथे असलेल्या नाडीत छिद्र पडल्यावर योगशक्ती वाढते. त्या योग्याला त्याच्या साधनेनुसार कालौघात चिरंजीवित्त्व सुद्धा मिळू शकते. डेव्हिड गॉर्डन व्हाईट यांच्या मते योग्याच्या आयुष्यातील ही एक अपूर्व घटना असते. या क्रियेत कानाला छिद्र पाडल्यावर दीक्षा घेणाऱ्या योग्याच्या मेंदूतील सूक्ष्म, एका ठिकाणी सामावलेला असा विशिष्ट प्रवाह खुला होतो. हा प्रवाह योग शक्तींची वाहक अशी नलिकाच होतो. त्यातून शारीरिक दीर्घायुष्य (चिरंजीवित्त्व) मिळू शकते. काही ठिकाणी असेही लोकरूपी संदर्भ मिळतात की, या विधीत गुरू शिष्याच्या डाव्या कानात आपले तोंड घालतो आणि शंखिनी नाडी उद्दीपित करतो. त्यामुळे हा योगशक्ती प्रवाह खुला होतो.

कर्ण छेदन झाल्यावर सपाट किंवा दर्सन पद्धतीची किंवा नळीसारखी पोकळ गोल कुंडले वापरली जातात. दर्सन पद्धतीची कुंडले फार पवित्र मानली जातात. त्या शब्दातूनच मनात आदरभाव निर्माण होतो. जेव्हा कुणाला ब्रह्माचा साक्षात्कार किंवा दिव्य अनुभूती होते, तेव्हा हा शब्द वापरला जातो. भिन्न धातू किंवा अन्य साधनसामग्रीतून ही कुंडले बनविली जातात. मातीची कुंडले कमी खर्चाची म्हणून अधिक पसंती मिळते. पण ती लवकर तुटू शकतात. गेंड्याचे शिंग किवा कातड्यांपासून बनविलेली कुंडले खूप टिकाऊ असतात म्हणून अनेक कानाफाटा योगी त्यांची निवड करतात. स्फटिक, सोने यांपासून ही कुंडले बनतात, तशीच ती रत्नजडितही असतात. त्यांचा वापर तसा कमीच असतो.

ही कुंडले धारण करणे अनिवार्य असते. चुकून एखादे कुंडल तुटले तर नवीन जोडी कानात चढवेपर्यंत योगी दुसऱ्या योग्याशी बोलू शकत नाही, अन्नग्रहण करू शकत

नाही. किंवा कोणतीही धर्मकृत्ये करू शकत नाही. आपली कुंडले कुणी ओढू नये, ती खराब होऊ नयेत म्हणूनही कानफाटा योग्यांना सजग असावे लागते. त्या कुंडलांशिवाय ते बहिष्कृत ठरतात. त्यांना राहती जागा सोडावी लागते. कोणतेही धार्मिक विधी करण्यास त्यांना मनाई असते. अगदी क्वचित् कधी कोणाचा मृत्यू घडतो वा त्यांना जिवंत पुरले जाते. आणखी एक लिंगसूचक अलंकरणही कानफाटा योगी धारण करतात. त्याला 'सिंगनाद' म्हणतात. ती शिट्टी असते. आणि गेंड्याच्या किंवा काळ्या काळविटाच्या शिंगापासून घडवलेली असते. सकाळ संध्याकाळी पूजेच्या आधी, कोणत्याही जेवणाच्या आधी किंवा काहीही कार्य आरंभ करताना ती शिट्टी वाजविली जाते. काही जोगी एका चांदीच्या काट्याने शिट्टीभोवती पवित्र धागा/जानवे गुंडाळतात. दुष्ट शक्तींना दूर ठेवणारा संरक्षक ताईत म्हणून ती वापरली जाते. तिला सिंगनाद जनेरू (जानवे) असे म्हटले जाते. काही योगी कटिवस्त्र म्हणून काळ्या मेंढीच्या लोकरीची दोरी गुंडाळतात. त्याला 'लंगोट नाग' म्हणतात. त्याखेरीज ते अन्य वस्त्र नेसत नाहीत. काही जण कापड्याची निरुंद पट्टी लंगोटाप्रमाणे वापरतात.

आणखी एक महत्त्वाचा धागा अनेक कानफाटा जोगी वापरतात. त्याला 'हल मातंग' म्हणतात. त्याच्याशी अनेक नियम संबंधित असतात. उदाहरणार्थ, (हल मातंग) धागा बांधल्यावर योग्याला ताबडतोब भिक्षा मागण्यास निघावे लागते. कानफाटा योगी रुद्राक्षमाला नेहमी वापरतात. त्या ३२, ६४, ८४ किंवा १०८ रुद्राक्षांच्या असतात. क्वचित जास्तही असतात. त्या आध्यात्मिक कारणांसाठी वापरल्या जातात किंवा मंत्रोच्चारणाच्या गणतीसाठी वापरल्या जातात. रुद्राक्ष किती 'मुखी' आहे त्यालाही महत्त्व असते. त्रिमुखी रुद्राक्ष म्हणजे त्रिशूळ, चौमुखी म्हणजे वेद, षड्मुखी म्हणजे सहा दर्शने, अष्टमुखी म्हणजे अष्टभुजा दुर्गा, नऊमुखी म्हणजे नवनाथ अशी प्रतिनिधित्वे ते रुद्राक्ष करीत असतात. तसेच दशमुखी म्हणजे विष्णूचे दहा अवतार, अकरामुखी रुद्राक्ष अत्यंत तीव्र असून ते ब्रह्मचारीच धारण करतात. अकरामुखी रुद्राक्ष शिवाला अत्यंत प्रिय असतात.

द्विमुखी रुद्राक्ष फार क्वचित आढळतो. (तो खरे तर एकाला एक जोडलेला 'जुळा' रुद्राक्ष असतो. त्याला 'शिवशक्ती किंवा गौरीशंकर रुद्राक्ष' म्हणतात. निसर्गतः जोडलेला हा रुद्राक्ष शिव आणि पार्वती दोघांचे प्रतिनिधित्व करणारा म्हणून दोघांना प्रिय आणि पवित्र असतो. तो फक्त राजे महाराजांजवळ असतो. ज्याच्याजवळ हा रुद्राक्ष असेल त्याल अमाप वैभव मिळते. त्याच्या सर्व इच्छा पूर्ण होतात, असे म्हणतात.

दुष्ट शक्तींपासून संरक्षण करण्यास कानफाटा योगी त्यांच्या शरीरावर भस्माचे पट्टेही ओढतात. अगदी नेहमी दिसून येणारे हे पट्टे म्हणजे कपाळावर तीन आडवे पट्टे असतात.

त्यांना ‘त्रिपुंड’ म्हणतात. हे भस्म चंदन किंवा मातीपासून बनविलेल्या लेपाने कपाळावर विलेपित केले जाते. शैवपंथीय असल्याचे सूचक म्हणून असेच पट्टे शरीरावर अन्यत्रही ओढलेले असतात. काही योगी एक काळा पट्टा ओढतात. त्यावर एक काळा ठिपका असतो. तो भैरवाचे प्रतीक असतो. त्याच्याखाली लाल वर्तुळ असते. ते महावीर किंवा हनुमान यांचे प्रतीक असते. कपाळावरील हे ‘तिलक’ विभिन्न असतात. प्रत्येक योग्याचे वेगळे दैवत आणि त्याच्याशी निगडित असे पावित्र्यसूचक अलंकरण असू शकते. केसांच्या बाबतीत योग्यांच्या तऱ्हा वेगवेगळ्या असतात. काहीजण पूर्ण मुंडन करतात. काहींच्या लांब जटा असतात. पुष्कळ योगी धोतर किंवा भगव्या कफन्या घालतात. काहीजण शुभ्र वस्त्रे वापरतात. काहीजण फक्त लंगोट वा तत्सम कटिवस्त्र नेसतात. थंडीच्या

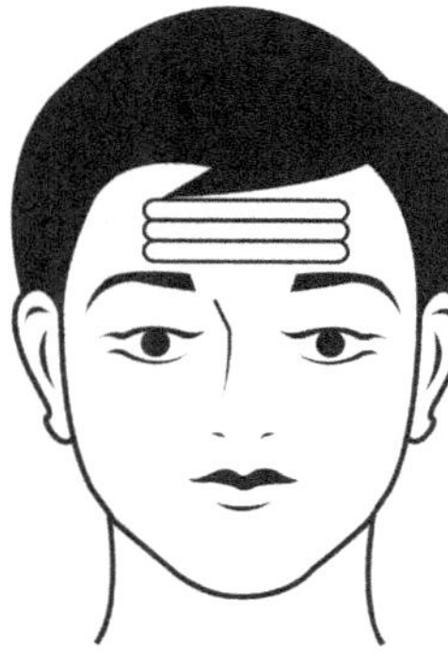

तीर्थ

वेगवेगळ्या पद्धतीचे तिलक

वरची ओळ (डावीकडून उजवीकडे) : १ ते ५ भगवान ब्रह्म आणि / किंवा त्रिमूर्ती (अगदी उजवीकडे) शक्ती

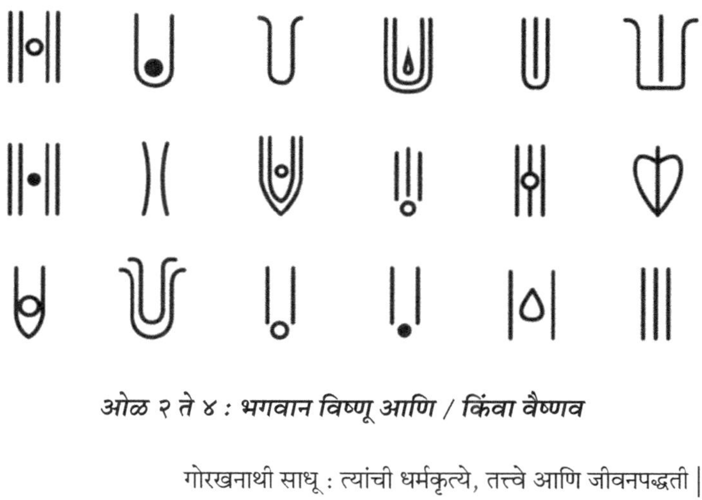

ओळ २ ते ४ : भगवान विष्णू आणि / किंवा वैष्णव

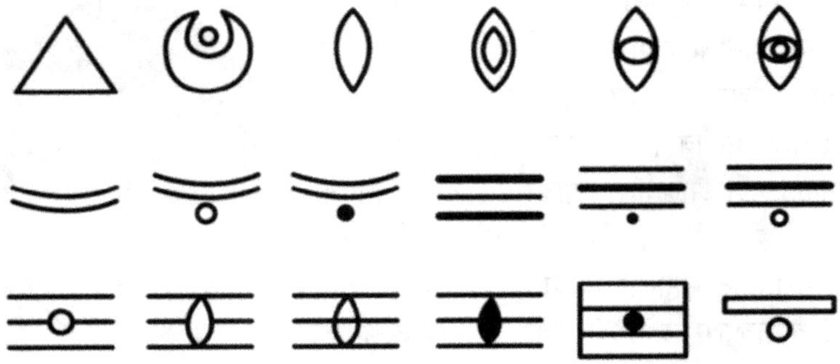

ओळ ५ ते ७ : भगवान शिव आणि / किंवा शैव

काळात काही जण डोके झाकणारे रुमाल, छातीजवळची बंडी आणि लोकरीचे कटिवस्त्र वापरतात. शंकूच्या आकाराची नऊ तुकड्यांनी शिवलेली टोपी तसेच भगव्या रंगाचा फेटा बरेचजण वापरतात. कधी हिंदू पद्धतीच्या पांढऱ्या टोप्या वापरल्या जातात. मठांचे प्रमुख साधुमहंत सणउत्सवाप्रसंगी काळ्या मेंढीच्या लोकरीचे सपाट किंवा शंकूच्या आकाराचे पागोटे डोक्यावर चढवतात.

कानफाटा योगी काही महत्त्वाच्या वस्तू नेहमी जवळ बाळगतात. त्यांचे भिक्षापात्र म्हणजे एखादे मातीचे खापर, नारळाची करवंटी किंवा पितळेची तोमरी नेहमी जवळ ठेवतात. निखारे सारखे करण्याचा चिमटा हा त्या कामाशिवाय शस्त्र म्हणूनही उपयोगी पडतो. कानफाटा योग्याच्या घरात धुनी अनिवार्यपणे पेटलेली असते. बांबू व धातूची काही भांडी असतात. भिक्षा मागताना काहींच्या हातात त्रिशूळ असतो. गरजेच्या वस्तू ठेवण्यासाठी व मिळालेल्या शिध्यासाठी खांद्यावर झोळी असते. कुबडी ही गरजेची असते. ध्यान लावताना ती आधार म्हणून वापरतात आणि दफनसमयीही ती आवश्यक असते.

त्यांच्या काही व्यवहार वा प्रघातांबद्दल जनसामान्यांचे बरेच गैरसमज आहेत. ते हातचलाखी करतात, ज्योतिष सांगतात, ताईत वगैरे मंत्रवून विकतात, चेटूक करतात, काहीजण भुतेखेते उतरवण्याचे काम करतात, काही वैदुगिरी करून झाडपाल्याची औषधे विकतात, काहीजण मंत्र म्हणून रोग उतरवतो, असे (खोटेच) सांगून पैसे उकळतात, मुलांना दृष्ट लागणे, भूतबाधा होणे असले प्रकार दूर करतात. काहीजण सांगतात की, त्यांच्याजवळ अतिमानवी शक्ती, जादुविद्या वगैरे आहे आणि ते साध्या धातूंचे रूपांतर सोन्या-चांदीत करू शकतात. असे बरेच समज-अपसमज गोरखनाथींबद्दल समाजात

प्रचलित आहेत. एक लक्षणीय गोष्ट म्हणजे स्वत: गोरखनाथांजवळ ही किमयाविद्या होती, असे म्हटले जाते.

काही योगी चांगल्या उद्योग व्यवसायात कार्यरत असतात. कुणी राजाच्या सैन्यात असतात, कुणी रेशमाचा व्यापार करतात, अन्य उत्तम धनप्राप्ती करून देणारे उद्योग-व्यापार करतात. काही शेतीवाडीही करतात.

प्रत्येक योग्याला विवक्षित नियमावलीचे पालन करावे लागते. आपल्या आध्यात्मिक प्रवासावर लक्ष अविचल असावे म्हणून विशिष्ट मार्गाचे अनुसरण करण्याची शपथ प्रत्येक योग्याने घेतलेली असते. काही योग्यांनी घेतलेल्या महत्त्वपूर्ण शपथा म्हणजे कोणाकडेही नोकरी करायची नाही, व्यापार उद्योग करायचा नाही, उपजीविकेसाठी फक्त भिक्षा मागायची, 'अलख किंवा गोरख गोरख' असा पुकारा करायचा, त्या घरातील माणसे जे द्रव्य, अन्न देतील ते घेऊन पुढे निघायचे. त्यांचे भोजन बहुधा शाकाहारी असते. भात, ज्वारीची भाकरी, भाजी, फळे यांचा समावेश असतो. पण काहीजण मासे, मटण खातात. मात्र डुक्कर अस्वच्छ असल्याने त्याचे मांस खात नाहीत. हिंदू हे गायीला पवित्र मानत असल्याने गायीचे मांसही त्यांना वर्ज्य असते. प्रत्येक प्रदेशानुसार भोजन वेगवेगळे असते. तिथे असलेल्या जाती जमातींच्या भोजनपद्धतीवर ते अवलंबून असते.

श्वासोच्छ्वासावर ताबा मिळविण्यास काही शरीरांतर्गत नाडीच्या माध्यमाचा उपयोग करतात. काहीजणांनी कायमचे मौनव्रत धारण केलेले असते. कानफाटा योगी कधीही लोकांच्या घराच्या आत प्रवेश करीत नाहीत. झोपडी किंवा तंबूसारख्या तात्पुरत्या उभारलेल्या निवाऱ्यात ते झोपतात, त्यांच्यातील बहुतेक जणांकडे कोणतीही संपत्ती नसते. स्वत:ची अशी फुटकी कवडीही नसते. भिक्षेवर जगत असताना ते उपजीविकेसाठी कसलेही काम करीत नाहीत.

योग्याचे आयुष्य अनेक संकटांनी आणि अडचणींनी भरलेले असते. पंजाबमध्ये 'हीर रांझा'ची एक अमर प्रेम कहाणी अनेक वर्षे सांगितली जाते. त्यापैकी रांझा हा श्रीमंत चौधरी खानदानातील तरुण! त्याला हीरचे प्रेम मिळवायचे होते, त्यासाठी तो नाथ पंथाचा स्वीकार करण्याची तयारी दाखवतो, तेव्हा त्याला पंथाच्या श्रेष्ठींकडून असे सांगितले जाते की, ''योग्याची चव (जीवन) कडू आणि आंबट असते. जोग्यासारखे मळके कपडे घालावे लागतील. लांब केसांच्या जटा ठेवाव्या लागतील किंवा मुंडन करावे लागेल. जन्मभर भिक्षापात्र घेऊन भिक्षा मागत गुजराण करावी लागेल. सतत गुरूचे ध्यान करावे लागेल आणि गळ्याच्या मध्यावर श्वास निरोध करावा लागेल. सगळ्या भौतिक सुखांचा त्याग करावा लागेल. मित्र, आप्त भेटले (त्यांच्याकडे आनंदाचे प्रसंग आले) किंवा ते मरण पावले तरी तुला निर्विकार राहावे लागेल.

स्त्रीकडे वासनायुक्त नजरेने बघणे सर्वथा वर्ज्य करावे लागेल. कंदमूळ, भांग, गांजा वगैरेंसारख्या अंमली द्रव्यांचे सेवन करून दिव्य अनुभूती मिळवावी लागेल. हे जग म्हणजे एक भ्रम, केवळ माया आहे असे समजून चालावे लागेल. जगन्नाथ, गोदावरी, गंगा, यमुना वगैरे तीर्थक्षेत्रांच्या यात्रा कराव्या लागतील. जोग (योग) ही अत्यंत कठिण गोष्ट आहे आणि तुमच्यासारख्या जाट लोकांना (रांझा) तर राजघराण्यातील ऐषोरामाची सुखविलासाची सवय असते. तुम्ही कधीही जोगी होऊ शकणार नाही.''

पूरण भगत हा गोरखनाथांच्या सर्वोत्तम शिष्यांपैकी एक होता. त्यालाही गोरखनाथांनी सुरुवातीला बजावले होते की, तू जोगाचा विचारच करू नकोस. ते जीवन तुझ्या कुवतीबाहेरचे आहे. तहान भुकेचा सतत सामना करावा लागेल. आणि या जगाचा त्याग करण्यासाठी सहनशीलतेने सत्त्वपरीक्षा पार कराव्या लागतील. सर्व इंद्रियसुखांचा त्याग करावा लागेल. आणि अतिशय खडतर जीवनाचा अंगिकार करावा लागेल.

गोरखनाथींना ब्रह्मचर्याची शपथ घ्यावी लागते. हा नियम सर्व मठांमध्ये विशेषत: धीनोधर, देवीपाटण, गोरखपूर, येथे कडकपणे पाळला जातो. तथापि, काही क्षेत्रांमध्ये कानफाटा जोगी लग्न करतात आणि त्यांच्या विवाह विधींचे पौरोहित्य ब्राह्मण पुरोहित करतात. गोरखमंडळी येथे माथाधारी आणि संन्यासी हे गृहस्थी, घरबारी लोकांबरोबर आढळून येतात. गृहस्थ, बिंदी-बागी, सामयोगी या अन्य नावांनी कौटुंबिक जीवन स्वीकारणारे योगी ओळखले जातात. कित्येक 'घरबारी' हिमालयात आढळून येतात. कित्येक घराण्यांमध्ये देवळाचे अधिकार वंशपरंपरेनुसार पुढे नेले जातात. वडिलांकडून देवळाचा मालकी हक्क (त्या संदर्भातील विधी, धर्मकृत्ये इ.) मुलाकडे सुपूर्त केला जातो.

लग्न केलेल्या जोग्याकडे तुच्छतेने पाहिले जाते. आणि संन्याशांबरोबर भांग, गांजा ओढण्यासाठी (पर्यायाने त्यांच्या बरोबर वावरण्यासाठी, त्यांना विशेष दंड द्यावा लागतो.) हे योगी आपल्या जातीतील वधू निवडतात. सगोत्रात विवाह करीत नाहीत. ते आपला 'योग' सुरू ठेवतात. विशेष कुंडले कानात घालतात, जानवे घालतात. अन्य (योग्याला आवश्यक) कपडे परिधान करतात. घरबारीसाठी प्रत्येक क्षेत्रातील नियम वेगवेगळे असतात. पण त्यांना मठात राहण्या-जेवण्याची परवानगी नसते.

एक विशेष गोष्ट म्हणजे शिवसंहितेमध्ये योग्यांना नोकरी उद्योग करून यश मिळविण्याची परवानगी दिली आहे. असे म्हटले जाते की, ''कुटुंबप्रमुख असलेल्या योग्यांचे यश हे त्यांच्या एकाग्र बुद्धीने केलेल्या जपाचे फलित असते.

म्हणून कुटुंबप्रमुखांना अशा तऱ्हेने कमाईसाठी कष्ट करण्यासाठी परवानगी दिली जाते.'' शिव संहितेत असे म्हटले आहे. अनेक कुटुंबप्रमुख योगी स्वत:चा उद्योग व्यवसाय करतात. पण त्यांनी मोहाचा, सर्व लौकिक सुखांचा त्याग केलेला असतो.

गुप्तपणे ते योग आणि तद्विषयक विधी नित्यनेमाने करीत असतात. या कुटुंबप्रमुख योग्यांना भरपूर यश मिळालेले आढळून येते. त्यांनी शिवशंकरांनी घालून दिलेल्या नियमांचे पालन केले तर त्यांना आत्मानंदाचा लाभ होऊ शकतो. योग्यांनी गोपालन, शेती, शिवणकाम, विणकाम, सैन्यदलात सेवा, सावकारी इत्यादी उपजीविका स्वीकारणे सामान्य मानले जाते. विवाहित योग्यांचे कामकाज देशभरात वेगवेगळ्या प्रदेशांनुसार, जातींनुसार भिन्न भिन्न आढळून येते.

भिन्न नाथपंथींच्या अशा भिन्न परंपरा आहेत.

२.३ कानफाटा योगी पंथाची व्यवस्था

योग्यांच्या दीक्षा प्रक्रियेत दोन टप्पे असतात. पहिला टप्पा असतो 'औघड' होण्याचा. दुसऱ्या टप्प्यात उमेदवाराच्या कानाला चीर पाडली जाते. आणि दीक्षा पूर्ण होऊन तो योगी होतो. पहिल्या टप्प्यात अनेक विधी, धर्मकृत्ये, कर्मकांडे, यमनियम इत्यादिंची शिकवण देऊन शिष्य केले जाते. दुसऱ्या टप्प्यात त्याला पंथात योगी म्हणून समाविष्ट केले जाते. दीक्षाविधी बहुधा एखाद्या तीर्थक्षेत्राच्या ठिकाणी किंवा मठात पार पडतात किंवा एखाद्या भैरव, शक्ती किंवा शिवाच्या मंदिरातही होतात.

गोरखनाथी व्यवस्थेत फक्त उच्चवर्णीय व्यक्तींनाच प्रवेश मिळतो, असे नाही. अन्य जातीच्या, शूद्र किंवा कधी मुस्लिमांना सुद्धा त्यात प्रवेश मिळाल्याची उदाहरणे आहेत. मात्र गोरखनाथीमध्ये कायदे अतिशय कडक आहेत. प्रत्येक उमेदवाराची जात, कुटुंब, त्याची पार्श्वभूमी गुन्हेगारी नाही ना, इत्यादी सर्व बाबीं बारकाईने तपासल्या जातात. नंतर आपण योगी होत असल्याच्या प्रतिज्ञापत्रावर त्याला स्वाक्षरी करावी लागते. योग्यांना नंतर कोणतीही जात उरत नाही. (जातीनुसार) खान-पान, धूम्रपान वगैरेची बंधने

नसतात. तथापि सामान्यत: हिंदू व मुस्लीम योगी एकत्र भोजन करत नाहीत. स्त्रियांना पुरुष योग्यांबरोबर भोजन करण्याची परवानगी नाही. कानफाटा योग्याची दीक्षा देण्यास लहान वय अधिक योग्य समजले जाते. चाळीस दिवस ते तीन वा सहा महिनेपर्यंत प्रत्येक गुरू योगी होऊ इच्छिणाऱ्या उमेदवाराची इच्छाशक्ती, निश्चय, अन्य क्षमता पारखत असतो. (गुरूचे समाधान झाल्यावरच दीक्षा मिळते.)

योग्यांच्या दीक्षा प्रक्रियेत दोन टप्पे असतात. पहिला टप्पा असतो 'औघड' होण्याचा. दुसऱ्या टप्प्यात उमेदवाराच्या कानाला चीर पाडली जाते. आणि दीक्षा पूर्ण होऊन तो योगी होतो. पहिल्या टप्प्यात अनेक विधी, धर्मकृत्ये, कर्मकांडे, यमनियम इत्यादिंची शिकवण देऊन शिष्य केले जाते. दुसऱ्या टप्प्यात त्याला पंथात योगी म्हणून समाविष्ट केले जाते. दीक्षाविधी बहुधा एखाद्या तीर्थक्षेत्राच्या ठिकाणी किंवा मठात पार पडतात किंवा एखाद्या भैरव, शक्ती किंवा शिवाच्या मंदिरातही होतात.

बहुतेक कानाफाटा योगी आपल्या नावासमोर 'नाथ' शब्द जोडतात आणि 'गोरखनाथी' शी आपला असलेला संबंध दर्शवितात. काही महत्त्वाचे मठ म्हणजे पंजाबमध्ये टिल्ला येथे असलेला मठ आणि गोरखपूर येथील मठ. या दोहोंचा उत्तराखंडात मोठा दबदबा आहे. गोरखपूर मठ धर्मनाथी शाखेच्या योग्यांचा आहे. आणि इतर ३६० धर्मस्थळांवर त्याची अधिसत्ता आहे. तुलसीपूर येथील मठ गोरखनाथींच्या रतननाथ शाखेच्या अधिपत्याखाली आहे. यातील प्रत्येक आस्थापन आध्यात्मिकदृष्ट्या महत्त्वाचे आहे. प्रत्येकाचा आपापल्या क्षेत्रातील लोकांवर मोठा प्रभाव आहे. या प्रत्येक मठाचे वा धर्मस्थानाचे पीर, महंत किंवा मठाधिपती (आध्यात्मिक नेतृत्व) हे प्रत्येक शाखेकडून/जमातीकडून वेगवेगळ्या पद्धतींप्रमाणे निवडले जातात.

मठातील दैनंदिन जीवन अत्यंत साधे असते. प्रत्येक योग्याची खोली वेगळी असते. पण तिथे कोणीही जाऊ-येऊ शकते. भिक्षा मागणे हे योग्याचे काम असते. तसेच अन्य योग्यांशी चर्चा, विचारविनिमय हेही काम असते. प्रवचने, कीर्तने यांचे श्रवण करणे आणि मदत किंवा मार्गदर्शनाची इच्छा धरून आलेल्या सर्वसामान्य जनतेशी बोलून त्यांना आश्वस्त करणे हेही योग्याचे काम असते. योगी मृत झाल्यावर त्याच्याबरोबरीचे अन्य योगी त्याचे दफन करतात. नंतर अनेक कर्मकांडे व विधी केले जातात. दफनस्थळाला 'समाधी' म्हणतात. योग्याची उच्च-नीच, गरीब-श्रीमंत आदी वर्गवारी लक्षात घेऊन भारतातील भिन्न स्थळी त्याचे दफन केले जाते. एक वर्षानंतर श्राद्ध किंवा 'बरसी'चा विधी केला जातो. त्यासाठी एक नियमावली असते. मंत्रजप, लौकिक गोष्टींचा दानधर्म, अन्नदानादी अनेक विधी केले जातात.

भगवान गोरखनाथांचे अनुयायी आणि भक्त आता जगभर पसरलेले आहेत. तथापि

त्यांच्या मृत्यूनंतर बारा मुख्य उपपंथांची निर्मिती झाली. अन्य विभाग आणि शाखाही वेगवेगळे गुरू व्यक्तिशः चालवितात. ते या सर्वसमावेशक पंथातीलच असतात. पण सर्वांना आदर किंवा अनुयायी मिळतातच, असे नाही.

परंपरेनुसार सुरुवातीस भगवान शिवांचे १८ पंथ व गोरखनाथांचे १२ पंथ होते. या दोन्ही गटांमध्ये संघर्ष झाले. शिवांचे १२ पंथ व गोरखनाथांचे ६ पंथ विनाश पावले. या दोन्ही गटात मिळून उरलेल्या १२ गटांची एक कानफाटा योगी व्यवस्था निर्माण झाली. टिकून राहिलेले सहा शैव संप्रदाय खालीलप्रमाणे -

१) पेशावर आणि रोहटकचे पगलानाथ

२) भूज आणि कच्छचे कांथारनाथ

३) पंख

४) मारवाडचे बन

५) गोपाल किंवा राम के

६) अफगाणिस्तानचे रावळ.

गोरखनाथांचे टिकून राहिलेले सहा संप्रदाय पुढीलप्रमाणे -

१) जयपूरच्या जालंधरपंथाचा पाओनाथ

२) कानी पाव व गोपीचंद

३) हेठनाथ

४) मुंबईच्या देवी विमलांच्या ऐ पंथाचा कोळीनाथ (संप्रदाय)

५) चांदनाथ कपलानी

६) मारवाडच्या रतधोन्दा येथील बैराग, रतननाथ, धज्जनाथ (महावीर पंथी). या प्रत्येक संप्रदायाची वेगवेगळी तत्त्वे, वेगळा इतिहास व वेगळी क्षेत्रे आहेत.

नाथांनी कपालिका विचारधारेचा संप्रदाय निर्माण केला. या विचारधारेची पायाभूत तत्त्वे व सत्ये फक्त बारा नाथांना माहीत होती. हे नाथ म्हणजे आदिनाथ, अनादी, वैकलिक, करल, वैकरल, महाकाल, कालभैरव, वाटुक, भूतनाथ, वीरनाथ आणि श्रीकंठ. या संप्रदायाचे बारा मार्गप्रवर्तक म्हणजे नागार्जुन, जडभरत, हरिश्चंद्र, सत्यनाथ, भीमनाथ, गोरक्ष, चर्पट, अवद्य, वैराग्य, कंठधारी, जालंधर आणि मलयार्जुन. आणखी एका नामावलीनुसार पुढील पाच नाथांची नावे आढळतात : गोरक्षनाथ, मत्स्येन्द्रनाथ, चर्पटनाथ, मंगलानाथ आणि घुगोनाथ. हे नाथ चिरंजीव असून अर्धदेवत्व पावलेले महामानव होते. पंथाचे सर्वकालिक गुरू (शिक्षक) होते. ते अजूनही हिमालयीन प्रदेशात जिवंत असल्याचे मानले जाते. ते हिमालयातील शिखरांचे संरक्षक आत्मे असल्याचेही काही नाथपंथी मानतात.

◈◈◈

श्रीनामदेवांच्या संदर्भावर आधारित श्री. पांगारकरकृत नाथ परंपरा

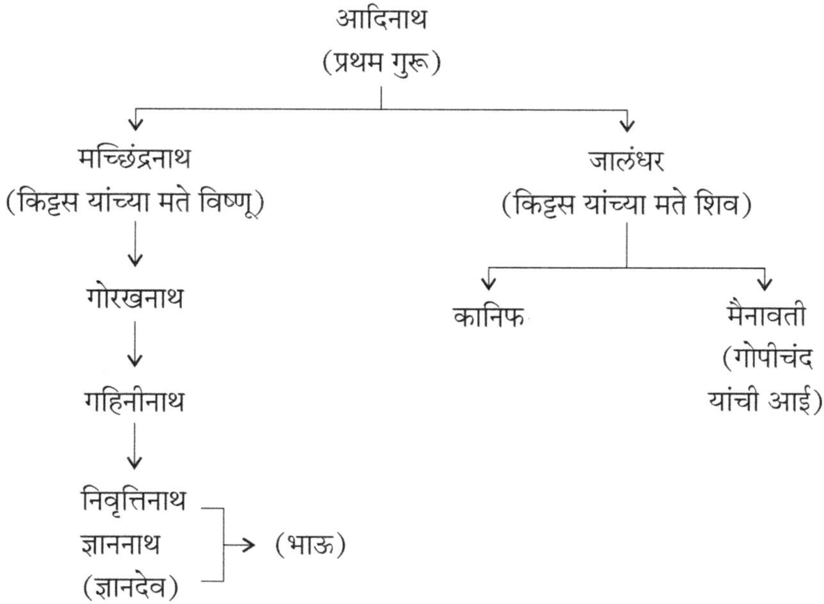

संदर्भ : जॉर्ज वेस्टन ब्रिग्ज लिखित पुस्तक : गोरखनाथ अँड द कानफाटा योगीज

बहिणाबाई यांची परंपरा

आदिनाथ (शिव)
(आदिनाथांनी योग शिकविला)
↓
पार्वती
↓
मत्स्येन्द्रनाथ
(शिव पार्वतीला ज्ञान देत होते तेच ते ग्रहण केले)
↓
गोरखनाथ
↓
गहिनी
↓
निवृत्तिनाथ
(बालपणातच योगी झाले)
↓
ज्ञाननाथ
↓
सच्चिदानंद
(पुढे विश्वंभर म्हणून ज्ञात)
↓
राघव (चैतन्य)
↓
केशव चैतन्य
↓
तुकोबा (तुकाराम)
↓
बहिणाबाई
(१६२८ ते १७००)

संदर्भ : जॉर्ज वेस्टन ब्रिग्ज लिखित पुस्तक : गोरखनाथ अँड द कानफाटा योगीज

परंपरा

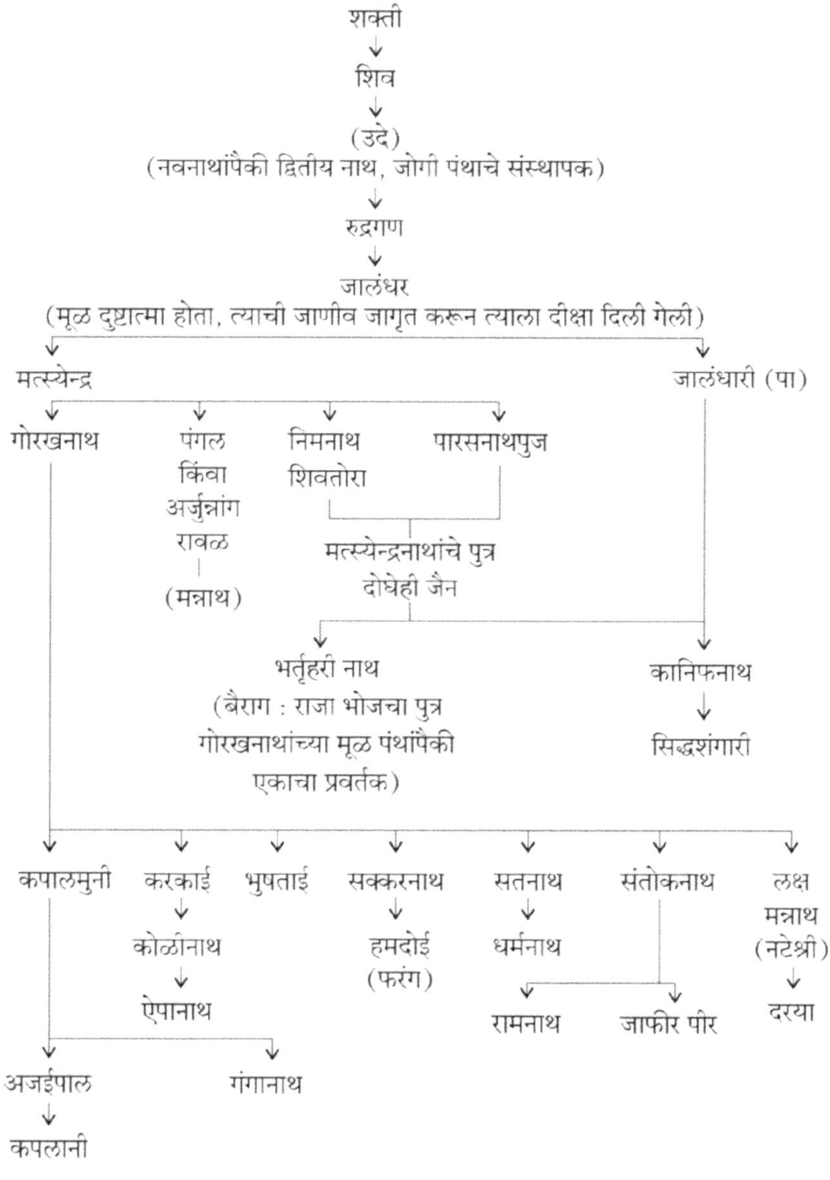

संदर्भ : जॉर्ज वेस्टन ब्रिग्ज लिखित पुस्तक : गोरखनाथ अँड द कानफाटा योगीज

२.४ गोरखनाथलिखित पवित्र ग्रंथ

गोरखनाथांचे व्यक्तिमत्त्व लक्षात घेऊन त्यांच्या हिंदी व संस्कृत रचनांचे मूल्यमापन करायचे झाले तर असे लक्षात येईल की, त्यांचा उपदेश केवळ योग्यांसाठी नसून तो सामान्य माणसांसाठी उपयुक्त, योग्य आणि महत्त्वाचा आहे.

प्रत्येक सृजनशील, अलौकिक बुद्धिमान व्यक्तीप्रमाणे गोरखनाथांची शिकवण आजही अनेक माध्यमांमधून जिवंत राहिली आहे. मौखिक परंपरा, दंतकथा, गाणी व कविता यांच्यातून ती पिढ्यान्‌पिढ्या जतन होत आली. त्यांचे बहुतेक तत्त्वज्ञान व शिकवण त्यांच्या महाकाव्यासारख्या भव्योदात्त व सखोल तत्त्वज्ञानात्मक ग्रंथांमधून आज उपलब्ध होते.

त्यांचे संस्कृतमध्ये लिहिलेले ‘अमनास्क’, ‘अनरौघ शासनम्’, ‘अवधूत गीता’, ‘गोरक्ष कल्प’, ‘गोरक्ष कौमुदी’, ‘गोरक्ष गीता’, ‘गोरक्ष चिकित्सा’, ‘गोरक्षशतपद्धती’, ‘गोरक्षशतकम’, ‘गोरक्ष शास्त्र’, ‘गोरक्ष संहिता’, ‘चतुर्शीव्यासन’, ‘ध्यानप्रकाशतक’, ‘ध्याननामामृत योग’, ‘नाडीध्यान प्रदीपिका’, ‘महार्थ मंजिरी’, ‘योग चिंतामणी’, ‘योगमार्तंड’, ‘श्री नाथसूत्र’, ‘सिद्ध सिद्धान्त पद्धती’, ‘हठयोग’ व ‘हठयोग संहिता’ हे ग्रंथ प्रसिद्ध आहेत. त्यांच्यातील नामसाधर्म्यामुळे असे समजण्यास वाव आहे की, ते पुढील काळात त्यांच्या

शिष्यांपैकी कोणीतरी लिहिले असावेत. तथापि त्यांच्या योगविषयक ज्ञानाचे ते विश्वसनीय स्रोत मानले जातात. गोरखनाथांचे अध्याय थोड्या विस्कळीत स्वरूपात उपलब्ध असल्याने त्यांच्या साहित्याचे संदर्भ व्यवस्थित जाणून घेण्यास अडचण उत्पन्न होते.

जॉर्ज वेस्टन ब्रीग्ज यांनी लिहिलेले 'गोरक्षशतक' हे या महान योग्याबद्दलचे साहित्य अत्यंत विश्वसनीय साहित्य म्हणून जगभर मान्यता पावलेले आहे. ध्यानशतक, ध्यानप्रकाश अशा अनेक रचनांमध्ये ते साहित्य उपलब्ध आहे. गोरक्षनाथांनी स्वत: लिहिलेल्या ग्रंथांच्या नावांशी या नावांचे खूपच साधर्म्य आहे. गोरक्ष पद्धती व हठयोग प्रदीपिका या चौदाव्या शतकात लिहिल्या गेलेल्या ग्रंथांमध्ये खूप साधर्म्य आहे. तथापि ब्रीग्ज यांचा ग्रंथ व कुवलयानंद यांचा ग्रंथ यात जवळजवळ शंभर वर्षांचे अंतर आहे. आणि त्यातून वर्णन केलेल्या पद्यरचनांमध्ये खूपच फरक आढळून येतो.

> **गोरक्षनाथांचे ज्ञान, कार्य, साहित्यरचना यांचे खरेखुरे प्रामाणिक स्रोत म्हणून सिद्ध सिद्धान्त पद्धती, गोरक्षशतक, महार्थ मंजिरी व अमरौघ प्रबोध हे ग्रंथ मान्यता पावलेले आहेत. गोरक्षपद्धती दोन भागात विभाजित केली गेली आहे. पहिल्या भागात गोरक्ष शत, गोरक्षध्यान, ध्यान प्रकाशशतक किंवा ध्यानशतक समाविष्ट आहे. दुसऱ्या भागाचे नाव योगशास्त्र असे आहे.**

गोरक्षशतक टीका, गोरक्षशतक टिप्पण, गोरक्षकल्प, गोरक्षपद्धती या ग्रंथांमध्ये समाविष्ट असलेले ज्ञान जवळ जवळ सारखेच असून नावे तेवढी वेगळी आहेत. गोरक्षपद्धतीमध्ये गोरक्षशतकाला 'गोरक्षसंहिता' म्हटले आहे. अलीकडेच वाराणसी संस्कृत विश्वविद्यालयाने 'गोरक्षसंहिता' नावाचे पुस्तक प्रकाशित केले असून त्यात गोरक्षशतक हा अतिशय महत्त्वाचा ग्रंथ असल्याचे प्रतिपादन केले आहे. पण या विषयावर तज्ज्ञमंडळींची वेगवेगळी मते आढळतात. काही तज्ज्ञांच्या मते गोरक्षसंहिता हा ग्रंथ गोरक्षशतक या ग्रंथाहून जुना आहे. गोरक्षसंहितेचा उल्लेख गोरक्षपद्धती या ग्रंथातही आढळतो. अमरौघशासनम् आणि महार्थ मंजिरी या ग्रंथांचे लेखक गोरखनाथच असावेत. त्यांचे वैशिष्ट्य म्हणजे ते काश्मिरी (किंवा उत्तर हिंदुस्थानी) बोलीभाषेत लिहिले आहेत. आणि त्यांनी स्वत: 'परिमल' या नावाने संस्कृतमध्ये त्या सविस्तर लेखनाचे रसग्रहणही केले आहे. पंडित मुकुंदराम शास्त्री यांनी या पुस्तकाला गोरक्षपर पर्याय असे म्हटले आहे. परंतु, या पुस्तकात या महान् गुरूंची छत्तीस तत्त्वे स्पष्ट केली गेली आहेत. तथापि पंडित वज्रवल्लभ द्विवेदी यांच्या मते हे पुस्तक महेश्वरानंद यांनी

तेराव्या किंवा चौदाव्या शतकात लिहिले असावे.

अमरौघ प्रबोध या ग्रंथात नाथपंथाशी शैव तत्त्वज्ञानाचा असलेला सखोल संबंध स्पष्ट केला गेला आहे. या सर्व संदर्भांवरून असे अनुमान काढायला हरकत नाही की, सिद्ध सिद्धान्त पद्धती, अमरौघ प्रबोध आणि गोरक्षसंहिता हे त्यांच्या सर्व साहित्यात अधिक महत्त्वाचे ग्रंथ आहेत.

सिद्ध सिद्धान्त पद्धती या महाकाव्यात अधिकार, शक्ती/हक्क या बाबींवर गोरक्षनाथांनी विशेष भर दिला असून त्याचे विवेचन येते. आणि यौगिक दृष्टिकोनातून ते दोन कारणांसाठी अतिशय मूल्यवान ठरते. नाथ परंपरेत असलेला साधनामार्ग, तत्त्वे आणि साधना, तपस्या यांच्या संदर्भातील दृष्टिकोन, चुकांचे प्रायश्चित्त इ. विषयी या ग्रंथात मार्गदर्शन मिळते. या पंथाच्या योग्यांसाठी 'पिंडब्रह्मांड' तत्त्वज्ञान समजून घेतल्याखेरीज साधनामार्गावरून पुढे जाणे अशक्य आहे. वर उल्लेखिलेल्या ग्रंथात त्या संदर्भातील सहा संकल्पनांचे स्पष्टीकरण येते. त्या संकल्पना म्हणजे पिंडोत्पत्ती, पिंड विचार, पिंडसंवेत्ती, पिंडआचार, पिंडपदसरसीकरण व अवधूत योगी! या ग्रंथांचे आणखी एक महत्त्व म्हणजे योग आचरणात आणण्याच्या कृतींचे विविध पैलू त्यात समजावले आहेत. त्याबरोबर दृष्टी आत वळवून मन एकाग्र करीत अंतःकरण शुद्धीसाठी करण्याचे तप, साधना इ. बद्दलही समजावले आहे. त्या दृष्टीने साधना करण्यास योग्यांना प्रोत्साहित करण्याचे कार्यही या ग्रंथाद्वारे केले गेले आहे. आदेश, कुंडल व कौपिन खप्पर, भजन या संकल्पना स्पष्ट करीत त्यांची पवित्र मूल्ये निवेदन करीत त्यांच्या संदर्भात तपशीलवार विवेचनही केले आहे.

काश्मीर संस्कृत ग्रंथावलीत अमरौघ शासनम् हा ग्रंथ प्रकाशित करण्यात आला. शैवागम व शैवनाथ यांच्यातील संबंध समजून घेण्याच्या दृष्टीने तो महत्त्वाचा व अत्यावश्यक म्हणावा असा ग्रंथ आहे. त्यात विवृत्त तत्त्वांबद्दल सारांश रूपात माहिती ग्रथित केली आहे. या ग्रंथाचे दोन भाग आहेत. एका भागात 'सारण्ण' संदर्भात विवेचन येते. दुसऱ्या भागात सिद्ध सिद्धान्त पद्धतीचे विवेचन येते. नाडी, ग्रंथी, कुंडली चक्र अमृतसाधन यासारख्या गोष्टींबद्दल तपशील माहिती दिली आहे. या ग्रंथाचे वाचन करता करता वाचक आपोआपच परमोच्च योगी महेश्वराकडे ओढले जातात, असे म्हणतात. सारण्ण (समर्पित साधक) या ग्रंथांतर्गत विभागाचे उद्दिष्ट म्हणजे सिद्धकाधायध (सिद्धकाध्यायध?) प्राप्त करणे. त्यात शक्ती प्रबोध आणि शब्द-साधना यांबद्दल चर्चा येते. या ग्रंथात सहज साधनेचे वर्णन येते. ती अंतिम मुक्तीकडे नेणारी साधना आहे. ती फलित झाल्यावर साधकाच्या मुक्त मनाचा (देहबंधन न राहिल्याने 'मी' पण संपल्याने) इतर मनांशी सहज संपर्क होतो. ग्रंथाचे दोन्ही भाग काळजीपूर्वक वाचल्यावर नाथ

परंपरा व पपंद्याधन ज्ञान यांत दिल्याप्रमाणे योगसाधनेद्वारा साध्य होऊ शकणाऱ्या काया सिद्धी व अमृतसाधना यांच्या संदर्भात वाचकाला सखोल माहिती मिळते व सहज नैसर्गिक असे ज्ञान प्राप्त होते. म्हणून अमरौघ शासनम् हा ग्रंथ गोरखनाथींची तत्त्वे व तपश्चर्येचा मार्ग समजून घेण्यास आवश्यक ठरतो.

गोरक्षसंहिता हे नाव अनेक पुस्तकांमध्ये आढळते. तथापि त्या पुस्तकांमधून त्यांची अगदी थोडी माहिती मिळते. मत्स्येन्द्रनाथांनी लिहिलेल्या अकुलकीर तंत्रात गोरक्षसंहितेतील अनेक पद्यपंक्ती आढळतात. दोन्ही पुस्तकांमधील प्रतिपाद्य विषय सारखेच आहेत.

गोरक्षपद्धती या ग्रंथातील पहिल्या भागांतील पहिली तीन कडवी वगळता बाकीची कडवी काठेवाड येथील प्रभास पाटण मधून प्रकाशित झालेल्या गोरक्षसंहिता या ग्रंथातून घेतल्याचे आढळते. गोरक्षसंहितेत गोरक्षनाथ मीननाथांना वंदन करतात. या ग्रंथाचे दोन भाग आहेत - आसन, प्राणसंरोध, प्रत्याहार, धारणा, ध्यान व समाधी हे षडांग योगाचे पैलू (त्यात) समजावले आहेत. त्याचबरोबर शतचक्र, शोडषाधार, त्रिलक्ष्य, व्योमपंचक, नवद्वार पंचदैवत या संदर्भातील ज्ञानही सविस्तर दिलेले आढळते. या सर्व गोष्टी शरीरात स्थित असून योगाचे समूळ ज्ञान होण्यास त्या समजून घेणे आवश्यक ठरते. नाडीशास्त्र आणि विविध चक्रे यांचे विवेचन या ग्रंथात येते. साधना, तपस्या करणाऱ्या योग्याची शक्ती जागृत करण्यास विस्तृत नियमावली दिलेली आढळते. प्रणवाभ्यास, प्राणायामाचे प्रकार, नाडी संशोधन, प्राणायामाचे विधी यांच्या विस्तृत माहितीबरोबरच विविध मुद्रा व बंध याविषयी विवेचन या ग्रंथात समग्रतेने दिले आहे. सारांशरूपाने सांगायचे तर हा ग्रंथ इतर ग्रंथांपेक्षा वेगळा नाही, पण साधना व तपस्या याबाबत वैचारिक चर्चा सविस्तर दिली आहे.

या सर्व पुस्तकांचा स्थूलमानाने आढावा घेतल्यावर आपण असा निष्कर्ष काढू शकतो की, योग आणि योग साधना यांच्यावरच गोरखनाथांचे लक्ष केंद्रित होते. पिंडब्रह्मांड ज्ञान, हठयोग, राजयोग या विषयांना त्यांच्या ग्रंथांमधून फार महत्त्वाचे स्थान दिलेले आहे. या ग्रंथांमधील मजकूराचा प्रामाणिकपणा, सरळपणा, आणि रचनात्मक कौशल्य सहजच सिद्ध होते. जुनी हस्तलिखिते सहजासहजी मिळत नाहीत. (मुळात ती अगदी कमीच शिल्लक आहेत) पण ही उपलब्ध पुस्तके गोरखनाथांनीच लिहिलेली असल्याचे सर्वांनी स्वीकारले आहे.

गोरखनाथांनी/गोरखनाथींनी हिंदीत लिहिलेले ग्रंथही तितकेच महत्त्वाचे आहेत. तेराव्या आणि चौदाव्या शतकात लिहिलेल्या या ग्रंथांमध्ये स्थानिक बोलीभाषेचा वापर आहे आणि त्याकाळी लोकप्रिय असलेल्या समकालीन शैलींमध्ये लेखन केलेले आहे.

ग्रंथांमध्ये अर्थातच खुद्द गोरखनाथांचे विचार ग्रथित केलेले आहेत. त्यातील शिकवणीचा एकंदर सूर, विचार, भावना पूर्वीच्या संस्कृत ग्रंथांप्रमाणेच आहेत. साधनामार्गाची शिकवण तीच आहे. पूर्वीच्या पुस्तकांशी संबंध दर्शविणाऱ्या खुणा आणि प्रतिके हिंदी ग्रंथांमध्ये सर्वत्र पसरल्या आहेत. काही शब्दांवरून (उदाहरणार्थ, बम्, तोफह) मात्र अशी शक्यता वाटते की ते नंतरच्या काळात लिहिले गेले असावेत. त्यांच्या ग्रंथसंभाराच्या संपादनाचे काम डॉ. पीतांबर दत्त बडथकाळ यांनी साक्षेपाने केले आहे.

मूळ पुस्तकात तेरा प्रबंधात्मक पुस्तकांचे संकलन आहे. हे सर्व लेखन (त्यात प्रक्षिप्त भाग नसून) मूळचे गोरखनाथांचे असल्याचे मानले जाते. त्याला दोन आणखी पुस्तकांचे संकलन जोडले आहे. शबदी, पद (रागसामग्री) शिष्यदर्शन प्राणसंकली नखैबोध, आत्मबोध, अभययात्रा जोग, पन्द्रहतिथी, सप्तवार, मच्छिन्द्र गोरक्षबोध रोमावली, ग्यान तिलक व पंचमात्रा ही ती तेरा प्रबंधात्मक पुस्तके आहेत. जोडलेल्या दोनांपैकी पहिल्या साहित्यकृतीत गोरश गणेश गुष्टी, ज्ञानदीप बोध (गोरश दत्त गुष्टी), महादेव गोरश गुष्टी, सिश्त पुराण, दयाबोध आणि अन्य काही निबंध आहेत. सप्तबार नवग्रह, व्रत, पंच अग्नी, अष्टमुद्रा, चौबीस सिद्धी बत्तीस लक्षण अष्टचक्र, व रहरसी या निबंधांचा समावेश दुसऱ्या जोडलेल्या संकलनात आहे. या पुस्तकांची उपलब्ध हस्तलिखिते सतराव्या शतकातील आहेत. या सर्वांमध्ये 'शबदी' हा ग्रंथ सर्वाधिक अस्सल मानला जातो. 'राग सामग्री' या ग्रंथातील भाषा प्राचीन असून तिचे स्वरूप विस्कळीत वाटते.

थोडक्यात म्हणायचे तर, या विषयावर उपलब्ध हिंदी साहित्याचे सखोल अध्ययन केल्यावर असा निष्कर्ष काढता येतो की, गोरखनाथांबद्दलच्या लेखनकृती साध्या सरळ भाषेत असल्या तरी त्यांची लेखनशैली संस्कृत ग्रंथांसारखी आहे. त्यात तंत्रगत भागही समाविष्ट आहे आणि त्यांचा अंत:सूर संयम आणि सहज स्वाभाविक जीवनाचा आहे. हे दोन्ही गुण योग आणि योगी यांच्यासाठी अत्यावश्यक मानले गेले आहेत.

या विचारांच्या मुळाशी योगाच्या साधनामार्ग, तपस्या इत्यादींखेरीज गुरू आणि पिंडब्रह्मांड तत्त्वज्ञान आहे. गोरखनाथांनी असे घोषित केले आहे की, परमपदाच्या प्राप्तीसाठी साधना गुप्त राखणे आवश्यक आहे. परमपद प्राप्तीसाठी ज्ञान आणि अनुभव अनिवार्य आहेत. हठयोग व राजयोग याच अनुक्रमाने महत्त्वाचे आहेत. हठयोगाने सिद्धकाया प्राप्ती होते. राजयोगाने परमज्ञान प्राप्ती होते.

साध्या सोप्या शब्दात सांगायचे तर मनुष्यमात्रांची जाणीव ही वैश्विक जाणिवेशी एकरूप करणे हे गोरखनाथांचे ध्येय होते. या ध्येयप्राप्तीसाठी गोरखनाथांच्या उपदेशात अनेक प्रतिकात्मक संदर्भ येतात. त्यात योगाच्या साधनामार्गांपैकी बिंदू साधना,

अग्निसाधना, नादानुसंधान, शब्दसाधना, अमृतपान, मानसनियमन, नवद्वाररोध, प्राणायाम, उन्मनीयोग, विपरितकरणी, नाडीसाधन, दशमद्वार साधना, वज्रोली, अमरोली इत्यादि साधना समाविष्ट आहेत. ब्रह्मचर्याची उपयोगिता, बिंदू रक्षा, यमनियम, वाणी आणि वर्तन कोणत्याही टोकाला न जाऊ देता अतिशय समतोल राखलेला असणे, संयमशील संतुलित वर्तन, उथळ पांडित्य निरुपयोगी असणे, आनंदी जगणे, दुष्ट वाईट वर्तनाचा त्याग, बाह्य वर्तणुकीचा त्याग, या सर्वांचा गोरखनाथांनी उपदेश केला आहे. त्या सर्वांना संयम आणि समतोलाची पार्श्वभूमी आहे. दीक्षेसाठी शिष्याची व गुरूची पात्रता व अधिकार, त्यांच्या वर्तणुकीचा अर्थ, मानवी जाणिवेसंदर्भातील तत्त्वे, परमोच्च ज्ञान, त्यांच्या मनाची शांती व संतुलन या सर्व गोष्टी योगी बनण्यासाठी आवश्यक असल्याचे मानले गेले आहे. त्यात सर्वांत महत्त्वाचे म्हणजे सिद्धान्ताच्या दृष्टिकोनातून असलेले ज्ञान आहे. अखेरीस असे म्हणता येईल की, 'गोरखबानी'चा अंत:स्वर संयमाचा आहे, संतुलनाचा आहे. हे गुण योगी आणि गृहस्थ दोघांना अत्यंत साहाय्यकारी आहेत. खरे पाहता कित्येक ठिकाणी गोरखनाथांनी संयमी, सुशील 'गृहस्थांना' अधिक महत्त्व दिल्याचे आढळते.

गोरखनाथांचे व्यक्तिमत्त्व लक्षात घेऊन त्यांच्या हिंदी व संस्कृत रचनांचे मूल्यमापन करायचे झाले तर असे लक्षात येईल की, त्यांचा उपदेश केवळ योग्यांसाठी नसून तो सामान्य माणसांसाठी उपयुक्त, योग्य आणि महत्त्वाचा आहे. काही गुण नेत्याला आवश्यक असतात. गोरखनाथांमध्ये असे असामान्य गुण होते. साधना, तपस्या, धर्म, सामाजिक जीवन, औदार्य, करूणा, अजातशत्रुत्त्व इत्यादी गुणांमुळे आजही त्यांना सुशिक्षित साधक वा अशिक्षित भक्तांच्या हृदयात अढळ स्थान प्राप्त झाले आहे.

◈◈◈

२.५ संत ज्ञाननाथ व नाथपंथ

गुरु हा शिष्याला दीक्षा देतो आणि आपली शक्ती त्याच्या ठिकाणी हस्तांतरित करतो. दीक्षा आणि शक्तिपात या दोन गोष्टींना नाथसंप्रदायात फार महत्त्व आहे. असे म्हटले जाते की, गुरुंकडून ऐकल्याखेरीज कुठलाही मंत्र फलदायी ठरत नाही.

ज्ञानेश्वरीच्या अखेरीस (१८ वा अध्याय. १७५०-६१) संत ज्ञाननाथांनी आपला नाथ संप्रदायाशी असलेला संबंध उलगडून सांगितला आहे. या गूढ साक्षात्कारी संताची आध्यात्मिक परंपरा तपशीलात जाऊन पाहिली तर असे लक्षात येते की, ज्ञाननाथांच्या संबंध थेट गोरखनाथांशी पोहोचतो. नाथपंथातील प्रथम शिष्य मत्स्येन्द्रनाथ यांना गूढ आध्यात्मिक ज्ञानाची प्राप्ती खुद्द शिवाकडून झाली. काही काळाने मत्स्येंद्रनाथांनी हे ज्ञान गोरखनाथांना दिले. या अचाट गूढ ज्ञानाची तत्त्वे, त्यांची रहस्ये गोरखनाथांनी गहिनीनाथांना समजावली. गहिनीनाथ हे निवृत्तिनाथांचे गुरू होते. त्यांनी निवृत्तिनाथांना हे ज्ञान दिले. निवृत्तिनाथ हे ज्ञाननाथांचे वडिलबंधू होते, तसेच गुरूही होते. त्यांनी गुरू परंपरेने त्यांच्याकडे आलेले ज्ञान संत ज्ञानेश्वरांना दिले. त्यांनी अगदी सविस्तर, तपशीलवार आणि अचूकपणे ज्ञाननाथांना योग शिकविला. शाक्त, कापालिक, बौद्ध तंत्र आदी शाखांची उत्पत्ती पवित्र शैव ग्रंथांमधून (आगमस) मधून झाली आणि सर्व

ज्ञान शिवापासूनच पुढे आले, अशी या सर्व पंथीयांची श्रद्धा आहे. (शिव हे परमेश्वर होत.) नाथपरंपरेचे पहिले मानवी गुरू मत्स्येन्द्रनाथ होते. आणि ते कौल संप्रदायाचे प्रेषित होते. या गूढ आणि शक्तिशाली संप्रदायाच्या ज्ञानाचा अमीट असा ठसा संत ज्ञाननाथांच्या बुद्धिमान मनावर उमटला.

तांत्रिक ग्रंथ शैवागमानुसार आदिनाथ – शिव हे अंतिम सत्य आहेत. ते स्वसंवेद्य आहेत. त्यांच्याआधी त्यांना जाणणारा कोणी झाला नाही (कारण ते विश्वाचे उगमस्थान आहेत) ते अनंत आणि अविनाशी आहेत. शक्ती ही त्याची पत्नी, सहचरी, अर्धांगिनी आहे. सांख्य तत्त्वज्ञानातील प्रकृतीप्रमाणे शक्ती ही आदिकालीन, विश्वाच्या जन्मापासूनच अवस्थित असलेली ऊर्जा आहे. सर्व प्राणिमात्रांमध्ये, सर्व अस्तित्वात तिचा निवास आहे. किंबहुना विश्वोत्पत्तीची सुरुवात, विश्वाचे चलनवलन, अस्तित्व आणि अंत या सर्वांचे कारण तीच आहे. ती सतत कार्यरत असते. ती प्रत्यक्ष क्रियारत अशी दिसते किंवा अक्रिय स्वरूपात अस्तित्वात असते. पण शक्ती ही सांख्य तत्त्वज्ञानातील प्रकृतीहून वेगळी, परमेश्वराहून भिन्न स्वतंत्र आहे. स्वतःच्या अस्तित्वाचे वेगळे भान असलेली आहे. त्यामुळे शैव तत्त्वज्ञान द्वैतवादावर आधारित आहे असे लक्षात येते.

नाथ संप्रदायाला तत्त्वे आणि सिद्धान्तांचा वारसा 'कौल' शाखेकडून मिळाला. संप्रदायाचा पाया रचणाऱ्यांपैकी मोठा सहभाग मत्स्येन्द्रनाथांचा होता. योग्यांच्या शिस्तबद्ध आयुष्याचा आदर्श मापदंड गोरखनाथांनी घालून दिला. त्यासाठी मन व शरीराची शुद्धता, ज्ञानप्राप्तीसाठी बुद्धीची एकाग्रता, बाह्य देखाव्याच्या कर्मकांडांपासून स्वतःला दूर राखणे, मांस व मद्य ग्रहण न करणे या सर्व गोष्टींना महत्त्व दिले. गोरखनाथांनी योगावर भर देतानाच विषयवासनांबद्दल उदासीन असणे, (त्या आपल्यातून हळूहळू दूर करीत जाणे) यावर भर दिला. म्हणूनच संत ज्ञाननाथांनी गोरखनाथांचे वर्णन करताना त्यांना 'कमलपुष्पांच्या वेलींनी आच्छादिलेले योगरूपी सरोवर' असे म्हटले आहे. 'विषयवासनांवर विजय प्राप्त केलेले श्रेष्ठ वीर' असाही त्यांचा उल्लेख केला गेला आहे. (अध्याय १८-१७५५)

संत ज्ञाननाथांच्या मताने जग जरी खरे असले तरी आपल्या इंद्रियांद्वारे आपल्याला त्याचे आकलन बरोबर होत नाही. उदाहरणार्थ, एखाद्याला सर्प हा गळ्यातील हार आहे असे वाटावे किंवा लाख ही चांदी आहे असे वाटावे, तसे आपल्याला प्रतीत होणारे जगाचे स्वरूप खरे नसते. हे आकलनच सत्याच्या आड येते. पण ज्ञान (मिळवल्यावर) हे भास, हे चुकीचे आकलन नाहीसे होते. 'ज्ञानेश्वरी' ह्या आपल्या अप्रतिम ग्रंथात सोळाव्या अध्यायात ज्ञाननाथांनी आपल्या गुरूंची प्रशंसा करताना म्हटले आहे की, या जगाचे बाह्य भासमय रूप ते दूर करतात. 'जग हे त्या परमात्म्याचा खेळ (चिद्विलास)

आहे' हे मतही ज्ञाननाथांनी स्वीकारले नाही. या संदर्भात संत रामानुजांच्या मते, 'दृष्य जग हे संपूर्ण वास्तव असून त्या परमात्म्याने मांडलेला वैश्विक खेळ आहे.'

शांकरभाष्यातील पवित्र तत्त्वप्रणाली ज्ञानेश्वरीहून काहीशी भिन्न आहे. गीतेत मांडलेल्या अनेक योगमार्गांपैकी कोणता मार्ग श्रेष्ठ आहे, या संदर्भात ही मतभिन्नता स्पष्ट दिसून येते. महान तत्त्वज्ञ शंकर यांच्या मते ज्ञानयोग सर्वश्रेष्ठ असून कर्मयोग व भक्तियोग हे दुय्यम आहेत. ते मुख्य ज्ञानमार्गाला केवळ साहाय्यकारी असतात. त्यांच्या मतानुसार मन:शक्ती प्राप्त होण्यास कर्मयोग, संन्यास, ज्ञानमार्ग, आणि आत्मबोध या सर्वांची यथाक्रम जुळणी करून (मन:शुद्धी करीत) ज्ञानयोग आचरित पुढे गेल्यावर मोक्ष मिळतो.

संत ज्ञाननाथांचे मत याहून भिन्न आहे. त्यांच्या मते सर्व योगमार्ग समान महत्त्वाचे आहेत. आपल्या आध्यात्मिक उद्दिष्टाच्या प्राप्तीसाठी प्रत्येकाने आपापल्या स्वभावधर्माला अनुकूल असा मार्ग निवडावा. ज्ञानेश्वरीच्या सहाव्या अध्यायात ध्यान योगावर भाष्य करताना त्यांनी कुंडलिनी योगाबद्दल तपशीलवार लिहिले आहे. त्याला 'पंथराज' किंवा 'आत्मज्ञानाचा सर्वोत्कृष्ट मार्ग', असे म्हटले आहे. याखेरीज ज्ञाननाथांनी असा दृष्टिकोन मांडला आहे की, आपली कर्तव्ये पार पाडणे हा नित्य-यज्ञाचा अभिन्न भाग आहे आणि जर आपले विहित कर्तव्य निष्ठेने पार पाडताना त्याचे फळ परमेश्वराला अर्पण करावे अशी भावना मनात ठेवली (फळाची आशा न धरता कर्म करीत राहिले) तर या मार्गाने स्वतंत्रणे मोक्ष मिळू शकतो. त्यांनी पुढे असेही म्हटले आहे की, मुक्तीचे परमोच्च शिखर गाठण्यास भक्तिमार्गाची वाटचालही आवश्यक आहे. अंतिम साध्य टप्प्याटप्प्याने पुढे जावे लागते. सलोकता, समीपता, सरूपता, सायुज्यता हे ते टप्पे. कर्मयोग म्हणजे आपली कर्तव्ये पार पाडताना परमेश्वरावर पूर्ण निष्ठा असणे, परमेश्वराची भक्ती त्याच्या चरणी संपूर्ण समर्पित होणे, ज्ञानयोग आणि अद्वैत अशी भक्ती (परमेश्वराशी सायुज्यता) या टप्प्यांनी अंतिम ध्येयाप्रत जाता येते. या मार्गाने वाटचाल करीतच साधक ज्ञानी-भक्त होतो. तो परमेश्वराला प्रिय होतो आणि अखेर त्याच्यात विलीन होतो.

तथापि काही आध्यात्मिक भाष्यकारांच्या मते व्यक्तिगत (स्वत:ला पूजनीय अशा) देवतेची संपूर्ण समर्पणशीलतेने भक्ती केली तर मुक्ती मिळू शकते. पण मुक्ती मिळाल्यावर भक्ताचे अस्तित्व (परमेश्वरात विलीन न होता) वेगळे राहाते. आणि तो परमेश्वरासन्निध राहातो. या सर्व संदर्भांनंतर एक गोष्ट स्पष्ट होते की, ज्ञाननाथांनी शांकरभाष्यातील तत्त्वज्ञानाचा बारकाईने अभ्यास केला. पण त्यांनी शंकरभाष्यही डोळे मिटून स्वीकारले नाही. तर गीतेचा अर्थ, त्यातील ज्ञान या सर्वांचा स्वतंत्रपणे विचार केला. स्वत:चा असा वेगळा दृष्टिकोन त्यांनी ज्ञानेश्वरीत मांडला.

ज्ञाननाथांची नाथपंथातील मुळे

गहिनीनाथांचे शिष्य असलेल्या निवृत्तिनाथांचे ज्ञाननाथ शिष्य होते. श्री ज्ञाननाथ हे नाथपंथी होते ही वस्तुस्थिती अगदी स्पष्ट आहे. नाथपंथीयांचे योगज्ञान व तंत्रज्ञान यावर ज्ञाननाथांचे प्रभुत्व होते. तरीही द्वैत समाप्त करण्यासाठी ज्ञाननाथांनी या पंथात भक्तीचा समावेश केला ही अतिशय महत्त्वाची गोष्ट आहे.

नाथपंथात गुरूभक्तीला फार महत्त्व आहे. पण श्री ज्ञाननाथांनी भक्तिमार्ग हा ईश्वरलाभाचा स्वतंत्र मार्ग असल्याचे ठाम प्रतिपादन करून तो मार्ग स्थापित केला.

पातंजल योगसूत्रे व ध्यानाची तंत्रे त्यांना आध्यात्मिक साधनेत महत्त्वाचे स्थान आहे. पण तो खडतर साधनामार्ग असून त्यात साधकाच्या शरीराला प्राणांतिक वेदना सहन कराव्या लागतात. श्री ज्ञाननाथांनी त्यातील तीन सूत्रांचे सार घेऊन त्यात उत्कृष्ट अशा भक्तिमार्गाला एकजीव केले आहे. ज्ञाननाथांनी निर्माण केलेला हा उत्कट भक्तिमार्ग म्हणजे त्यांचे नाथपंथाला मोठेच योगदान म्हणावे लागेल.

ज्ञाननाथांनी सांगितलेली भक्ती ही ज्ञानप्राप्तीच्या पलीकडे जाणारी भक्ती आहे. ज्ञाननाथांनी उपदेशिलेली भक्ती ही भक्तांची परमोच्च निष्ठा, ध्येय व आयुष्याचे अंतिम प्राप्तव्य आहे. परमेश्वर आपले सर्वस्व आहे, या भावनेने त्याच्यावर प्रेम करणे, परमेश्वराशी अद्वैत साधत असतानाच भक्त –परमेश्वराचे द्वैतही कायम ठेवत भक्तीचा अत्यानंद अनुभवणे हे या भक्तिमार्गाचे अलौकिक वैशिष्ट्य म्हणावे लागेल. परमोच्च भक्तीचे हे वरदान श्री ज्ञाननाथांनी वारकऱ्यांना सोप्या भाषेत समजावले. त्यांच्या आचार-विचारांना त्यानुसार घडविले आणि समाजातील साध्यासुध्या, अशिक्षित सर्वसामान्य जनतेत भागवतधर्म रुजविला. अशा तऱ्हेने बहुजन समाज शांतपणे आनंदाने भगवद्भक्तीत तल्लीन होऊ लागला. आपण परमेश्वराचे अनुयायी शिष्य असल्याची संकल्पना ही या अद्वैत भक्तीचा महत्त्वाचा पैलू आहे. या मार्गाचे अनुसरण हठयोगाच्या तुलनेत सोपे होते. परमेश्वराशी अद्वैत साध्य करण्याचा तो अधिक खात्रीशीर मार्ग होता आणि साधकांमध्ये अढळ निष्ठाही निर्माण होत होती.

> श्री ज्ञाननाथ असे सांगतात की, ही परमोच्च भक्ती आणि मनाची अद्वैत स्थिती (परमेश्वराशी एकरूप होण्याची स्थिती) योगाच्या इतर सर्व साधनापद्धतींनाच काय अंतिम मुक्ती-लाभालाही मागे टाकणारी आहे. (भक्ताला मुक्ती नको. फक्त भगवंतांच्या भक्तीत तल्लीन होऊन राहायचे असते.) म्हणून ज्ञाननाथांना संतराज, संतश्रेष्ठ, आणि प्रेमयोगाचे प्रणेते –ईश्वर असे सार्थपणे म्हटलेले आहे.

ज्ञाननाथांचा भक्तिमार्ग कर्मयोगाशी जोडलेला आहे. त्यांनी कर्म, मोक्ष, ज्ञान आणि भक्ती एकजीव करून सिद्ध झालेल्या योगाला कर्मयोग (इथे पृष्ठ १०० (पुस्तकातील) पाचव्या परिच्छेदात कर्मयोग असा उल्लेख आढळतो. तर सहाव्या परिच्छेदात कर्मयोग असा उल्लेख दिसतो.) असे नाव दिले. गीतेच्या अठराव्या अध्यायात ५० ते ६६ ओव्यांमध्ये कर्मयोगाचे सविस्तर विवेचन येते. ज्ञाननाथ असे म्हणतात की, कर्मयोगाच्या साधनामार्गात कर्म, ज्ञान आणि भक्ती यांचा संगम झाल्यानंतर साधकाला अंतिम मोक्ष मिळविण्यास बरेच साहाय्य होते. या साधनामार्गात संन्यास/त्याग नाही किंवा कर्म सोडून देण्यासही सांगितले नाही. ज्ञाननाथ असे म्हणतात की, कोणत्याही सजिवाला कर्माविना राहाणे अशक्य आहे.

एका विशिष्ट कालखंडात तंत्रमार्गात भ्रष्टाचाराचे प्रमाण वाढू लागले होते. त्या मार्गाचे अनुसरण करणारे घृणास्पद असे वर्तन करीत होते. त्या गोष्टींचे ज्ञाननाथांना फार दु:ख वाटत असे. साधकाने शुद्ध, सात्त्विक मन:स्थिती राखावी आणि तत्त्वांचे आदर्श बाळगून सतत आचरण करावे, असे ते समजावत असत.

नाथपंथात गुरूभक्तीला फार महत्त्व आहे. त्याचे ज्ञाननाथांनी वर्णन केले आहे. गुरूंबद्दल, त्यांच्या विषयीच्या भावनांबद्दल, ज्ञाननाथ फार प्रेमाने, कोमलतेने तरीही ठामपणे लिहितात. तेराव्या अध्यायात ते म्हणतात, 'गुरूहून अधिक प्रिय अशी कुणी व्यक्ती असू शकत नाही. सद्‌गुरू म्हणजे प्रत्यक्ष प्रकट झालेला आत्मा! सद्‌गुरूची सेवा करायला मिळणे म्हणजे फार मोठे भाग्य आणि वैभवप्राप्ती! ती सद्भाग्याची जननीच आहे.' ज्ञाननाथ गुरूला सर्वोच्च स्थान बहाल करतात. गुरूप्रति प्रेम आणि निष्ठा भक्तिमार्गाप्रमाणे नाथपंथाच्या योगमार्गातही आहे. ज्ञाननाथांनी 'अनुभवामृत' या आपल्या ग्रंथात 'गुरूभक्ती हे एकच तत्त्व', या दृष्टिकोनातून त्यावर भर देत सविस्तर विवेचन केले आहे. गुरूने स्वत: शिष्यरूपांत संवाद करावा किंवा शिवाने उमेचे वा शक्तीचे स्थान घ्यावे, या तऱ्हेच्या संकल्पना नाथपंथीयांना नवीन नाहीत.

श्री ज्ञाननाथांनी नाथपंथाची सर्व तत्त्वे विशद केली आहेत. ते म्हणतात – एकाच ब्रह्मापासून हे बहुविध पैलूंचे विश्व व्यक्त झाले आहे. त्या एक 'तत्त्वा'ने ज्ञाननाथांना प्रेरणा दिली. ज्ञाननाथांनी त्या बाबत म्हटले आहे की, 'ब्रह्म' तत्त्वाला एकटे असण्याचा कंटाळा आला. त्याला 'बहु' असावेसे वाटले. त्यामुळे त्याने मायेच्या साहाय्याने हे जग उत्पन्न केले. या अनेक रूपांमध्ये एकच आत्मतत्त्व असण्याचे सौंदर्य अनुभवता यावे, हाही जगाच्या उत्पत्ती मागचा हेतू होतो. श्री ज्ञाननाथांनी या 'एक तत्त्व' जाणण्याच्या आत्मबोधाच्या अवस्थेनंतर जो विलक्षण आनंद निर्माण होतो त्याचे समर्पक, सुंदर वर्णन केले आहे. त्यांची भाषा आणि आशयाची अभिव्यक्ती अतुलनीय आहे.

ज्ञाननाथ आणि गीता

ज्ञाननाथांना नाथपंथाची दीक्षा मिळणे आणि पुढे त्यांनी भगवद्‌गीता मराठी भाषेत समजावणारा ग्रंथ लिहिणे या घटनाक्रमांचा मागोवा घेणे खूप वेधक ठरेल. ज्ञानेश्वरीच्या दहाव्या अध्यायात एकोणिसाव्या ओवीत ज्ञाननाथांनी म्हटले आहे की, गीतेतील ब्रह्मविषयक तत्त्वज्ञान 'ओवी'च्या रचनाबंधनात ज्ञाननाथांनी सर्वसामान्य जनांना कळेल अशा भाषेत लिहावे, ही त्यांच्या गुरूंची आज्ञा होती. ब्रह्मविषयक ज्ञान लोकांना समजावे, त्यांचे विचारदारिद्र्य दूर व्हावे, म्हणून ज्ञाननाथांनी गीतेवर भाष्य करणारा (कठिण संकल्पना सोप्या दाखल्यांनिशी समजावणारा) ग्रंथ लिहिला. शैवपंथीय भगवद्‌गीतेकडे वळले, कारण त्यात भक्तियोग समाविष्ट होता. त्यामुळे एक पारंपरिक ज्ञान म्हणून गीतेचा अर्थ समाजावताना आध्यात्मिक ज्ञान विशद करण्यासाठी गीतेच्या श्लोकांचा संदर्भ त्यांनी घेतला. (श्लोकांचा शब्दशः अर्थ न देता त्यांना अभिप्रेत असलेल्या आध्यात्मिक ज्ञानाची उकल ते करीत गेले.) गीतेतील ब्रह्मविद्या संपूर्ण आत्मसात केल्यावरही कुंडलिनी योगाविषयी आवड असल्याने ज्ञाननाथांनी त्याबाबत अभ्यास व गुरूभक्ती निरंतर चालू ठेवली. या सर्व गोष्टींना ज्ञानेश्वरीत यथायोग्य जागा मिळाली आणि संबंधित उदाहरणांनी त्या बाबी सविस्तरपणे ग्रथित केल्या गेल्या.

ज्ञानेश्वरीचा सखोल गर्भित अर्थ समजून घेण्यासाठी, समूळ आकलनासाठी गुरूभक्ती आवश्यक आहे. 'कुलार्णवतंत्र' या ग्रंथात एक पूर्ण प्रकरणच शिष्याने गुरूची पूजा-अर्चा कशी करावी याविषयी आहे. असे म्हटले जाते की शिष्यासाठी ललामभूत, पूजनीय अशी गोष्ट म्हणजे गुरूच्या पादुका. गुरूंचे निरंतर नामस्मरण हा शिष्याचा जप, गुरूंच्या आज्ञांप्रमाणे कार्य करणे हे त्याचे कर्तव्य आणि गुरूंची सेवा ही पूजा असते. ''गीतेमध्ये आचार्योपासना म्हणजे गुरूंची सेवा हे ज्ञानी माणसाचे लक्षण असल्याचे म्हटले आहे. तथापि, ज्ञाननाथांनी गुरूभक्तीवर भाष्य करणाऱ्या (थोड्याथोडक्या नव्हे तर) नव्वद ओव्या लिहिल्या आहेत. याखेरीज प्रत्येक अध्यायाच्या सुरुवातीस गुरूचे स्तवन करून गुरूला नमन केले आहे.

गुरू हा शिष्याला दीक्षा देतो आणि आपली शक्ती त्याच्या ठिकाणी हस्तांतरित करतो. दीक्षा आणि शक्तिपात या दोन गोष्टींना नाथसंप्रदायात फार महत्त्व आहे. असे म्हटले जाते की, गुरूंकडून ऐकल्याखेरीज कुठलाही मंत्र फलदायी ठरत नाही.

शक्तीचे हस्तांतण म्हणजे शक्तिपात हा कुंडलिनी जागृतीसाठी अत्यंत महत्त्वाचे असते. मूलाधाराशी सुप्तावस्थेत पडून असलेली कुंडलिनी शक्ती-गुरूच्या स्पर्शाने लवकर जागृत होते. या शक्तिपाताबद्दल ज्ञानेश्वरीत विशेष उल्लेख आढळतो. अठराव्या अध्यायात ज्ञाननाथांनी म्हटले आहे. – ''मी अज्ञानरूपी निद्रेत होतो आणि मला भासमान

होणारे विश्व हे त्या निद्रेतील स्वप्न होते. पण गुरूंनी माझ्या मस्तकावर थोपटले आणि मला जागृत केले.'' (ओवी क्र. ४०३) पुढे एका ठिकाणी ज्ञाननाथांनी म्हटले आहे,'' जे शब्दांच्या माध्यमातून देता येण्याजोगे नव्हते ते देण्यासाठी भगवान् श्रीकृष्णांनी आपल्या शिष्याला – अर्जुनाला हृदयाशी धरले आणि 'या हृदयीचे त्या हृदयी' घातले. अशा तऱ्हेने गुरू आणि शिष्य यांच्यातील द्वैत कायम असूनही श्रीकृष्णांनी अर्जुनाला स्वत:सारखे केले. (आपल्यातील जणू सर्वस्व अर्जुनात प्रक्षेपित केले)

योग आणि ज्ञान

शंकराचार्यांप्रमाणेच संत ज्ञाननाथांच्याही असे लक्षात आले होते की, ज्ञानाशिवाय योग पूर्णत्वाला जात नाही. ब्रह्मसूत्रावर भाष्य करताना (अध्याय २ १.३) शंकराचार्यांनी म्हटले आहे की, ''केवळ सांख्यांचे ज्ञान किंवा योगाभ्यास यांच्यामुळे ब्रह्मानंदाची प्राप्ती होत नाही.'' अमृतानुभव या ग्रंथात ज्ञाननाथांनी योग्याला दिवसा दिसणाऱ्या चंद्राची उपमा दिली आहे. म्हणजे ज्ञानाच्या सूर्यामुळे योगी निष्प्रभ चंद्रासारखा दिसतो.

चांगदेवांबद्दलच्या एका दंतकथेत ह्या सिद्धान्ताचा उलगडा होतो. चांगदेव हे महान योगी होते. त्यांच्या उत्तरायुष्यात ज्ञाननाथांच्या लहान बहिणीने, मुक्ताबाईने त्यांना दीक्षा दिली. अनेक वर्षे योगाभ्यास करून त्यांनी काही सिद्धी प्राप्त केल्या होत्या. त्यामुळे त्यांना अहंकार झाला होता. चांगदेवांनी ज्ञाननाथ आणि त्यांच्या भावंडांना निरोपादाखल कोरा कागद पाठविला तेव्हा मुक्ताबाई म्हणाली, ''ज्ञानाच्या बाबतीत हे कोरेच राहिले.'' (ज्ञानाबद्दल आदर नसल्याने खरी ज्ञानप्राप्ती त्यांना झालीच नाही.) त्या कागदावर साठ श्लोक लिहून ज्ञाननाथांनी तो कागद चांगदेवांकडे रवाना केला. चांगदेवांना त्यांचा अर्थ कळेना. तेव्हा आपले शक्तिप्रदर्शन करण्यासाठी ते वाघावर स्वार होऊन विषारी नागाचा चाबूक हातात घेऊन आपल्या हजारो भक्तगणांना बरोबर घेत या भावंडांना भेटायला निघाले. हे समजल्यावर ज्ञाननाथ आणि त्यांच्या भावंडांनी चांगदेवांचे गर्वहरण करण्याचे ठरविले. ही भावंडे एका पडक्या भिंतीवर बसली होती. तिच्यावर हाताने थोपटताच भिंत जणू त्यांचे वाहन झाली. तिने आकाशात भरारी घेतली. तिच्यावरून ही भावंडे चांगदेवांच्या स्वागताला गेली. एक अचेतन भिंत सचेतनाप्रमाणे हालचाल करताना पाहून सगळेजण अवाक झाले. चांगदेवांचा अहंकार नाहीसा झाला. ते या भावंडांचे भक्त झाले. त्यांनी शिष्यत्व पत्करले. ज्ञाननाथांनी चांगदेवांना त्यांच्या कोऱ्या कागदावर लिहून पाठविलेले श्लोक हे पुढे 'चांगदेव पासष्टी' म्हणून प्रसिद्ध झाले.

ज्ञानेश्वरी, अमृतानुभव आणि चांगदेव पासष्टी या आपल्या ग्रंथांमधून ज्ञाननाथांनी 'आत्मज्ञाना'चे विवेचन केले आहे. कष्टसाध्य अशा ज्ञानसाधनेनंतर त्यांना 'ज्ञानियांचा

राजा' आणि 'स्थितप्रज्ञ' असे म्हटले जाऊ लागले. गीतेनुसार स्थितप्रज्ञाची शांती कधी ढळत नाही. तो नेहमी समतोल (सम्यक्) असतो. (अध्याय २. श्लोक ७०) ''नदीला अनेक प्रवाह येऊन मिळाल्यावर ती रुंदावत जाते आणि वेगाने वाहात येऊन समुद्रात समर्पित होते तरी समुद्रात काही खळबळ माजत नाही. तो स्थिर, गंभीर असतो. (त्याची शांती भंग पावत नाही.)'' त्या समुद्रासारखाच स्थितप्रज्ञ माणूस असतो. ''ही फार कमी जणांना साध्य होणारी शांती आणि स्थितप्रज्ञता संत ज्ञाननाथांनी प्राप्त केली होती. तत्कालीन ब्राह्मणवर्गाने या भावंडांचा 'संन्याशाची पोरे' म्हणून अतोनात छळ केला. तरीही ज्ञाननाथांनी त्यांचा गौरव करताना त्यांना पृथ्वीवरील देव, ज्ञानाचे उगम, मूर्तिमंत पावित्र्य असे म्हटले. तेराव्या अध्यायात ज्ञानी आणि सूज्ञ माणसाची लक्षणे दिली आहेत. त्यातील अग्रक्रमाचे लक्षण म्हणजे 'अमानीत्त्व'! म्हणजे अभिमानरहितता.

नम्रता या गुणाबद्दल ज्ञाननाथ म्हणतात, जेव्हा एखादा माणूस आपण फार मोठे असल्याचा अहंकार सोडतो आपली सर्व विद्वता बाजूला सारत विनम्र होतो तेव्हा त्याला ब्रह्मज्ञान झाले आहे असे समजावे. गीतेत ज्ञानी माणसाची दिलेली सर्व लक्षणे ज्ञाननाथांना लागू होतात. 'ज्याला ज्ञान प्राप्त झाले त्याच्या मनात प्राणिजाताबद्दल कसलाही भेदाभेद उरत नाही. त्याचा अहंकार समूळ नष्ट झालेला असतो. सर्वांमध्ये एकच आत्मतत्त्व असल्याचा प्रत्यय आल्याने त्याच्या लेखी डास आणि हत्ती किंवा गाय आणि कुत्रा यांच्यात कोणताही भेद उरलेला नसतो. (गीता : अध्याय ५, श्लोक १८)

भक्तिपूर्ण प्रेम

ध्यान हा भक्तीचा पाया असतो, असे गीतेत म्हटले आहे. त्याबरोबरच भक्तियुक्त प्रेमाचाही उल्लेख गीतेत आढळतो. दहाव्या अध्यायाच्या दहाव्या श्लोकात असे म्हटले आहे की, जे परमेश्वराची मनोभावाने प्रेमपूर्वक पूजा करतात, त्यांना परमेश्वराकडून बुद्धीयोगाचेही वरदान मिळते. अकराव्या आणि बाराव्या अध्यायांमध्ये कृष्ण अर्जुनाला कृष्णासाठी कर्म करण्यास सांगतो, (मत्कर्मकृत : गीता अध्याय ११, श्लोक ५५) किंवा कृष्णाच्या कार्याला एकनिष्ठेने वाहून घ्यायला सांगतो. (मत्कर्मपरम : गीता अध्याय १२, श्लोक १०) आपण देवाला समर्पित राहून स्वतःची कर्मे करावी, असा याचा अर्थ शंकराचार्यांनी सांगितला आहे. अभिनवगुप्त 'मत्कर्म' या शब्दाचा अर्थ 'भागवत धर्म' असा घेतात. त्यात पूजा, तपस्या, धर्मग्रंथांचा अभ्यास, यज्ञयागादी धर्मकृत्ये आणि इतर अनेक गोष्टी समाविष्ट आहेत. तथापि, महाभारताच्या सटीक आवृत्तीत 'भागवत' हा शब्द आढळत नाही. म्हणून असे म्हणता येईल की, वर उल्लेखिलेल्या गीतेतील संदर्भांमधून 'भागवत धर्म' उद्भवला असावा. इसवीसनपूर्व दुसऱ्या शतकात त्याचा

प्रसार उत्तर भारतात झाला. संत ज्ञाननाथांना मात्र भागवत पुराण माहीत होते. त्याचा उल्लेख १८व्या अध्यायात ११३२ व्या ओवीत सापडतो.

काही विद्वान अभ्यासकांच्या मते संत ज्ञाननाथांनी अर्ध्याहून अधिक उदाहरणे भगवद्गीतेतून घेतली आहेत. ज्ञानेश्वरीत अनेक पुराणकथांचे उल्लेख येतात त्या कथा भागवत पुराणातील कथांसारख्याच आहेत. संत ज्ञाननाथांनी चौथ्या अध्यायात (ओवी २७) नवविधा भक्तीचा उल्लेख केला आहे. त्यात त्यांनी अर्जुन सांख्यभक्ती करणारा सर्वश्रेष्ठ भक्त (प्रेमाचा पुतळा, भक्तीचा जिव्हाळा, सख्याची जीवनकला) आहे, असे त्याचे वर्णन केलेले आढळते. कीर्तन भक्तीचे उत्कृष्ट वर्णन नवव्या अध्यायात १९७४ ते २१०४ (ओवी ९७ ते ११२) येते. ज्ञाननाथ म्हणतात की, कीर्तनभक्ती करणारे भक्त देवाच्या भजन कीर्तनात मग्न होतात. आनंदाने त्याचे गुणगान गाता गाता नाचू लागतात. निरंतर कीर्तन करता करता पापे नाहीशी झाल्याने प्रायश्चित्ताचे कामच उरले नाही. कृष्ण, विष्णू, हरी, गोविंद अशी माझी नावे घेत कीर्तनात मग्न असलेले हे भक्त आत्मबोधाची चर्चा करतात.

जेव्हा भक्तगण ईश्वराचे भजन, संकीर्तन करीत त्याचे गुणगायन करतात, तेव्हा ते जगाच्या दु:ख-वेदनांवर प्रेमाची फुंकर घालतात. इतरांच्या वेदना दूर करण्याबरोरच स्वत:च्या वेदनांमधूनही मुक्ती मिळवितात. जगात आत्मोल्हास पसरवीत जातात. त्यांच्या भक्तीने ते या जगाचे वैकुंठात रूपांतर करतात.

गीतेत असे म्हटले आहे की, ईश्वर (श्रीकृष्ण) एक वेळ वैकुंठात सापडणार नाही, तो सूर्यबिंबात नसेल, तो योग्यांची हृदये देखील उल्लंघून जाईल; पण जिथे त्याचे भक्त त्याचे नाम-संकीर्तन करीत असतील, तिथे ईश्वर हमखास भेटेल. (मद्भक्ता: यत्र गायन्ते, तत्र तिष्ठामि नारद) देवाचे जे नाव एक वेळा मुखाने उच्चारण्यास हजारो जन्मांची सेवा करावी लागते, ते ईश्वरांचे नाव या भक्तांच्या जिव्हेवर सदोदित नाचत असते. त्या भक्तांची तुलना सूर्यचंद्र वा मेघांशी करता येणार नाही. सूर्य अस्ताला जातो. पूर्ण चंद्रबिंब कधीतरीच दृष्टीस पडते आणि मेघ काही काळ वर्षाव करून रिते होतात. पण या भक्तांचा ज्ञानसूर्य कधीच अस्तंगत होत नाही. त्यांची भक्ती सदा संपूर्ण असते आणि आत्मबोधाच्या निरंतर वर्षावाने ते सर्व जग भरून टाकतात.

ज्ञाननाथ आणि नामदेव

या दोन भक्तांची मैत्री दैवी म्हणावी अशी असून त्यात प्रकर्षाने आपुलकी जाणवणारी अशी आहे. संत ज्ञाननाथांचे अद्वैतवादावर आधारित सखोल ज्ञान आणि भक्ती यामुळे संत नामदेव दिपून गेले. तर नामदेवांची भक्तिभावनेची उत्कटता आणि विठ्ठलाबद्दल

अपार प्रेम, अंत:करण उचंबळून टाकणारी आर्तता या सर्वांमुळे ज्ञाननाथ थक्क झाले. जेव्हा दोन भक्त एकमेकांना भेटतात तेव्हा ते काय करतात याचे सुंदर वर्णन ज्ञाननाथांनी दहाव्या अध्यायात केले आहे. एकमेकांशी ज्ञानभक्तीविषयक संवाद करताना मन आनंदाने उचंबळून आल्याने ते नाचत असतील, ते आपापल्या भक्ती आणि ज्ञानात एकमेकांना सहभागी करून घेत असतील.

ज्याप्रमाणे जवळ असलेली दोन तळी उसळली तर त्यांचे पाणी एकमेकांत मिसळते आणि लाटा उसळतात, तसे भक्तांना भक्त मिळाल्यावर आनंदाच्या लाटा उचंबळत असतील. त्यांचे रात्रंदिवस ईश्वराच्या भजन स्तवनात आणि आत्मबोधाच्या चर्चेत व्यतीत होत असतील. ज्ञाननाथ आणि नामदेवांची मैत्री आध्यात्मिक पातळीवरची होती. आत्मज्ञानाशिवाय भक्ती अपूर्ण आहे हे (कदाचित ज्ञाननाथांशी झालेल्या भेटीत उलगडल्याने) नामदेवांनी विसोबा खेचर यांच्याकडून दीक्षा घेतली. ज्ञाननाथ श्रीविठ्ठलाचे भक्त झाले.

अद्वैत भक्ती

बहुतेक लोक भक्तीसाठी दोन मार्गांचा अवलंब करतात. भक्त परमेश्वराला मानवी रूप व गुण बहाल करतात आणि सगुण भक्ती करतात. किंवा एखाद्या असामान्य लोकविलक्षण व्यक्तीमध्ये दैवी गुणसंपदा स्थापित करून त्या व्यक्तीला (आपल्या दैवताचा) अवतार मानतात आणि त्या व्यक्तीची पूजा करतात. गीतेत म्हटल्याप्रमाणे बहुतेक भक्त देवाची पूजा करतात ती धनसंपत्ती मिळवायला किंवा दु:ख वेदना दूर व्हाव्यात म्हणून! विद्याप्राप्तीसाठी फारच थोडे भक्त मनात कोणतीही इच्छा न धरता पूजा करतात.

भक्ती ही देव आणि भक्ताच्या द्वैतातूनच शक्य आहे, हे आध्यात्मिक गृहितक पुष्कळ विद्वान संशोधकांनी प्रमाण मानलेले आहे. संत रामानुज आणि संत वल्लभ यांच्या संप्रदायांची तत्त्वप्रणाली द्वैतवादी आहे. देव आणि भक्त यांच्यात भिन्नत्व असते, या गृहितकावर त्यांची भक्ती आधारलेली आहे. त्यांच्या विश्वासानुसार आत्मा मुक्त झाला तरी तो परमेश्वराशी एकरूप होत नाही. आपले अस्तित्व आणि जीवन भिन्न ठेवत तो देवाच्या सान्निध्यात राहातो. आणि आनंद मिळवितो. भिन्नत्वावर आधारलेली भक्ती अशुद्ध आणि संकुचित दृष्टिकोन असलेली आहे, असे संत ज्ञाननाथांना वाटते. ज्ञानेश्वरीच्या चौदाव्या अध्यायात त्यांनी लिहिले आहे की, जगाचा अंत झाल्यावर ईश्वरी साक्षात्कार होतो, असे नाही. सर्व विश्वात परमेश्वर आहे. सर्वांभूती तेच ब्रह्म वसत असते, याचे भान ठेवून ईश्वराची पूजा केली तर ती भक्ती अद्वैत आणि अव्यभिचारी

असते. समुद्रात अनेक लाटा उठत असल्यातरी सर्वांमध्ये एकच जलतत्त्व आहे. तद्वतच ज्ञानी भक्ताला सर्व विश्वात (स्वत:सकट) सर्वांमध्ये परमेश्वर दिसतो. आणि या विश्वात्मक ईश्वराची तो उत्कट भक्ती करतो. ज्ञाननाथ म्हणतात, जो जो सजीव भेटतो त्याला भगवंत मानावे. हेच अद्वैत भक्तीचे सार आहे. गीतेच्या बाराव्या अध्यायाच्या अखेरीस ज्ञानी भक्ताची लक्षणे दिली आहेत. त्यातील पहिलेच लक्षण म्हणजे ''द्वेषबुद्धी नसलेला! कुणाही प्राणिमात्राबद्दल द्वेषभावना न बाळगणारा!'' हा गुण ज्ञाननाथांमध्ये ठळकपणे दिसून येतो. त्यांनी दुष्ट, वाईट, खलप्रवृत्ती लोकांचाही कधी द्वेष वा तिरस्कार केला नाही. ज्ञानेश्वरीच्या अखेरीस असलेल्या प्रार्थनेत पसायदानात त्यांनी परमेश्वराची विनवणी केली आहे की, परमेश्वरा, खल व्यक्तींचा नव्हे तर खलत्वाचा नाश कर.

ज्ञानी भक्ताचे दुसरे लक्षण म्हणजे तो लोकांना त्रास देत नाही व लोकांपासून त्याला त्रास होत नाही. तेराव्या अध्यायात ज्ञाननाथांनी अहिंसेबद्दलही लिहिले आहे. ते म्हणतात, ''प्रत्येक जीवजंतूमध्ये सुद्धा परमेश्वर असल्याचा प्रत्यय सदा येणारा असा ज्ञानी पुरुष, कोणीही जीवजंतू आपल्याकडून चिरडला जाऊ नये, याची काळजी घेतो. ''एक अतिशय वेधक आणि नोंद घेण्याजोगी गोष्ट म्हणजे अद्वैत भक्ती करणाऱ्या ज्ञाननाथांनी सगुण रूपातील ईश्वराचीही भक्ती केली. ज्ञानेश्वरीच्या बाराव्या अध्यायात ते म्हणतात, 'बाह्य जीवनात कर्मयोगाचे आणि अंत:करणात ध्यानयोगाचे आचरण करणारा योगी सगुण भक्ती करतो, तेव्हा त्याच्या मनात सर्व चराचरासाठी उत्कट प्रेम उद्‌भवते.' श्रीकृष्ण पुढे म्हणतात, 'हे अर्जुना, अशा तऱ्हेने भक्तीत लीन झालेला भक्तच, योगी आणि मुक्तात्मा असतो. तो मला अत्यंत प्रिय असतो. जणू तो माझी प्रियतमा आणि मी तिचा पती आहे (असा प्रेमभाव मला या भक्तांबद्दल वाटतो.) माझ्या स्वत:हून तो मला अधिक प्रिय असतो. आमच्यातील नाते व्यक्त करण्यास ही उपमा सुद्धा अपूर्णच आहे. माझ्या प्रिय भक्ताचा जादूई मंत्र मनाचा पूर्ण कबजा घेतो. अशा गोष्टी खरे तर व्यक्त करू नयेत, पण माझे तुझ्यावर प्रेम आहे त्यामुळे ते सर्व मला सांगावे लागले. माझ्या खऱ्या भक्ताचा विषय निघाला की मला त्याच्याबद्दल वाटणाऱ्या प्रेमाला भरते येते. ते दुप्पट होते. भक्ताला जसे माझ्याबद्दल उत्कट प्रेम वाटते तसेच मलाही भक्ताबद्दल अपार प्रेम वाटते. (श्री ज्ञानेश्वरी, अध्याय १८, ओवी १३४९)

सच्च्या भक्ताची भक्ती शेवटी संवेदनेची इतकी उत्कट पातळी गाठते की परमेश्वर आपल्याला सोडून दूर गेला आहे या शंकेने सुद्धा त्याची दु:ख वेदनांनी तगमग होऊ लागते. पाश्चात्य पुस्तकांमध्ये भक्तीमुळे होणाऱ्या या अवस्थेला अंधारी रात्र असे म्हटले गेले आहे. संत ज्ञाननाथांनी विरहाच्या या तीव्र व्यथा गौळणी आणि विरहिणींच्या अभंग आणि ओव्यांच्या रचनांमधून मांडल्या आहेत. त्या वाचताना ज्ञाननाथांची

प्रेमभक्ती अंत:करणाला स्पर्शून गेल्याखेरीज राहात नाही.

संत वल्लभांच्या पुष्टीमार्गात किंवा संत चैतन्यांच्या संप्रदायात पुढे काही गोष्टींचा अतिरेक झाला, दूषित गोष्टी अंतर्भूत झाल्या. संत ज्ञाननाथांनी भागवत धर्माचा पाया रचला. (त्यात दूषित गोष्टींना अजिबात स्थान दिले नाही.) भागवत धर्माच्या पायाभूत गोष्टी म्हणजे ज्ञान आणि वैराग्य. संत रामानुजांचा सुद्धा असा विश्वास होता की, ईश्वरचरणी संपूर्ण समर्पित झाल्याखेरीज प्रपत्ती म्हणजे मुक्ती मिळत नाही. संपूर्ण समर्पणाखेरीज ईश्वराची कृपा होत नाही. त्यासाठी भक्ताला कर्मकांडे वा योग करण्याची गरज नाही. (अनन्य भावे ईश्वराला समर्पित होणे पुरेसे आहे.)

डॉ. रानडे यांनी हे तत्त्व अतिशय उत्तम तऱ्हेने समजावले आहे. ते म्हणतात, ''गीता हा नीतिविषयक ग्रंथ नसून, आध्यात्मिक जीवनाचे विवेचन करणारा ग्रंथ आहे. तो मानवी वर्तणूक कशी असावी या बद्दल नव्हे, तर दैवी कर्मांची शिकवण देतो. नीरसपणे कर्तव्ये पार पाडण्याबद्दल गीता शिकवण देत नाही; तर ईश्वरी इच्छेनुसार आनंदाने कर्मे करावी अशी शिकवण देते. सामाजिक कर्तव्ये निभावण्याची चर्चा करीत नाही तर कर्तव्याचे मापदंड दूर सारत (सर्व धर्मांबाबत) ईश्वराचा आश्रय घ्यावा (म्हणजे प्रत्येक कर्तव्य ईश्वराज्ञा मानून प्रेमाने करावे, त्याबाबतीत नीती-नियम, धर्म इत्यादी कडक चौकटी नसाव्यात.) समाजसेवा ही ईश्वराची सेवा असावी, त्याच्या विचारातच पूर्ण मग्न असावे. प्रत्येक कार्य हा मनुष्य आणि निसर्गाच्या अस्तित्वामागे असलेला जो ईश्वर आहे. त्याच्यासाठी केलेला यज्ञ असावा. (14 R. N. Dandekar Vedic mythologicaltracts Delhi 1979, page 55 341) (Essays on Bhagavad Gita page 43) अठराव्या अध्यायात संत ज्ञाननाथांनी म्हटले आहे, 'मनुष्याने आपली कर्तव्ये पार पाडणे ही सुद्धा ईश्वरपूजा मानावी. प्रेमाने केलेली आपली कार्ये, कर्तव्ये ही फुले मानून ती ईश्वरचरणी अर्पण करावी. ज्ञानेश्वरीच्या अखेरीस केलेल्या प्रार्थनेत– पसायदानात ज्ञाननाथांनी म्हटले आहे, 'विश्व स्वधर्म सूर्ये पाहो.' सर्व जगाने रोज आपला कर्तव्यधर्म मनोभावे निभावावा.

ज्ञाननाथ आणि वारकरी पंथ

नामदेवांशी भेट झाल्यावर सेना न्हावी, सावता माळी, नरहरी सोनार, गोरा कुंभार, चोखामेळा इत्यादी अनेक वारकरी संतांशी ज्ञाननाथांची ओळख झाली. या वारकरी संतांनी आपली कर्तव्ये समर्पणशीलतेने, भक्तिभावाने निभावली. त्यांनी भागवत धर्मानुसार विठ्ठलाची पूजा-अर्चना प्रेमभक्तीने केली. सर्वसामान्यांच्या दैनंदिन जीवनातील आध्यात्मिक अर्थ त्यांना कळला, हे कौतुकास्पदच म्हणावयास हवे.

'कांदा मुळा भाजी, अवघी विठाबाई माझी' असे सावतामाळी यांनी म्हटले; तर नरहरी सोनारांनी म्हटले, 'ईश्वरा, मी तुझा सोनार आहे. माझ्या व्यवसायाचा मालक तूच आहेस. माझ्या फुकणीतून जिवा-शिवाचे आवाज येतात आणि सोने ठोकून घडविणे हे ईश्वराचे नामस्मरण असते. रात्रंदिवस मी (जे कर्तव्य करतो ते) तुझेच नामस्मरण करतो.'

या सर्व संतांच्या मनावर ज्ञाननाथांच्या शिकवणीची सखोल मुद्रा उमटली. त्यांनी ज्ञाननाथांच्या पायाशी आसरा घेतला. संत ज्ञाननाथ हे सिद्ध पुरुष व नाथपंथातील थोर व्यक्ती होते. ते साध्यासुध्या वारकऱ्यांचे व भक्तजनांचे 'माउली' झाले. सातशे वर्षानंतरही त्यांनी निर्माण केलेली भक्तीगंगा अक्षय वाहत आहे. आषाढी एकादशीच्या सुमारास संत ज्ञाननाथांचे भक्त हजारोंच्या संख्येने आळंदीला जमतात. आणि संत ज्ञाननाथांच्या पादुका पालखीत ठेवून पंढरपूरला निघतात. हे एवढे मोठे अंतर पार करताना त्यांना ऊन, पाऊस वगैरेचे भान नसते. भक्तीत तल्लीन होऊन हरिपाठाची आवर्तने करीत वाचत, गात ते पालखी पंढरपुरीत आणतात. ही घटना अद्वितीय आणि हृदयस्पर्शी असते. कार्तिकी एकादशीला आळंदीला जत्रा भरते. तेव्हा लाखो भक्त ज्ञाननाथांच्या समाधीचे दर्शन घेतात. भजने आणि श्लोक म्हणतात.

ज्ञाननाथ आणि पतंजली

प्राचीन तत्त्वज्ञान आणि आध्यात्मविषयक श्रेष्ठ ग्रंथ हे वेद आणि आगम होय. यातील अंतिम सत्य म्हणजेच ब्रह्मचा अनुभव! तो मिळून अखेर मोक्ष मिळवण्यासाठी मनुष्यमात्राला साहाय्य करणे, हे या ग्रंथाचे महत्त्वाचे उद्दिष्ट होते. तथापि या ग्रंथामधील शिकवण, तत्त्वज्ञान व पायाभूत कल्पना एकमेकांपासून बऱ्याच भिन्न आहेत. महाभरताप्रमाणेच वेद व उपनिषदांनुसार हिरण्यगर्भ हे योगाचे उत्पत्तिस्थान आहे. विश्वनिर्माता ब्रह्माही हिरण्यगर्भातूनच प्रकट झाला. आगमांचे प्रतिपादन आहे की, योगशास्त्राचे प्रणेते आदिनाथ म्हणजे भगवान शिव आहेत. शिव आणि त्याची अर्धांगिनी पार्वती यांच्या संवाद स्वरूपात ते लिहिले गेले आहे. पातंजली उपनिषद विचार परंपरेला प्रमाण मानणारे आहेत.

पातंजल दर्शन हा तत्त्वज्ञानाचा पवित्र ग्रंथ पातंजलींनी लिहिला. त्यात त्यांनी नमूद केले आहे की, ज्या सांख्य अष्टांग योगाचा, त्याविषयीच्या तत्त्वांचा त्यांनी प्रसार केला तो पातंजलींपूर्वीही (ख्रिस्तपूर्व ३००च्या आसपास) प्रचलित होता. छांदोग्य उपनिषद, शांडिल्य उपनिषदांसारख्या कित्येक उपनिषदांमध्ये अष्टांग योगाचे संदर्भ सापडतात. याज्ञवल्क्य मुनींनी गार्गी व अन्य शिष्यांना योग तत्त्वज्ञान समजावले ते पातंजलीप्रणित

योगशास्त्र तत्त्वज्ञानासारखेच आहे. याज्ञवल्क्य यांनी असे नमूद केले आहे की, त्यांच्या गुरूंकडून त्याना अष्टांग योग तत्त्वज्ञान प्राप्त झाले. एक आध्यात्मिक तत्त्वप्रणाली म्हणून अष्टांग योग प्राचीन आहे आणि ती तत्त्वप्रणाली पातंजलींच्या आधीपासून प्रचलित असावी, या मताला याज्ञवल्क्यांच्या संदर्भामुळे पुष्टी मिळते. म्हणून पातंजलींनी नमूद केलेली सर्व तत्त्वे व सिद्धान्त यांचे मूळ उपनिषदे व सांख्य तत्त्वज्ञानात मिळू शकते. पातंजलींनी योगसूत्रे लिहून हे तत्त्वज्ञान मुद्देसूदपणे मांडले आणि ईश्वराची संकल्पनाही स्पष्टपणे मांडली. ('पातंजल योगसूत्र' १. २४०) तथापि ही संकल्पना त्यांच्या दृष्टिकोनातून साकारली असून प्रस्थापित विचारपरंपरेशी तिचा संबंध नाही. या दार्शनिक संकल्पनेनुसार देव हा जगाचा निर्माता नसून सर्व पापे नष्ट झालेली शुद्ध निर्मळ व्यक्ती आहे. जैन दर्शनांशी ही उपपत्ती जोडली जाऊ शकते.

ज्ञाननाथांना नाथ संप्रदायाच्या विचारपरंपरेची दीक्षा साधनामार्गाने मिळाली होती. त्यांचे तत्त्वज्ञान पातंजलीच्या योगदर्शनाहून काहीसे भिन्न आहे. गोरक्ष गीता, गोरक्ष पद्धती, सिद्ध सिद्धान्त पद्धती, अमरौघ शासन, अमरौघ प्रबोध या आणि अशा अनेक संस्कृत पुस्तकांमध्ये नाथपंथीयांच्या साधना मार्गाची मूलतत्त्वे दिली आहेत, ती जणू आरशात प्रतिबिंबित व्हावीत, तशी ज्ञाननाथांच्या शिकवणुकीत प्रतिबिबिंत होतात.

पतंजली आणि ज्ञाननाथ या दोन महान तत्त्वज्ञांच्या व आध्यात्म गुरूंच्या विचारांमध्ये भिन्नता आढळते. योगमार्गाचे आकलन आणि त्यानुसार साधनामार्गाची आखणी याबाबतीत दोघांचे योगदान मात्र मोठे आहे. त्यांच्या विचारधारांमधील काही ठळकपणे जाणवणारे वेगळेपण आणि साधर्म्य पुढे नोंदविले आहे.

योगाचार्य श्री. प्रशांतजी अय्यंगार यांच्या मते, आजच्या धकाधकीच्या-गतिमान-चंगळवाधी जगात योगाभ्यासाला सुरुवात करण्याआधी, शाळेत पहिलीच्या वर्गात जाण्याआधी जसे मुलांना प्रि-स्कूल, प्ले-स्कूल वगैरे वर्गात बसावे लागते, तसे प्रि-योगाचे धडे द्यावेत. त्यास संग-सत्संग आणि आहार, विहार, विचार यांचे सत्संस्कार होणे गरजेचे आहे.

योगाचार्य श्री. प्रशांतजी अय्यंगार हे पातंजल योगाचे महायोगी आहेत. योगमहर्षी बी.के.एस. अय्यंगार यांचे ते सुपुत्र होत. त्यांनी योगाचे सर्वसाधारण वर्गीकरण करताना असे म्हटले आहे की, पहिली पायरी ही मंत्रयोग आहे, त्याची सोळा अंगे आहेत, दुसरी पायरी लययोग ही असून त्याची नऊ अंगे आहेत. तिसरी पायरी हठयोग ही असून त्याची सहा अंगे आहेत. त्यानंतरची पायरी म्हणजे राजयोग ही असून त्याचे एकच अंग आहे. त्यानंतर शेवटची पायरी ही राजाधिराज योग ही असून तिला कुंडलिनी योग असेही समजले जाते आणि या योगाची सुद्धा राजयोगाप्रमाणे एकच पायरी आहे. पातंजल योग

हा दर्शनांवर आधारित आहे तर नाथपंथी योग हा साधनेवर अधिक भर देतो.

- पतंजलीची अष्टांग योगाची पद्धती त्याच्या योगसूत्रांवर आधारित आहे. ज्ञाननाथांची योगपद्धती सिद्धांनी स्थापन केलेल्या हठयोगावर आधारित आहे. जगभर अष्टांग योगाचे अनेक अनुयायी आहेत. गोरखनाथांसारख्या अनेक योग्यांनी 'गोरक्ष पद्धती' या ग्रंथात वर्णन केलेल्या षडांग योग पद्धतीचा अंगीकार करण्याची शिफारस केली आहे. या मार्गात यम आणि नियम यांचा अंतर्भाव केलेला नाही. पतंजलींनी ते दोन्ही फार महत्त्वाचे मानले आहेत. ते दोन्ही वगळण्याबद्दल योग्यांनी त्याचे समर्थन करताना म्हटले आहे – जर साधकांना ध्यान उत्तम तऱ्हेने साधले तर त्यांच्या सगळ्या जीवनशैलीत परिवर्तन होते, ते आपोआपच यम-नियमांचे पालन करू लागतात. ते महत्त्वाचे नियम आणि वर्तनाचे वैयक्तिक नियमही असतात. षडांगाचे सहा भाग म्हणजे आसन, प्राणायाम, प्रत्याहार, धारणा, ध्यान आणि समाधी. (अष्टांगात ही सहा अंगे सामाविष्ट आहेत.)
- घेरंड संहितेत दिलेल्या नियमांनुसार नाथपंथ साधकाच्या संपूर्ण शरीराच्या शुद्धीवर भर देतो. ह्या प्रक्रियेत पोट, लहान आतडे, मोठे आतडे, नासिका, अन्ननलिका डोळे, कान, घसा आणि मज्जासंस्था वगैरे शरीराच्या सर्व महत्त्वाच्या अवयवांची संपूर्ण शुद्धी आवश्यक असते. ह्या शुद्धीनंतरच साधक योग (शिक्षणासाठी) पात्र समजला जातो. पण पतंजली योग सूत्रात अशा सुरुवातीच्या तयारीचा उल्लेख असण्याचे कारण नाही.
- शरीर मनाची दुखणी बरी करण्यासाठी विविध योगासने शिकणे हा योग पद्धतींमध्ये योगशिक्षणाचा भाग म्हणून समाविष्ट केला आहे. तथापि साधकाला सर्व महत्त्वाची आसने शिकणे अनिवार्य असते. यापैकी सिद्धासन वा वज्रासनाचा सराव अपरिहार्य असतो. पुढील सर्व साधनेसाठी हे आसन महत्त्वाचे असते. ज्ञाननाथांनी ज्ञानेश्वरीच्या सहाव्या अध्यायाबद्दल याचे तपशीलवार विवेचन केले आहे. नाथपंथीयांच्या अनेक पवित्र ग्रंथांमधून हे अतिशय महत्त्वाचे आसन असल्याचे नोंदविलेले आढळते. या बाबतीत पतंजलींचा मतभेद आहे. त्यांच्या मते साधकाने त्याला सोयीस्कर, त्याच्या आवडीनुसार आसनाची निवड करावी. या विषयीचे सूत्र सांगताना पतंजली म्हणतात, 'स्थिर सुखम् आसनम्'' म्हणजे साधकाने स्थिर आणि आरामदायी असे आसन स्वेच्छेने स्वीकारलेले असावे.
- नाथपंथीयांसाठी गुरू अत्याधिक महत्त्वाचा असतो. शास्त्राची पवित्र शिकवण व उपदेश देणाऱ्या त्यांच्या ग्रंथांची सुरुवात गुरूबद्दल अत्यंत आदरभाव आणि कृतज्ञता व्यक्त करणारी असते. विशेषतः आद्य गुरू आदिनाथाचे स्तवन करून

सुरुवात केली जाते. ज्ञानेश्वरीची सुरुवात 'ॐ नमोजी आद्या' या पद्यपंक्तीने होते. पातंजल योग दर्शनात सुरुवातीस अशा तऱ्हेचे गुरू स्तवन वा गुरूला श्रेय दिलेले आढळत नाही, तिथे चित्त आणि योगदर्शनाचे स्मरण केले जाते. (योगस्य चित्तेन पदेन वाचाः, पतंजली)

- नाथ सिद्धांच्या मते मानवी शरीरात अत्यंत महत्त्वाची अशी सहा केंद्रे आणि पोकळ्या (आकाश) असतात. आणि पूर्णयोगी पद प्राप्त होण्यास त्याला या सर्वांचे नीट ज्ञान असावे लागते. सहा चक्रे, सोळा मर्मबिंदू, दोन लक्ष्ये (एकाग्रता साधण्यासाठीची स्थाने) आणि पाच पोकळ्या मानवी शरीरात अवस्थित असतात. अशा तऱ्हेची शरीरज्ञान विषयक चर्चा पातंजली दर्शनात आढळत नाही. (कारण पातंजल योग साधनेपेक्षा दर्शनांवर आधारलेला आहे.)
- नाथपंथामध्ये मानवी शरीर म्हणजे नऊ द्वारे असणारे सुंदर घर आहे असे वेधक वर्णन येते. ते पाच मूलभूत तत्त्वांनी बनलेले असते. प्रत्येक तत्त्वांची एक देवता असते. नऊ द्वारे म्हणजे दोन डोळे, नाकाच्या दोन नलिका, दोन कान, तोंड, गुदद्वार व स्त्रीपुरुष समागमाचे अवयव. पंचतत्त्वांपैकी पृथ्वीची देवता ब्रह्मा, जलाची देवता विष्णू, अग्नी देवता म्हणजे रुद्र, ईश्वर ही वायुदेवता आणि आकाशाची देवता सदाशिव आहे. योगी होण्यासाठी साधना करणाऱ्या प्रत्येक साधकाला हे सर्व ज्ञान आवश्यक आहे. अशा तऱ्हेचे सांख्य विवेचन व सिद्धान्त पतंजली सूत्रांमध्ये मात्र आढळत नाही.
- नाथपंथाच्या अनेक सैद्धान्तिक ग्रंथांमध्ये सातचक्रे म्हणजे ऊर्जाकेंद्रांचे स्थान व कार्य याबद्दल तपशीलवार, ठळक असे वर्णन केलेले आढळते. ही चक्रे आध्यात्मिक विकास व साधकात घडणारे रूपांतरण याच्याशी संबंधित असतात. मूलाधार चक्र हे कण्याच्या प्रारंभी म्हणजे मुळाशी असते. स्वाधिष्ठान चक्र हे जनन अवयवांजवळ असते. मणिपूर चक्र नाभीजवळ, तर अनाहत चक्र हृदयाजवळ असते. विशुद्ध चक्र कंठाजवळ व आज्ञाचक्र दोन डोळ्यांच्या मध्ये (नाम, गंध वा कुंकुम लावण्याची जागा) जिथून तिसरा डोळा कार्यान्वित होऊ शकतो अशा स्थानी असते. अखेरचे सहस्राधार मस्तकात असते. ही सूक्ष्म ऊर्जाकेन्द्रे आपल्या थोर ऋषींनी साधना, तपस्येद्वारा जाणली. योगमार्गाने आणि ध्यानाने साधना करीत ही शक्तिकेन्द्रे कार्यान्वित करून त्यांच्यापासून कोणती शक्ती, कशी सिद्धी प्राप्त होऊ शकते ते त्यांनी आपल्या साधक शिष्यांना शिकविले. या तऱ्हेचे विस्तृत ज्ञान, त्याचे विवेचन व सिद्धान्त पतंजली योगसूत्रांमध्ये आढळत नाही. कारण हा दर्शनांचा भाग नाही.

- मानवाचे शरीरशास्त्र आणखी तपशीलात समजावताना नाथपंथी ग्रंथांमध्ये लिहिलेले आढळते की, आपल्या शरीरात ७२००० नाड्या असतात. त्यातील १० नाड्या अत्यंत महत्त्वाच्या असतात. त्यापैकी इडा, पिंगला आणि सुषुम्ना अत्यंत महत्त्वाच्या नाड्या आहेत. इडा ही चन्द्र नाडी, पिंगला ही सूर्य नाडी, सुषुम्ना ही अग्नी नाडी आहे असे मानले जाते. पातंजल योगसूत्रांमध्ये यांची विस्तृत नोंद नाही. तथापि कूर्म नाडी सारख्या काही नाड्यांबद्दल ओझरते उल्लेख आढळून येतात. पण त्याबद्दल विस्तारपूर्वक विवेचनाचा अभाव आहे.
- नाथपंथी विद्वानांनी 'प्राण' या संकल्पनेचा सखोल अभ्यास केला आहे. त्यांच्या मतानुसार मानवी शरीरात दहा प्रकारचे वायू असतात. प्राण, अपान, समान, उदान, व्यान, नाग, कूर्म, क्रिकाल, देवदत्त आणि धनंजय. (ही त्या वायुंची नावे आहेत) यापैकी प्रत्येक वायू शरीराच्या विशिष्ट भागात स्थित असतो. शरीरातील विशिष्ट कार्य आणि विशिष्ट हेतूंसाठी प्रत्येक वायू जबाबदार असतो. आपण श्वास घेतल्यावर आत शिरलेली हवा दहा शाखांमध्ये विभागली जाते. हिमालयाच्या पर्वतश्रेणीतून उगम पावलेला एखादा प्रवाह अनेक भागांमध्ये विभागला जाऊन प्रत्येक भागाची नदी व्हावी आणि त्या नदीला आपापले वेगळे नाव मिळावे, तसेच हे श्वासाबरोबर आत येणाऱ्या हवेच्या बाबतीत घडते. वैद्यकीय तज्ज्ञ किंवा वैज्ञानिक याचा उलगडा करू शकत नाहीत. कारण थोर योगी, ऋषी मुनींनी त्यांच्या साधनेने, तपश्चर्येने हवेचे हे विविध प्रवाह आपल्या शरीरात प्रत्यक्ष पाहिलेले असतात अशी नाथपंथीयांची श्रद्धा आहे. पातंजल योग दर्शनांचा दृष्टिकोन भिन्न आहे. (योगानुशासनम् एक दर्शन योग)
- जेव्हा आपण श्वास घेतो तेव्हा 'सो' असा ध्वनी उमटतो. जेव्हा आपण उच्छ्वास बाहेर टाकतो, तेव्हा 'हम्' असा ध्वनी ऐकू येतो. सतत श्वासावर लक्ष केंद्रित करणाऱ्या साधकाला हा 'सोहम्'चा श्वासोच्छ्वासासह होणारा ध्वनी आवर्तनांसारखा ऐकू येतो. दिवसभरात आपण सर्वसाधारणपणे २१६०० वेळा 'श्वासोच्छ्वास करतो आणि सोहम्चा ध्वनी हा मंत्र मानला जातो. तो शरीरात २१६०० वेळा ऐकू येतो. यावर सतत लक्ष केंद्रित करणाऱ्याचीही (मंत्र) साधनाच होते. नाथपंथीयांसाठी सोहम्ची साधना फार महत्त्वाची असते. यासंबंधी विवेचन किंवा सिद्धान्त, पातंजल योगसूत्रात आढळत नाहीत.
- ज्ञाननाथांनी योगसाधनेत कुंडलिनी शक्तीवर भर दिला आहे. हा नाथपंथीयांच्या तांत्रिक साधनेचा रचनाबंध आहे. संत ज्ञाननाथांनी ही संपूर्ण प्रक्रिया ज्ञानेश्वरीत मागे लिहिल्याप्रमाणे तपशीलवार वर्णन केली आहे. त्यामागचे मूळ गृहितक

असे आहे की, हे सर्व विश्व आणि शक्ती यांच्या ऊर्जेच्या विश्वव्यापी खेळातून निर्माण झाले. ही ऊर्जा म्हणजे महाकुंडलिनी आहे. या महाकुंडलिनीचा लहानसा अंश प्रत्येक मनुष्यात कुंडलिनीच्या रूपात सुप्तावस्थेत अस्तित्वात असतो. पाठीच्या कण्याच्या मुळाशी ही शक्ती स्थित असते. तिचे वर्णन करताना योगी म्हणतात की, सुषुम्ना नाडीच्या टोकाशी ही शक्ती एखाद्या सर्पिणीसारखी साडेतीन वेटोळी घालून बसलेली असते. 'ब्रह्मांडी ते पिंडी' असे त्याचे स्पष्टीकरण योगीजन करतात, जे सर्व विश्वात अवस्थित आहे. ते सूक्ष्म रूपात मनुष्यातही अवस्थित आहे, असा त्याचा अर्थ होतो. ही शक्ती जागृत करून कार्यान्वित करता येते. आणि नाथपंथी योग्यांनी विशेषतः गोरखनाथांनी त्यासाठी विविध मार्ग सांगितले आहेत. संत ज्ञाननाथांनी अनुसरलेल्या मार्गाचे वर्णन ज्ञानेश्वरीच्या सहाव्या अध्यायात येते. हठयोगावरील सर्व ग्रंथांमध्ये, नाथपंथी ग्रंथांमध्ये तसेच काही उपनिषदांमध्ये त्या विषयाबद्दल लिहिलेले आढळते. ही शक्ती मंत्रयोग, लययोग व भक्तियोगामुळेही क्रियान्वित करता येते. जे साधक ही शक्ती क्रियान्वित करू शकतात, त्यांना दिव्य आनंदाची स्थिती प्राप्त होते आणि अनेक सिद्धी व आध्यात्मिक शक्तींचे वरदान प्राप्त होते. पतंजली योगसूत्रात कुंडालिनी शक्तीचा उल्लेख दार्शनिक पद्धतीने होतो.

- नाथपंथात 'शक्तिपात' या गूढ पद्धतीचेही वर्णन येते. त्या पद्धतीनुसार गुरू आपली आध्यात्मिक शक्ती शिष्यामध्ये हस्तांतरित करतो किंवा त्याची कुंडलिनी शक्ती जागृत करू शकतो. (गुरूकडून शिष्याच्या मन, मेंदू, शरीरात) हे जे शक्तीचे हस्तांतरण ते केवळ (शिष्याच्या) शरीराच्या विशिष्ट भागावर स्पर्श किंवा त्याच्याकडे एकाग्रतेने बघणे या क्रियांमधून घडते. दूरच्या ठिकाणी असलेल्या शिष्याकडेही गुरू शक्तिपाताने आपली शक्ती हस्तांतरित करू शकतो. ही अतिशय गहनगूढ अशी कृती आहे. योग्यांनी ती गुप्त राखलेली आहे. फारच कमी योगी या प्रक्रियेत वाकबगार असतात. या शक्तिपात प्रक्रियेनंतर शिष्याला अनेक अतींद्रिय गोष्टींची अनुभूती येते. दैवी साक्षात्कार होतो. प्रकाशाचा प्रचंड प्रवाह आपल्या आतून वाहत असल्याचे जाणवते. सूक्ष्म देह शरीराबाहेर पडून अन्यत्र जाऊन येण्याचा विलक्षण अतींद्रिय अनुभवसुद्धा येऊ शकतो, अशी धारणा आहे. शक्तिपाताची ही गूढ, गहन प्रक्रिया पतंजलीच्या योगसूत्रामध्ये अधिक स्पष्ट करण्यात आले आहे.
- काही विशिष्ट शरीरास्थितींना 'मुद्रा' म्हटले जाते. मुद्रा नित्यनेमाने करण्यावर नाथपंथीयांचा मोठाच भर असतो. त्या ध्यानासाठी उपयुक्त मानल्या जातात.

त्याखेरीज कुंडालिनी जागृती आणि सहा चक्रे कार्यान्वित होण्याच्या प्रक्रियांमध्येही त्या साहाय्यभूत होतात, असे म्हटले जाते. म्हणून या मुद्रा शिकणे, त्यांचा सराव करणे प्रत्येक साधकाला अनिवार्य असते. प्राचीन ग्रंथांनुसार अशा २५ मुद्रा असून त्यातील दहा अत्यंत महत्त्वाच्या आहेत. त्यांचा रोजचा सराव आणि त्यांच्यावर लक्ष एकाग्र करण्याने साधकाच्या शरीरातील एकूणएक दुखणी, रोग नाहीसे होऊन रोगप्रतिकारक शक्ती मजबूत होण्यास मोठेच साहाय्य मिळते. तसेच आयुर्मान वाढण्यासाठी मदत होते. पातंजल योगसूत्रात या मुद्रांचा कुठेच उल्लेख नाही. दर्शनांचा उल्लेख दर्शन साधनेसाठी केला गेला आहे.

- पतंजली आणि ज्ञाननाथ यांच्या 'ध्यान' संकल्पनेत मुळात काही फरक आहे. पातंजलींच्या सूत्र ३ व सूत्र ३ मध्ये ध्यानाची व्याख्या ढोबळपणे अशी केलेली आढळते - साधकाने आपल्या शरीरातील विशिष्ट अवयवावर किंवा विशिष्ट ठिकाणी किंवा बाहेरच्या एखाद्या बिंदूवर लक्ष एकाग्र करावे. या प्रक्रियेला 'धारणा' म्हणतात. त्या निश्चित बिंदूवर बराच काळ पूर्ण एकाग्रता साधण्यात साधकाला यश मिळाले की, ध्यान साध्य होते. त्या विशिष्ट बिंदूवर साधकाचे मन एकाग्र व्हावयास हवे. या उलट, कुंडलिनी योगात मनाचा वापर साधन म्हणून न करता 'कुंभका'चा (प्राणायाम श्वास छातीत पूर्ण कोंडल्यावर काही काळ धरून ठेवणे) सराव करावा लागतो. त्यात मनाचे कार्य पूर्णपणे स्थगित होते. एका विशिष्ट बिंदूवर मन एकाग्र करण्याऐवजी साधकाला कुंडलिनी शक्ती कार्यान्वित करावयाची असते. तो अधिक उन्नत मार्ग असून सर जॉन वुड्रॉफ यांनी त्यांच्या 'दी सर्पंट पॉवर' या प्रसिद्ध ग्रंथात त्याचे विवेचन केले आहे. अनेक विद्वान संशोधक त्यांच्या अभ्यासासाठी हा संदर्भग्रंथ आवर्जून वापरतात.
- पतंजली समाधीचे दोन स्थूल भाग करतात. ते म्हणजे 'संप्रज्ञता समाधी' आणि 'असंप्रज्ञता समाधी'. पण 'समाधी' या टप्प्याचा सखोल आणि तपशीलवार अभ्यास नाथपंथीयांनी केलेला आढळतो. ज्ञाननाथांनी अर्थातच त्याचे अनुसरण केले आहे. सिद्धांनी समाधीचे सहा प्रकार सांगितले आहेत. ते पुढीलप्रमाणे- ध्यानयोग समाधी, नादयोग समाधी, रसानंद योग समाधी, लययोग समाधी, भक्तियोग समाधी, राजयोग समाधी. प्रत्येक प्रकारची समाधी अवस्था कशी अनुभवता येईल, त्याचीही तपशीलवार चर्चा केलेली आढळते. विद्वान् अभ्यासक व तत्त्वज्ञांनी यासाठी घेरंड संहितेचे सातवे प्रकरण अभ्यासावे. त्यात यासंबंधी पूर्ण माहिती दिलेली आहे.

◈◈◈

२.६

काही प्रसिद्ध बोधकथा, दंतकथा आणि अंधश्रद्धा

गोरखनाथ जादूविद्या जाणकार आहेत. त्यातील सखोल ज्ञानाखेरीज आजार, वेदना, दुःखे ही ते आपल्या शक्तीने बरे करीत असतात. ते रूप बदलू शकतात. कोणत्याही काळात त्यांच्या मर्जीनुसार प्रकट वा गुप्त होऊ शकतात आणि भक्तांचे आयुष्य बदलून टाकणारी वरदाने ते देत असतात.

सर्वसामान्य लोकांप्रमाणे कानफाटा योग्यांचीही विश्वास, श्रद्धा-अंधश्रद्धा आणि दैनंदिन आचार-कर्मकांडे-वर्तन या सर्वांची मिळून बनलेली एक जीवनशैली आहे. हिंदू देवता समूहातील सर्व देवांची ते पूजा करतात. विशिष्ट दिवशी उपवास करतात. काही जण पारंपरिक झाडपाल्यांची औषधे देतात, चेटूक जारणमारण उतरवतात, जादू करतात आणि भुते उतरवतात, असे दावे केले जातात. काही योगी मासे खाणे वर्ज्य मानतात. कारण त्यांचे पूज्य दैवत मत्स्येन्द्रनाथांचा जन्म माशाच्या पोटी झाल्याचे मानले गेले आहे. मसूर डाळ पूर्णतः वर्ज्य असते. (कारण तिचा लाल रंग रक्ताच्या थेंबासमान असतो.) आजाराचे निदान व उपचार यासाठी श्वासोच्छ्वासाचा विशिष्ट आकृतिबंध (प्राणायामादी प्रकार) त्यांच्या संप्रदायात मोठ्या प्रमाणात प्रचलित आहे. त्या बरोबरच भूतप्रेत उतरवण्याचे विधीही बऱ्याच प्रमाणात केले जातात. या शिवाय कानफाटा जोगी

ताईत, दुष्ट शक्तींपासून संरक्षणासाठी विविध वस्तू, झाडपाल्याचे रस आणि जादूचे मंत्र या बरोबरच धुनीतील राखेचाही उपयोग करतात. मंत्रावलेले ताईत गळ्यात किंवा अंगठीसारखे बोटात घालतात. हे ताईत चांदी, तांबे वगैरे धातूंच्या जोडकामातून केलेले असतात. अर्थात हा लोकश्रद्धेचा भाग आहे, त्याला धर्माधार नाही.

कित्येक कथांमध्ये असे सांगितलेले आढळते की, गोरखनाथ जादूविद्या जाणकार आहेत. त्यातील सखोल ज्ञानाखेरीज आजार, वेदना, दु:खे ही ते आपल्या शक्तीने बरे करीत असतात. ते रूप बदलू शकतात. कोणत्याही काळात त्यांच्या मर्जीनुसार प्रकट वा गुप्त होऊ शकतात आणि भक्तांचे आयुष्य बदलून टाकणारी वरदाने ते देत असतात. त्यांच्या महान कार्याची अनेक उदाहरणे सांगितली जातात. एकदा त्यांनी पूर्ण सुकून गेलेल्या बागेवर राख शिंपडली आणि बागेतील झाडे हिरवीगार झाली, फुलांचे ताटवे उमलले. त्यांच्या जादूच्या झोळ्यात सफरचंद, फुले, विभूती, जवाचे दाणे या सारख्या वस्तू असतात. ते प्रसादस्वरूप मिळालेल्या भक्ताला त्याच्या इच्छा पूर्ण झाल्याचा प्रत्यय येतो. पुत्रप्राप्ती, हिरे, जवाहर, संपत्ती, वस्त्रप्रावरणे या सारख्या वस्तूंखेरीज इतरही इच्छांची पूर्ती होते. गोरखनाथांच्या पातालातील धुनीतून मिळालेले भस्म इतके शक्तिशाली मानले जाते की, ते शिंपडल्यावर माणसाचे रूपांतर जनावरात किंवा जनावराचे रूपांतर माणसात होऊ शकते. भक्तांची अशी श्रद्धा आहे की, याच झोळ्यातून जादूची द्राक्षे आणि तांदूळ मिळवले आणि त्याची सावत्र आई लुनान राणीला पुत्रप्राप्ती करून दिली. त्या पुत्राचे नाव 'रसलु' होते. असे अनेक चमत्कारी उल्लेख लोककथांतून आढळतात.

गोरखनाथांबद्दल आणखी अशी एक चमत्कारिक समजूत लोककथांमधून प्रचलित आहे की, त्यांच्याजवळ जादूचा गालिचा होता. त्याचा दूरदेशी असलेल्या भक्तांशी विचार-संपर्क होत असे. त्यांच्या गरजा समजत असत. दूरवर असलेल्या भक्ताला संकटात साहाय्य हवे असल्यास या संवेदनशील गालीचात कंपने निर्माण होत. त्यामुळे गोरखनाथही सतर्क होत असत. भक्तांची अशी श्रद्धा आहे की, याच गालीचावर बसून ते स्वर्गलोकी गेले; एवढेच नव्हे तर जेव्हा भगवान विष्णूंनी विश्व निर्मिती केली तेव्हा गोरखनाथांकडील हे पातालभस्म घेऊन ते पाण्यावर पसरले. अशा लोककथा आहेत.

सतत योगसाधना केल्याने सिद्ध पुरुष अनन्य साधारणपणे पवित्र आणि शुद्ध होतात. त्यांना अर्धदेवत्व प्राप्त झाल्याची जन-मान्यता असते. त्यामुळे त्यांच्याबद्दल सर्वांच्या मनात अत्यंत आदर असतो. नानकसाखीमध्ये एका प्रसंगाचे वर्णन आढळते. महान संत गुरू नानक योग्यांना नेहमी भेटत असत. एकदा हिमालयात त्यांची भेट गोरखनाथ, भर्तृहरी इत्यादी योग्यांशी झाली होती. आणखी एका प्रसंगी चौऱ्यांऐंशी सिद्धांशी गाठ पडली.

त्यांनी त्यांच्या विद्येच्या साहाय्याने अद्भुत चमत्कार नानकांसमोरच केले. त्यांनी केवळ विद्येच्या जोरावर मोठाल्या शिळा हलविल्या, भिंती पळू लागल्या. मृगाजिन आकाशात उडू लागले आणि रिकाम्या स्थानी अचानक अग्नी प्रकट केला. वगैरे!

पंजाब, बंगाल, सिंध, दख्खन, नेपाळ ते राजपुताना याशिवाय तिबेटच्या काही भागात आणि पाकिस्तानातल्या काही विभागात गावा-खेड्यांमधून, छोट्या शहरांमधून गोरखनाथांच्या चमत्कारांचे वर्णन करणाऱ्या अनेक आख्यायिका आणि लोककथा प्रचलित आहेत. नेपाळच्या राजघराण्याचे ते राजर्षी मानले जातात. काही ऐतिहासिक दंतकथांनुसार कानफाटा योगी हे त्यांचे अनुयायी मूळचे बौद्ध होते. पण बाराव्या शतकाअखेर नेपाळच्या सेना राजघराण्याच्या हातून राजसत्ता गेली. त्यानंतर हे योगी (कानफाटा योगी) हिंदू शैव झाले. या आधीची एक पुराणकथा गोरखनाथांचे गुरू मत्स्येन्द्रनाथांशी संबंधित आहे. त्या काळात बारा वर्षांच्या दीर्घ कालावधीत नेपाळमध्ये पाऊस पडला नव्हता. (हा कथाभाग या पुस्तकात या आधी आलेला आहे.)

ओल्डफिल्ड यांच्या मते नेपाळमध्ये गोरक्ष देश आणि गोरखा शहर ही नावे गोरखनाथांच्या सन्मानार्थ ठेवली गेली. तेव्हा ते (आता शहर असलेल्या ठिकाणी) एका छोट्या गुहेत वास्तव्याला होते. त्या ठिकाणी त्यांचे पवित्र स्मृतिस्थळ आजही अस्तित्वात आहे. सिंध प्रांतात गोरखनाथांना 'दातार जमील शाह' असे म्हणतात. आणि तेथील एका ऐतिहासिक दस्तावेजातील नोंदीनुसार ते 'गुगा' यांचे गुरू होते. कित्येक ग्रंथांमध्ये त्यांना शिवाचा अवतार मानले आहे. रसालू दंतकथेत त्यांचा 'प्रत्यक्ष परमेश्वर' असा उल्लेख केलेला आहे.

गोरक्षनाथ आणि नेपाळ राज्याविषयीची दंतकथा

> नेपाळ राज्याचा धार्मिक दृष्ट्या गोरक्षनाथ व मत्स्येन्द्रनाथांशी दीर्घकालीन सखोल संबंध आहे. त्यांची शिकवण, उपदेश आणि वरदान नेपाळला पहिल्यापासून प्राप्त झाले आहे. अनेक शतकांनंतर आज सुद्धा या दोन महान योग्यांचे अनेक अनुयायी नेपाळमध्ये आहेत. ते या गुरूंची स्तवने, भक्तिगीते गातात. त्यांची महान कार्ये व त्यांची विलक्षण शक्ती यांचे गुणगान करतात. या राज्याच्या बऱ्याच विभागांमध्ये नाथपंथाचा मोठा प्रभाव आढळून येतो. मत्स्येन्द्रनाथांसंबंधीची प्रतिके श्री करूणामय, श्री लोकनाथ या नावांनी गौरविली जातात. त्यांच्या मूल्यवान नाण्यांवर श्री गोरक्षनाथ हे नाव कोरलेले असते.

आणखी एक लोककथाही चित्तवेधक आहे. एकदा गोरक्षनाथ आपले गुरू मत्स्येन्द्रनाथांसह राजाला भेटायला गेले. तेव्हा राजा नरेन्द्र देवांनी त्यांना अपमानास्पद वागणूक दिली. केवळ वसंत नावाच्या एका मुलाने त्यांच्याशी अत्यंत आदराची वर्तणूक केली. त्याची निःस्वार्थ बुद्धी, आपल्या विधवा आईवरील प्रेम, त्याची एकंदर वर्तणूक यामुळे गोरक्षनाथ प्रसन्न झाले. ते वसंतच्या आईला म्हणाले, ''या नेपाळ राज्याचा राजा म्हणून वसंतने सूत्रे हाती घ्यावी असे वाटते.'' यासाठी आईची परवानगी आहे का असे त्यांनी वसंतच्या आईला विचारले. वसंतच्या आईला हे ऐकून धक्काच बसला. पण या दोन्ही योग्यांबद्दल तिच्या मनात खूप आदर असल्याने तिने म्हटले, ''त्याला तुमच्या हवाली केले आहे. तो तुमचा सेवक आहे.'' (त्याच्याकडून हवे ते काम करवून घ्यावे.)

गोरखनाथांनी त्या मुलाला सरोवर नदीच्या काठी एकान्तस्थळी नेले. त्यांनी वसंतला तेथील मातीतून मानवाकृती मूर्ती बनवायला सांगितल्या. त्यांच्या आज्ञेनुसार वसंतने त्या चिखलातून मातीच्या हजारो मूर्ती बनविल्या. आपल्या गूढ योगबलाने गोरखनाथांनी त्या अचेतन मूर्ती सजीव केल्या. त्यांना आशीर्वाद दिले आणि असे सांगितले की, ''यापुढे तुम्ही सर्वांनी वसंतचे हुकूम ऐकायचे आणि नेपाळ राज्य जिंकून घेण्यासाठी त्याला सर्वतोपरी साहाय्य करायचे.'' त्या आशीर्वादामुळे, गुरूंच्या प्रोत्साहनाने वसंतच्या अंगी शौर्य संचारले. आपली सेना घेऊन तो राजावर चालून गेला. घनघोर लढाई झाली. गोरक्षनाथांच्या इच्छाशक्तीने राजाचे सैन्य पराभूत होऊन रणांगण सोडून पळू लागले. अखेर वसंत विजयी झाला. आपली चूक उमगल्यावर राजाने गोरक्षनाथांचे पाय धरले आणि क्षमायाचना केली. गोरक्षनाथ त्याला म्हणाले, ''तू आपल्या आयुष्यातील महान् संधी गमावलीस. आता आपल्या चुकीसाठी तुला पश्चात्ताप तर करावाच लागेल. पण तरीही या परिस्थितीतून एक मार्ग निघू शकतो. तू वसंताला आपला मुलगा म्हणून दत्तक घे. आणि त्याला वडील म्हणून नीट वाढव.'' या उःशापानंतर राजाला जीवदान मिळाले. गोरखनाथांचे आशीर्वाद घेऊन त्याने सर्व दरबारात वसंत नवा राजा झाल्याची घोषणा केली. वसंतला उपदेश करताना गुरू गोरक्षनाथांनी असे सांगितले की, ''राजाचे सर्वात पहिले आणि महत्त्वाचे कार्य म्हणजे प्रजेच्या गरजा जाणून घेऊन त्या पूर्ण करणे. या गोष्टीचा तुला कधीही विसर पडता कामा नये.'' वसंत राजा झाल्यावर त्याने आपल्या राज्याचे नाव गुरूच्या स्मरणार्थ 'गोरखा' असे ठेवले. दहा पिढ्यांनंतर सुद्धा गोरखा राज्यावर शाह राजवंशाची सत्ता टिकून राहिली होती. नरभूपाल शाह, नरेश ध्रव्य शाह, राम शाह, पृथ्वीनारायण शाह, यशोवमी हे त्या वंशातील सुप्रसिद्ध राजे होऊन गेले. त्यांनी गोरक्षनाथांची प्रार्थना व पूजेची परंपरा निरंतर चालू ठेवली.

रत्नपरीक्षक नावाच्या राजपुत्राची आणखी एक दंतकथा आहे. नेपाळमध्ये रत्नपुरा

राज्याचा राजा माणिक्य याचा मुलगा रत्नपरीक्षक एकदा शिकारीसाठी निबिड वनात गेला. तिथे त्याची एका महायोग्याशी गाठ पडली. योग्याच्या कानांत मोठी कुंडले होती आणि त्याचे डोळे तेजस्वी व संमोहित करणारे होते. योग्याने त्याला आशीर्वाद दिला आणि उपदेश करताना सांगितले; 'मुला, अहिंसा हा सर्वश्रेष्ठ धर्म आहे. या जगातील प्रत्येक सचेतन जीव हा आपल्या स्वत:एवढाच महत्त्वाचा समजून आपण त्याच्याशी वर्तन केले पाहिजे. पशुपक्षी ईश्वराने निर्माण केले तेव्हा त्यांचे मरणही ईश्वराकडूनच होणे नैसर्गिक आहे. तुला जर शिकारच करायची असेल तर आधी तुझ्या निर्णायक मनाची, हृदयाची कर. (हा चांगला, श्रेष्ठ; तो वाईट, कमी दर्जाचा, हीन हे ठरविणारे हृदय लयाला जाऊ दे.) एकदा तुझी भेदाभेदाची बुद्धी लयाला गेली की, तुला खरी शक्ती आणि कणखरपणा लाभेल. ईश्वर आणि त्याने निर्मिलेल्या सृष्टीतील प्रत्येक जीवमात्र अभिन्न आहेत. कारण त्या प्रत्येक जीवमात्राच्या आत ईश्वराचा अंश असतो. म्हणून रक्तामासाच्या जीवाची हत्या करणे पाप आहे. तुझ्या ऐहिक इच्छा अपेक्षा आणि तुझी पापे यापासून मुक्ती मिळवायची तर योगमार्गाचे अनुसरण कर. यासाठी आधी स्वत:च्या हृदयाचा मृत्यू घडवून आणावा लागेल. योग्याच्या आयुष्यात शरीर, हृदय, मांस, रक्त, इच्छा, लालसा हे काहीच नसते. (ह्या कशाचीही त्याला जाणीवच नसते.) त्याच्या अस्तित्वात केवळ ईश्वर आणि गुरूचा उपदेश एवढ्याच गोष्टी सामावलेल्या असतात.'

रत्नपरीक्षकाला हा उपदेश करणारा महान योगी म्हणजे गोरखनाथच होते. तरुण रतन त्यांचा शिष्य झाला. गोरक्षनाथांनी त्याला आशीर्वाद देत प्रणव रूपिणी हंस गायत्री मंत्राची दीक्षा दिली. पुढे रत्नपरीक्षकाने डांग येथे म्हणजे रत्नपुरी या त्याच्या राज्यात एक भव्य आणि देखणे मंदिर बांधले. तिथे तो अमृत पात्राची पूजा करीत असे. आजही त्या तीर्थस्थळाला 'श्रीनाथ तीर्थवल्ली' म्हणतात. ते गोरखनाथांना समर्पित आहे. त्यांच्या मूर्तीसमोर रतननाथ यांची मूर्ती आहे. शक्तिपीठ देवीपाटण येथेही बाबा रतननाथ यांचे एक स्मृतीस्थळ आहे. लोकांची अशी श्रद्धा आहे की, येथे रतननाथांनी ध्यान केले आणि ज्ञान प्राप्त केले. त्यांना अनेक सिद्धीही प्राप्त झाल्या.

पश्चिम नेपाळ, तिबेट आणि आशियातील अनेक प्रदेशांमध्ये रतननाथांनी आपल्या उपदेशाने अनेकांना प्रभावित करून सन्मार्गाला लावले. त्यांना गोरखनाथी मार्गाचे अनुयायी केले. असे म्हटले जाते की, रतननाथ नेहमी अनवाणी पायांनी चालत असत. योगमार्गाच्या महानतेबद्दल नेहमी बोलत असत, मानवी आयुष्य योगामुळे कसे सार्थकी लागते ते समजावत असत. त्यांच्या मतानुसार योग्याला कसलेही भय नसते. मोह, लोभ नसतात. तो पापही करीत नाही. भय आणि षड्रिपूंपासून तो मुक्त असतो. योगमार्गाचे अजिबात ज्ञान नसलेल्या लोकांना परमात्म्याची जाणीवही होणार नाही. पंजाबच्या

पतियाळात गोविंद गड मंडल येथे त्यांची समाधी असून, दरवर्षी तिथे त्यांच्या सन्मानार्थ यात्रा भरते. रतननाथ हे विशेष कृपापात्र योगी होते. त्यांना प्रत्यक्ष गोरखनाथांचा कृपालाभ प्राप्त झाला होता, असे म्हणतात.

राजपुताना वंशाच्या बाप्पा यांचीही एक अतिशय (सुरेख) दंतकथा आहे. बाप्पा यांचा गोरखनाथांशी कसा संबंध आला, त्याबद्दल थोडक्यात हकीगत या कथेत मांडली आहे. असे म्हटले जाते की, उदयपूरच्या उत्तरेला एक मोठे वन होते. त्याच्या मध्यभागी भगवान एकलिंगजींचे मंदिर होते. बाप्पा रावळ आपला गायींचा छोटासा कळप चरण्यासाठी या अरण्यात नेत असत. पण बाप्पा दु:खी असत. कारण दिवसभर गायी चरत असत तरी त्यातील सर्वोत्तम गाय दूध देतच नसे. त्यामुळे बाप्पांचे मालक त्यांना रागावत आणि असे म्हणत की, बाप्पांनीच तिचे दूध चोरून प्यायले असावे. बाप्पा अतिशय अस्वस्थ होते. त्यांनी ठरवले की ही गाय कुठे जाते त्यावर बारकाईने लक्ष ठेवून तिच्यामागोमाग जावे. म्हणजे हा काय प्रकार होतो आहे त्याचा छडा लागेल. त्यांना लगेचच लक्षात आले की गाय तिथे जंगलात पंचमुखी महादेव शिवांची पिंडी आहे त्यावर दुधाचा अभिषेक करते. त्यामुळे संध्याकाळी ती रिती असते. पुढे या स्थानी त्यांनी भगवान एकलिंगजींचे सुप्रसिद्ध मंदिर बांधले. या ठिकाणी त्यांना एक मुनी भेटले. ते बाप्पांचे गुरू झाले. त्यांनी बाप्पांना शिवांच्या अनेक कथा सांगितल्या आणि शिवांशी निगडित रहस्येही त्यांना समजावली. पुढे त्या मुनीच्या वरदानामुळे त्यांना कोणत्याही शस्त्रापासून अभय मिळाले. याखेरीज त्यांना एक दिव्य शस्त्र देखील प्रदान केले गेले. हे मुनी म्हणजेच गोरखनाथ होते. त्यांनीच बाप्पा रावळ यांना दुधारी तलवार दिली. या तलवारीच्या (आणि वरदानाच्या) बळावर पुढे बाप्पा मेवाडचे अधिपती झाले. पुढे त्यांनी आपल्या शौर्याने अनेक युद्धांमध्ये विजय मिळवला आणि मेवाडवर राज्य करणाऱ्या अनेक राजघराण्यांच्या राजांमध्ये अत्यंत महान असे महाराज झाले. असे म्हटले जाते की बाप्पा पुढे 'गोरखा' निवासस्थान शोधण्यास पूर्वेकडे गेले. तिथेच नेपाळची राजधानी वसवली. नेपाळच्या गोरख्यांचे नाव गुरू गोरखनाथांवरूनच आले आहे. त्यांच्यापैकी पहिले गोरखा खुद्द बाप्पा रावळ हे होते.

गोरखनाथ आणि गुगा पीर यांची कहाणी

गोरखनाथांच्या संदर्भात अनेक दंतकथा, लोककथा प्रचलित आहेत. 'टेंपल लीजंड्स ऑफ पंजाब' या ग्रंथात सिनरटन या विद्वानाने काही कथा समाविष्ट केल्या आहेत. गॅरिसन यांच्या 'रोमँटिक टेल्स ऑफ पंजाब' या ग्रंथातही काही कथा नोंदविल्या आहेत. आदिग्रंथातील कथा, माणिकचंद्र कथा अशा अनेक कथा आजही गीतस्वरूपात

गोरखनाथी लोक गातात. भटक्या समुदायाच्या लोकांनीही या गीतांमधून कथा सर्वत्र प्रसारित केल्या आहेत. कालांतराने गावागावांमधून त्या प्रचलित झाल्या. त्यापैकी जहरा किंवा गुगा पीर, पूरण भगत व त्याचा भाऊ राजा रसलू, गोपीचंद, हीर रांझा, राणी पिंगला यांच्या कथा सुप्रसिद्ध आहेत. (अधिक माहितीसाठी : जॉर्ज वेस्टन ब्रीग्ज यांचा, 'गोरखनाथ अँन्ड कानफाटा योगीज' हा ग्रंथ पहावा.)

गुगा पीर याची कहाणी अतिशय लोकप्रिय आहे. असे म्हटले जाते की, गोरखनाथ यांच्या आशीर्वादामुळे गुगाचा जन्म झाला. या प्राचीन कथेनुसार राजा जेवर याचा विवाह राणी बेचल हिच्याशी झाला. तिच्या जुळ्या बहिणीचा विवाहही त्याच राज्यात झाला होता. राणी बेचल हिला मूल नव्हते. त्यांच्या राजवाड्याच्या बगीच्यात गोरखनाथांनी आपली धुनी प्रस्थापित केल्यावर राणीने त्यांची प्रार्थना, पूजा करण्यास सुरुवात केली. परंतु, तिची जुळी बहीण राणी काचल हिने बेचलचा वेष घेऊन योग्यांकडून आशीर्वाद घेतला आणि पवित्र विभूतीही मिळवली. त्यांच्या प्रभावाने लवकरच तिला जुळी मुले झाली. त्यांची नावे अर्जन आणि सर्जन अशी ठेवली. राणी बेचलला या फसवणूकीची हकीगत कळल्यावर तिने ती सर्व गोष्ट गोरखनाथांच्या कानावर घातली. त्यांची खूप मनधरणी केली (की तिलाही संतानप्राप्तीचे वरदान द्यावे). अखेरीस गोरखनाथांनी तिला गुग्गुळ या आयुर्वेदिक वनस्पतीच्या गोळ्या दिल्या. संतानप्राप्तीसाठी त्या साहाय्यभूत असल्याचे मानले जाते. त्या गोळ्यांच्या सेवनानंतर बेचल राणीही गर्भवती झाली. गोरखनाथांनी असे भाकित वर्तविले की, तिचा पुत्र अतिशय शक्तिमान होईल. तो आपले मावसभाऊ अर्जन आणि सर्जन यांना पराभूत करेल. राणी अचानक गर्भवती झाल्याची बातमी राजाला कळली तेव्हा त्याला वाटले की, प्रजाजनांच्या मनात नको त्या शंका येतील. कुलाच्या नावाला कलंक लागेल. राणीला दूर पाठवून मारून टाकावे असे त्याने ठरविले. त्याने एक बैलगाडी पाठवली. त्यात बसून राणी जात असताना एका सापाने बैलाला दंश केला. पण राणीचा गर्भ गोरखनाथांच्या वरदानाने निर्माण झालेला होता. त्यांच्या रहस्यमय शक्तीमुळे सर्पदंशाने काहीही झाले नाही. पुढे राणी प्रसूत झाली. गुग्गुळ या पवित्र फळावरून त्या मुलाचे नाव 'गुगा' ठेवले. पुढे गोरखनाथ राजा जेवरच्या स्वप्नात गेले आणि त्याने त्याच्या राणीला सन्मानाने आणावे, असा आदेश दिला. या दैवी स्वप्नसंकेतानंतर राजाने आदेश पालन करत राणीला परत आणले. गुगा मोठा झाल्यावर सिंहगडचा राजा सिंह यांची कन्या सीरियल हिच्याशी त्याचे लग्न ठरले. सिंह राजाचे सिंहगड कामरूप आसाम प्रदेशात होते. या विवाहाला गोरखनाथांचा आशीर्वाद होता. साखरपुड्यानंतर राजकन्या सीरियल आपल्या घरी परतत असताना तिलाही एका नागाने दंश केला. हे ऐकल्यावर गुगा बासरी वाजवून गोरखनाथांची

आळवणी करू लागला. त्याबरोबर तो नागही डोलू लागला. सीरियलला उचलून गुगा सिंहगडला घेऊन गेला. गोरखनाथांच्या योगशक्तीमुळे सीरियल जिवंत झाली. त्यानंतर एक भव्य विवाह समारंभात दोघेही विवाहबद्ध झाले. वधू राजकन्या सीरियल हिला दागदागिने, जडजवाहर, भरजरी वस्त्रभुषणे, अनेक राजविलासी वस्तू दिल्या. त्याबरोबच एक रथ, दासदासी आणि सैनिकही दिले गेले. स्वत: गोरखनाथांनी तिची पाठवणी केली.

पण विवाहानंतरही गुगा फारसा समाधानी नव्हता. त्याला आध्यात्मिक ज्ञानाची ओढ लागली होती. त्याने गोरखनाथांना गुरू मानले. त्याच्या वडिलांच्या मृत्यूनंतर त्याचे मावसभाऊ अर्जन व सर्जन यांनी राज्यावर कबजा केला. पण गुगाने या सर्वांशी युद्ध करून जय मिळवला. दिल्ली राजधानीवर त्याचा विजयध्वज फडकला. या सर्व गोष्टी साधूनही त्याला आंतरिक समाधान काही मिळत नव्हते. या सर्वांचा त्याग करून अरण्यात जाऊन ध्यान करावे, असे त्याने ठरविले. असे म्हटले जाते की, गोरख टिल्ला येथून गुरू गोरखनाथांनी त्यांच्या चिमट्याचा वापर केल्याने जमीन दुभंगली. राजाचा घोडा आणि राजा त्या खाईत दिसेनासे झाले. पृथ्वीच्या पोटात खोलवर राजाने समाधी घेतली. असे म्हणतात की त्या ठिकाणचे राजाचे समाधी स्थान एका बाजूला कललेले आहे. त्याच्या जवळच गुगाची आई आणि पत्नी यांनीही समाधी घेतली. गुगाचे एखाद्या मुस्लिमाप्रमाणे दफन झाले. मृत्यूनंतर त्याला मुस्लीम प्रथेनुसार 'गुगा पीर' म्हटले जाऊ लागले. सफाई कामगार, चर्मकार अशा अनेक दलित जमातीतील लोक त्याची पूजा करतात. लोकांची अशी श्रद्धा आहे की त्याची सर्पांवर सत्ता चालते. आणि विषारी सर्पदंश झालेल्याचे आयुष्य गुगा पीर वाचवतो. ज्यांना मूल होत नाही अशा स्त्रिया संतानप्राप्तीसाठी त्याची पूजा करतात आणि निपुत्रिकांनाही त्याच्या आशीर्वादाने संतानप्राप्ती होते. राजस्थानात त्याची अनेक स्मृतिस्थळे आहेत आणि पंजाबमध्ये त्याचे गुरू गोरखनाथ यांच्या पवित्र स्मृतिस्थळाजवळ गुगाची स्मृतिस्थळेही आढळतात.

हिमाचल प्रदेश, महाराष्ट्र, उत्तर प्रदेश, गुजरात येथेही त्याची लहान लहान स्मृतिस्थळे आहेत. राजस्थानात गंगानगर येथे महिनाभर गुगा पीराची जत्रा चालते. तिथे जवळच गोरखनाथांचे मंदिरही आहे. या देवतांना वंदन करण्यास दरवर्षी हजारोंच्या संख्येने भाविकजन येतात आणि नृत्यगायन, भजनपूजन यांची रेलचेल होते. राजकन्या सीरियल हिचे एक मंदिर गुवाहाटी येथे असून योगिनी भक्तिभावाने तिथे तिचा आशीर्वाद घेण्यास येतात. गुरू गोरखनाथांचा कृपापात्र शिष्य, गोरखनाथांचे दैवी वरदान मिळालेला त्यांचा भक्त म्हणून गुगा पीराबद्दल अनेक धार्मिक कथा प्रचलित झाल्या असून त्यातून त्याचे नाव अजरामर झाले आहे.

गोरखनाथ व हीर रांझा

हीर रांझाची प्रेम कहाणी भारतातील लोकप्रिय अमर प्रेम कहाण्यांपैकी एक आहे. रांझाची दैवतासारखी पूजा केली जाते. जगभरातील अनेक कलाकारांना ह्या कहाणीतून प्रेरणा मिळाली आहे. अनेक प्रेमिकांच्या हृदयात ती शुद्ध प्रेमाचे प्रतीक बनून राहिली आहे. असे सांगतात की सोळाव्या शतकात पंजाबातील तख्त तख्त हजारा गावात मुईजुद्दिन चौधरी नावाचा श्रीमंत जाट आपल्या कुटुंबासह राहात असे. त्याच्या चार मुलांपैकी सर्वात धाकटा मुलगा धीदो (रांझा) लाडका होता. त्याला आईवडील काही काम सांगत नसत. तोही आरामात दिवसभर बासरी वाजवत फिरत असे. त्याचे आयुष्य ऐश्वर्याचे, सुख-समाधानाचे होते. त्याच्या वडिलांचे दु:खद निधन झाल्यावर रांझाचे निष्क्रीय जगणे त्याच्या भावाला खुपू लागले. भाऊ त्याच्याशी कठोरपणे वागू बोलू लागला. त्याचे टोमणे रांझाला सहन होईनात. एका तिरीमिरीने त्याने घर सोडले. भटकता भटकता तो चिनाब नदीकाठी आला. तिथे त्याला हीर दिसली. ती अतिशय सुंदर होती. चौधरी मेहेरे चोचक हे तिचे वडील होते. हे जाट कुटुंब सय्याल जमातीचे होते. हीर रांझा एकमेकांच्या प्रेमात पडले. आपल्या वडिलांच्या परवानगीने तिने रांझाला गुराखी म्हणून आपल्या मोठ्या शेतीवाडीवर ठेवून घेतले. हळूहळू त्यांचे प्रेमे फुलू लागले. पण हीरच्या कुटुंबाला रांझा आवडत नव्हता. आपल्या मुलीसाठी त्यांना तो लायक वाटत नव्हता. हीरला तर त्याच्याशिवाय इतर कुणाचा विचार करणेही अशक्य होते. पण तिच्या कुटुंबीयांनी जबरदस्तीने तिचे लग्न सदाशिव खेरा या जवळच रंगपूर गावी राहाणाऱ्या मुलाशी लावून दिले. हीरचे हृदय रांझासाठी आक्रंदन राहिले. ती अतिशय उदास झाली. हीरला मिळवण्याच्या उद्देशाने रांझाने योगी होण्याचे ठरविले. त्याला कळले की त्या सुमारास महान योगी गोरखनाथ आणि त्यांचे गोरखनाथी शिष्य योगी टिल्ला (त्याला 'बालनाथ का टिल्ला' असेही म्हणत) येथे वास्तव्याला आहेत. रांझाने आपल्या बासरीवर इतकी सुमधुर आर्त सुरावट वाजवली की, गोरखनाथ ध्यानावस्थेतून जागृत झाले. रांझा त्यांना शरण गेला. हीरसाठी त्याला वाटणाऱ्या अमर्याद प्रेमाची कबुली त्यानं गोरखनाथांजवळ दिली. आणि हीरला मिळवण्याचा आपला निश्चयही बोलून दाखवला. त्यासाठी योगी होण्याची रांझाची इच्छा होती. रांझाने गोरखनाथांना 'परम करूणामय योगी' असे संबोधित केले. योगी बनण्यास मार्गदर्शन करण्याची विनंती केली आणि आपल्या उद्दिष्टप्राप्तीसाठी साहाय्यभूत होण्यासाठी साकडे घातले. गोरखनाथांनी त्याची समजूत काढताना असे सांगितले की, योग्यांचे आयुष्य अतिशय खडतर असते. तुझ्यासारख्या अतिशय संवेदनशील आणि नेहमी कुटुंबाच्या छत्रछायेखाली वाढलेल्या, ऐषाआरामात राहिलेल्या मुलाला

त्या मार्गावरून जाणे फारच कठीण होईल. पण रांझा आपल्या निश्चयावर अढळ होता. त्याला आपली प्रेमसाधना सफल करायची होती. गोरखनाथांनी परत त्याला समजावले की योगी झाल्यावर स्त्रियांच्या मोहापासून दूर राहावे लागेल. प्रत्येक स्त्री माता, भगिनीसमान मानावी लागेल. पण रांझाचा निर्णय बदलला नाही. त्याने गोरखनाथांच्या खूप मनधरण्या, विनवण्या केल्यावर त्यांचे अंत:करण द्रवले. करूणामय गोरखनाथांनी त्याला दीक्षा देण्यास होकार दिला. त्यांच्या पवित्र चरणांवर रांझाने पाच पैसे आणि सुपारी वाहिली. इतर कानफाटा योग्यांसारखी त्याच्या कानांना खुद्द गोरखनाथांनी चीर पाडली. त्यांनी रांझाला कुंडलेही दिली. त्यांनी त्याला धुनीतील विभूती दिली. आणि 'अलख निरंजन' म्हणजे महादेव शिवांच्या साधनामार्गावर मार्गक्रमणा करीत असतांना आपला सर्व भूतकाळ पुसून टाकण्याचा उपदेश केला. भूतकाळ पुसलेला, भविष्यकाळाचा यत्किंचितही विचार नाही आणि वर्तमानकाळात जगाबद्दल कोणतेही पूर्वग्रह नाहीत असे आयुष्य जगण्याची शिकवण दिली. रांझाने त्यांना विनंती केली की, त्यांनी असा मार्ग दाखवावा, की त्या मार्गाने हीरचे प्रेम त्याला प्राप्त होईल. प्रेम करणे हे काही पाप नाही. त्याने कबूल केले की, केवळ हीरसाठी त्याने योगदीक्षा घेतली आहे. त्यानंतर गोरखनाथांनी ध्यान लावले. ध्यानावस्थेतून बाहेर आल्यावर त्यांनी रांझाला आशीर्वाद दिला, की त्याची मनोकामना पूर्ण होईल.

रांझाने भगवी वस्त्रे धारण केली. झोळी खांद्याला लावली. आणि बासरी वाजवत हीरच्या सासरचा, रंगपूरचा रस्ता धरला. त्याला बघताच हीर त्याच्याबरोबर निघाली आणि वडिलांकडे माहेरघरी आली. त्यानंतर हीरच्या वडिलांनी त्याला सांगितले की, त्याने वरात घेऊन यावे. त्याचे लग्न हीरशी लावून देण्यात येईल. पण समाजाला हे मान्य होण्यासारखे नव्हते. हीरच्या कुटुंबालाही शरमिंदा व्हावे लागत होते. त्याकाळी ही प्रेमकथा कुठल्याही परिस्थितीत अंमलात आणणे अशक्य होते. हीरच्या कुटुंबीयांनी तिला विष पाजले. हीरचा मृत्यू झाला. तिने एकदा आपल्या मैत्रिणींना म्हटले होते की तिला 'रांझा' या नावाने हाक मारावी कारण ती रांझामय झाली होती. तिला वेगळे अस्तित्व उरले नव्हते. रांझाला जेव्हा हीरच्या मृत्यूची बातमी समजली तेव्हा त्यानेही आत्महत्या केली. या कहाणीचा शेवट शोकान्त झाला खरा; पण गोरखनाथांच्या आशीर्वादाने त्यांची प्रेमकहाणी जगात अमर झाली. लोकांची अशी समजूत आहे की, मृत्यूनंतर दोन्ही प्रेमी जीव एकत्र आले आणि सुखी झाले.

गोरखनाथ आणि पूरणभगत (चोरंगी नाथ)

पंजाबमध्ये काही प्रसिद्ध, प्रतिष्ठित लोक गोरखनाथांचे शिष्य झाले. त्यात पूरण भगत व त्यांचे सावत्र भाऊ रसलू यांची नावे अग्रक्रमाने घ्यावी लागतील. त्यांच्या संदर्भातील दंतकथांनुसार पूरणच्या वडिलांची धाकटी राणी लूनन हिने पूरण यांना ठार करण्यासाठी विहिरीत फेकून दिले. त्यांचा जीव तर वाचला पण त्यांनी हात आणि पाय गमावले. त्यानंतर बारा वर्षांनी गोरखनाथ आणि त्यांचे योगी शिष्य सियालकोटला आले. तिथले तलाव कोरडे पडले होते. ते भरभरून वाहू लागले. सर्वत्र हिरवळ झाली. झाडे तरारली. पूरणने गोरखनाथांकडे पऱ्यांच्या हाती निरोप पाठविला. त्यांनी महायोगी गोरखनाथांच्या कानावर पूरणची हकीगत घातली आणि तो साहाय्याची याचना करीत असल्याचे सांगितले. गोरखनाथांनी पूरणला त्या विहिरीत पाहिले. आधी प्रथम पूरण निष्पाप आहे की नाही, याचा त्यांना अंदाज आला नाही. त्यांनी पूरणला असेही म्हटले की, ''तू राक्षस किंवा भूतप्रेत असशील तर माझ्या पादुका विहिरीत फेकताच या विहिरीसकट तू नरकात जाशील.'' नंतर त्यांनी नीट निरखून पाहिले आणि राणी लूनन हिने सांगितलेल्या खोट्या हकीगतीनंतरही त्यांच्या लक्षात आले की हा मुलगा पूर्णपणे निष्पाप आहे. हीच कथा थोड्या वेगळ्या प्रकारे सांगितली गेली आहे. त्या कथेनुसार गोरखनाथांनी आपले गुरू मत्स्येन्द्रनाथ यांचे नामस्मरण करीत एका अविवाहित कुमारीने कातलेला सुताचा धागा विहिरीत फेकला आणि पूरण भगतची परीक्षा घेतली.

पुढील कथाभाग दोन्ही कथांमध्ये सारखाच आहे. गोरखनाथ यांनी त्याच्यावर पवित्रजल (अमृत) शिंपडले. काही मंत्र म्हटले आणि पूरणला त्याचे गमावलेले हातपाय परत प्राप्त झाले. तथापि पूरण चोवीस वर्षे त्या विहिरीतच राहिला. पुढे एकदा गोरखनाथ तिथून जात असताना त्याने गोरखनाथांना विनंती केली की त्यांनी दीक्षा द्यावी. त्यांचे धैर्य आणि समर्पणभावाची परीक्षा बघण्यास गोरखनाथांनी त्याला सिंहलची राणी सुंद्रन हिच्याकडे भिक्षा मागण्यास पाठविले. नंतर गोरखनाथांच्या लक्षात आले की, पूरणला राणीचा अजिबात मोह झाला नाही. तो स्त्री कामनेपासून मुक्त ब्रह्मचारीच राहिला. (राणीने मात्र आत्महत्या केली.) नंतर स्वतः गोरखनाथांनी आपल्या जादूच्या झोळ्यातून कुंडले काढली. त्याच्या कानांना चिरे पाडून स्वहस्ते त्यात कुंडले अडकविली. कानांना चिर पाडत असतांना गोरखनाथांनी पूरणच्या कानांमध्ये फुंकर मारली. पुढे पूरणला साधनेमुळे शक्ती मिळाल्यावर त्याने सावत्र आई लूननला वरदान दिल्याने तिला पुत्रप्राप्ती झाली. पूरणच्या या सावत्र भावाचे नाव रसुलू होते. ह्या तरुण

राजकुमाराचे जीवन नानाविध साहसे, मौजमजा, आनंद आणि अनेक रहस्यांनी भरलेले होते. पुढे पुरणबरोबरच रसुलूही एकनिष्ठ गोरखनाथी झाला. आश्चर्य म्हणजे रसुलूच्या पोपटाने सुद्धा त्याला गुरू मानले. पूरणने आरंभीचे आयुष्य ज्या विहिरीत व्यतीत केले त्या विहिरीला 'पूरण विहीर' म्हणतात. ती नेहमी पाण्याने काठोकाठ भरलेली असते. पंजाबी स्त्रिया पौर्णिमेला या विहिरीचे पाणी श्रद्धेने पितात. त्या पाण्यात आजार बरे करण्याची शक्ती असल्याचे मानले जाते. असे म्हणतात की, श्रद्धायुक्त अंत:करणाने हे पाणी प्यायल्यास निपुत्रिकांना संतान प्राप्ती होऊ शकते.

गोरखनाथ व राजा भर्तृहरीची दंतकथा

योग्यांसाठी काळवीट हे जनावर पवित्र आहे, हे आपण आधी पाहिलेच आहे. त्याची शिंगे आणि कातडे यापासून मृगाजिन, कटिवस्त्र, कुंडले इत्यादी वस्तू बनवल्या जातात. यामागे एक कहाणी आहे. एकदा शिकारीला गेला असताना राजा भर्तृहरीने एका काळविटाची शिकार केली. ती शिकार नेत असताना खूप काळविट त्याच्या मागोमाग येऊ लागली. त्याचवेळी तोरणमाळ टेकडी उतरून गोरखनाथ तिथे आले. त्यांनी राजाला म्हटले, 'तू जर जीव निर्माण करू शकत नसशील तर जीव घेण्याचा हक्क तुला नाही. तुझ्या पाठोपाठ आलेली काळविटे किती करूण नजरेने तुझ्याकडे बघत आहेत ते तुझ्या लक्षात तरी आले का? आपल्या मृत मित्राबद्दल त्यांच्या मनात शोक दाटून आला आहे. तो परत जिवंत व्हावा अशी मूक याचना ते तुझ्याकडे करीत आहेत.' हे ऐकल्यावर राजा भर्तृहरीला आपली चूक उमगली. त्याने गोरखनाथांना म्हटले की, 'मला माफ करा. झाल्या चुकीबद्दल मला पश्चात्ताप होतो आहे आणि या पापाचे प्रायश्चित मला घ्यायचे आहे.'

असे समजले जाते की, ते काळवीट प्रत्यक्षात गोरखनाथांचा शिष्य होता. या हरिणाच्या शरीरात प्रवेश करून काही यौगिक ज्ञान मिळवण्यासाठी तो साधना करीत होता. शांतपणे ध्यान करण्यासाठी त्याने हा मार्ग अनुसरला होता. मरता मरता ते काळवीट राजाला म्हणाला, "माझे खूर एखाद्या चोराला द्या. म्हणजे मृत्युदंडापासून बचाव करण्यास (पळण्यासाठी) तो हे वापरू शकेल. माझी शिंगे एखाद्या योग्याला द्या. म्हणजे त्याचा उपयोग शिंगनाद करण्यास होईल. माझे कातडे एखाद्या ऋषीला द्या. म्हणजे त्यावर बसून तो आपली पूजा-आराधना करू शकेल. माझे डोळे एखाद्या स्त्रीला द्या. म्हणजे ती सुंदर दिसेल. लोक तिला मृगनयनी म्हणतील. माझे मांस तू खा." गोरखनाथांनी आपल्या झोळ्यातून पवित्र विभूती काढली आणि ती मृत झालेल्या काळविटावर शिंपडली. तत्क्षणी चमत्कार घडला. त्या काळविटाच्या मृत शरीरात

चेतना आली. तो जिवंत झाला आणि आपल्या कळपातील इतर काळविटांबरोबर उड्या मारत अरण्यात नाहीसा झाला.

हा विलक्षण चमत्कार पाहून भर्तृहरी अवाक् झाला. तो गोरखनाथांच्या पाया पडला. त्याने गोरखनाथांना विनंती केली की, त्यांनी शिष्य म्हणून राजाचा स्वीकार करावा. गोरखनाथांनी त्याला सांगितले की योग्याचे जीवन पत्करण्यासाठी आधी त्याला आपली राणी पिंगला हिची संमती घ्यावी लागेल. राजा आपल्या राज्यात परत आला. त्याने राणीला सर्व घटना सांगितली. योग्याची मृत शरीरात प्राण फुंकण्याची शक्ती वर्णन केली. त्याने राणीला म्हटले की, त्या थोर योग्याचे शिष्यत्व पत्करून असे ज्ञान मिळवण्याने जगण्याला काही हेतू मिळेल. सार्थकता लाभेल. मुक्तीही प्राप्त होईल. आपल्याला योगी व्हायचे असून त्यासाठी राणीच्या संमतीची आवश्यकता असल्याचे त्याने राणीला सांगितले. त्याची ही इच्छा आणि धक्कादायक विनंतीची बातमी राज्यभर पसरली. लोकांमध्ये त्याची चर्चा होऊ लागली. राणी फार अस्वस्थ झाली. दुःखी झाली. राजा योगमार्ग स्वीकारणार म्हणजे तिला पती उरणार नाही. आणि पत्नीधर्मानुसार तिला सती जावे लागेल हे भविष्यकालीन चित्र फारच व्यथित करणारे होते. राणीची शोकमग्न अवस्था आणि प्रजेचा अवस्थपणा लक्षात घेऊन राजाने योगी होण्याचा आपला निर्णय तात्पुरता स्थगित केला. तो आपल्या राज्यातच राहिला.

कालांतराने त्याचे राजकार्यात मन लागेनासे झाले. राणी पिंगलेचे पत्नीप्रेम हा योगी होण्याच्या मार्गातील मोठा अडसर वाटू लागला. ती आपल्याशी एकनिष्ठ आहे का त्याची परीक्षा पाहावी असे त्याने ठरवले. बरोबर आपले काही सेवक घेऊन तो शिकारीला गेला. तिकडे एका हिंस्र पशूची हत्या करून त्याने आपली राजवस्त्रे त्याच्या रक्ताने माखली. ही वस्त्रे राणीला नेऊन द्यावी आणि शिकार करताना राजा जंगली पशूंकडून मारला गेल्याची खोटी बातमी राणीला द्यावी, अशी सेवकांना आज्ञा दिली. राणीला बातमी खरी वाटली. तशीच ती प्रजेलाही वाटली. सर्व राज्यभर शोककळा पसरली. दुःखी अंतःकरणाने पिंगला राणी सती गेली. काही दिवसांनी राजाने गुप्तपणे राज्यात प्रवेश केला आणि घडल्या घटनेची माहिती त्याला समजली. राजा सतीस्थळावर गेला. राणीच्या रक्षाकलशावर अश्रू ढाळू लागला. आपल्या कृत्याने अत्यंत दुःखी झालेला राजा राणीवरील प्रेमाने वेडा झाला. असे कित्येक दिवस लोटले. सतीस्थळाजवळच राहून राजा दुःखाने अश्रू ढाळत असे, 'राणी पिंगला, पिंगला' अशा हाका मारीत राही. गिरनार पर्वतावर असलेल्या गोरखनाथांना ही बातमी कळली. राजाचे सांत्वन करण्यासाठी ते राजाकडे आले. या दुःखातून राजाला कसे बाहेर काढावे याचा विचार करीत असताना त्यांच्या मनात एक कल्पना आली. त्यांनी एक मृत्तिकापात्र मागवले.

राजाच्या देखत ते फोडले. आणि मग 'अरे माझ्या पात्रा, अरेरे माझ्या मृतिकापात्रा हे काय झालं?' असा शोक करीत रडू लागले.

राजा म्हणाला, ''योगीराज, एका मृत्तिकापात्रासाठी आपण इतके दु:खी का झाले आहात?'' त्यावर गोरखनाथ म्हणाले, ''माझ्या हातून ते पात्र फुटले. मला वाटले माझे अश्रू कदाचित ते परत मिळवून देतील. म्हणून मी अश्रू ढाळतो आहे.'' राजाला थोडेबहुत समजले. तो म्हणाला. ''तुमच्या मृत्तिकापात्राच्या जागी मी तुम्हाला सुवर्णपात्र देऊ शकतो. पण माझ्या मरण पावलेल्या पिंगलेची जागा दुसरी कुणी घेऊ शकत नाही.''

राजाला सत्याचे आकलन नीट व्हावे या हेतूने गोरखनाथ म्हणाले, 'मी राणी पिंगलेला जिवंत करू शकतो. पण ती तशीच पूर्वीची पिंगला नसेल. माझे मृत्तिका पात्र फुटले ते तसेच्या तसे मला परत मिळेल का? पण ठीक आहे. तू आता क्षणभर डोळे मीट.' त्यांच्या आदेशानुसार राजाने डोळे मिटले. त्यांनी आपल्या झोळ्यातून मूठभर राख काढली. मृतांना संजीवनी देण्याची त्यांची योगशक्ती कार्यान्वित केली आणि ती राख जोराने जमिनीवर आपटली. नंतर त्यांनी भर्तृहरीला डोळे उघडण्यास सांगितले. त्याने डोळे उघडले आणि त्याला धक्काच बसला. त्याच्यासमोर हजार पिंगला उभ्या होत्या. त्यांच्यापैकी एकीला स्पर्श करण्यास तो पुढे झाला. इतक्यात गोरखनाथांनी बजावले, 'यातील आपली खरी राणी पिंगला कोण ते ओळखून फक्त तिलाच स्पर्श करायचा. आणखी कुणालाही स्पर्श करता कामा नये.' राजा भांबावला. हुबेहूब एकासारख्याएक दिसणाऱ्या हजार स्त्रियांमधून आपली राणी कशी शोधणार? त्याची गोंधळलेली अवस्था पाहून त्या सर्व पिंगला एका सुरात म्हणाल्या, 'या जगात जन्मलेल्या प्रत्येक प्राण्याचा मृत्यू होणार, हे जीवनाचे सर्वोच्च सत्य आहे. हे सर्व भ्रम आणि मोहपाश सोडून परमात्म्याच्या जवळ पोहोचण्यासाठी प्रयत्न करायला हवेत. महायोगी गोरखनाथ तुझ्याबरोबर आहेत, हे तुझे फार मोठे भाग्य आहे.' हे सांगून सर्व पिंगला नाहीशा झाल्या.

या जगातील ऐहिक इच्छाआकांक्षा आणि मोहाच्या मायाजालातून भर्तृहरी बाहेर पडला. त्याने गोरखनाथांच्या चरणांवर डोके ठेवले. गोरखनाथांनी त्याला योग दीक्षा दिली आणि सतीस्थळाहून त्याच्या राज्यात परत आणले. सगळ्या सैन्याला, प्रजाजनांना आनंद झाला. पण त्यांना जेव्हा कळले की, राजाने सिंहासनाचा अधिकार सोडून नाथ योगी होण्याचे ठरवले आहे तेव्हा परत सर्वजण दु:खी झाले. भर्तृहरीने योग्याची भगवी वस्त्रे अंगावर घातली. आणि भिक्षापात्र हाती घेऊन दारोदार भिक्षा मागताना पुकारा करू लागला; 'अलख निरंजन! माते कृपा करून काही अन्न वाढ.' त्याच्या सरदार दरकदाराच्या पत्नी त्याला म्हणाल्या, 'आम्ही तुमचे सेवक आहोत.

तुम्ही आमच्याकडे अशा तऱ्हेने भिक्षा मागितली की, आम्हाला शरमिंदा झाल्यासारखे वाटते.' त्यावर भर्तृहरीने त्यांना सांगितले, ''आता मी तुमचा राजा भर्तृहरी नसून योगी भर्तृहरी नाथ आहे. मला तुमचा मुलगा माना. घरात जे काही अन्न देण्यायोग्य वाटेल ते माझ्या झोळीत टाका. मी इथे फार वेळ थांबू शकत नाही. मला माझ्या गुरूकडे परत जायचे आहे. भर्तृहरीचा निश्चय त्या सर्व दरबारी अधिकाऱ्यांच्या पत्नींच्या लक्षात आला. त्याला दान करणे क्लेशकारक होते तरीही त्याला रिकाम्या हाताने पाठवणंही योग्य नव्हते. त्या सगळ्याजणींनी त्याला आपापले अलंकार दिले आणि अन्नही दिले. मग जराही मागे वळून न बघता भर्तृहरीनाथ आपले गुरू गोरखनाथ यांची सेवा करण्यास निघून गेला. लवकरच गोरखनाथांनी भर्तृहरीला गिरनार पर्वतावर नेले. तिथे त्याला नाथपंथाची तत्त्वे आणि योगविषयक तत्त्वज्ञान शिकवले. योग्यांच्या जीवनशैलीबद्दलही सविस्तर समजावले. भर्तृहरी जाणकार विद्वान अभ्यासू असा शिष्य झाला. (त्यांची योग्यता पाहून) गोरखनाथांनी त्याला नादबिंदूबद्दलही ज्ञान दिले. त्याला साधनामार्गावर लक्ष केंद्रित करण्याचा उपदेश करून सांगितले, 'अंतिमतः हा मार्ग तुला खुद्द अलख निरंजन महादेव शिवाकडे घेऊन जाईल. 'शिव शिव' असा जप करीत भर्तृहरीने आपल्या राज्याची सीमा ओलांडली आणि पुढे संपूर्ण आयुष्य नाथ पंथ आणि योग ह्यासाठी वाहिले.

गोरखनाथ आणि गोपीचंद्रची बोधकथा

गोपीचंद्रला जेव्हा योगी होण्याची ओढ लागली, तेव्हा त्याच्या मार्गात असंख्य अडचणी आल्या. मुख्यतः तो राजा असल्याने सिंहासन, प्रतिष्ठेचे किताब, संपत्ती, ऐषाआरामी जीवनशैली या सर्वांचा त्याला त्याग करावा लागणार होता. तरच योगी होणे शक्य होते. पंजाबमध्ये शांतीनाथांची एक दंतकथा प्रचलित आहे. त्यात गोपीचन्द्रला जालंदरनाथाचे किती भय वाटे याचे वर्णन आले आहे.

बंगालचा राजा माणिकचंद्रपासून ही कथा सुरू होते. त्याचा विवाह अतिशय वैभव संपन्न राजा भर्तृहरीच्या बहिणीशी मैनावतीशी झाला. त्यांना पुत्र झाला. त्याचे नाव गोपीचन्द्र ठेवले. माणिकचन्द्रला नेहमी भय वाटे की, त्याच्या श्रद्धावान धार्मिक पत्नीवर योगी जालंधरनाथांचा फार मोठा प्रभाव होता. त्यामुळे मुलाच्या मनावरही तसाच प्रभाव पडून तो कदाचित् योगी होण्याचा विचार करेल. त्यामुळे राजाने जालंधरनाथांना आपल्या राज्यात येण्यास मनाई केली. राजाच्या मृत्यूनंतर राणी मैनावतीने जालंदरनाथांना आग्रह केला की, त्यांनी गोपीचंद्राला योगमार्गाचे ज्ञान देऊन योगदीक्षा द्यावी. पण गोपीचंद्राच्या पत्नी उदना आणि पुदुना यांनी त्याच्या मनात भरवले की हे गुरू फार मोठे जादूगार आहेत. ते तुम्हाला फसवतील आणि तुमचे राज्य ताब्यात घेतील. गोपीचंद्रनेही भाबडेपणाने

आपल्या राण्यांवर विश्वास ठेवला. या गोष्टीचा धसका घेऊन त्याने आपल्या सेवकांना आज्ञा केली की, गुरूंना दूर पाटणला नेऊन विहिरीत फेकावे. विहिरीत फेकल्यावरही त्याच्या अंगावर शेणमातीचा भडीमार केला गेला. तो परत बाहेर येऊच नये असा बंदोबस्त करण्यात आला.

राणी मैनावतीच्या कानावर ही हकीगत गेली तेव्हा ती फार अस्वस्थ झाली. तिला अशीही वार्ता कळली की, जालंदरनाथांना सोडविण्यास त्यांचे शिष्य कानिफनाथ निघाले असून ते जवळच्या राज्याचा विनाश घडवणार आहेत. राणीची मनस्थिती द्विधा झाली. एकीकडे योग्यांवर असलेली श्रद्धा आणि दुसरीकडे प्रजा व पुत्राप्रति असलेले कर्तव्य या कात्रीत राणी सापडली. तिने गोरखनाथांची मनोभावे प्रार्थना सुरू केली. त्यामुळे गोरखनाथ तिच्यासमोर प्रकट झाले. आपला पुत्र व प्रजा यांचे रक्षण करावे असे साकडे तिने गोरखनाथांना घातले. गोपीचन्द्रानेही (चूक उमगल्याने) गोरखनाथांची हात जोडून प्रार्थना करत त्यांचे साहाय्य मागितले. त्याने कबूल केले की, कानिफनाथ शाप देतील आणि जिवे मारतील अशी त्याला भीती वाटत होती. करूणामय गोरखनाथांचे अंत:करण द्रवले. त्यांनी गोपीचन्द्रला म्हटले, 'तू एका गाडीत उत्तम खाद्यपेये भर. कानिफनाथांचा जिथे मुक्काम असेल तिथे आदरपूर्वक त्यांना सर्वकाही अर्पण कर. अतिशय प्रेमाचे आणि स्नेहादराचे वर्तन ठेव. त्यांचा आदर सत्कार करून त्यांना प्रसन्न करून मगच राज्यात परत ये.' गोरखनाथांनी सांगितल्याप्रमाणे गोपीचन्द्र तंतोतंत तसेच वागला. आपल्या राज्यापलीकडे काही मैल अंतरावर त्याला कानिफनाथ व त्यांच्या शिष्य समुदायाचा मुक्काम आढळला. त्या सर्वांचे त्याने खूप आदरातिथ्य केले. त्यांचा सर्वतोपरी मान राखला. त्यांना खाद्यपेये अन्य सामग्री अर्पण केली. योग्यांनी प्रसन्न होऊन गोपीचन्द्रला आशीर्वाद दिले.

गोपीचन्द्र आपल्या राज्यात परतला आणि ही आनंदाची बातमी त्याने गोरखनाथांच्या कानांवर घातली. त्यानंतर लवकरच कानिफनाथ व त्यांचे शिष्य जंगलातील वास्तव्य सोडून गोपीचन्द्रच्या राज्यात आले. त्यांनी शिव्याशाप आणि वाईट मंत्रांचे सत्र सुरू केले. त्यांना या राजाचा विनाश करायचा होता. कारण येथील राजाने गुरू जालंदरनाथांना विहिरीत फेकले होते. तथापि त्यांच्या मंत्रतंत्राचा काहीच प्रभाव पडेना. राज्य सुरक्षित होते. प्रजा आनंदात होती. यौगिक प्रेरणेने कानिफनाथांना जाणवले की, या राज्यात गुरू गोरखनाथांचे वास्तव्य असावे. पण कानिफनाथांच्या शिष्यांच्या निष्ठा आपल्या गुरूच्या आणि जालंदरनाथांच्या चरणी वाहिल्या असल्याने, त्यांनी गोरखनाथांची फारशी पर्वा केली नाही. शिवाय या राजाशी त्यांचे असलेले ममत्वाचे संबंधही कानिफनाथांच्या शिष्यांना आवडले नाहीत. (पण आपली इथे मात्रा चालत नाही म्हटल्यावर ते सर्व तिथून

निघाले आणि ज्या विहिरीत गुरू जालंदरनाथांना शेणामातीच्या ढिगाखाली दडपले होते त्या स्थळी पोहोचले. त्या विहिरीतून दगडमाती, शेणाचे ढीग त्यांनी उपसायला सुरुवात केली. सगळी विहीर स्वच्छ करण्याचा प्रयत्न सुरू ठेवला. पण यश येईना. सगळेजण विलक्षण थकले आणि तिथेच झोपी गेले. दुसऱ्या दिवशी विहीर पहिल्याप्रमाणेच शेणामातीने पूर्ण भरलेली दिसली. परत त्यांनी तो ढीग उपसायला सुरुवात केली. परंतु आदल्या दिवशीची पुनरावृत्ती झाली. तीन दिवस हे असे सुरूच राहिले. पण विहिरीतील मूठभर माती सुद्धा उपसली गेली नाही. नंतर सगळे शिष्य भानावर आले. गोरखनाथांचा योग्य आदर राखत त्यांची प्रार्थना करून त्यांचे साहाय्य मिळवण्याचे त्यांनी ठरवले. ते गोपीचंद्रच्या राज्यात परतले. आणि गोरखनाथांना हात जोडून आपली श्रद्धा व्यक्त केली. ज्या विहिरीत जालंधरनाथ अडकले होते त्या ठिकाणी गोरखनाथांनी सर्व शिष्य समुदायाला एकत्रितपणे जाण्यास सांगितले. त्यांनी अशीही सूचना दिली की, तिथे जाऊन मेजवानीची तयारी करावी. आणि सर्वांना आमंत्रित करावे. कारण दुसऱ्या दिवशी गोरखनाथ स्वतः जालंदरनाथांना विहिरीबाहेर येण्यास साहाय्य करतील.

सगळे शिष्य त्या विहिरीपाशी परतले. तिथे वाट बघत असलेल्या कानिफनाथांना त्यांनी सर्व हकिगत सांगितली. आणि दुसऱ्या दिवशीच्या मेजवानीच्या तयारीला लागले. इकडे गोरखनाथांनी गोपीचंद्रला सांगितले, 'हुबेहूब तुझ्यासारखे दिसणारे दोन पुतळे ताबडतोब तयार करवून घे.'

दुसऱ्या दिवशी हजारो लोकांचा समुदाय त्या विहिरीजवळ जमला. कारण साक्षात् गोरखनाथ, जालंदरनाथांना विहिरीबाहेर येण्यास मदत करणार होते. काही वेळाने गोरखनाथ त्या स्थळी आले. लोकांना भोजनापूर्वी प्रसाद वाटला गेला. मग गोरखनाथांनी आपल्या योगविद्येने अभिमंत्रित भस्म काढले. ते पवित्र भस्म विहिरीतील शेणामातीच्या ढिगावर पसरले. हळूहळू सर्व माती बाहेर पडू लागली. आणि काही वेळाने विहीर पूर्ण रिकामी झाली. आत समाधी अवस्थेत असलेले जालंदरनाथ दिसू लागले. गोरखनाथांनी गोपीचंद्रला तिथे येण्याची खूण केली. आणि त्याने करविलेल्या त्याच्या एका पुतळ्यामागे उभे राहून जालंदरनाथांना बाहेर येण्याची विनंती करण्यास सांगितले. गोपीचंद्र पुतळ्यामागे उभा राहिला आणि नम्रपणे म्हणाला, ''गुरूजी कृपा करून बाहेर या'' त्यावर जालंदरांनी विचारले, 'हे कोणाचे प्रतिबिंब आहे आणि कोणाचे शब्द आहेत?' त्यावर गोरखनाथांनी उत्तर दिले की, 'हे प्रतिबिंब आणि हा आवाज तुमचा शिष्य गोपीचंद्र याचा आहे.' हे ऐकल्याबरोबर जालंदरनाथांनी 'त्याचा मृत्यू होवो' अशी शापवाणी उच्चारली. त्याबरोबर पुतळा विनाश पावला. पुन्हा गोपीचन्द्रने दुसऱ्या पुतळ्यामागे उभे राहात जालंदरनाथांना बाहेर येण्याची विनंती केली. पुन्हा जालंधरांनी

शाप उच्चारला. तिसऱ्या वेळी गोपीचंद्र स्वतः त्यांच्यासमोर आला आणि विनंती करीत म्हणाला, 'गुरूजी कृपा करून बाहेर या' या वेळी जालंदरनाथांनी विचारले, 'दोनदा मृत्यूचा शाप मिळूनही मृत्युमुखी न पडता टिकून राहिलेला तू कोण आहेस? तू खरेच गोपीचन्द्र आहेस का?' या प्रश्नावर गोरखनाथांच्या सूचनेनुसार गोपीचन्द्रने उत्तर दिले, 'होय गुरूजी. मी तुमचा शिष्य, तुमचा विनम्र सेवक गोपीचन्द्र.'

यावर जालंदरनाथ म्हणाले, 'प्रिय मुला, मी तुझ्या विनंती प्रमाणे बाहेर येईन. पण दोनदा मृत्यूचे शाप मिळूनही जिवंत राहिलेल्या तुझे नाव आता अमर होईल.' मग जालंदर विहिरीबाहेर आले. ही भव्यदिव्य घटना बघणाऱ्या लोकांना आनंद झाला. कानिफनाथ आणि त्यांचे शिष्य फारच आनंदित झाले. त्यांच्या हर्षाला पारावार राहिला नाही. दोन महान योगी गोरखनाथ आणि जालंदरनाथ यांनी समोरच्या जनसमुदायाला आशीर्वाद दिले. गोपीचंद्रने जालंदरनाथांच्या चरणी मस्तक ठेवून क्षमायाचना केली. मत्स्येन्द्रनाथांची सुटका जशी त्यांच्या शिष्याने (गोरखनाथांनी) केली होती तशीच कानिफनाथांनी आपले गुरू जालंदरनाथांची सुटका केली. गोरखनाथांनी पुन्हा एकदा आपले नैतिक कर्तव्य पार पाडले.

◈◈◈

२.७ पवित्र तीर्थस्थाने व पूजा आराधना

कराचीपासून सत्तर मैल अंतरावर नगर थाटा अथवा नगर टाथा आहे. तेथे चुनखडीचे खडे आणि ढेकळे जमिनीवर विखुरलेली असतात. हा गोरखनाथी योग्यांचा आवडता विषय आहे. हे खडे योग्यांसाठी अतिशय शक्तिशाली मानले जातात. त्या खड्यांपासून जपमाळा केल्या जातात किंवा हिंगलाजची यात्रा करताना यात्रेकरु ठुमरा घालतात, तो सुद्धा या खड्यांपासून तयार केला जातो.

अनेक पवित्र गोष्टी कानफाटा योग्यांनी अमूल्य म्हणून संग्रही ठेवलेल्या असतात. त्यांच्या लेखी काही गोष्टी, आणि काही स्थाने ही पवित्र असतात. मातीची कुंडले, पायधुनी (मुंबई), गोरखपूर धीनोधर येथील धुनी, धीनोधर येथील प्राचीन चार मोठ्या प्रचंड कड्या, हे सारे प्रवित्र मानले जाते. गंगा आणि गोदावरी या नद्या सर्वात शुद्ध मानल्या जातात. शिवारमंडप येथील देऊळ आणि त्यात असलेला नकलंदचा ब्रॉंझ धातूचा पुतळा, रावा येथील पर्वत, धीनोधरचा पीर या सर्वांची मनोभावे पूजा केली जाते. बरेच नाथ योगी शिवरात्रीला गोरखनाथ व मत्स्येन्द्रनाथांच्या पादुकांची पूजा करतात.

आध्यात्मिक प्रतीक म्हणून कित्येक वृक्षांची पूजा केली जाते. पंजाबच्या ग्रामीण विभागातील लोक फाल्गुन महिन्याच्या पंधराव्या आणि अकराव्या तिथीला अनोला

वृक्षाची पूजा करतात. एक वैशिष्ट्यपूर्ण गोष्ट म्हणजे बौद्ध साधक-भिक्षू आपल्या मंदिरात त्याची फळे, फळांचे घड करून विशेषत्वे लावतात. गाय, गेंडा, काळवीट (काळ्या रंगाचे हरिण), कुत्रे, आणि नाग यांना नाथपंथी लोकांमध्ये फार आदराचे स्थान आहे.

विशेषतः नेपाळच्या राजघराण्यात गेंड्याची पूजा होते आणि त्याच्या शिंगापासून बनवलेली कर्णभूषणे अमूल्य मानली जातात. फार कमी आढळणारी काळ्या रंगाची हरणेही अमूल्य मानतात. कारण कानफाटा योगी, त्याची शिंगे आणि कातडे धार्मिक विधींसाठी वापरतात. बऱ्याच लोककथांमधून गोरखनाथ आणि नाग-साप यांचा विशेषतः पाणसर्प, पावसाळी सर्पांचा खास संबंध असल्याचे आढळते.

बनारस व उत्तराखंड येथे भगवान शिव यांची 'नागेश्वर' म्हणून पूजा होते. तर हिमालय व आसपासच्या प्रदेशात 'रिखेश्वर' म्हणून त्यांचे पूजन होते. जल आणि पर्जन्य यांच्याशी नाग, सर्प यांचा दैवी संबंध असल्याचे मानले जाते कारण त्यांचे 'भैरवाशी' निकटचे नाते आहे. देवीची मूर्ती, शिवलिंग यांच्याजवळ नागांच्या प्रतिमा असतात. (शिवपिंडी बहुधा नागाशिवाय नसते.) काळ्या रंगाच्या कुत्र्यांचा पारंपरिक कथांनुसार 'भैरवा'शी संबंध असल्याने त्यांनाही महत्त्वाचे स्थान आहे. गोरखनाथी मंडळी नवनाथांची पूजा करतात. भगवान शिव किंवा आदिनाथकडून नवनाथांची नावे ठेवली गेल्याचे मानले जाते.

> नवनाथ नाथपंथीयांचे गुरू व आध्यापिक मार्गदर्शक असतात. गोरखनाथ हे नवनाथांमधील प्रमुख गुरू! मत्स्येन्द्रनाथ, मंगलनाथ, धुगोनाथ, प्राणनाथ, सुरतनाथ, कबनाथ, कर्पटनाथ आणि गोपीनाथ हे आणखी आठ 'नाथ' आहेत. हिमालयीन पर्वतरांगांचे संरक्षक देव म्हणून त्यांस अत्यंत आदराचे स्थान आहे.

'तंत्रराज तंत्र' या ग्रंथात नऊ अभिषेकांची नावे येतात. त्यात नऊ रत्ने (ही ज्योतिषशास्त्रातही महत्त्वाची मानली आहेत) औषधी जलात ठेवली जातात. त्यात जलाभिषेकाने होणाऱ्या दीक्षा विधीची माहिती आहे. ही नऊ रत्ने नवनाथांचे प्रतिनिधित्व करीत असल्याचे मानले जाते. ही नवरत्ने शरीरातील अष्टधातूंशी संबंधित असल्याचे मानले जाते. याखेरीज नवरत्नांचा नवग्रहांशीही संबंध जोडला जातो. गोरखनाथी मंडळी चौऱ्याऐंशी सिद्धांचीही पूजा करतात. अतिशय प्रामाणिकपणे एखाद्या व्रतासारखी योगसाधना करून शुद्ध झालेले अर्धदेवत्व पावलेलेले हे संत होते, असे मानले जाते. लोकजीवनात त्यांना महत्त्वाचे स्थान आहे. हे सिद्ध हिमालयात राहात असून महादेव,

भर्तृहरी व गोरखनाथ त्यांच्याबरोबर असतात, असा लोकमानसात विश्वास आहे. गोरखनाथांचे सूक्ष्म देहाने सर्वत्र भ्रमण होत असते. त्यांच्याबरोबर नाथ आणि सिद्धही असतात. ते जिथे जातात तिथे साखरेची (मधाची) गोड फुले असलेली झुडपे बहरतात असेही मानले जाते. अनेक लोककथा व दंतकथांमधून गोरखनाथांच्या सिद्धींचे उल्लेख येतात. त्या आध्यात्मिक शक्ती असून गोरखनाथांना आध्यात्मिक कार्यात मदत करतात, अशी लोकांची श्रद्धा आहे.

सण सोहळ्यामध्ये सर्वात मोठा व महत्त्वाचा सण म्हणजे शिवरात्र. गोरखनाथी आणि कानफाटा योगी त्या रात्री जागरण करतात. मत्स्येन्द्रनाथ व गोरखनाथांची भजने म्हणतात. उपवास करतात. 'शक्ती' या देवतेचेही पूजन केले जाते. या धार्मिक व्रतांमुळे ते देवाच्या अधिक जवळ जातात. त्यांच्यामुळे संकल्प सिद्धीस जातात आणि अखेरीस मोक्षप्राप्ती होऊन अमरत्व मिळते, असे मानले जाते.

कालभैरवाची पूजा केली जाते. कोल्हापूरमधील भूदरगड, सिंधुदुर्ग येथील देवगड आणि भैरवनाथाच्या अन्य महत्त्वाच्या तीर्थक्षेत्रांमध्ये मोठी पूजा होते. या काळात काठमांडूला मोठी मिरवणूक निघते. श्रावणात येणारी नागपंचमी ही कानफाटा योग्यांसाठी महत्त्वाची असते. त्यानंतर पाच दिवसांनी 'गूगा'चा उत्सव असतो. त्याला 'चारीमेळा' म्हणतात. तेव्हाही भजनपूजन महाप्रसाद यांनी उत्सव संपन्न होतो.

प्रत्येक कानफाटा योगीचे विशिष्ट पवित्र समाधिस्थळ वा पूजास्थळ असते. ही स्थळे भारतभर विविध क्षेत्रांमध्ये पसरली आहेत. पण काही तीर्थस्थळे ऐतिहासिक व आध्यात्मिकदृष्ट्या विशेष महत्त्वाची आहेत. त्या तीर्थक्षेत्रांची यात्रा सर्व (कानफाटा) योगी करतात. काशी (बनारस), प्रयाग (त्रिवेणी), पुष्कर, वृंदावन, केदारनाथ, बद्रीनाथ, हरिद्वार, द्वारका, ईशान्येला दार्जिलिंग, नेपाळ, आसाम, उत्तरेला अमरनाथ (काश्मीर) दक्षिणेला रामेश्वर आणि पश्चिमेला हिंगलाज (बलुचिस्तान) ही पवित्र तीर्थक्षेत्रे मानली जातात.

नेपाळमध्ये गोरखा येथील गुहेतील मंदिर फार पवित्र मानले जाते. त्या मंदिराला गोरखा जमातीची पवित्र धुनी; केन्द्रस्थान मानले जाते. शहर आणि गुहेतील पूजास्थळांची ही नावे गोरखनाथांवरूनच ठेवली गेली आहेत. इथे गोरखनाथांचा निवास होता असे मानले जाते. काठमांडू हे फार पवित्र तीर्थक्षेत्र मानले जाते. कारण या प्रदेशात अनेक स्मृतिस्थळे, पूजास्थाने सर्व क्षेत्रभर विखुरली आहेत. इथे सगळीकडे मत्स्येन्द्रनाथ व गोरखनाथांची पूजा होते. एक वैशिष्ट्यपूर्ण गोष्ट म्हणजे काठमांडूचा अर्थ होतो काठ-मंदिर म्हणजे लाकडाचे मंदिर. ते इ.स. १६००मध्ये प्रत्यक्ष लक्ष्मीदेवीने गोरखनाथांच्या सन्मानार्थ हे मंदिर बांधल्याची आख्यायिका सांगितली जाते. बागमती

नदी पाटण शहरापासून काही मैल अंतरावरून वाहते. तिथे मत्स्येन्द्रनाथांचे मंदिर आहे. (नेपाळमध्येच) पशुपतीनाथ मंदिर असून तिथे दर्शन घेणाऱ्या, पूजाअर्चा करणाऱ्या यात्रिकांना पुन्हा पशुयोनीत जन्म घ्यावा लागत नाही, अशी भाविकांची श्रद्धा आहे.

किश्तीपूर येथे भैरवाचे मंदिर असून काठमांडूला कालभैरव मंदिर आहे. सावरीकोटमध्ये रतननाथ यांचा मठ असून तिथे कांगरा टांग पहार नावाची मूर्ती आहे. त्यात गोरखनाथांचा पवित्र आत्मा असल्याचे मानले जाते. गढवाल पहाडांमध्ये आणि कुमाऊंमध्ये विविध ठिकाणी भैरवाची पवित्र स्मृतिस्थळे मंदिरे, तीर्थक्षेत्रे आहेत. तिथे कानफाटा योगी आढळून येतात. श्रीनगरला गोरखनाथांना शंकराचे अवतार म्हणून पूजनीय मानले जाते. तिथे कानफाटा योग्यांनी त्यांच्याकरिता (धर्मशाळेसारखे) आस्थापन उभारले आहे. नैनितालच्या नंदीदेवीच्या देवळातही हे योगी आढळतात. वेगवेगळ्या परंपरांच्या योग्यांनी बांधलेली अनेक ऐतिहासिक संदर्भ असलेली धर्मस्थळे ठिकठिकाणी आहेत. तिथे भाविक लोक दैवतांचे आशीर्वाद घेऊन काही काळ शांतपणे व्यतीत करू शकतात.

त्या विभागातील महत्त्वाच्या बारा सदस्यांच्या अनेक इमारती व पवित्र स्थाने हरिद्वारला आहेत. बनारसला तीन महत्त्वाची पूजास्थळे आहेत. कालभैरवाचे मंदिर, गोरखनाथ का टिल्ला आणि भैरव (लथ; पाताळ भैरव) या तिन्ही तीर्थस्थळांमध्ये महत्त्वाचे स्थान म्हणजे गोरख टिल्ला किंवा गोरखनाथ का टिल्ला. त्याला आधी बालनाथ का टिल्ला असेही म्हणत असत. एका दंतकथेनुसार या स्थळाचे विशेष माहात्म्य म्हणजे येथे प्रभू श्रीरामचंद्रांनी बालनाथ यांना आपला शिष्य म्हणून स्वीकारले होते. पुढे इथे गोरखनाथांनी निवास केला. कानफाटा योग्यांसाठी आणखी एक महत्त्वाचे तीर्थक्षेत्र म्हणजे गोरखपूर येथील उत्तराखंड! असे मानले जाते की गोरखनाथ मूळचे पंजाबचे होते. आणखी एका आख्यायिकेनुसार गोरखनाथ येथे आले तेव्हा त्यांना सुंदर वृक्षांनी वेढलेले मानसरोवर नावाचे फक्त एक तळे आढळले. (तिथे त्यांनी मंदिर बांधले.) अशी नोंद आढळते की अल्लाउद्दिन खिलजी याने मूळ धर्मस्थळाचे रूपांतर मशिदीत केले. मग गोरखनाथांनी जवळच पुन्हा एक मंदिर बांधले. औरंगजेबने या नव्या मंदिराचे रूपांतर मशिदीत केले. बुद्धनाथ यांनी तिथे जवळ तिसरे पूजास्थान उभारले. या इमारतींचा कालखंड इ.स. १८००च्या आसपासचा आहे त्या इमारतींमध्ये गोरखनाथांचे स्मृतिस्थळ ही सर्वांत लक्षवेधक इमारत आहे. स्थापत्य कलेच्या भव्य नमुन्यांनी अलंकृत अशी ही इमारत भाविकांच्या डोळ्यांचे पारणे फेडते आणि शांती व आध्यात्मिकतेचा अद्‌भुत अनुभव देते.

देवीपाटणची दोन्ही मंदिरे आणि त्याला जोडून असलेला मठ दोन्ही कानफाटा योग्यांच्या अधिपत्याखाली बलरामपूर जिल्हातील तुळशीपूर जवळच्या एका टेकडीवर

आहेत. नेपाळच्या सीमेलगत हिमालयाजवळ हे तीर्थक्षेत्र आहे. हे देऊळ एक्कावन शक्तिपीठांपैकी एक आहे.

पुराणकथेनुसार दुर्गेच्या (सतीच्या) मृत शरीराचे खंड जिथे जिथे विखुरले तिथे ही शक्तिपीठे निर्माण झाली. सतीचे जळलेले शरीर शिवशंकर नेत असताना तिचा उजवा हात या स्थळी पडला आणि जमिनीत लुप्त झाला. पाटण हा शब्द मूळ संस्कृत शब्द 'पट' पासून उद्‌भवला असून त्याचा अर्थ पडणे किंवा खोल जाणे, बुडणे असा होतो. जमिनीत पडलेले छिद्र (खोल खड्डा) असाही त्याचा अर्थ होतो. देवी पाटणला 'पाताळेश्वरी' असेही म्हटले जाते. पाताळ हा नागलोकही मानला जातो. या पवित्र स्थळाचा सीतेशी असलेला संदर्भ रामायणात दिला आहे.

एका दंतकथेनुसार या ठिकाणी रामाने सीतेला रावणाच्या बंदिवासातून मुक्त केले. तिचा शीलभंग झाल्याचा संशय इथेच घेतला गेला. पावित्र्य आणि पातिव्रत्य सिद्ध करण्यास सीतेने इथेच अग्निपरीक्षा दिली. आणि आपले शुद्ध चारित्र्य सिद्ध करून ती रामासह आयोध्येला परतली. पुढे पुन्हा एकदा तिच्यावर पूर्वीचाच आरोप झाला. त्यामुळे रामाने तिला वनात पाठविले. वाल्मिकी ऋषींच्या आश्रमात तिने जुळ्या मुलांना, लव आणि कुश यांना जन्म दिला. वाल्मिकी ऋषींनी रचलेले रामायण हे महाकाव्य ऐकतच दोघे त्यांच्या आश्रमात वाढले. त्यात त्यांच्या वडिलांच्या धीरोदात्त पराक्रमाची गाथा होती.

पुढे पुष्कळ वर्षांनंतर रामाने अश्वमेध यज्ञ केला. यज्ञ सोहळ्यात एका प्रसंगी त्याने दोन कुमारांकडून त्याच्या पराक्रमाचे वर्णन करणारी कविता ऐकली. हे आपलेच पुत्र असल्याचे त्याच्या लक्षात आले. मग रामाने सीतेला आमंत्रित करून पुन्हा सर्वांसमक्ष अग्नीदिव्य करण्यास सांगितले. त्यामुळे सीता शुद्ध असल्याची प्रजेची खात्री झाली असती. सीतेला (पुन:पुन्हा शीलावर संशय घेतला गेल्याने) अश्रू आवरेनात. तिने माध्वी म्हणजे पृथ्वीदेवतेला आवाहन करून आपल्या पोटात घेण्यास सांगितले. तिच्या हाकेला पृथ्वीमाता धावून आली. तिने आपल्याबरोबर सिंहासन आणले होते. त्यावर सीतेला आपल्या शेजारी बसवले. याच ठिकाणी देवीपाटण किंवा पाताळेश्वरीच्या स्थानी सीता भूमातेच्या पोटात नाहीशी झाली.

या देवळाजवळ दरवर्षी जत्रा भरते. हा धार्मिक मेळा जगभरात आकर्षणाचा विषय आहे. दरवर्षी एप्रिलच्या सुरुवातीस जत्रेचा आरंभ होतो. त्यावेळी कानफाटा योग्यांमधील पीर, मठप्रमुख सवारीकोट येथे म्हणजे नेपाळमधील डांग कांगरा येथे जमतात. अनेक धार्मिक विधी केले जातात. त्यानंतर खाद्य पेये, हार, फुले, नृत्य-गायन करीत निघालेल्या मिरवणुका असा भव्य सोहळा होतो.

देवीपाटण संदर्भात अनेक दैवी दंतकथा आहेत. त्याखेरीज येथील देवळात अनेक

श्रेष्ठ हठयोगी येतात. त्यांच्या योगनैपुण्यामुळेही देवीपाटण प्रसिद्ध आहे. देवीपाटणच्या देवस्थानाच्या आधिपत्याखाली नऊ गावे असून ती करमुक्त आहेत. येथील मिळकत भाविकांनी देवळात अर्पण केलेल्या पैसे, वस्तू, धान्य इत्यादिंपुरती मर्यादित असते.

समाधी अवस्था प्राप्त करण्यासाठी कानफाटा योगी शिवलिंगाची पूजा करतात; तशीच योनी प्रतिकांची म्हणजे स्त्री शक्तीचीही पूजा करतात. वामाचार मार्गात अनेक धार्मिक कर्मकांडे केली जातात. सर्वांभूती असलेल्या त्या एकमेव परमेश्वराच्या पूजेचे विधी अत्यंत महत्त्वाचे असतात. असे म्हटले जाते की, वामाचार पंथाचे विधी गुप्तपणे केले जातात. कारण त्यात व्यभिचार समाविष्ट असतो. तथापि, काही योगी वामाचार मार्गाचे अनुसरण करतात आणि मद्य, मांस, सामूहिक मैथून या सर्व गोष्टी (विशिष्ट तऱ्हेने केल्यास) ग्राह्य समजतात. या तऱ्हेचे विधी गढवाल पहाडांच्या प्रदेशात होत असल्याचे मानले जाते. तेथील मैदाने पठारे वा डोंगरी भागात ते विधी होत असल्याचे अनेक योग्यांना माहीत असते. या पंथातील स्त्रियांना त्यांच्या कामेच्छा पूर्तीसाठी व्यभिचार करण्याची मुभा आहे. त्या बाबतीतील सामाजिक नीती-नियम या मार्गातील स्त्रिया झुगारून देतात. या मार्गाने शक्ती देवतेची आराधना करीत तिला प्रसन्न करून अखेर त्या एकमेव ब्रह्मात विलीन होणे शक्य आहे, अशी त्यांची श्रद्धा असते.

आणखी एक महत्त्वाचे पूजास्थान म्हणजे बौद्ध देवता तारा हिचे आदिशक्ती तारापीठ. तांत्रिक मार्गाचा अवलंब करणारे लोक तारेची सखोल आराधना करतात. पश्चिम बंगालमध्ये द्वारका नदीच्या काठी आदिशक्ती तारापीठ आहे. हा ग्रमीण विभाग अतिशय निसर्गरम्य आहे. कौलारू छतांच्या झोपड्या आणि झाडापेडांचे वेगळेच ग्रामीण निसर्गसौंदर्य आणि प्राचीन काळाचा आभास निर्माण करणाऱ्या वेगळ्या वातावरणाचा इथे अनुभव येतो. सतीच्या यज्ञकुंडातील अग्नी प्रवेशाची कथा प्रख्यात आहे. त्या कथेनुसार भगवान शिव शोकावेगाने तिचे जळलेले शरीर घेऊन फिरत असताना या स्थळी तिच्या डोळ्याचे बुब्बुळ पडले. डोळ्यातील बुब्बुळाला 'तारा' म्हणतात. म्हणून या तीर्थस्थळाचे नाव 'तारापीठ' झाले त्या आधी त्या स्थानाचे नाव 'चंडीपूर' होते.

या देवीची तिच्या उग्रभयंकर कालीरूपात पूजा होते. तशीच शांत, प्रेमळ जगन्माता, दिव्य दृष्टीची देवी म्हणून तारेच्या स्वरूपातही तिची पूजा होते. तिचे हे सौम्य रूप वसिष्ठ यांनी अंतर्ज्ञानाने जाणले. वसिष्ठ तांत्रिक परंपरेचे अनुयायी होते. या पवित्र क्षेत्राशी निगडित अशा अनेक दंतकथा, कहाण्या प्रचलित आहेत. असे म्हटले जाते की, ही देवी प्रसन्न झाली तर भक्तांना आत्मज्ञान प्राप्त होऊ शकते, सर्व इच्छा पूर्ण होतात आणि अनेक सिद्धीही प्राप्त होतात.

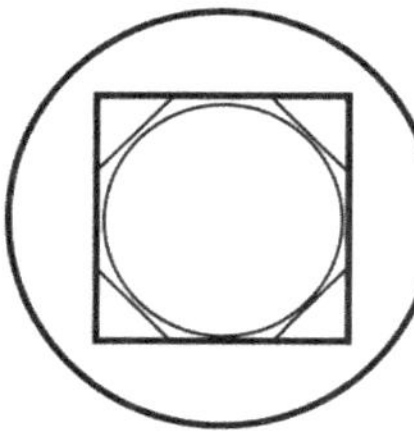

लिंग

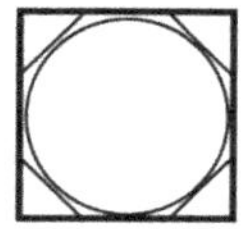

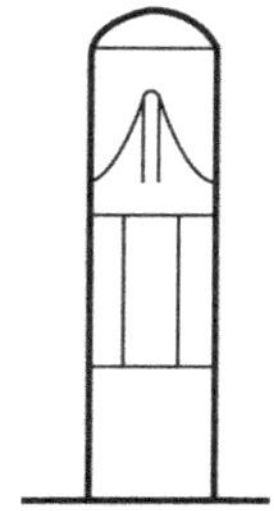

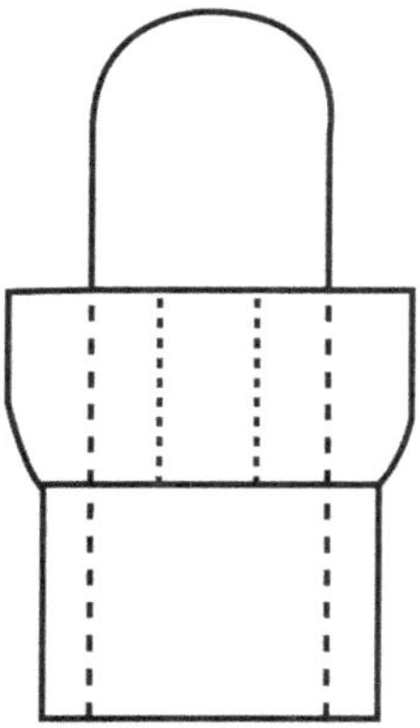

लिंग

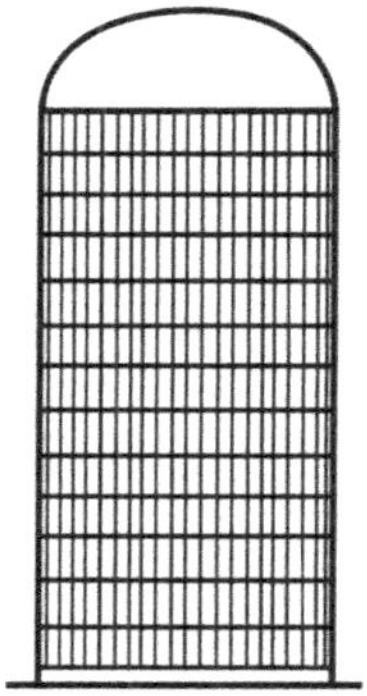

सहस्त्र लिंग

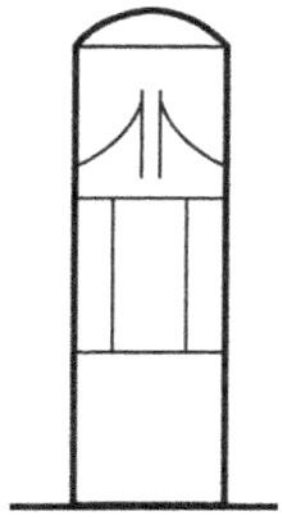

सर्व समलिंग

आपल्या पुराणांतर्गत समुद्रमंथनाची कथा येते. त्या कथेनुसार भगवान शिवांनी विषप्राशन करून अखिल विश्व आणि मानव जातीला विनाश होण्यापासून वाचवले. विषप्राशनामुळे त्यांचा कंठ निळा झाला. त्याचे नीलकंठ हे नाव प्रसिद्ध झाले. विषप्राशनामुळे त्याच्या घशाचा भयंकर दाह होऊ लागला. त्यांना वेदनामुक्ती मिळावी, म्हणून सतीने तारेचे मातृरूप धारण करून शिवांना स्तनपान दिले. दुसऱ्या एका कथेनुसार वसिष्ठ तारेचे निस्सीम भक्त होते. पण तिला प्रसन्न करून घेऊ शकत नव्हते. मग एका दिव्य आवाजाने त्यांना मार्गदर्शन केले. (अशी आकाशवाणी झाली की) त्यांनी तिबेटमध्ये जाऊन भगवान बुद्धांचे मार्गदर्शन घ्यावे. त्यांनी आत्मज्ञानी बुद्धांची भेट घेतली. त्यांनी वसिष्ठांना वाममार्ग अनुसरण्याची सूचना केली. या तांत्रिक पूजाविधीत पंचकर्मे (समाजमान्य नसलेल्या पाच गोष्टी) केली जातात. मद्य, मांस, मत्स्य, मुद्रा आणि मैथुन या पाचही गोष्टी वामाचार पंथीय विधींमध्ये समाविष्ट असतात. वसिष्ठांच्या या पूजाविधींच्या काळात बुद्धांना दिव्य दृष्टीने तारापीठाचे दृश्य

दिसले. त्यांनी वसिष्ठांना सांगितले की, इथेच तारापीठाची स्थापना करून तारेचे मंदिर बांधावे. वसिष्ठ त्या स्थानी पोहोचले. त्यांनी रोज तारेचा मंत्र ३००,००० वेळा जपायला सुरुवात केली. त्यांच्या या तपश्चर्येने तारा प्रसन्न झाली. ती त्यांच्यासमोर प्रकट झाली. वसिष्ठांनी तिला विनंती केली की, महादेवांना स्तनपान देताना या रूपात तिने प्रकट व्हावे. बुद्धांच्या दिव्य दृष्टीला तिचे ते मातृरूपच दिसले होते. त्यांच्या विनंतीनुसार तारा त्या मातृरूपात प्रकटली. तिचे ते आदिकालीन मातृरूप वसिष्ठांनी पाषाणमूर्तीत घडवले आणि अजरामर केले. आजही तिच्या या मूर्तीची पूजा होते.

ह्या मूर्ती खेरीज, तिची उग्र कालीरूपातील मूर्तीही या मंदिरात आहे. तिला चार भुजा आहेत. गळ्यात नररुंडमाला आहे. तिने जीभ बाहेर काढलेली आहे. तिच्या कपाळावर कुंकुमार्चन केलेले असते. त्यातीलच थोडे कुंकू बोटांनी घेऊन पुजारी भक्तांच्या कपाळावर टिळा लावतात. सामान्यतः तिला अर्पण केल्या जाणाऱ्या वस्तू म्हणजे नारळ, केळी, रेशमी साड्या आणि मद्याच्या बाटल्या.

जवळच्या तलावातच पूजेआधी आणि पूजेनंतर पवित्र स्नान करण्याची प्रथा आहे. या तलावाचे वैशिष्ट्य म्हणजे त्यातील पाण्यात आजार, वेदना दूर करणारे औषधी गुणधर्म आहेत. आणि मृत माणसाला नवसंजीवन देण्याचे सामर्थ्य त्या पाण्यात आहे. अशी भाविकांची श्रद्धा आहे. रक्त आणि बोकडाचा बलीविधीही येथे प्रचलित आहे. बोकडाचा बळी चढवल्यावर त्याचे थोडेसे रक्त एखाद्या भांड्यात घेतले जाते. ते देवीला अर्पण करून त्यातील थोडेसे रक्त भक्तजन आपल्या कपाळाला लावतात. देवीच्या प्रति आदर आणि भक्ती व्यक्त करण्यासाठी ही कृती केली जाते. आणखी एक कुतूहलजनक गोष्ट म्हणजे या मंदिराजवळच स्मशान आहे. भाविकांची अशी श्रद्धा आहे. की, इथे सावल्यांनी झाकलेल्या तारेचा वावर होताना दिसतो. तिचा राग शांत करून तिला प्रसन्न करण्यास भक्तांनी बळी दिलेल्या बोकडाचे रक्त प्राशन करण्यास ती त्या जागी जाते. ही तिची आवडती जागा आहे. कारण हाडांचे सापळे, हाडे वगैरे इथे विखुरलेली असतात. म्हणून अनेक तांत्रिक आपल्या पूजाविधीसाठी, तांत्रिक साधना करण्यासाठी ह्या जागेची निवड करतात. या ठिकाणी होणाऱ्या विधींचे अनेक गूढ पैलू असतात. असे समजले जाते की, कुमारिकेची किंवा आत्महत्या केलेल्या व्यक्तीची कवटी फार शक्तिशाली असते. इतर कवट्याही स्वच्छ करून पाणी पिण्यासाठी किंवा पूजाविधीसाठी वापरल्या जातात. (कापालिक साधना)

योग्यांसाठी आणखी एक महत्त्वाचे तीर्थक्षेत्र म्हणजे बमखेपा मंदिर. हे मंदिर पश्चिम बंगालच्या वीरभूम जिल्ह्यातील रामपूरहाट येथे आहे. वाममार्ग आचरणाऱ्या, तांत्रिक पूजाविधी करणाऱ्या (आपल्या भक्तीत मस्त झाल्याने) लोकांना वेड्या वाटणाऱ्या

एका संताच्या नावे हे मंदिर ओळखले जाते. असे म्हणतात की, बमखेपा हा देवीचा निस्सीम भक्त होता. तो देवळातच राहायचा आणि स्मशानात योगसाधना करायचा. अगदी किशोर वयातच त्याने घर सोडले आणि कैलासपती बाबा नावाच्या संतांकडून मार्गदर्शन घेतले. हे संत तारापीठातच राहात असत. थोड्यात दिवसात हा मुलगा तांत्रिक साधना आणि योगात पारंगत झाला. पीठाचा प्रमुख झाला. दूरदूरचे लोक आपल्या दु:ख वेदनांच्या निवारणासाठी व त्यांचे आशीर्वाद घेण्यासाठी येत. पण मंदिराच्या पुजाऱ्याला त्यांचा राग येई. कारण देवीला अर्पण केलेले पदार्थ ते खाऊन टाकत असत. दंतकथेत आणखी कथाभाग असा आहे की, तारेने तोरच्या राणीला स्वप्नात दर्शन दिले आणि सांगितले की बमखेपा तिचाच पुत्र आहे आणि सर्व भक्तजनांना आधी त्याला खाऊ घातले पाहिजे. देवीची ही आज्ञा लोकांना ठाऊक झाल्यावर लोक त्यांच्याशी अधिकच आदराने वागू लागले. असेही म्हटले जाते की, एकदा देवी बमखेपाच्या स्वप्नात स्मशानात असलेली दिसली. ती तिच्या उग्र, क्रुद्ध अवतारात होती. पण बमखेपाला मात्र तिने उराशी धरून स्तनपान दिले.

स्त्रीशक्तीचे आणखी एक मंदिर म्हणजे नेपाळमधील काठमांडू येथील गुह्येश्वरीचे मंदिर. सतराव्या शतकात राजा प्रताप मल्ल याने हे मंदिर बांधले. या मंदिराची स्थापत्यकला अप्रतिम असून सुंदर फुले व सर्प यांच्या कोरीव नक्षीने त्याला आणखी सौंदर्य प्राप्त झालं आहे. इथे फक्त हिंदूंनाच पूजेची परवानगी आहे. इतर धर्माचे लोक बाहेरून देवळाचे सौंदर्य बघू शकतात आणि देवीचा आशीर्वाद घेऊ शकतात.

पुराणकथेनुसार महादेव सतीचे जळलेले शरीर नेत असताना सतीची योनी या स्थळी पडली. त्यामुळे हे आदिशक्तिपीठ झाले. इथे सतीच्या योनीची पूजा होते. नेपाळी शब्द 'गुह्य' वरून तिचे 'गुह्येश्वरी' हे नाव झाले. गुह्यचा अर्थ योनी. ईश्वरी म्हणजे देवी. अशाच तऱ्हेचे तीर्थस्थान आसाममध्ये गुवाहाटी इथे कामाख्या मंदिर नावाने विख्यात आहे.

गुह्येश्वरी मंदिराजवळच पवित्र पशुपतीनाथ मंदिर आहे. भगवान शिवाचे हे मंदिर प्रसिद्ध आहे. येथील शिवलिंग स्वयंभू आहे. ते कसे ज्ञात झाले याबद्दल एक रंजक दंतकथा आहे. असे म्हटले जाते की कामधेनू ही गाय रोज एका विशिष्ट स्थानी आपल्या दुधाचा अभिषेक करीत असे. बरेच दिवस गाय असे वागत असलेली पाहून आसपासच्या शेतकऱ्यांनी त्या विशिष्ट स्थानी जमीन खोदायला सुरुवात केली. तिथे शिवलिंग असलेले पाहून ते आश्चर्यचकित झाले. मग त्याची रीतसर प्राणप्रतिष्ठा होऊन पूजा सुरू झाली ती आजतागायत चालू आहे. दुसऱ्या एका दंतकथेनुसार एकदा भगवान शंकरांनी सांबराचे रूप घेतले. ते बागमती नदीकाठी भटकू लागले. देवांना हे कळल्यावर शंकरांनी आपल्या दिव्य स्वरूपात परतावे म्हणून देव सांबराची शिंगे धरून त्याला ओढू

गरूड

लागले. त्याचे एक शिंग मोडून पडले. त्याची लिंगस्वरूपात पूजा होऊ लागली. कालांतराने ते जमिनीत गाडले गेले. आणि त्या स्थळी कामधेनू दुधाचा अभिषेक करीत असलेली पाहून शेतकऱ्यांनी तेथील जमीन खणून शिवलिंग बाहेर काढले व त्याची पुनःस्थापना केली. महादेवांना सर्व पशु आवडतात. ते पवित्रही वाटतात. म्हणून या ठिकाणी महादेवांचे नाव पशुपतीनाथ झाले. युनेस्कोने हे स्थळ जागतिक वारसा स्थळ म्हणून घोषित केले असून जगभरातील हिंदूंसाठी ते महत्त्वाचे तीर्थयात्रेचे स्थळ आहे.

एकादशी, संक्रांत, महाशिवरात्र, अक्षय्यतृतिया, पौर्णिमा अशा खास दिवशी इथले सगळे वातावरण अनुभवण्यासारखे असते. भक्तजन सर्व महत्त्वाच्या पर्वकाळामध्ये बागमती नदीत पवित्र स्नान करतात. जवळच गोरखनाथांचे स्मृतिस्थळही आहे. एक नोंद घेण्याजोगी गोष्ट म्हणजे पशुपतीनाथ मंदिरातील लिंग आणि कर्नाटकाच्या तटवर्ती प्रदेशातील गोकर्णेश्वर या दोन्हींचे उत्पत्तिस्थान एकच असल्याचे मानले जाते. मल्लवंशीय राजांच्या काळात पशुपतीनाथ मंदिर दाक्षिणात्य शैव ब्राह्मण आणि तांत्रिकांच्या आधिपत्याखाली होते. लेवी यांच्या मतानुसार या क्षेत्रातील योग्यांनी येथील स्थानिक देवतेचे रूपांतर पशुपतीनाथ शिव यांच्यात केले.

बहुतेक योगी शिवाचे भक्त आणि पर्यायाने शैव असतात. पण ते हिंदूंचे इतर देवही मानतात. उदाहरणार्थ, भगवान विष्णूंची प्रार्थना करतात. त्यांचे मंत्रही जपतात. धीनोधरच्या वर असलेल्या धर्मशालेच्या मुखाशी त्यांची चित्रे आढळून येतात. भगवान विष्णूंचे वाहन गरूड याचे पुरी येथील चित्र उल्लेखनीय आहे. दशमुखी रुद्राक्ष श्रीविष्णूंशी संबंधित असतो. पश्चिम भारतात अनेक वैष्णव भक्त गोरखनाथांच्या धार्मिक शिकवणुकीचे आदराने मनन करतात. गोरखपूर येथील अनेक स्थापत्यशिल्पांच्या घटनांमध्ये श्रीविष्णूंशी संबंधित प्रतिके व प्रतिमा आढळतात. आजार बरे करण्यास आंतरिक चक्रांमध्ये समतोल साधण्यासाठी लक्ष केंद्रित करताना श्रीविष्णूंच्या नामाचा जप आवश्यक आहे, असे शिवसंहितेत भक्तांना सांगितले आहे.

शिवयोग पंथात शारीरिक शिस्त आणि शरीरावर ताबा असण्याबरोबरच ध्यान

करण्यास अत्यंत महत्त्व दिले आहे. हृद्योगात श्रीचक्र, वामचक्राचे विधी, औषधी द्रव्यांचे (मादक द्रव्यांचे) सेवन, धौतीचा उपयोग हे सर्व एकत्रितपणे समाधी अवस्थेकडे नेतात. आणि विश्वातील सर्व निर्मितीक्षम शक्ती, अतिमानवी आणि दैवी शक्ती एकजीव करण्याचा त्यांचा हेतू असतो असे मानले जात असे.

भारत आणि भारताच्या परीघावरील क्षेत्रांमध्ये शिवांची अनेक नावे प्रचलित आहेत. नेपाळमधील पशुपतीनाथ व शंभुनाथ या नावांचा अंतर्भाव होतो. इथे भक्त बलीविधी करून रक्तही अर्पण करतात. त्याची पत्नी शक्ती व भैरव अथवा कालभैरव यांची पूजाही योग्यांसाठी व शाक्तांसाठी महत्त्वाची मानली जाते. भैरवाचे भूतभैरव असेही एक नाव आहे. काळा कुत्रा हे त्यांचे प्रतीक आहे. शिव आणि शक्तीच्या सर्व मंदिरांचे तो द्वारपालासारखे रक्षण करतो. तो संरक्षक देवता आहे. बनारसमध्ये त्याला 'कोतवाल' या टोपण नावानेही ओळखले जाते. गढवाल आणि कुमाऊँ पहाडांमध्ये त्याचे महत्त्वाचे पूजास्थळ केदार येथे आहे. लाहोर गेट, अमृतसर, तक्षक्षिला गेट यासारख्या अनेक पवित्र स्थानावर त्याची चित्रे आढळतात. पंजाबमधील अनेक पूजनीय स्मृतिस्थळे यांना त्या रीतीने भैरवाची आहेत किंवा त्याच्याशी संबंधित आहेत.

ऋग्वेदाच्या गाभ्याशी असलेले मूलतत्त्व असो की आकाश-पृथ्वी (Dyaus-Prithvi) यांचे जनकत्वाबद्दलचे म्हणणे असो; स्त्रीतत्त्व आणि पुरुषतत्त्व (ही दोन्ही मिळून) विश्वनिर्मितीला कारणीभूत आहेत. सांख्य तत्त्वज्ञानात पुरुष आणि प्रकृती हे पुरुषतत्त्व आणि स्त्रीतत्त्वाचे प्रतिनिधित्व करतात. शिवालाही 'अर्धनारी' म्हटले आहे. त्याच्या व्यक्तित्वात स्त्रीतत्त्व आणि पुरुषतत्त्व एकत्र झाली आहेत आणि योनी लिंग प्रतिकातून ती सूचित होतात.

तंत्रांमध्ये स्त्रीशक्ती व पुरुषशक्ती यांची कार्ये व महत्त्व यांचे सविस्तर, तपशीलवार विवेचन केलेले आढळते. या तत्त्वांमधील एकोपा, सुसंवादित्व यांच्यामुळे (शरीरांतर्गत) सर्व चक्रांचे कार्य व्यवस्थित चालते. या मतानुसार शक्ती हे स्त्रीतत्त्व आहे. ते शिवाचा एक बिंदू धारण करते; मग ते 'नाद' तयार करते. उत्पन्न झालेल्या सर्व गोष्टींची रूपे व नामे त्यात सामावलेली असतात. (नामरूपात्मक अस्तित्वे त्यातून तयार होतात.) निर्मितीच्या केंद्रस्थानी 'काम कला' असते. शिवशक्ती आणि त्यांच्या आपापल्या स्वतंत्र एकमेवाद्वितीय ऊर्जेच्या मीलनातून सृष्टीची निर्मिती होत असते.

पूर्वीच उल्लेख केल्याप्रमाणे शाक्त ही शैवांची एक शास्त्रा आहे व तंत्र समजून घेण्यासाठी या शाखेची माहिती असणे महत्त्वाचे आहे. देवी ही शिवाची पत्नी आहे. त्याचबरोबर ती स्वतंत्र देवतासुद्धा आहे. (तिला शिवाहून वेगळी अशी तिची कर्तृत्वपूर्ण ओळख आहे.) भवानी, गौरी, उमा, पार्वती, जगन्माता यासारख्या अनेक नावांनी ती

ओळखली जाते. क्रुद्ध आणि उग्र स्वरूपी अवतारात ती काली, दुर्गा, भैरवी, चंडी, श्यामा अशा विविध नावांनी ओळखली जाते. ती विश्वाच्या विनाशकारी शक्तीचे प्रतीक आहे. भीष्मपर्वात तिला 'कापाली' म्हटले आहे. तिचे भक्तगण तिला प्रसन्न करण्यास मनुष्य व पशू यांचे बळी देतात. आसाममधील कामरूप येथे असलेले तिचे मंदिर तांत्रिक पूजेचे केंद्रस्थान मानले जाते. कारण येथूनच तिची शिकवणूक तिबेट व नेपाळमध्ये पसरली. तारेच्या अवतारात ती वज्रयान बौद्ध तत्वप्रणालीशीही जोडली गेली आहे.

ब्रह्मपुत्रा नदीकाठी असलेल्या एका टेकडीवर अत्यंत श्रेष्ठ आणि महत्त्वाचे पूजास्थान म्हणजे कामाख्या मंदिर आहे. या स्थानाचा उल्लेख पद्मपुराणातही येतो. मंदिर जिथे आहे त्या टेकडीला कामगिरी किंवा 'नीलाचल' म्हणतात. पुराणकथेनुसार सतीचा प्रजनन अवयव इथे पडला. त्यामुळे हे स्थान एक्कावन शक्तिपीठांपैकी एक आहे. प्राचीन महाकाव्यात आलेल्या कथेनुसार ह्याच प्रदेशात शंकराने तृतीय नेत्र उघडून कामदेवाला भस्म केले. कामदेवाला पुन्हा आपले नित्याचे रूप जिथे प्राप्त झाले त्या स्थानाला 'कामरूप' म्हणतात. या देवळाचे स्थापत्य आणि भव्यता थक्क करणारी आहे.

मंत्रमुग्ध करणारी, शिल्पशास्त्राचा अद्भुत नमुना असणारी ही अप्रतिम इमारत कामाख्या देवीचे मंदिर आहे. मंदिराच्या गर्भगृहात एका पाषाणात फट पडली असून, त्यातून एक जमिनीतून खोलवरून बाहेर येणारा झरा वाहतो. या सर्वांतून पायाभूत अशा खडकावर एक लिंग योनी आकार पाषाणफटीतून साकारतो. खालच्या बाजूस भैरवीचे मंदिर आहे. बंगालहून येणारे अनेक यात्रेकरू तिथे आवर्जून दर्शन घेतात. पूर्वीच्या काळी देवीला रक्त आणि मनुष्य बळी दिला जाई. कारण देवी प्रेम आणि बळीविधीने प्रसन्न होते असे मानले जाते. १८३२ साली सरकारने ही प्रथा रद्द केली. सहा निर्वाण तंत्र, कालिका पुराण आणि योनी तंत्र हे या पंथाचे धार्मिक ग्रंथ महत्त्वाचे आणि केंद्रस्थानी असलेले आहेत. या जागेशी निगडित अशा दंतकथा वैशिष्ट्यपूर्ण आणि वेधक आहेत. या नावाचा उगमच अशा दोन कथांमधून होताना आढळतो. एका कथेनुसार कामदेवाने एका शापामुळे आपले पौरुष गमावले. त्याने शक्ती देवतेच्या गर्भाशय व योनीची आराधना केली. त्यामुळे शापमुक्त होऊन त्याला त्याचे पौरुष परत मिळाले. खुद्द 'काम' इथे परत पौरुषमुक्त झाला. या तऱ्हेने इथे कामाख्या देवीची पूजा सुरू झाली. कामदेव हे प्रेमाचे आणि लैंगिक इच्छापूर्तीचे दैवत आहे. जुन्या कहाण्यांमध्येही असे उल्लेख आढळतात की, या ठिकाणी शिव आणि सतीचा प्रणय, अनुनय, कामक्रीडा होत असे. म्हणून या जागेचे नाव 'कामाख्या' झाले. अशी श्रद्धा फार पूर्वीपासून आहे.

दुसऱ्या एका कहाणीनुसार नरकासुर हा राक्षसराज होता. तो कामाख्या देवीच्या प्रेमात पडला. त्याने तिच्याशी लग्न करण्याची इच्छा व्यक्त केली. देवकुळातील

कामाख्या 'असुर' नरकासुराशी लग्न करणे शक्य नव्हते. म्हणून त्याच्यापुढे अशक्य अशी गोष्ट करून दाखवण्याचा 'पण' ठेवायचा. 'तो' पण पूर्ण करू शकणार नाही. म्हणजे लग्न करायला नको अशी युक्ती तिने योजली. तिने त्याला म्हटले, की जर त्याने एका रात्रीत तिच्यासाठी देऊळ बांधले तर ती त्याच्याशी लग्न करेल. नरकासुराने हा 'पण' जिंकण्याचे आव्हान स्वीकारले. आणि खरोखर रातोरात त्याने एक भव्य मंदिर बांधून पुरे करत आणले. शेवटच्या पायऱ्या बांधायच्या होत्या. ते बघून कामाख्येने तिकडे एक कोंबडा पाठवला त्याला लगेच आरवण्यास सांगितले. मंदिराजवळ जाऊन कोंबडा आरवला. म्हणजे पहाट झाली, असे नरकासुराला वाटले. मंदिर अपूर्ण राहिले. नरकासुराने रागाने कोंबड्याला मारून टाकले. 'पण' पूर्ण झाला नाही या समजुतीने नरकासूर तिथून निघून गेला. स्थापत्यकलेचा, शिल्पकलेचा अद्भुत आविष्कार असलेले हे देवालय बघायला व दर्शन घ्यायला देवीचे कोट्यवधी भक्त इथे येतात. ते देवालय मुळात नरकासुराने बांधले आहे असे या कहाणीत सांगितले गेले आहे.

या जागेशी ब्रह्मदेवाची एक कहाणी संबंधित आहे. एकदा त्याच्या सर्वोच्च शक्तीला आव्हान देत मातृदेवता शक्तीने म्हटले - यापुढे योनी - पूजा करून तिचा आशीर्वाद घेतल्यावरच ब्रह्मदेव निर्मिती करू शकतील. निर्मितीक्षम असे ते एकमेव तत्त्व असून त्याच्याद्वारेच पुनरूत्पादन, नवनिर्मिती होते. नवीन जीव जन्माला येतात. मग ब्रह्मदेवांनी बरीच वर्षे तपश्चर्या केली आणि स्वर्गातच तेजोमय अशी प्रकाशाची बनलेली आकृती आणली. तिची स्थापना शक्तीदेवीने निर्माण केलेल्या योनीमुखात केली. आणि तिची कामरूप येथील कामाख्या मंदिरात स्थापना केली.

कामाख्या देवीला 'रक्तस्त्राव होणारी देवी' असेही म्हटले जाते. याआधीच उल्लेख झाल्याप्रमाणे मिथक कथेनुसार सतीचे गर्भाशय व योनीमार्ग येथील गर्भगृहात पडला. जून महिन्यात कामाख्या मंदिराजवळच्या ब्रह्मपुत्रेचे पाणी लाल (गढुळ) होते. असे म्हटले जाते की या काळात देवी रजस्वला झाल्याने तिला रक्तस्त्राव होतो. दरवर्षी मंदिर तीन दिवस बंद ठेवण्यात येते. आणि पवित्र जल भक्तांना वाटले जाते. वैज्ञानिक दृष्ट्या ह्या नैसर्गिक चमत्काराचा उलगडा होत नाही. काही लोकांचे असे मत आहे की, पुजारी पाण्यात कुंकू मिसळत असल्याने त्याला रक्तवर्ण येत असावा. अन्य काही अभ्यासक हे पाणी म्हणजे रजस्वला स्त्रीच्या रक्तस्त्रावाचे प्रतीक मानतात. कारण मासिक ऋतुप्राप्ती ही स्त्रीच्या निर्मितीक्षमतेची निशाणी असते. जन्म देण्याच्या तिच्या शक्तीची ती खूण असते. कामाख्येचे मंदिर आणि देवी याचे स्तवन पूजन होते आणि एक प्रकारे प्रत्येक स्त्रीच्या प्रजनन शक्तीचा, नवे जीव जन्माला घालण्याच्या शक्तीचा, सृजनाचा सोहळाच साजरा होतो.

'दी अल्केमिकल बॉडी' (The Alchemical Body) या पुस्तकात डेव्हिड गॉर्डन व्हाईट (David Gorden White) लिहितात - ''स्त्रीच्या योनीपूजेची अमूर्त तऱ्हेची व्यवस्था तांत्रिक पूजापद्धतीत आढळते. तिथे योनीचे प्रतीक म्हणून खाली टोक असलेला उलटा त्रिकोण असतो. त्याच्या हृदयस्थानी देवी कामाख्येचे निवासस्थान कामरूप आहे. कामाख्या कुंडलिनी म्हणूनही ओळखली जाते. शिवाय ऋतुप्राप्तीच्या काळातील रक्तस्त्रावाशी सांगड घालत पुष्पसर्पिणी म्हणून ती 'प्रकृती' असल्याचेही मानले जाते. कामाख्या पीठात तांत्रिक, त्यांचे कुलामृत म्हणजे देवीचा ऋतुप्राप्तीच्या काळातील रक्तस्त्राव असल्याचे मान्य करतात. काहीजण शिव आणि शक्तीच्या मिलन काळात रेतस्त्राव व स्त्रीलैंगिक स्त्राव एकदम झाल्यावर तयार होणारा स्त्राव हेही कुलामृत असल्याचे सांगतात. ऑगस्ट व सप्टेंबर या काळात देवी रजस्वला होते, तेव्हा गर्भगृहातील दगडाच्या खाचेतून येणारे पाणी लाल होते. त्या काळात त्यांची वार्षिक यात्रा भरते.'' (मोठा सोहळा होतो.) देवीच्या रजोधर्माच्या काळातील रक्तस्त्रावाचा सरळ संबंध खाचेतून अवतरणाऱ्या लाल पाण्याशी जोडला जातो. पंडुरोग झालेल्या व्यक्ती कामाख्या मंदिरात येऊन आपल्या शरीरावर हे 'रजोधर्म काळातील रक्त' माखतात. त्यात खनिजयुक्त औषधी द्रव्य असल्याचे मानतात.

नाथसिद्धांचा पारंपरिक पोशाखाचा रंग भगवा, गेरू रंगाचा असतो. तो प्रतिकात्मक रूपाने पार्वतीचे रक्त दर्शवितो. असे म्हणतात की, गोरखनाथांचा पोशाख रंगविण्यास पार्वतीने स्वत:वर वार करून घेऊन आपल्या रक्तात तो पोशाख भिजविला होता. असे मानले जाते की, या रंगाच्या कपड्याने योगशक्तीला मदत मिळून रेतस्तंभन होण्यास मदत होते. (पुरुषाचे वीर्य बाहेर पडत नाही.) कालिकापुराणात असे नमूद केले आहे की, कामाख्या देवीच्या रक्तस्त्रावाचे प्रकटीकरण होते. त्यात किमयेचा गुण असून त्यामुळे साधे धातू सोन्यात रूपांतरित होऊ शकतात. एका मध्ययुगीन दंतकथेनुसार पारा भरलेले एक भांडे (रसकुंभ) एका बंद केलेल्या गुहेत ठेवले आहे. कालांतराने तो द्रव प्राशन केल्यास अमरत्व मिळते. अशी गुहा या मंदिराच्या जवळच आहे. (पारा हे विष आहे.)

आश्चर्याची गोष्ट म्हणजे कामाख्या शब्दाचा आसामी भाषेत अर्थ होतो. 'वृद्ध आई!' पेशावर मधील गोरखसेच किंवा गोरखाची हे गोरखनाथींचे महत्त्वाचे तीर्थक्षेत्र आहे. जलाबाद वाजूल आणि कोहट येथेही महत्त्वाची योग तीर्थक्षेत्रे आहेत. सियालकोट हे पूरण भगत या गोरखनाथांच्या शिळेचे मूळ गाव असल्याने प्रसिद्ध पावले आहे. सुलतानपूर येथील गूगचे मंदिर, गूगाचेच बत्रा येथील व पालनपूर नजीकचे बिरागलोक येथील मंदिरही प्रसिद्ध आहे.

लाहोर येथील टाकसला गेटला असलेला ऐ-पंथ मठ, अमृतसरमधील दुर्गीयाना

येथील भैरव मंदिर, अंबाला जिल्ह्यातील लडवा मधील मंदिरे, किराणा येथील मठ, रोहतक येथील बोहरमधील इमारती ही कानफाटा योग्यांची काही महत्त्वाची धर्मस्थळे!

सिंध प्रदेशातील अनेक क्षेत्रे पवित्र आहेत आणि कानफाटा योग्यांच्या तीर्थयात्रांमध्ये तेथील यात्रा आवश्यक असतात. कोटेश्वर, नगर थाटा, पीर अर्र आणि हिंगलाज ही महत्त्वाची पूजास्थळे आहेत. प्रत्येक ठिकाणाशी निगडित अशा वेधक कथा कहाण्या आहेत.

कराचीपासून सत्तर मैल अंतरावर नगर थाटा अथवा नगर टाथा आहे. तेथे चुनखडीचे खडे आणि ढेकळे जमिनीवर विखुरलेली असतात. हा गोरखनाथी योग्यांचा आवडता विषय आहे. हे खडे योग्यांसाठी अतिशय शक्तिशाली मानले जातात. त्या खड्यांपासून जपमाळा केल्या जातात किंवा हिंगलाजची यात्रा करताना यात्रेकरू ठुमरा घालतात, तो सुद्धा या खड्यांपासून तयार केला जातो. या खड्यांचे अनेक तऱ्हेने वर्णन केले जाते. ते 'निर्मात्याचे बीज' असल्याचे मानले जाते. किंवा शिवशंकरांना आवडणारे अनेक धान्यांचे मिश्रण असून ते राक्षसांच्या रक्तात कालवले जाते. म्हणजेच खड्यांपासून बनवलेल्या ठुमरामध्ये रक्त आणि शुक्रजंतू असतात असे मानले जाते. गोरखनाथी साधू गर्भवती स्त्रियांना प्रसूती सुलभ व्हावी म्हणून मोठा ठुमरा देतात. मोठा ठुमरा पाण्यात घालून धुतात आणि ते पाणी गर्भवती स्त्रीला पिण्यासाठी देतात.

छोट्या मण्यांपासून केलेल्या जपमाळेला 'हिंगलाज का ठुमरा' आणि मोठ्या मण्यांपासून केलेल्या माळेला 'आसापुरी' म्हणतात. इथल्या तीर्थस्थानी येणारे योगी आणि भक्त आधी नगर थाटा येथे जपमाळा विकत घेतात आणि मग हिंगलाज देवीच्या चरणी वाहतात आणि मग देवीचा आशीर्वाद म्हणून धारण करतात. या सर्व तीर्थस्थळांशी शिवशक्तीच्या अनेक दंतकथा, कहाण्या जोडलेल्या आहेत. म्हणून यात्रेकरू प्रत्येक ठिकाणी थांबून दर्शन घेत पुढे जातात. एका दंतकथेनुसार आसापुरीचे पावित्र्य जास्त मानले जाते. कारण हिंगलाजच्या दर्शनाला जाताना श्रीरामचंद्र इथे थांबले होते. त्यांनी आपला हातातला दंड इथल्या मंदिरात ठेवला, अशी श्रद्धा आहे.

हिंगलाज हे स्थान गोरखनाथी साधकांच्या लेखी अत्यंत महत्त्वाचे तीर्थस्थान आहे. त्यांचा असा विश्वास आहे की, उत्कृष्ट, परिपूर्ण योगी होण्यास आणि आध्यात्मिक यात्रा पूर्ण करण्यास या पूण्यभूमीला येऊन देवीचे दर्शन घ्यायलाच हवे. हिंगलाज हे एक्कावन शक्तिपीठांपैकी एक असून मकरान किनारपट्टीवर सिंधूपासून जवळजवळ ऐंशी मैलांवर आहे. साधक, भाविक सर्वांचीच अशी श्रद्धा आहे की, इथे सतीचा मुकूट आणि ब्रह्मरंध्र पडले. ह्या तीर्थक्षेत्राला 'हिंगोल' असेही म्हणतात. त्याचा अर्थ सिंदूर किंवा कुंकू. सतीच्या कपाळावरील कुंकू/सिंदूर या स्थानी पडल्यावर ते पावन तीर्थस्थळ झाले. याच परिसरात एका गुहेत मंदिर असून तिथे केवळ एक स्मृतिस्थळासारखी दगडी

समाधी आढळते. मातीची कमी उंची असलेली साधीशी इमारत असून, हा साधेपणा, विनम्रतेची झाक असलेले मंदिर आणि तेथील देवतेसंबंधी प्रचलित असलेल्या गूढ मिथककथा, पुराणकथा ह्यामुळे हे स्थान वेगळे आणि वैशिष्ट्यपूर्ण आहे.

या पवित्र स्थळाला महाल हे अरेबिक नावही असून नैसर्गिक परिसरातील ही वास्तू यक्षांनी बांधली असल्याचे मानले जाते. या वास्तूची एक आणखी लक्षणीय गोष्ट म्हणजे (गुहेच्या वर) टेकडीवर एक मोठा पाषाण असून त्यावर चंद्र आणि सूर्यासारख्या आकृती दिसतात. असे म्हटले जाते की, चौदा वर्षांचा वनवास संपवून श्रीरामचंद्र परत निघाले तेव्हा त्यांनी इथे एक बाण मारला. अग्निदेवी, रक्तवर्णीदेवी, बीबी नानी (हे मुस्लिमांनी दिलेले 'आजी' या अर्थाचे नाव), पार्वती, काली माता ही हिंगलाज देवीची अन्य काही नावे आहेत. तिला 'हिंगुळा'देवीही म्हणतात इथे हिंगुळ (पारा) विपुल प्रमाणात उपलब्ध होतो आणि अगदी प्राचीन काळापासून त्याचा औषध म्हणून उपयोग होतो. सर्व तऱ्हेच्या विषारी नागांच्या दंशावर तो उतारा आहे, असे मानले जाते. इतरही काही आजारांवर त्याचा उपयोग होतो, असा समज आहे.

या क्षेत्राच्या प्रवासाला चोवीस दिवस लागत असत. या कष्टमय प्रवासात आणखी कष्टांची भर पडावी, असा वाळवंटी भूभाग क्षेत्राला चहूकडून वेढलेला आहे. भक्त, साधकांची अशी श्रद्धा आहे की, शुद्ध अंत:करणाच्या, कोणतेही वाईट हेतू मनात न बाळगणाऱ्या, खऱ्या अर्थी क्षमाप्रार्थी (आणि स्वत:ही क्षमाशील) असलेल्या व्यक्तीलाच मंदिरात पाय ठेवता येतो. देवी सतीचा यज्ञातील अग्नीप्रवेश आणि मग शंकर तिचे शरीर घेऊन जात असता तिच्या शरीराचे अवयव भिन्न भिन्न स्थानी विखुरणे या कथेखेरीज एक महत्त्वाचे स्थळही या तीर्थक्षेत्राशी जोडले गेले. त्याभोवती किमयेचे गूढ वातावरण आहे. *'दी अलकेमिकल बॉडी - सिद्ध ट्रेडिशन इन मेडिव्हल इंडिया'* या भरपूर कष्ट घेऊन संशोधन करून लिहिलेल्या आपल्या पुस्तकासाठी डेव्हिड गॉर्डन व्हाईट यांनी या स्थळी पाऱ्याचे साठे आढळतात का, या संदर्भातही फार चिकाटीने संशोधन केले. त्यांना असे आढळले की, इथे पाऱ्याचे साठे नाहीत. परंतु भूगर्भातील उष्णतेच्या हालचाली होतात, असे एक महत्त्वाचे स्थान जवळच असून त्याला 'चंद्रकूष' किंवा 'बाबा चंद्रकूप' म्हणतात. हा आशियातील सर्वात मोठा, चिखल बाहेर फेकणारा ज्वालामुखी आहे. गरम झऱ्यातील उसळत्या लहरींप्रमाणे इथे चिखलाचे पाणी उसळून बाहेर पडते आणि त्यातून अग्निज्वाला प्रकट होत राहतात.

एक वैशिष्ट्यपूर्ण गोष्ट म्हणजे या स्थानी एक महत्त्वपूर्ण विधी पार पाडायचा असतो. त्यानंतर यात्रेकरू पुढे जाऊन देवीची पूजा करू शकतील की नाही, हे ठरते. (जणु ही त्यांच्या दैवाची परीक्षा असते.) यात्रेकरू रात्रभर रोट्या-चपात्या बनवतात. त्याचे छोटे

तुकडे वर उल्लेखिलेल्या पाण्यात टाकायचे असतात. हा विधी पार पाडताना कित्येक यात्रेकरू त्या रोटी/चपातीच्या तुकड्यांवर तूप, गुळ, साखरही घालतात. याची पुरचुंडी करून ती एका काठीला बांधून त्या उकळत्या पाण्यात अर्पण करायची असते. नंतर प्रत्येक यात्रेकरूने प्रामाणिकपणे आपली पापे कबूल करून आपल्या प्रत्येक चुकीच्या कर्मांबद्दल क्षमायाचना करायची असते. या चुकांची आणि पापांची कबुली दिल्यावर ती देवीने स्वीकारली की नाही, हे 'चन्द्रकूप'च्या पवित्र पाण्याकडून ठरवले जाते. असे म्हटले जाते की, त्या चिखलमातीच्या द्रवातून जे बुडबुडे वर येतात त्यावर सर्व अवलंबून असते. त्यावरूनच ठरवले जाते की यात्रेकरू शुद्ध आहे की नाही आणि शुद्ध असला तरच तो पुढे जाऊन देवीच्या गुहेतील देवळात प्रवेश करू शकतो. म्हणून हिंगलाज देवीला 'नशिबाची देवता' म्हटले जाते.

हिंगलाजच्या या पवित्र पूजास्थानाशी निगडित अशी एका मुस्लीम भक्ताची आश्चर्यकारक हकीगत आहे. जोगी मौला बक्ष या सिंधच्या मुस्लीम जोग्याने जी हकीगत सांगितली होती, ती अशी -

एक दिवस सिंधचा थोर गूढ कवी शाह अब्दुल लातेफ भिताई हा जोगी मदन वानियो यांना भेटला. जोगी मदन यांनी आत्म्याला स्नान घालून आत्मशुद्धी कशी करावी, ते कवीला शिकवले. ते त्याला हिंगलाज देवीच्या देवळात घेऊन गेले. तिथे जोगी नानी हिंगलाजला दूध पाजत असल्याचे त्यांनी पाहिले. देवी ताबडतोब ते दूध उलटून बाहेर टाकत होती. पहिल्यांदा 'नानी'ने कविवर्यांकडे लक्ष दिले नाही. तिसऱ्या खेपेला मात्र तिने जणू आज्ञाधारकपणा दाखवत ते दूध पिऊन टाकले. त्यांचे हे यश पाहून इतर जोगी आश्चर्यचकित झाले. त्यांनी आपसात ठरवले की, आज रात्री या माणसाला खाऊन टाकावे म्हणजे नुकतेच त्याने दिलेले दूध नानीने ग्रहण केल्याने याच्यात असलेली शक्ती दिसून आली आहे. याला खाल्ल्यावर शक्ती आपल्याला मिळेल. शाहने त्यांची ही योजना ऐकली आणि आपल्या रक्षणासाठी देवीची मनोभावे प्रार्थना केली. त्यानंतर धरणीमातेने त्याला पोटात घेतले. तो अचानक नाहीसा झाला आणि देवीने 'भीत' या सुरक्षित स्थळी त्याला पोहोचवले. इथे त्याने गूढवादी विचारसरणीचा उपदेश द्यायला सुरुवात केली.

हिंगलाज हे बलुचिस्तानच्या लोकांचेदेखील यात्रास्थळ आहे. युफ्रेट्सच्या बाजूला राहणारे लोक देखील येथील यात्रा करतात. प्रामाणिक भक्तांना देवीकडून हमखास वरदान मिळते, असा भक्तांचा विश्वास आहे. हिंगलाज देश सिंधमध्ये राहणाऱ्या व अन्यत्रही वास्तव्य करणाऱ्या अनेक सिंधी कुटुंबांची कुलदेवी आहे. पण बहुतेक लोकांना याची माहिती नसते. खडबडीत पहाडी प्रदेशात विसावलेल्या या देवस्थानाचे स्थापत्यशिल्प

साधे पण सुरेख आहे. त्या देवस्थानाभोवती भक्तांच्या इतक्या गूढ कथा विणल्या गेल्या आहेत की, या स्थानाबद्दलचे कुतूहल जागृत होऊन इथे भेट द्यावीशी नक्कीच वाटते.

इथे गोरखनाथांची धुनी असून त्याला 'गोरख जी की धुनी' म्हणतात. त्या काळापासूनची धुनी आणि धुराडे अद्यापही नीट राखून ठेवले आहे. आणखी एक कुतुहलजनक असे स्थान इथे आहे. खजूरी गावाजवळ एक खोल खड्डा आहे असे म्हटले जाते, की इथे गबर आणि झोराष्ट्रीयन लोकांनी दडपल्यामुळे हिंगलाज देवीचा भाऊ खाली जमिनीत गाडला गेला. मुस्लीम लोक त्याला 'गैब' (गैबी) पीर या नावाने ओळखत, तर हिंदू त्याला 'महादेव' म्हणत असत.

सिंधमधील लकपत नदीच्या किनारी कोटेश्वर महादेवाच्या मंदिरातही यात्रेकरू येतात आणि कोटेश्वराचे श्रद्धापूर्वक दर्शन घेतात. हे प्राचीन तीर्थस्थळ भारताच्या सीमेवर वसलेले आहे. येथे गोरखनाथी साधू उजव्या हाताच्या दंडावर शिवशक्तीचे प्रतीक असलेली योनी लिंगाची आकृती गोंदवून घेतात. साधक आणि योगी भारताच्या सीमा ओलांडून हिंगलाज देवीचे दर्शन घेऊन आल्याची ती खूण असते. सध्या हिंगलाज देवस्थान बलुची मुस्लिमांच्या ताब्यात आहे. सिंधच्या या देवस्थानाशी निगडित अनेक कथा कहाण्या आहेत. त्यांच्यातून स्पष्टपणे असे समजते की, पूर्वी भारत आणि पश्चिम आशिया यांचे घनिष्ट संबंध होते. आता ही तीर्थस्थाने मुस्लिमांच्या ताब्यात असली तरी भारतीय यात्रेकरूंच्या आध्यात्मिक प्रवासात तिथे भेट देणे जवळपास अनिवार्य ठरते.

आणखी महत्त्वाच्या देवस्थानांपैकी एक म्हणजे कच्छ, गुजरातमधील वगाड येथील कंठकोट मानफरा नजीक येथे असलेला कंठडनाथ मठ! आणि दुसरा धीनोधर येथील मठ. कंठडनाथ येथे गणेश कंठडनाथांची पूजा केली जाते. धीनोधर ही एक पवित्र टेकडी आहे. तिने धर्मनाथांचे पाप आणि तपश्चर्या यांचे वजन पेलून धरले असल्याचे मानले जाते. इथे जवळच हिंगलाज देवीचे दुसरे छोटे मंदिर आहे. जे भक्तगण सिंधची लांबवरची यात्रा करू शकत नाहीत त्यांच्यासाठी हे मंदिर दर्शनासाठी उपलब्ध आहे. धर्मनाथी पंथाचा संस्थापक धर्मनाथ गोरखनाथांचा शिष्य होता. आणि इथल्या मठाच्या मथाल, बलधिया आणि अरल येथे शाखा आहेत.

भूजमधील शिवरामंडपचे कानफाटा शांतीनाथ पंथाचे साधक आहेत आणि ते शक्तिदेवीचे अनन्य भक्त आहेत. काठियावाडमधील अनेक स्थळे गोरखनाथांशी संबंधित आहेत. गिरनारच्या पर्वतरांगा हे योग्याचे आवडते ठिकाण आहे. असे म्हटले जाते की, इथे पार्वतीने शिवस्तवन केले. त्याला प्रसन्न करून घेण्यास जपतपादी सर्व काही केले. अखेर शिव तिच्यासाठी प्रकट झाले.

पाटणच्या पूर्वेला नऊ मैलांवर गोरखमढी आहे. तिथे गोरखनाथांच्या तीन मूर्ती व मत्स्येन्द्रनाथांची एक मूर्ती आहे. हे क्षेत्र जमिनीच्या खाली एका गुहेमध्ये स्थित आहे. तोरणमाळ टेकडी सातपुडा पर्वतरांगांमध्ये वसलेली आहे. टेकडीच्या माथ्यावर गोरखनाथांच्या स्मृतिस्थळांचे अनेक अवशेष सापडतात. सातारा जिल्ह्यातील शिराळ्याच्या आग्नेय दिशेला एक उपवन आहे. त्याचे नाव इथल्या मुख्य दैवतावरून गोरखनाथ असे ठेवले आहे. अहमदाबादच्या उत्तरेला दख्खन भागातील काही टेकड्यांना गोरखनाथांचे नाव देऊन त्यांच्याबद्दल आदर दर्शविला आहे. ठाणे जिल्ह्यात गणेशपुरी येथे काही गरम पाण्याचे झरे आहेत. त्यांच्या पाण्यात औषधी गुणधर्म आहेत. त्यातील एका झऱ्याचे नाव गोरखमच्छिंदर असे आहे.

योनि लिंगम

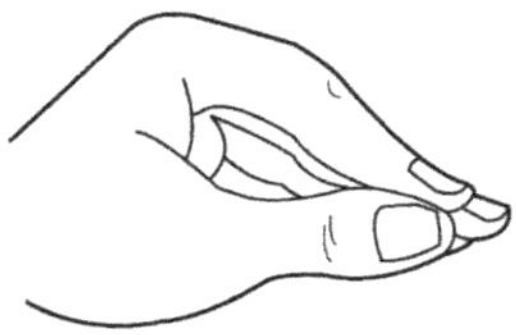

योनी मुद्रा

पवित्र गोदावरी नदीजवळ नाशिकच्या नजीक त्र्यंबक येथे बैरला पंथाच्या कानफाटा योग्यांचा एक मठ आहे. मुंबईत पायधुनी येथे कानफाटांचे प्रमुख केन्द्र आहे. त्यांच्या सर्व बारा शाखांचे योगी या केन्द्रात येत - जात असतात. येथील महंताची निवड कुंभमेळ्यात होते. त्यांचा कालावधी बारा वर्षांचा असतो.

राजस्थानमध्ये उदयपूरच्या उत्तरेला काही मैलांवर एकलिंगजी मंदिर आहे. त्या धर्मस्थळाचा बाप्पा रावळ व कानफाटा योग्यांशी निकटचा संबंध आहे. कोलकाता येथे दोन महत्त्वाची पूजास्थाने आहेत. एक उमउमच्या कॅन्टॉनमेंट भागात असून दुसरे हुगळी जिल्ह्यात महांद येथे आहे. जगन्नाथपुरीला सातनाथ पंथाच्या कानफाटा योग्यांची गादी आहे. (प्रमुख देवस्थानाची गादी) ही सर्व वारसास्थळे अतिशय रम्य, नेत्रसुखद आहेत. त्यांच्याशी अनेक पुराणकथा, कहाण्या नाथपंथाच्या इतिहासाशी निगडित आहेत. अनेक वर्षे हा वारसा चालत आला आहे.

◈◈◈

भाग ३

सिद्ध आणि बौद्ध परंपरा

३.१ योग (योगाची मुळे, टप्पे आणि तत्त्वे)

योगतत्त्व प्रणालीनुसार कर्मयोगाची शिस्तबद्ध कृती करीत योग आचरत गेल्यावर संपूर्ण जीवनशैली बदलून जाते. सांख्यांचा मार्ग हा अकर्मांवर भर देतो. प्रत्येक गोष्ट बुद्धीने ग्राह्य अग्राह्य ठरवत सतत अभ्यास करीत मोक्षाकडे नेणारा हा मार्ग संथ गतीचा आणि खडतर आहे. तो आचरणात आणण्यासही कठीण आहे.

अतिशय सखोल मानसिक व शारीरिक शिस्तीची रचनाबद्ध पद्धत असलेला योग ही नियमित शिस्तबद्ध कृतीच्या अभ्यासाची परंपरा आहे. लेखक श्री. शशिभूषण दासगुप्ता 'योग तत्त्वज्ञान' या आपल्या ग्रंथात म्हणतात –

'आपली मने ऐहिक लोभ - मोहाकडे आकर्षित होऊ नयेत, म्हणून काही मानसिक व्यायामाच्या कृतींचा नित्याचा परिपाठ असावा. त्यायोगे मन एका विशिष्ट दिशेने पुढे जावे. नित्याच्या सामान्य अनुभवाहून अगदी वेगळे अनुभव मिळवण्याची ही दिशा असावी, हा या मानसिक व्यायामाचा हेतू असतो. योगी नित्याचा योगाभ्यास अखंडपणे करीत असतो, कारण त्याला आपले मन आपल्या ताब्यात आणायचे असते. भारतीय संस्कृतीच्या सर्व महत्त्वाच्या कालखंडांमध्ये जनमानसात कायमच योग्यांबद्दल अपार आदर असल्याचे आढळून येते. ज्ञानेंद्रियांनी होणाऱ्या सर्वसामान्य ज्ञानापलीकडेच

जाणून घेण्याची अतींद्रिय शक्ती योग्यांमध्ये असल्याने त्यांना अंतिम परमोच्च सत्य समजू शकते. या खेरीज त्यांच्याकडे आश्चर्यकारक, चमत्कार घडवू शकणाऱ्या सिद्धीही असतात (अशी येथील सर्वसामान्य जनांची धारणा आहे.) यांना 'पातंजल योगाच्या विभूती' म्हणतात. यांच्याद्वारे योगी स्वत:च्या मनावर ताबा मिळवतात, इतरांच्या मनांवर ताबा मिळवतात. इतकेच नव्हे तर आंतरिक व बाह्य वस्तुजातावरही त्यांचा ताबा असतो.

> योग कौशल्य मिळविण्यासाठी सातत्याने सराव करण्यामागे ज्ञानप्राप्ती खेरीज या अतींद्रिय शक्तीचे रस, कुतूहल हाही एक उद्देश असतो. आर्यांचे जे योगविषयक माहितीचे स्रोत आहेत, त्याच्या आधीही योग आचरला जात असल्याचे संदर्भ आहेत. ब्राह्मणे व उपनिषदेही योग तत्त्वाज्ञानाशी परिचित असल्याचे संदर्भ मिळतात. योगाबद्दल आधी उल्लेख मंत्रायन उपनिषदातील तैत्तिर्यकथेत व श्वेताश्वेतर उपनिषदात सापडतात. योगाशी संबंधित बहुतेक सूत्रे हजार वर्षांहून अधिक प्राचीन आहेत. ऋग्वेदातही त्याचा उल्लेख सापडतो. (अशा योग्यांना 'अवलिया-मुनी' म्हटले जाते.) इ.स. पूर्व ५०० वर्षांपूर्वी पाणिनीने योग्यांबद्दल म्हटले आहे की, योगीजन खडतर धार्मिक तपश्चर्या करणारे ब्रह्मचर्याची शपथ घेतलेले असतात. जन्मभर अभ्यास आणि चिंतन करणारे (हे योगी) सर्वसंगपरित्याग करून संन्यस्त जीवन जगतात. हे सर्व महत्त्वाचे असते. कारण यामुळेच उच्च शक्ती प्राप्त होऊ शकतात.

मात्र त्या काळात या संन्यस्त योग्यांबद्दल 'चमत्कार घडवून आणणारे जादुगार' या दृष्टीने पाहिले जाई. पारमार्थिक, आध्यात्मिक व्यक्ती अशी त्यांच्याबद्दलची धारणा नव्हती. हळूहळू मनावरील ताबा या हेतूबरोबरच शरीरावर संयम व ताबा मिळण्यास शारीरिक शिस्त व व्यायाम यांना बरोबरीने महत्त्व मिळू लागले. 'फकीर आणि फक्रतम' या ग्रंथात श्मीड् यांनी विवेकानंदांचे एक महत्त्वाचे वाक्य उद्धृत केले आहे. स्वामी विवेकानंद म्हणतात, 'योग्याने स्वत:समोर उद्दिष्ट ठेवलेले असते, ते संपूर्ण विश्वावर प्रभुत्व मिळविण्याचे! संपूर्ण निसर्गावर ताबा मिळविण्याचे! अंतिम सत्य, ब्रह्म जाणून घेणे (त्याच्याशी एकरूप होणे) यावर योग्याचे लक्ष केंद्रित झालेले असते.'

मैत्रायण उपनिषदात असे म्हटले आहे की –

द्रष्टा ऋषी मृत्यूबद्दल विचार करीत नाही.
आजारपणे, दु:खे याबद्दलही विचार करीत नाही.
सर्वांभूती असलेले ब्रह्म हेच त्याचे लक्ष्य.

त्या सर्वव्यापी ब्रह्माला जाणून तो ब्रह्मीभूत होतो. मुक्तिलाभासाठी सांख्यांनी मांडलेली संकल्पना योगाशी खूपच निगडित आहे. भगवद्गीतेत सांख्य तत्त्वज्ञानाचे विवेचन येते. तो मोक्षाप्रत नेणारा शुद्ध ज्ञानमार्ग आहे. ती बौद्धिक पद्धत असून त्यात अंतिम ज्ञानप्राप्तीसाठी संन्यास आणि वैराग्य अभिप्रेत असतात. या उलट, योग ही अधिक शिस्तबद्ध, नि:स्वार्थ शारीरिक कृती असते. त्यात कौशल्य मिळवण्यास अनेक वर्षांचा अभ्यास व सरावाची गरज असते.

योगतत्त्व प्रणालीनुसार कर्मयोगाची शिस्तबद्ध कृती करीत योग आचरत गेल्यावर संपूर्ण जीवनशैली बदलून जाते. सांख्यांचा मार्ग हा अकर्मांवर भर देतो. प्रत्येक गोष्ट बुद्धीने ग्राह्य अग्राह्य ठरवत सतत अभ्यास करीत मोक्षाकडे नेणारा हा मार्ग संथ गतीचा आणि खडतर आहे. तो आचरणात आणण्यासही कठीण आहे. या संदर्भात श्रीकृष्णाने अर्जुनला जे समजावले ते विशेष उल्लेखनीय म्हणावे लागेल. श्रीकृष्ण म्हणतात, 'जीवनात कर्म अपरिहार्य असते. पण ते कर्म आचारधर्मानुसार घडायला हवे. उदाहरणार्थ, वर्णधर्मानुसार समाजातील विविध लोकांची वर्गवारी केलेली आहे. प्रत्येक वर्णाच्या लोकांची आपापली विहित कर्तव्ये असतात. ती व्यक्तीच्या कर्माशी जोडलेली असतात. (म्हणजे त्या विहित कर्तव्यांनुसार प्रत्येक व्यक्तीने आपापले कर्म करायचे असते. तो त्या व्यक्तीचा धर्म असल्याने त्यातून काही मिळेल, ही अपेक्षा नसावी असाही अर्थ अध्यात्मात आहे.) आंतरिक बदल घडवण्याचे आध्यात्मिक उद्दिष्ट हे योगाशी निगडित आहे आणि फल-अपेक्षा विरहित योग्य कर्म हा सर्व आचरणाचा पाया आहे.'

◈◈◈

३.२

मानवी शरीर प्रकृतीविषयी गोरखनाथांचा दृष्टिकोन

वैश्विक जीवन महाशंकर मूर्ती अथवा शिवशक्तीच्या वैश्विक शरीरापासून उत्क्रांत झालेले असते म्हणून प्रत्येक व्यक्ती ही शिवशक्तीचे प्रकटीकरण अथवा शिवशक्तीचे (अंशमात्र) अवतरण असते. गोरखनाथांनी मनाची पाच प्रकटीकरणे दिली आहेत. त्यांनी मानस, बुद्धी, अहंकार, चित्र आणि चैतन्य यांना 'अंत:करण पंचकौर' म्हटले आहे. आपल्या अनुभवाला येणाऱ्या (अमूर्त) मनाची ती आंतरिक साधने आहेत.

गोरखनाथांनी शिकवलेली शिस्तबद्ध जीवनशैली ही पतंजलीने योगसूत्रांमध्ये सांगितलेल्या अष्टांगिक-योगमार्गिकाप्रमाणेच आहे. तथापि गोरखनाथ आणि त्यांच्या संप्रदायाने विविध प्रकारची आसने, प्राणायाम, मुद्रा, बंध, वेधधारणा, ध्यान, अजय, नादानुसंधान, कुंडलिनी शक्ती जागरण अशी सर्व तऱ्हेने भर टाकून तपशीलवार रचना निर्माण केली. गोरखनाथी व पतंजली या दोन्ही प्रणालींप्रमाणे समाधी ही योगाची परिपूर्ती मानली गेली आहे. म्हणून अनेकदा समाधीच्या संदर्भात योग हा शब्द वापरला जातो. पतंजली मात्र 'समाधी'चा अर्थ लावताना चित्तकृती निरोध हे सूत्र सांगतो. म्हणजे ज्यात सर्व मानसिक कार्ये पूर्ण स्थगित होतात. असे म्हटले जाते की, त्या अवस्थेत

आत्म्याच्या अलौकिक ज्ञानेंद्रियांनी होणाऱ्या, सामान्य अनुभवापलीकडील स्वरूपाची अनुभूती प्रत्ययाला येते. गोरखनाथांच्या विचारधोरनुसार सर्व मानसिक कार्यावर आणि वैश्विक शक्तींवर ताबा मिळवल्याने मन (सत्याच्या) प्रकाशाने उजळून निघण्याची अनुभूती समाधी अवस्थेत येते. हळूहळू जिवाची 'स्व'ची जाणीव चढत्या क्रमाने वैश्विक जाणिवेत अर्थात् 'शिव'तत्त्वात परिवर्तित होते. मन ज्ञानेंद्रियांच्या अनुभवापलीकडे पोहोचते. त्याला 'उन्मन' म्हणतात. ती मनाची श्रेष्ठतर अशी अवस्था असते.

यौगिक दृष्टिकोनातून गोरखनाथांनी मानवी शरीराचे सर्वसमावेशक पृथ:करण केले. त्याचे वर्णन 'गोरक्ष वचन संग्रह' या ग्रंथात पुढील प्रमाणे दिले आहे :

- भूत पिंड (म्हणजे ऐहिक देह)
- मानसिक शरीर (त्याला 'अंत:करण पंचक' असे म्हटले आहे.)
- कुलपंचक
- व्यक्तिपंचक
- प्रत्यक्ष कारण पंचक
- नाडी संस्थान
- दशवायू

ज्या योग्यांना आत्मज्ञान होण्यासाठी आधी पहिल्या टप्प्याला पूर्ण शुद्ध आणि निर्दोष शरीर हवे असेल, त्यांना हे शरीराचे भाग नीट समजावून घ्यावे लागतील. त्यांच्यासाठी दिलेल्या कार्यपद्धती मन:पूर्वक प्रामाणिकपणे अंमलात आणाव्या लागतील. गोरखनाथांच्या कार्यपद्धती सर्वसाधारणपणे कृतिशील, प्रत्यक्ष अंमलात आणण्याजोग्या, व्यवहार्य अशा असून, योग्याला आपल्या शरीराचे पूर्ण भान सातत्याने राखावे लागते. या कार्यपद्धतीची प्रत्येक पायरी साधनेसाठी गरजेची आहे. अत्यंत महत्त्वाची आहे.

भूत पिंडे (पाँच पच्चीस)

भूतपिंडाला 'भौतिक पिंड' असेही म्हटले जाते. ते ठोस मूर्त स्वरूपाचे शरीर असते. त्यात पाच मूर्त घटक म्हणजे पंचमहाभूते वेगवेगळ्या प्रमाणात अवस्थित असतात. काही सघन भाग असतात. हाडे, मांस, त्वचा, पेशी आणि रोम (केश) यात भूमीच्या घटकांचे वर्चस्व असते. गोरखनाथांच्या मतानुसार वर नोंदविलेले शरीराचे सघन भाग हे भूमीच्या पाच गुणांचे दृश्यमान स्वरूप असते.

बाष्प म्हणजे पाणी हे शरीरातील द्रव्य घटकांमधून प्रकट होते. उदाहरणार्थ, लाळ, मूत्र, रेत, (शुक्र), रक्त (शोणित) व घाम (स्वेद). तेज हे महाभूत भूक (क्षुधा) तहान (तृष्णा), झोप (निद्रा), चमक (कांती) व आळस (आलस्य) या पाच गुणांमधून प्रकट

होते. गोरखनाथांच्या मते अग्नी वा तेजस् याचे शरीरातील प्रमाण हे त्यांचा प्रभाव व त्यांच्या कार्यावर अवलंबून असते.

वायू या महाभूताचे गुण म्हणजे हालचाल (धावन), चुळबुळ (ब्राह्मण) प्रसारण, आकुंचन, दडपणे (निरोधन). आकाश या महाभूताचे गुण म्हणजे शरीर आकर्षण (राग) घृणा (द्वेष), भीती (भय), लाज (लज्जा) व निष्ठुरता (मोह) हे होत.

मनुष्य शरीर पाच महाभूतांनी बनलेले असून गोरखनाथांनी त्याचे (वर नोंदविलेले) पंचवीस गुण सांगितले आहेत. शिस्तबद्ध आचरणाने हे सर्व आपल्या काबूत आणणे आवश्यक असते. कारण त्यांचा आपल्या निरामय जगण्याशी निकटचा संबंध असतो. आपल्या सवयी, (विचार भावनायुक्त) स्वभाव, यांच्यावरसुद्धा या गुणांचा प्रभाव पडू शकाते. यासाठी योगी आपल्या शरीराच्या जडणघडणीला विशेष महत्त्व देतात.

अंतःकरण पंचक

मानस शरीराने अथवा मनाच्या नैसर्गिक गुणधर्मांमुळे अंत:करण बनते. योग्यांच्या दृष्टीने त्यांचे मन म्हणजे वैश्विक मनाचे वैयक्तिक आत्मप्रकटीकरण असते. मन जिवंत चैतन्यमय शरीरावर सुद्धा अवलंबून असते. वैश्विक जीवन महाशंकर मूर्ती अथवा शिवशक्तीच्या वैश्विक शरीरापासून उत्क्रांत झालेले असते म्हणून प्रत्येक व्यक्ती ही शिवशक्तीचे प्रकटीकरण अथवा शिवशक्तीचे (अंशमात्र) अवतरण असते. गोरखनाथांनी मनाची पाच प्रकटीकरणे दिली आहेत. त्यांनी मानस, बुद्धी, अहंकार, चित्र आणि चैतन्य यांना 'अंत:करण पंचकौर' म्हटले आहे. आपल्या अनुभवाला येणाऱ्या (अमूर्त) मनाची ती आंतरिक साधने आहेत.

या प्रत्येकाची खास वैशिष्ट्ये आहेत. आणि ती प्रत्येक वेगवेगळ्या तऱ्हेने व्यक्त होतात. मानस म्हणजे बेशिस्त असलेले, प्रत्येक व्यक्तीला जाणवणारे मन. संकल्पात म्हणजे इच्छा, कामनांमध्ये समजून येते. तसेच विकल्प (शंका, द्विधा अवस्था), मूर्च्छा (तात्पुरते भानरहित होणे), जडता (वेडेपणा, गोंधळलेली अवस्था व मनन, आकलन केलेल्या गोष्टींचा विचार करणे) ही काही अन्य वैशिष्ट्येही आहेत. विवेक (म्हणजे चांगले काय वाईट काय, योग्य काय अयोग्य काय, मौल्यवान काय आणि मूल्यहीन काय वगैरेंचा सम्यक् निर्णय घेणे) वैराज्य (स्वत:हून सर्व माया मोहाचा त्याग करून भ्रम, अयोग्य दुष्टत्व, कुरूपता वगैरेंपासून मन वेगळे, शुद्ध ठेवणे) शांती (मनाचा गलबला शांत करणे विचाररहित स्थिती प्राप्त करणे), संतोष (समाधान) व क्षमा ही बुद्धीची प्रकटीकरणे आहेत.

वृथाभिमान (मी म्हणजे सर्वश्रेष्ठ) 'मदियम' (माझे असणे स्वत:ची मानसिक

शारीरिक जाणीव), मम सुखम् (स्वतःच्या सुखासाठी विचार, योजना कृती इत्यादी करणे), मम दुःखम् (आपल्या दुःखाचा सारखा विचार, दुःखाविरुद्ध झगडणे), मम इदम् (हे माझे आहे, हे माझ्या मालकीचे आहे. माझ्या एकट्याचे आहे अशा तऱ्हेची मालकी हक्क भावना). मानवी मनाच्या घडणीसाठी अहंकार महत्त्वाचा असतो. माणसाचे वेगळे व्यक्तिमत्त्व आणि स्वतंत्र ओळख ही अहंकारामुळे स्थापित होते. शारीरिक बदल आणि विविध मानसिक कार्यांमध्येही हे स्वत्व अहंकारामुळे राखले जाते. व्यक्तीच्या मानसिक विकासाशी निगडित असलेले बुद्धी आणि अहंकार हे महत्त्वाचे टप्पे आहेत.

मती (उपजत प्रेरणा व मानसिक कल, त्यातून निर्माण झालेल्या सवयी वगैरे), धृती ऊर्जा आणि अनुभव साठवून जतन करून ठेवण्याची क्षमता), स्मृती (जुने अनुभव आठवण्याची, ते तसेच व्यक्त करण्याची ज्ञानेंद्रियांचे सर्व अनुभव आठवण्याची क्षमता), त्याग (हव्यास न धरता जवळच्या गोष्टी सोडण्याची, देऊन टाकण्याची क्षमता, जुन्या नकोशा भावना व गोष्टी जवळ न बाळगता त्या विसरून जाण्याची क्षमता), स्वीकार (बाह्य जगातील ज्ञान अनुभव इ. अनेक गोष्टी प्राप्त होतात, त्या स्वीकारून आपल्याशा करणे) चित्र म्हणजे नेणिवेत - मनाच्या सुप्तावस्थेत चाललेल्या कार्याचे प्रकटीकरण, जुन्या फार पूर्वीपासून (कित्येकदा नकळत) झालेल्या संस्कारांचे पुनरूज्जीवन, प्रकटीकरण होणे इत्यादी.

चैतन्यात अंतर्भूत असलेल्या गोष्टी म्हणजे विमर्ष (तर्कशुद्ध विचाराचे मनन), धैर्य (सहनशीलता, संयम), चिंतन (विचार संकल्पनांवर ध्यान करणे, त्यांच्यावर मन एकाग्र करणे) व निःस्पृहत्व (जाणीवपूर्वक स्वतः बाणवलेली निरिच्छता) गोरखनाथांनी सांगितलेली व्यक्तीच्या मनाची ही चोवीस प्रकटीकरणे आहेत. अंतःकरण सूक्ष्म शरीराचे बनलेले असते. तर देह हा स्थूल शरीराचा बनलेला असतो.

कुलपंचक

कुलपंचक हे साधनेच्या गुंतागुंतीच्या तांत्रिक बाबींचे बनलेले आहे. वेगवेगळ्या संदर्भात त्याचे वेगवेगळे अर्थ दिलेले आढळतात. गोरखनाथांच्या मतानुसार कुल पाच गोष्टींनी व्यक्त होते. त्या म्हणजे (सत्त्व, राजस, तामस, काल, जीव) दया, धर्म, क्रिया, भक्ती व श्रद्धा ह्या पाच गोष्टींमधून सत्त्वाचा आविष्कार होतो.

सत्त्वगुणामुळेच मानवी मनाला स्वतःचे उन्नयन करीत उच्च आध्यात्मिक, नैतिक आदर्शांचे ध्येय बाळगत वाटचाल करण्याची प्रेरणा मिळते. निर्भेळ सत्य, सौंदर्य, पावित्र्य, चांगुलपणा व स्वातंत्र्य या सर्वांच्या प्राप्तीसाठी आपल्या भावना, विचारांना

दिशा मिळते.

राजसच्या आविष्कारात पुढील गोष्टी समाविष्ट असतात. दान (हे थोडे अहंभावाने, स्वत:च्या श्रेष्ठत्वाच्या आणि याचक गरजूच्या कमतरतेच्या जाणिवेने केलेले असते. दान स्वीकारणारा आपल्यावर कृपा करीत आहे असा विनम्र भाव नसतो.), भोग (अधिकाधिक इंद्रियसुखे व मानसिक सुखामागे धावणे), शृंगार (साज, सजावट, अलंकरण व कलात्मक गोष्टींची चैन, विलास), वास्तुग्रहण (जमीन जायदादीबद्दल प्रेम, हव्यास), स्वार्थसंग्रहण (स्वार्थासाठी वस्तू घेणे व साठविणे इतरांना त्याचा उपयोग न होऊ देता स्वत:पुरत्या राखणे). रजोगुणाचे हे सर्व आविष्कार असून त्यांच्या प्रभावाने माणूस उद्यमशील व महत्त्वाकांक्षी होतो. तसाच स्वार्थी, ऐहिक सुखांची आवड असलेला विविध कला आणि इतर (ज्ञानेंद्रियांद्वारा मिळणाऱ्या) आनंदाकडे मनाचा कल असलेला असतो.

तामस गुण हा माणसाच्या दुष्प्रवृत्तींना जबाबदार असतो. आपल्या स्वभावात विवाद कलह, शोक, वध (कुणाला ठार करणे) व वंचना (इतरांना फसवणे) ह्या अपप्रवृत्ती तमामुळे येतात.

काळ हा वेळाशी निगडित असतो. तो आपल्या आयुष्यातील सर्व महत्त्वाचे बदल घडवून आणतो. आपल्या कार्याचे फळ मिळणे, त्यांचे आपसातील साहचर्य व पुढे चालविलेला वारसा यासंबंधी जाणून घेणे) कल्पना (नैसर्गिक घटना निर्माण होण्यासंदर्भात नियमित कालबद्ध व्यवस्था असते तिची जाणीव व त्याबद्दलचे कौतुक), भ्रांती (विचारांचा गोंधळ), प्रमाद (ठरावीक काळात निर्माण होणारे वेड) व अनर्थ (अपघाताने वाट्याला येणारे दुर्दैव) हे सर्व काळाचे आविष्कार आहेत.

जीव म्हणजे (शारीरिक, मानसिक इ.) अवस्थांमधील बदल किंवा या घडणाऱ्या सर्व परिवर्तनामध्ये स्वत:ची व्यक्तिगत जाणीव व अस्तित्व यांच्याशी निगडित अवस्था जिवाचा ज्या अवस्थांमधून आविष्कार होतो, त्या म्हणजे जागृत (जागेपणाची अवस्था. या काळात ज्ञानेंद्रियांच्या माध्यमातून मनाचा बाह्यवास्तवाशी प्रत्यक्ष संबंध घडतो.) स्वप्न (या अवस्थेत मनाचा वास्तवाशी प्रत्यक्ष संबंध नसतो. पण सूत्रावस्थेच्या स्तरावर मन विविध गोष्टी अनुभवत असते, सुषुप्ती (गाढ निद्रेची अवस्था. यात मन संपूर्ण भानरहित असते. त्यात व्यक्तीनिष्ठ, वस्तुनिष्ठ असे अनुभव येत नाहीत. संपूर्णपणे विसावलेल्या शरीरमनाची ती गाढ झोप असते, तूरिया (आत्म्याच्या दिव्य अलौकिक स्वरूपावर संपूर्ण एकाग्रता साधली जाते. प्रकाशमय, आनंदमय अशी ही स्थिती असते.) तूरियातीत (संपूर्ण एकाग्रता अधिक उन्नत होत, अखेर आत्म्याची परमात्म्याशी एकरूपता होते. आत्मशिवात विलीन होतो.)

या सर्व अवस्था एकप्रकारे 'कुला'ला त्रासदायक, कठीण अशा असतात. त्यामुळे त्यांच्यातून उत्क्रांत होत जाण्यासाठी आत्मिक उन्नतीची उद्दिष्टे नजरेसमोर ठेवून साध्य करण्यासाठी कुल मार्गदर्शन करते आणि व्यक्तीची त्यातून होणारी जडणघडण जरी गुंतागुंतीची असली तरी सुसंगत, आंतरिक मेळ साधणारी असते. कुल हे शिवशक्तीपासून (निर्माण होऊन) पुढे उत्क्रांत होत गेलेले असल्याने व्यक्तीला प्रत्येक टप्प्याला पुढे जाण्यास मार्गदर्शन करते आणि अखेरीस वैश्विक व्यवस्थेच्या अंतिम स्थितीपर्यंत पोहोचण्याचे ध्येय साध्य करण्यास साहाय्यभूत होते.

व्यक्तिपंचक

गोरखनाथांच्या मतानुसार व्यक्तिपंचकामध्ये आत्माविष्काराचे पाच प्रकार किंवा व्यक्ती असतात. त्यांचे वर्गीकरण पुढीलप्रमाणे केले आहे – इच्छा, क्रिया, माया, प्रकृती आणि वाक् हे व्यक्तिपंचक आहे. यातील प्रत्येकाचा आविष्कार पाच तऱ्हांनी होतो.

उन्माद (वेडेपणाची, असंतुलित ऊर्मी आणि उत्तेजितता पुष्कळदा लहान मुलांमध्ये मद्यपी लोकांमध्ये आढळते), वासना (उपजत प्रेरणा किंवा पूर्व सवयींमुळे खोलवर रुजलेल्या इच्छा), वांच्छा (इतरांना भुरळ पाडणे, संपत्ती, सत्ता, ऐहिक सुखे यांची लालसा असणे), चिंता (हव्याशा वाटणाऱ्या वस्तू प्राप्त करण्यास योजना आखणे, त्या विकत कशा घेता येतील याचा विचार करणे), चेष्टा (आपल्याला हव्याशा वाटणाऱ्या वस्तू व फार हवीशी वाटणारी उद्दिष्टे यांच्या प्राप्तीसाठी मानसिक प्रयत्न व कणखर निश्चय.) इच्छेचे हे पाच आविष्कार आहेत.

क्रियेचे प्रकटीकरणही पाच प्रकारांनी होते – स्मरण (इच्छित वस्तू प्राप्ती किंवा हेतू पूर्तीसाठी क्रियाशील चिंतन), उद्योग (इच्छित वस्तू किंवा हेतू प्राप्त करण्यासाठी आवश्यक तयारी करणे), कार्य (एखादी वस्तू, हेतू आदर्श यांची प्राप्ती आणि पूर्ती होण्यासाठी कार्यरत होणे), निश्चय (वस्तू वा आदर्श यांची परिपूर्ती झाल्याखेरीज थांबणार नाही, असा ठाम निश्चय), स्वकुलाचार (वेळ पडल्यास स्वतःच्या सुखाचा होम करून सुद्धा सामाजिक आणि आपल्या कुलाची मूल्ये मनाशी बाळगून त्यानुसार असणारी कर्तव्ये व शुभकृत्ये, उत्तम कार्ये पार पाडणे) हे सर्व क्रियेचे आविष्कार आहेत. माया ही प्रत्येक माणसाच्या व्यक्तिमत्त्वाची अभिव्यक्ती आहे. स्वतःला आवडणाऱ्या वा हव्या असणाऱ्या गोष्टींना नको इतके महत्त्व मायेमुळे दिले जाते. यासाठी दुसऱ्यांशी व्यवहार करताना फसवणूक, खोटेपणाही बिनदिक्कत केला जातो.

मद (उन्मत्तपणा, पोकळ अहंकार आणि त्यातून निर्माण झालेल्या इच्छा वा कृती), मात्सर्य (इतरांचे यश, कीर्ती, आनंद याबद्दल असिहिष्णुता, हेवा, द्वेष, मत्सर,

आकस वाटण्याची वृत्ती), दंभ (इतरांसमोर स्वत:च्या श्रेष्ठत्वाचा गर्व दाखवणे, स्वत:ची योग्यता खूप वाढवून सांगताना इतरांची योग्यता आहे त्यापेक्षा कमी लेखणे), कृत्रिमत्व (कृत्रिमपणा, इतरांच्या मनावर छाप पाडण्यासाठी आत एक, बाहेर वेगळेच दाखवण्याची दुटप्पी वृत्ती), असत्य (बोलणे व कृतीमध्ये खोटेपणा, नकलीपणा, बेगडी वृत्ती) हे सर्व मायेचे आविष्कार आहेत. मायेचे हे प्रत्यक्षात उतरणारे आविष्कार स्वभावात राजस आणि तामस या गुणांचे वर्चस्व असल्याचे दर्शवितात. मनुष्यमात्रास स्वत:चा विकास करून उत्क्रांतीच्या वरच्या अवस्था गाठायच्या असल्या तर या सर्वांच्या पलीकडे जायला हवे. प्रकृती ही माणसाच्या व्यक्तिमत्त्वाचे प्रकटीकरण आहे. आशा (भविष्यकाळ उज्ज्वल असण्याची आस), तृष्णा (अधिक मिळवण्याची इच्छा), स्पृहा (वस्तुवैभव इ. मिळवण्याची इच्छा), कांक्षा (मोठेपण प्राप्त करण्याची महत्त्वाकांक्षा), मिथ्या (स्वत:च्या कुवतीबाहेरचे अधिक काही लाभावे याची उत्कट इच्छा. त्या प्रकारची स्वप्ने बघणे हे प्रकृतीचे आविष्कार असून माणसाचा स्वभाव त्यातून घडतो. माणसाच्या मनात फक्त ऐहिक सुखप्राप्तीचे ध्येय आहे की उच्चतर आध्यात्मिक उद्दिष्ट आहे, हे त्यावरून कळते.

वाक् म्हणजे बोलणे, गोरखनाथांनी त्याचेही पाच प्रकार विषद केले आहेत. परा (या टप्प्याला वाणी 'जागृतावस्था' या स्थितीत असते), पश्यन्ति (या पायरीला काही सूक्ष तरल विचारांचे भान येते), अध्यया (शरीरात संघटित अशी स्पंदने किंवा मज्जासंस्थेत होणाऱ्या हालचाली. यातून निर्माण होणाऱ्या कल्पना व्यक्त करण्यास शारीरिक क्रियेची गरज असते), वैखरी (इतरांना ऐकता येणारे शब्दोच्चार करणे, मनातील विचार इतरांना सांगणे), मैत्रिका (भाषेचा अंतिम टप्पा भाषेचे घटक. उदाहरणार्थ, शब्द, वाक्य, वाक्प्रचार भाषा इ.) हे सर्व 'वाक्'चे आविष्कार आहेत. योग्यासाठी वाक् अत्यंत महत्त्वाचे प्रकटीकरण आहे. योगी पवित्र मंत्र जप सतत करीत असतात. त्यांचे योग्य उच्चार आणि अर्थावर ध्यान केंद्रित करणे, हे वाक् मुळेच साध्य होते.

प्रत्यक्ष कारण पंचक

गोरखनाथांच्या मतानुसार मनुष्याच्या आयुष्याचे अंतिम उद्दिष्ट (आत्मबोध) प्राप्त करण्यास, शरीराची योग्य वाढ आणि शरीरात (पेशी इत्यादींची) नवनिर्मिती होण्यास काही भौतिक कारणे अत्यावश्यक आहेत. त्यांना प्रत्यक्ष 'कारण पंचकांड' म्हटले जाते. त्यांचे पाच प्रकारांमध्ये वर्गीकरण केले आहे. कर्म, काम, चन्द्र, सूर्य, अग्नी. या सर्वांचे कार्य सूक्ष्म स्तरावर चालू असले तरी त्याचा शारीरिक जीवनावर होणारा परिणाम समजतो. व तो 'प्रत्यक्षात' दिसतो.

कर्म म्हणजे कार्य, कृत्य, शरीराचे अवयव, विचार, इच्छा या सर्वांचा कर्मावर प्रभाव असतो. त्यांचे लाभकारक वा हानिकारक परिणाम माणसाच्या भविष्यकालीन जगण्यावर होतात; एवढेच नव्हे तर पुढील जन्मातही ते दिसून येतात. गोरखनाथांनी कर्माचे पाच प्रकार विशद केले आहेत – शुभ (चांगली कृत्ये. त्याचे लाभदायक परिणाम होतात.), अशुभ (वाईट कृत्ये. कर्त्यावर त्यांचे नकारात्मक परिणाम होतात.), यश (समाजाकडून मान्यता व प्रशंसा मिळालेली कृत्ये. त्यामुळे कर्त्याला तात्कालिक किंवा दीर्घकालीन कीर्ती व प्रशंसा मिळते.), अपकीर्ती (समाजाने धिःकारलेली कृत्ये. त्यामुळे कर्त्याचे नाव कलंकित होते, बदनामी होते), अदृश्य फलसाधना (पुण्यकृत्ये व पापकृत्ये. त्यांच्यामुळे नैतिक धार्मिक गुण (पुण्य) वा दोष (पाप) कर्त्याच्या पदरात पडतात.) हे सर्व घटक कर्त्याच्या सुख वा दुःखाला जबाबदार असतात. यांचे परिणाम कर्त्याच्या या जन्मीच्या मन, शरीर, आत्म्यावर होतातच; पण पुढील जन्मीही ते भोगावे लागतात.

काम हे वैश्विक व्यवस्थेत जिवंत व्यक्तींच्या जन्म व वाढीकरता आवश्यक असे दुसरे प्रत्यक्ष कारण आहे. गोरखनाथांच्या विवेचनात 'काम' हा शब्द लैंगिकता या अर्थी वापरला आहे. मनुष्याच्या पुनरूत्पत्ती व वंशसातत्यासाठी तो महत्त्वाची भूमिका बजावतो. पुनरूत्पत्तीसाठी काम हा पायाभूत नियम आहे. कारण मनुष्याचा जन्म स्त्री पुरुष समागमातून होतो. तो शिव शक्तीच्या वैश्विक खेळाचा (अंशमात्र) भाग असतो. 'कामा'चे पाच स्वभावगत आविष्कार म्हणजे रती, प्रीती, क्रीडा, कामना व आतुरता. रती म्हणजे स्त्री पुरुषांमधील लैंगिक आकर्षण. प्रीतीमध्ये स्त्रीपुरुषांची परस्पर मैत्री होते. त्यातून सुख मिळते. जिव्हाळा निर्माण होतो. त्याची परिणती प्रेम आणि ममत्वात होते. क्रीडा म्हणजे लैंगिक ओढ, इच्छा पुरवणारे खेळ; रतिक्रीडा. कामना म्हणजे एकमेकांच्या सहवासात अधिक जवळीक निर्माण व्हावी, अशी इच्छा. सहवासाचा आनंद आतुरता म्हणजे समागमानंतर झालेल्या अतीव सुखानंतर आलेली ग्लानी, शक्तीहीन स्थिती आणि समागम इच्छा तात्पुरती नकोशी होणे. एकंदरीत 'काम' पुनरूत्पादनासाठी आवश्यक असतो. तसेच महत्त्वाच्या अवयवांच्या वाढीसाठी व काही स्वाभाविक मानसिक गुणांसाठीही कारणीभूत असतो. चन्द्र, सूर्य, अग्नी यांचा मोठा प्रभाव जगातील जीवनाच्या उत्क्रांतीवर असतो. या तीन घटकांशिवाय जीवन (सजीव भूतमात्र) अस्तित्वात येणे अशक्य होते. योग्यांच्या दृष्टीने या तिन्हींचा अर्थ वेगळा होतो. सूर्य, चन्द्र, अग्नी मनुष्याच्या शरीरात असल्याचे योगीजन जाणतात. शरीराचे आरोग्य जतन करण्यासाठी या तीन घटकांचे नियमन व सुसंवादित्व गरजेचे असते. यौगिक परिभाषेत सजीवांमध्ये अन्नपचन करून शरीरात ऊती, पेशी, ऊर्जा, अवयव इत्यादिंची उत्पत्ती करण्याची शक्ती म्हणजे चन्द्र. त्याला 'सोम' असेही म्हणतात.

तो 'रसा'चा स्रोत असल्याचे मानले जाते. (रस म्हणजे अन्न पदार्थांचे सत्त्व, सार) म्हणजेच चन्द्र हा सर्व पोषण, आनंद, चैतन्य यांचा स्रोत आहे. प्रत्येक जीवमात्रांना तो भोग्य वस्तूंची देणगी देतो. ज्या गोष्टी खाता येतील शरीरात शोषून घेता येतील आणि त्यांच्या द्वारे पोषण, चैतन्य, आनंद मिळेल) अशा वस्तू पुरवतो. सूर्य आणि अग्नी या जीवमात्राच्या शरीरांतर्गत शक्ती असतात. या ग्रहण केलेले अन्नपदार्थ एकत्र करतात, शोषून घेऊन पचवतात आणि पूर्ण वाढीसाठी आवश्यक असे घटक त्यातून निर्माण करतात. या शक्ती, मानसिक ताकद, आध्यात्मिकशक्ती, सावधचित्तता, बुद्धिमत्ता व नैतिक ताकद घडवितात, वाढवितात - सूर्य आणि अग्नी यांना 'भोक्ता' म्हटले जाते. भोक्ता म्हणजे ग्रहण करणारा. प्रत्येक जीवमात्रात भोक्ता-भोग्यात्मक अवस्थेत असतात. (ग्रहण करणारा -ग्रहण करण्यायोग्य, खाणारा - खाण्यायोग्य, शोषून घेण्याची शक्ती - शोषण योग्य (आत्मसात करण्यायोग्य), शक्ती अशा जोड्या असतात. या जगाला अग्नी सोमत्क - जगत असे नाव दिले गेले आहे. त्याचा अर्थ असा की 'विश्व' नामक ही अलौकिक गोष्ट भोग्य-भोक्ता या जोडीच्या एकरूप होण्यातून उत्क्रांत होत गेली.

> गोरखनाथांनी चंद्राच्या १७ कलांची सूची दिली आहे. तसेच सूर्याच्या १३ व अग्नीच्या ११ कला असल्याचे म्हटले आहे. कला या विविध शक्ती असून त्या (चंद्र, सूर्य, अग्नी) या घटकांमधून प्रसृत होतात. सजीवांच्या शरीराचे जतन आणि वाढ करण्यासाठी तसेच संपूर्ण विश्वाचे संतुलन व सौंदर्य टिकवण्याच्या कार्यासाठी या शक्ती वेगवेगळी कामे करतात. या सर्वांमध्ये एक कला समान असते. यांचा थेट संबंध त्या परमात्म्याशी जोडण्याचे काम ती कला करते. मुख्यत्वेकरून चन्द्र सूर्य व अग्नी हे भगवान शिवाच्या महाशक्तीचे आविष्कार आहेत. त्यामुळे मूलतः ते एकच आहेत. (मनुष्यमात्रात असलेल्या चन्द्र, सूर्य अग्नी याबद्दल अधिक चर्चा प्रस्तुत पुस्तकात पुढे एका अन्य प्रकरणात दिली आहे.)

नाडी संस्थान

मज्जासंस्थेचे पुरेसे ज्ञान असणे योग्याला अत्यंत आवश्यक असते. सर्व शरीराचे एकत्व प्रत्यक्ष समजावण्यास ही संस्था महत्त्वाची भूमिका बजावते. हजारो नाड्यांनी मानवी शरीर बनलेले असते. त्या नाड्या असंख्य कामे पार पाडत असतात. त्या म्हणजे मनाची

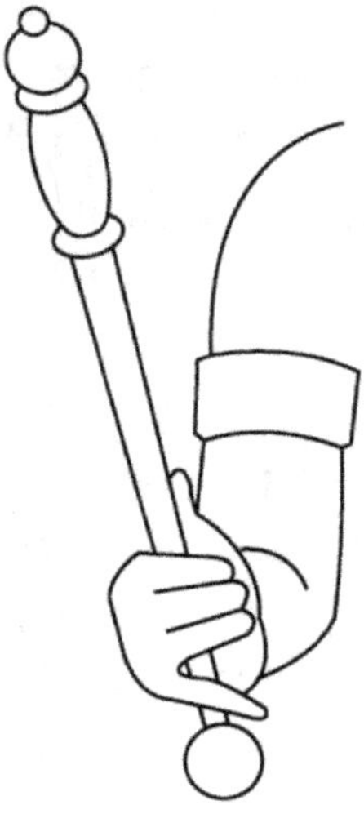

ब्रह्मदंड

साधने आहेत. त्यांच्याद्वारे मनाच्या आज्ञा शरीराच्या अवयवांना पोहोचविल्या जातात. काही नाड्यांमुळे आकलन, ज्ञान इत्यादींसाठी साहाय्य होते. काही नाड्या प्रबळ इच्छा, भावना उत्तेजितता इत्यादिंशी निगडित असतात. तर काहींमुळे हालचाल शक्य होते, काहींमुळे श्वासोच्छ्वास अशी विविध कार्ये त्या पार पाडत असतात. पण त्यांचा मुख्य हेतू असतो, तो व्यक्तीच्या शारीरिक, मानसिक भागांचे सुसंवादित्व, एकोपा राखण्याचे.

योगी गुरूंनी नाड्यांचे उगमस्थान शोधले असून त्याला ते 'मूलकंद' म्हणतात. तो शरीराचा अत्यंत महत्त्वाचा भाग असून, नाभीकेंद्राच्या खाली व प्रजनन अवयवांच्या वर पाठीच्या कण्यात मेरूदंडात त्याचे स्थान असते. या स्थानी सर्व महत्त्वाच्या नाड्या उत्पन्न होऊन पुढे होतात. आणि शरीरभर नागमोडी मार्गांनी सर्व दिशांमध्ये पसरतात. मेंदू आणि पाठीचा कणा हे मज्जासंस्थेतील महत्त्वाचे अवयव आहेत. मेंदूत सहस्त्रार चक्राचे स्थान आहे. त्यातून नैतिक जाणिवा आणि ज्ञानी मनाचा विकास होतो. त्यांचा मनुष्यावर प्रभाव असतो. संपूर्ण मज्जासंस्थेचा हा सर्वोच्च आणि सर्वश्रेष्ठ भाग असतो. पाठीच्या कण्यामुळे संपूर्ण मानवी शरीराचा तोल सांभाळला जातो. त्याला ब्रह्मदंड अथवा मेरूदंड म्हणतात. गोरखनाथांच्या मते या नाडी संस्थानातील बहात्तर नाड्या विशेष महत्त्वाच्या असतात. गोरखनाथांच्या सिद्ध-सिद्धान्त पद्धती ग्रंथात सुषुम्ना, इडा, पिंगला, सरस्वती, पुषा, अलंबुशा, गांधारी, हस्ती-जीव्हिका, कुहू, संखिनी ही नावे विशेषत्वाने आढळतात.

सुषुम्नेला 'ब्रह्मनाडी' म्हटले जाते. आणि आपल्या बौद्धिक, नैतिक, आध्यात्मिक जीवनाच्या विकासात तिची भूमिका अत्यंत महत्त्वाची असते. ही नाडी मूलकंदातून निघते. मूलाधारातून ब्रह्मदंडातून सहस्त्रारचक्रातील ब्रह्मरंध्रापर्यंत पोहोचते. (हा मेंदूचा सर्वांत वरचा महत्त्वाचा भाग असतो.) याच नाडीमार्गाने कुंडलिनी शक्ती वर चढते आणि अखेर मस्तकात 'शिवा'ला भेटते. इडा आणि पिंगला या नाड्या दोन नाकपुड्यांशी निगडित आहेत. सर्व श्वासोच्छ्वासाशी निगडित अवयवांची सेवा पोहोचवणाऱ्या या नाड्या भ्रूमध्याशी एकत्र होतात. योगी 'इडे'ला चन्द्रनाडी म्हणतात. ती डाव्या नाकपुडीशी जोडलेली असते. इडा व पिंगला या सुषुम्ना नाडीच्या दोन्ही बाजूंना असतात. शिवाय त्या प्राणवायूच्या शरीरातील हालचालींशी निगडित असतात.

श्वासोच्छ्वासावर ताळा व इडा आणि पिंगलेच्या हालचाली हा यौगिक शिस्तीचा महत्त्वाचा भाग आहे. त्यांचा सुषुम्नेशी संयोग होऊ शकतो. ती संपूर्ण शक्ती एकवटून केंद्रित केल्यास अंतिम सत्याचे आकलन होते असे म्हटले जाते. (शिवस्वरोदय शास्त्र) वाणीचा अवयव म्हणजे मुख! त्याच्याशी सरस्वती नाडी संबंधित आहे. ती 'वाणी'ची सर्व साधने मेंदूशी जोडते. मेंदूकडून येणाऱ्या इच्छा, विचार, भावना, संवेदना यांना योग्य तो प्रतिसाद देत पुढील कार्ये वाणीच्या साधनांकडून सरस्वती नाडी करविते. पूषा आणि अलंबूषा या नाड्या डोळ्यांशी निगडित आहेत. नेत्रपटल बुब्बुळे वगैरे अवयवांशी संबंधित आहेत. गांधारी व हस्तिजीव्हिका या नाड्या दोन कर्णेंद्रियांशी जोडलेल्या आहेत. श्रवणसंवेदनांना त्या जबाबदार असतात. कुहू नाडी गुदद्वाराशी संबंधित असून मलविसर्जन कार्य चालण्यास ती जबाबदार असते. शंखिनी नाडी प्रजनन अवयवांशी संबंधित असते. या मुख्य नाड्या आहेत. आणि त्या नेहमी वाहत्या स्थितीत असतात. (संदेशांची सतत देवाण-घेवाण होत असते) त्या मनुष्यमात्राच्या शारीरिक, मानसिक, भावनिक व आध्यात्मिक वाढ आणि विकासाला जबाबदार असतात.

वायुसंस्थान

वायू म्हणजे जीवनावश्यक श्वास हा शरीराच्या सर्व कार्यांसाठी जबाबदार असतो. तो सर्व अवयवांना कार्यान्वित करतो. आणि शरीराचे सर्व भाग नीट काम करीत आहेत की, नाही याची खबरदारी घेतो. तो वातावरणातून ऊर्जा घेतो आणि शरीराचे सर्व अवयव ताजेतवाने करतो. अन्न व द्रवपदार्थ एकरूप करून पचनास मदत करतो. रक्ताभिसरण, ग्रंथीस्राव या कार्यांमध्ये त्याची महत्त्वाची भूमिका असते. जागृतावस्था, झोप आणि स्वप्नावस्था अशा सर्वकाळी तो माणसाला कार्यरत ठेवतो. सर्व नाड्यांना चंद्र, सूर्य, अग्नी यांना सेवा पुरवितो. त्यांना जीवित आणि ताजेतवाने ठेवतो. वायूच्या या ऊर्जेला 'प्राणशक्ती' असेही म्हणतात. जरी वायू हा एकच स्रोत सर्व शरीरातून वाहात असला तरी त्याच्या विविध कार्यांप्रमाणे त्याला वेगवेगळी नावे आहेत. या कार्यांना 'वृत्ती' असेही म्हटले जाते. प्राण, अपान, समान, उदान, व्यान, नाग, कूर्य कृकार (कृकाल), देवदत्त आणि धनंजय असे दहा वायू आहेत. पहिले पाच महत्त्वाचे असून पुढील पाच दुय्यम आहेत.

या सर्वांमध्ये प्राण अत्यंत महत्त्वाचा असून तो हृदयात असतो असे समजतात. श्वासोच्छ्वासाद्वारे तो सर्व अवयवांना ऊर्जा पुरवून कार्यान्वित करतो. श्वासोच्छ्वास प्रक्रिया हा मुख्य प्रवाह आहे. त्याची शरीराच्या मुख्य ऊर्जेशी सतत देवाणघेवाण चालू राहते. ही ऊर्जा विश्वरचनेत अनंत प्रमाणात उपलब्ध आहे. अपानवायू गुदद्वाराशी

संबंधित असतो. शरीराच्या खालच्या अवयवांना तो ऊर्जा पुरवतो. शरीरातील अशुद्धी व शरीराला नको असलेले इतर सर्व विविध रूपातील मल साफ करण्यास तो संबंधित अवयवांना साहाय्य करतो. त्याचे कार्य 'प्राणा'शी जोडलेले असते. प्राण शरीराला शुद्ध हवा आत घेण्यास मदत करतो व 'अपान' अपायकारक अशुद्ध शरीराला त्याज्य वाटणारी हवा बाहेर सोडतो. 'समान' वायू नाभीस्थानी असतो. तो अग्नी प्रज्वलित करण्याचे, चेतावण्याचे कार्य करतो. म्हणजे जठर आणि आतड्यातील अग्नी प्रदीप्त करून पचनास मदत करतो. 'व्यान' सर्व शरीरभर फिरतो. सर्व नाड्यांना नवीन ऊर्जा आणि चापल्य बहाल करतो. त्या सर्वांमध्ये ऊर्जाचे समान वाटप होईल असेही बघतो. 'उदान' हा कंठात असतो. संबंधित अवयवांना अन्न आणि द्रवपदार्थ सहज गिळता यावेत, म्हणून तो साहाय्य करतो. कधी कधी काही अन्न उलटून बाहेर येते. कारण ते शरीराने नाकारले असते. (या संदर्भातही 'उदाना'चे साहाय्य होते.) 'बोलण्याशी' संबंधित सर्व अवयवांची उत्स्फूर्त हालचाल होण्यासाठी उदानाची मदत होते.

'नाग' वायू सर्व शरीराला ताकद देऊन शरीराच्या संतुलित हालचाली व्हाव्यात, म्हणून योगदान देतो. काही प्रसंगी शरीराच्या विशिष्ट अवयवांचे अनैच्छिक कंपन होते त्याच्या मुळाशी 'कूर्म' वायू असतो. आपल्या पापण्यांचे उत्स्फूर्त उघडमीट होणे बुब्बुळांची हालचाल यांनाही 'कूर्माचे' मोठे साहाय्य असते. या प्रकारे शरीराच्या नाजूक अवयवांनी अचानक उद्‌भवलेल्या परिस्थितीशी मिळते-जुळते घ्यावे म्हणून त्याची मदत होते. 'क्रीकाल' दोन क्रियांना जबाबदार असतो. पोटात न सामावणारे (अवांछित) वायू घशातून व तोंडातून बाहेर फेकणे आणि शरीर पूर्वस्थितीला आणणे व भूक प्रदीप्त करणे, ही क्रिकालाची कार्ये आहेत.

कधीकधी शरीराची वेगळी आणि विचित्र स्थिती होते. तोंडातून वा अन्य ठिकाणांहून आपोआप जोरात स्राव बाहेर येतात. 'देवदत्त' वायू अशी परिस्थिती काबूत आणतो व शरीराची त्यातून सुटका करतो. 'धनंजय' वायूचा सर्व शरीरसंस्थेत संचार असतो. तो सतत एक ध्वनी किंवा ध्वनी शृंखला (नाद) निर्माण करतो. जणू काही शरीराचे जतन व विकास करण्यासाठी वेगवेगळे अवयव आणि शक्ती यांची कार्ये चालू असतात व आपसात देवाण-घेवाण होत असते त्यांना तो साथ करत असतो.

गोरखनाथांच्या मतानुसार श्वसन हे तीन क्रियांनी मिळून बनते. श्वास घेणे (पूरक), श्वास सोडणे (रेचक) आणि दोन्हीच्या मध्ये कालावधी असणे (कुंभक). श्वास घेणे आणि श्वास सोडणे यांच्या दरम्यान थोडा काळ क्रिया स्थगित असते. योगाच्या सरावाने हा मधला स्थगितीचा काळ आपण लांबवू शकतो किंवा नियमित करू शकतो. पण ही कृती गुरूंच्या मार्गदर्शनानुसार (त्याच्या देखरेखीखाली) शिकायला हवी. योगी

गोरखनाथांच्या मते प्रत्येक वेळा आपण श्वास सोडतो तेव्हा 'हम्' असा ध्वनी होतो आणि आपल्या आत हवा प्रवेश करते तेव्हा 'सः'असा नाद ऐकू येतो. अशा तऱ्हेने प्रत्येक व्यक्ती नकळत हम् -सः चा उच्चार एखाद्या मंत्रजपासारखा पुनरावर्तित करीत असते. ती दैवी योजनाच असते. त्याचा सखोल आध्यात्मिक अर्थ असा असल्याचे म्हटले जाते की, हम् मध्ये अहम् आहे. अहम् म्हणजे मी (प्रत्येक व्यक्ती स्वतः) आणि सः शब्द ब्रह्म अथवा परमात्मा शिव या अर्थी येतो. अशा तऱ्हेने प्रत्येक वेळी व्यक्ती श्वास बाहेर टाकते तेव्हा तिचा जीव स्वतःला शरीरबंधनातून मोकळा करून घेतो आणि विश्व विहार करीत अखेर शिवाला भेटतो. प्रत्येक वेळी व्यक्ती श्वास घेते तेव्हा विश्वाचा आत्मा शिव आपल्या आत प्रवेश करतो तेव्हा व्यक्तीचा आत्मा अहम् आणि शिव समरस झाल्याचे जाणवते. एक वैशिष्ट्यपूर्ण गोष्ट म्हणजे जेव्हा मन अगदी शांत आणि शरीर निश्चल असते तेव्हा हम् आणि सः चा नाद थांबतो. एक लयीत असलेल्या नीरव स्पंदनलहरी 'ओम्'चा प्रत्यय देतात. त्याला 'प्रणव' म्हणतात. अहम् आणि सः चे पूर्ण एकरूप होण्याच्या स्थितीचे प्रतिनिधित्व प्रणव करतो. (म्हणजे अहम् आणि सः जेव्हा पूर्ण एकमेकांत मिसळून अद्वैत होतात, तेव्हा प्रणव स्पंदने जाणवतात.) तेव्हा व्यक्ती आणि विश्व, जीव आणि शिव एकरूप होतात. हा ध्वनी म्हणजे विश्वाचा प्रतिध्वनी असतो. निखळ आत्मा, ब्रह्म आत्मा आणि परमात्माहा अखिल ब्रह्मांडाच्या पलीकडचा असतो. (त्याचा जणु तो प्रतिध्वनी असतो.)

नियम आणि निर्बंध

मैत्रायन उपनिषद या पवित्र ग्रंथात योगाशी संबंधित काही तांत्रिक शब्दांचा उल्लेख आढळतो. 'ज्ञानेंद्रियांद्वारे' यांच्या (एकब्रह्म) आकलनासाठी हे (उपाय) आहेत - प्राणायाम, प्रत्याहार, ध्यान धारणा, तर्क, समाधी हा षड्अंग योग (ब्रह्माला जाणण्यास साहाय्य करतो). हे सर्व निर्बंध, नियमने यांचा विचार करण्याआधी साधनापथावर जाण्यासाठी योग्याला आणखी काही गोष्टींवर प्रभुत्व मिळवणे आवश्यक असते. त्याच्यासाठी आवश्यक अशा या पाच आज्ञा म्हणजे हिंसा, फसवणूक, असंतत्त्व यांच्यापासून दूर राहाणे, चोरी न करणे, ऐहिक इच्छा, कामना, वैभवाची लालसा यांचा त्याग, आणि ब्रह्मचर्य. (अहिंसा, सत्य, अस्तेय, अपरिग्रह, ब्रह्मचर्य). आणखी एक नियमावली शरीरशुद्धीसाठी आहे. ती म्हणजे बाह्य शरीराची शुद्धी, आंतरबाह्य शुद्धी झाल्यावर शरीराबद्दल उदासीनता वाटते. शरीराकर्षण नाहीसे होते. कामेच्छा, समागम यांपासून दूर राहाणे, ज्ञानेंद्रियांची धाव बाहेर असते. त्यांच्यामार्फत सुख मिळते. ती ज्ञानेंद्रियांची सुख प्राप्तीची दारे बंद करणे. योग्यांनी कराव्या अशा गोष्टी म्हणजे मनःशुद्धी,

साधी व काटकसरी राहाणी, समाधान, शांती, उष्णतेच्या व थंडीच्या परिस्थितीशी शरीराने जमवून घेण्याची सवय, शरीर नि:स्तब्ध ठेवणे, तत्त्वज्ञानाचा अभ्यास, नामजप व मंत्रजप (ॐच्या जपासहित) महत्त्वाच्या धार्मिक पवित्र दिवशी उपवास, एकाग्रता वाढवत नेण्यासाठी ध्यान, ईश्वराला व त्याच्या इच्छेला पूर्ण शरण जाणे. हे योग्यांसाठी नियम झाले.

त्यांच्या दैनंदिन जीवनाच्या दिनक्रमात तप, मंत्र आणि भक्ती यांचाही समावेश होतो. योग्याच्या साधनामार्गात अडचणी आल्या तर त्याने 'प्रतिपक्षाहारा'चे तत्त्व अंमलात आणावे, म्हणजे (ज्या गुणप्रभावाने अडथळा होतो त्या) गुणाचा निरोध, आणि ज्या कृत्याची इच्छा होते त्याच्या परिणामाबद्दल चिंतन. उदाहरणार्थ, इतर लोकांच्या वाईट सवयींबद्दल दुर्गुणांबद्दल तटस्थता (त्या सवयीचा मोह स्वत:ला न होऊ देणे), विचार आणि कृत्यांमध्ये भलेपणाला चांगुलपणाला प्राधान्य, दु:खीकष्टी लोकांबद्दल अंत:करणात करूणा असणे, समस्त जगताशी मैत्रभाव असणे. प्रा. राधाकृष्णन् यांच्या मतानुसार यम आणि नियमांमध्ये सर्व क्रियाशील व ग्रहणशील मूल्यांचा/ गुणांचा अंतर्भाव होतो. ते म्हणतात, ''यम नियमांच्या नित्य सरावामुळे वैराग्यप्राप्ती अथवा, कोणत्याही वासना कामनातून वजा होणे, इच्छा आकांक्षांमधून मुक्ती, ऐहिक सौख्य वा पारलौकिक आनंदाचीही इच्छा न उरणे या सर्वांचा विकास होत जातो.''

वरील सर्व शिस्त वा नियमांनुसार आचरणावर ताबा मिळवला की योग्याने पुढच्या टप्प्याला अगदी प्रामाणिकपणे नित्यनेमाने आसने करावयाची असतात. तसेच प्राणायाम व प्रत्याहाराचाही सराव करायचा असतो. योगी आसनांनी सुरुवात करतो. शरीर स्तब्ध ठेवणे, ठरावीक स्थितीत न हलता राहणे या संदर्भातील शिस्त शरीराला लावण्यासाठी विशिष्ट शारीरिक स्थितीत आसने करायची असतात. शांत, आरामदायक जागी योग्याने पहिल्यांदा मनाची हालचाल शांत करायची असते. त्याबरोबरच श्वासोच्छ्वासाचे नियमन करायचे असते. शरीर विवक्षित पवित्र्यात स्थिर ठेवायचे असते. (जणू अजिबात हवा नसलेल्या ठिकाणी असलेल्या दिव्याच्या तेजोमय ज्योतीप्रमाणे). हृद्योगात चौऱ्याऐंशी आसने वा लक्ष्ये दिली आहेत. त्यांचा प्रसार केला जातो. शिवसंहितेत प्रमुख अशी चार आसने दिली आहेत. तर घेरंड ग्रंथात एकतीस मुख्य आसनांची नावे व शरीरस्थिती (आसने)ची नावे दिलेली आढळतात.

आसनांवर प्रभुत्व मिळविल्यावर पुढील टप्पा हा श्वासाचे नियमन करण्याचा किंवा जीवनावश्यक अशा वायूचे शरीरात येणे व बाहेर जाणे नियंत्रित करण्याचा असतो. याला 'प्राणायाम' असे म्हणतात. सतत चाललेल्या श्वासोच्छ्वासामुळे परिपूर्ण एकाग्रतेत बाधा येते. म्हणून त्यावर नियंत्रण ठेवणे आणि नियमित अंतराने श्वासोच्छ्वास काही काळ थांबविणे आवश्यक असते. श्वास, उच्छ्वास व श्वसन काही काळ थांबवण्याचा

मधला भाग हे प्राणायामाचे घटक आहेत. श्वास बाहेर सोडण्याला 'रेचक' म्हणतात. ते करीत असताना 'शिवा'वर ध्यान केंद्रित करावे. श्वास आत घेण्याला 'पूरक' म्हणतात. ते करीत असताना 'विष्णू'वर ध्यान केंद्रित करावे. श्वास रोधून धरण्याला 'कुंभक' म्हणतात. ते करीत असताना ब्रह्मावर ध्यान केंद्रित करावे. या सगळ्या प्रक्रियेत मुख्य उद्दिष्ट असते ते श्वास निरोधनाचे. जितका अधिक काळ तुम्ही श्वास रोधून धरू शकाल तितके ते फलदायी ठरते, असे समजतात.

विशेषतः हठयोगात श्वासावर ताबा मिळवणे अत्यंत महत्त्वाचे मानले जाते. त्यामुळे योग्याची गूढ ज्ञानाची शक्ती वाढते. शहाणपणही वाढते. एकदा आपल्या श्वसनावर नियंत्रण मिळवले की योग्याला पुढील टप्प्याकडे वळता येते. त्याला 'प्रत्याहार' म्हणतात त्यात इंद्रिय सुखांच्या लालसेचा त्याग करावयाचा असतो. कालांतराने सर्व वासनांवर पूर्ण जय मिळवायचा असतो. यामुळे मन अधिक उत्तम प्रकारे एकाग्र होऊ लागते. ध्यानाचा कालावधी वाढू लागतो. मन इकडे-तिकडे भटकत नाही. प्रत्येक योग्यासाठी नियम यम, आसन, प्राणायाम व प्रत्याहार या प्राथमिक सुख तत्त्वांना जाणून घेऊन त्याचा अंगिकार करायचा असतो. त्यांच्यावर प्रभुत्व मिळवून या पहिल्या पाच पायऱ्या पार केल्यावर समाधीकडे जाण्याचा मार्ग दिसू लागतो. अखेरचे तीन टप्पे हे आंतरिक प्रक्रियेचे असल्याने अनावश्यक मानसिक क्रिया थांबविण्यासाठी योग्याला त्यांचे साहाय्य होते. हे टप्पे म्हणजे धारणा, ध्यान व समाधी. यापैकी धारणा व ध्यान यांच्यामुळे अज्ञान दूर होऊन प्रकाश प्रकट होतो. समाधी अवस्था ही ईश्वराशी सायुज्य पावण्याची, एकरूप होण्याची अवस्था आहे. या तिघांचा एक एकत्रित घटक म्हणून एकावेळी एकाच वस्तूचा अथवा वस्तूचे बाह्यांग सोडून आंतरिकतेवर केंद्रित झाला. (त्या एकत्रित घटकाने त्या वस्तूचा अभ्यास चालविला) तर त्या प्रक्रियेला 'संयम' म्हणतात. ही विचारमग्न गाढ तंद्री, संपूर्ण एकाग्रता आणि (त्या वस्तूवर संयम केल्यावर) होणाऱ्या ज्ञानाची म्हणजे यशाची एकत्रित अशी अवस्था असते. संयम जेव्हा आंतरिक क्रियांवर केंद्रित होतो तेव्हा चमत्कार वाटावा अशा शक्ती प्राप्त होतात.

शरीरातील किंवा शरीराबाहेरच्या एखाद्या वस्तूवर मन केंद्रित करणे याला 'धारणा' म्हणतात. त्यात मन एकाच स्थानाला चिकटून शरीराच्या तेवढ्याच भागात किंवा ज्या विशिष्ट बाह्य वस्तूंबाबत संवेदनक्षम राहिले उदाहरणार्थ, नाक, जिभेचे टोक, नाभी, भ्रूमध्य (इथे तिसऱ्या डोळ्याचे स्थान असल्याचे समजले जाते) ईश्वर किंवा अवकाश या कशाच्याहीवर एकाग्र झाले तर धारणा होते. एका विशिष्ट वस्तूवर मन संपूर्णपणे एकाग्र होणे जर बराच काळ घडू लागले, ती वस्तू सोडता इतर गोष्टींचे भान उरले नाही, ही अवस्था दीर्घकाळ टिकली तर तिला ध्यान म्हणतात. यासाठी मानसिक शारीरिक नियमन करावे लागते. एकदा ध्यान

साधले की ध्यानविषयावरून योग्याचे चित्त ढळणार नाही. अन्यत्र भटकणार नाही.

तिसऱ्या आणि अंतिम टप्प्याला मनाच्या सर्व क्रिया स्थगित होतात. सर्व तऱ्हेच्या विषयांचे चिंतन करणाऱ्या वृत्ती लयास जाऊन केवळ ध्येय विषयाचे नामरूपरहित आंतरिक अर्थाने, चिंतन करणाऱ्या एकाग्र शक्तीने समाधी अवस्था प्राप्त होते. तिच्यात दीर्घकाळ मुक्तीची अनुभूती येते. साधनामार्गात इतके पुढे आल्यावर कोणत्या वस्तूवर मन एकाग्र करावे त्याचा निर्णय योगी घेऊ शकतो. परंतु बहुतेक साधक 'ईश्वरा'वर मन एकाग्र करतात. यात विशिष्ट गोष्टीवर मन संपूर्ण एकाग्र झाले की स्वतःचे, अन्य अस्तित्वाचे भान उरत नाही. जणू त्या विशिष्ट वस्तूशी मन पूर्ण एकरूप होते. वूड्स जेम्स ह्यूटन यांनी, *'दी योग सिस्टीम ऑफ पतंजली'* या आपल्या ग्रंथात समाधीच्या चार स्तरांचे (तन्मात्रा) वर्णन केले आहे. वस्तूंवर मन एकाग्र करणे; यांची नामे व गुण लक्षात ठेवणे मग पाच तन्मात्रांवर मन एकाग्र करणे; आधी त्यांचे गुण लक्षात ठेवणे मग तटस्थपणे त्यांच्या गुणांवर मन एकाग्र करणे. मग बुद्धी आणि तिचे कार्य करणाऱ्या ज्ञानेंद्रियांना जाणवणारी सुखे यांवर एकाग्र होत, सुखाची जाणीव मागे टाकत सर्व बाह्यांगांना मागे टाकत आंतरिक अनुभूतींवर मन एकाग्र करणे. या वेळी सर्व कृती बाजूला सारल्या जाऊन शुद्ध मन तेवढे उरते.''

समाधीच्या प्रक्रियेत काही टप्पे येतात. संप्रज्ञता हा पहिला टप्पा. संप्रज्ञता समाधीत वस्तूंचे भान असते. निरोध अथवा असंप्रज्ञता समाधीत मनात कोणतीही वस्तू नसते. मनात केवळ एक पोकळी असते. पूर्णतः रिकामपण असते. समाधी लागू लागली, योग्याने त्यात परिपूर्णता मिळवली की हळूहळू योगही परिपूर्ण होतो. आणि अखेरीस योग्याला मुक्तीचा अनुभव येतो. वेदान्त तत्त्वज्ञानानुसार समाधी ही ब्रह्माशी एकरूप होण्याची अवस्था असते. तर सांख्य तत्त्वज्ञानानुसार समाधी अवस्थेत आत्मा सर्वांपासून वेगळा होऊन 'एकमेव' असा स्वतंत्र ठरतो.

या टप्प्याला स्वर्गीय शांती आणि सौंदर्याची अनुभूती येते. त्याशिवाय योग्याला अनेक मानसिक शारीरिक शक्ती प्राप्त होतात. (या अतिमानवी शक्ती किंवा सिद्धींबद्दल प्रस्तुत पुस्तकात अन्यत्र चर्चा आली आहे.)

योगतत्त्व उपनिषदानुसार योगाचे चार प्रकार असतात. हठयोग, राजयोग, मंत्रयोग व लययोग. 'तंत्रा'च्या विकासासाठी आणि आध्यात्मिक साधनेसाठी हे चारही प्रकार महत्त्वाचे होत. हठयोगात श्वसनावर नियंत्रण केले जाते. आणि विविध आसने, मुद्रा अन्य व्यायाम यांच्याद्वारे स्नायू आणि शरीरअवयवांवर पूर्ण नियंत्रण मिळवले जाते. या योगात प्रभुत्व मिळवणारा योगी जीवनाच्या कोणत्याही अंगात अद्भुत यश मिळवू शकतो. या योग्यांना काही अलौकिक शक्ती प्राप्त होतात. त्यामुळे त्यांना आजार दुखणी बरी करता

येतात. रोगप्रतिकारक शक्ती इतकी वाढते की, त्यांच्या शरीराला दुखणी, आजारांचा स्पर्श होऊ शकत नाही. राजयोगाला ज्ञानयोगही म्हणतात. सर्व बौद्धिक प्रक्रिया तसेच मनाच्या सर्व क्रिया आणि अतींद्रिय शक्तींचा विकासही राजयोगात समाविष्ट होतो. मंत्रयोगात पवित्र मंत्र, बीजमंत्र, प्रतिकात्मक शब्द, पवित्र धार्मिक ग्रंथ यांचा समावेश होतो. मंत्रयोग जादूच्या विश्वाशी अधिक निगडित असतो. या पद्धतीच्या योग साधनेला सततचा सराव आणि अखंड जपाची गरज असते. लय योगाचा भर मन अगदी शांत, निश्चल करण्यावर असतो. सर्व मानसिक प्रक्रिया बाजूला सारून गाढ तंद्रीची अवस्था हा अखेरचा समाधीचा टप्पा असतो. त्यामुळे मनाची परिपूर्ण निश्चलता गाठली जाते. लययोगाचा संबंध पुष्कळदा कुंडलिनी योगाशी जोडला जातो. शाक्तांच्या दृष्टीने हा सर्वश्रेष्ठ योग आहे कारण त्यामुळे शिव आणि शक्तीची एकरूपता अंतरी साधली जाते.

> प्रत्येक योगप्रकार वैशिष्ट्यपूर्ण असून प्रत्येकाची आपापली तत्त्वप्रणाली असते. पण प्रत्येक योग मनुष्यमात्राला या ना त्या प्रकारे साहाय्यभूत होतो. परिपूर्ण योगी होण्यासाठी या सर्व योगांवर प्रभुत्व मिळवणे गरजेचे आहे. प्रामाणिक आणि सखोल प्रयत्न नित्याने करणाऱ्या योग्याला यश मिळू लागते. हवे ते परिणाम साधण्यासाठी या योगांपैकी काहींची जुळणी करून वेगवेगळे आकृतीबंधही साधनेसाठी उपयोगात आणता येतील. हठयोग प्रदीपिका या ग्रंथात असा उल्लेख आहे की, हठयोग आणि राजयोग यांची आंतरिक जुळणी आहे आणि यापैकी कोणत्याही योगावर प्रभुत्व मिळवतांना दुसऱ्याचे साहाय्य होऊ शकते.

गोरखनाथपंथी साधक प्रामुख्याने हठयोगाचा अभ्यास व सराव करत असतात. 'गोरक्षपद्धती' या पवित्र ग्रंथानुसार 'ह' म्हणजे सूर्याचे प्रतीक व 'ठ' म्हणजे चंद्राचे प्रतीक. या दोहोंच्या संयोगाने हठयोग होतो. (या सूर्य, चंद्र तत्त्वप्रणालीबद्दल तपशीलवार चर्चा पुढील प्रकरणात केली आहे.)

हठयोगात कडक शिस्त, कठीण शरीरस्थिती या गोष्टी अभिप्रेत असतात. त्यात आसने, मुद्रा, धौती, चक्र, कुंडलिनी, नाडी यांची साधना, सराव करावा लागतो. कित्येकदा कुंडलिनी योग हा लययोगासारखाच मानला जातो. पण एक वैशिष्ट्यपूर्ण गोष्ट म्हणजे कुंडलिनी योगाच्या साधनेत ध्यान आवश्यक असते. म्हणजे राजयोगाची मानसिक प्रक्रिया अभिप्रेत असते. म्हणजे साकल्याने विचार करता सर्व योग प्रकार

काही ना काही समान धाग्यांनी एकमेकांशी जोडलेले आहेत.

कुंडलिनी योग समजून घेणे गरजेचे आहे. कारण दिव्य आनंद, मुक्ती आणि निर्वाणाशी त्याचा सखोल संबंध आहे. कुंडलिनी योग हा फक्त शिव आणि शक्तीच्या एकरूपतेवर आधारलेला आहे. असे म्हटले जाते की, प्रत्येक योग्याला त्या दिव्य आनंदमय अनुभूतीची ओढ असते. शिवशक्तीच्या निर्मितीक्षम एकरूपतेतून ही अलौकिक अनुभूती प्राप्त होते. मूलाधार या सर्वांत खालच्या चक्रात साडेतीन वेटोळी घातलेल्या सर्पिणीसारखी शक्तिरूप ऊर्जा स्थित असते. तिथून निघून ती शिवाच्या क्षेत्रात सहस्त्रार चक्रात प्रवेश करते : या प्रवासात प्रत्येक टप्प्याशी (चक्राशी) पोहोचताना अभूतपूर्व आनंदाचा अनुभव येतो. प्रत्येक चक्र हे एकेका देवतेचे स्थान मानले जाते. कुंडलिनी शक्ती वर चढते तेव्हा वरच्या बाजूच्या चंद्रामृत तळ्यातील चंद्रामृत तिच्या मुखात पडते. शिवशक्ती एकरूप होण्याचा हा योगप्रकार आहे. त्यात वैश्विक ऊर्जांचे संतुलन साधले जाते. त्याला 'अर्धनारी' असेही म्हणतात.

चंद्रामृत किंवा दैवी अमर 'बिंदू' जतन करून ठेवण्यास हठयोगी ही प्रक्रिया मागेही घेऊ शकतात. शक्तीला पाठीमागे नेऊ शकतात. एक महत्त्वाची गोष्ट लक्षात ठेवायला हवी की, या योगावर (हठयोगावर) प्रभुत्व मिळवण्यास कठोर शिस्तबद्ध दिनक्रमाचे अनुसरण करावे लागते. नाहीतर हा साधनामार्ग अतिशय खडतर आणि तणावपूर्ण बनतो. हठयोगात मुख्य काळजी घ्यायची असते ती शरीराचे आरोग्य, बल आणि ऊर्जा यांची! त्यासाठी योग्य असा आहार आणि आसपासची परिस्थिती फार महत्त्वाची असते. योग्याचा आहार मधुर आणि पचायला हलका असावा... रुचकर असावा... आहारात दुधाचा अंतर्भाव अवश्य असावा. खारट, कडू, आंबट वस्तू टाळाव्यात. योग्यासाठी उपयुक्त अन्न तांदूळ, गहू, साखर, जव, लोणी, मध, भाज्या, फळे व तूप यापासून तयार केलेले असावे. अतिशय मसालेदार, तेलकट, मादक द्रव्य वापरून केलेले पदार्थ, मांस, मांसे, दही, डाळी, आलुबुखार, आंबवलेले पदार्थ, लसूणयुक्त पदार्थ, कांदा आणि काही भाज्या योग्यांसाठी अयोग्य आणि वर्ज्य असतात. पोटाचा तीन चतुर्थांश भाग भरेल इतकेच अन्न घ्यावे. एकचतुर्थांश भाग प्राणायामा दरम्यान (आतबाहेर होणाऱ्या) प्राणवायूसाठी रिकामा असावा. कुंडलिनी योगाचा सराव करताना योग्याने आसपासची परिस्थिती स्वच्छ नेटकी शांत असेल अशी जागा निवडावी. एखादी स्वच्छ, हवेशीर, आरामदायक आणि एकांत असणारी छोटी खोली सुद्धा चालू शकते. एखाद्या एकांत स्थळी उत्तम. राजाचे अनुशासन असलेल्या, अन्नपाणी मुबलक असलेल्या राज्यात, गोंधळ गडबड नसलेल्या शांत ठिकाणी योग्याने योगाचा अभ्यास व सराव करावा. हृद्योगाच्या साधकाने ऐहिक, ऐंद्रिय सुखांपासून दूर राहावे, प्रवास करू नये, स्त्रियांपासून दूर राहावे, दुष्ट, खल प्रवृत्ती

असलेल्या व्यक्तींची संगत टाळावी. खूप लवकर उठणे, कडक उपवास, अतिशय खडतर शारीरिक कष्ट टाळावेत. थंड पाण्याने स्नान करावे. योग्याला साधनामार्गावरून पुढे जाताना आध्यात्मिक मार्गदर्शक वा गुरूची नितांत गरज असते. शिवसंहितेत प्रतिपादन केले आहे की, गुरूने मौखिक स्वरूपात दिलेले ज्ञानच उपयोगी असते.

नित्य सरावातील आसने म्हणजे पद्मासन व सिद्धासन. सिद्धासन हे परिपूर्ण आसन असल्याचे म्हटले जाते. नित्य सरावासाठी सर्वोत्तम मानले जाते. पद्मासनाला वज्रासारखे आसन म्हटले जाते. मुक्तीलाभासाठी ते एक साधन असते. आसने व प्राणायाम एकमेकांशी खूपच घट्टपणे निगडित असतात. कुंडलिनी शक्ती वर चढण्यासाठी नाड्यांमधून प्राण व अपान (वायू) मोकळेपणी फिरू शकले पाहिजेत. यासाठी प्राणायाम व आसनावर प्रभुत्व मिळवणे गरजेचे आहे. (प्राणायाम, आसनांच्या) नित्य सरावाने नाड्यांमध्ये जी आधीच अशुद्ध द्रव्ये साठलेली असतात ती स्वच्छ होऊ लागतात, सुकून जातात किंवा जो काही अशुद्ध ऐवज साठला असतो तो बाहेर टाकला जातो. याप्रमाणे सर्व चक्रांकडे, ऊर्जा केंद्रांकडे जाणारे मार्ग स्वच्छ होतात. श्वास अधिक काळ रोधून ठेवता येतो. या हेतूसाठी प्राणायाम हे सर्वमान्य साधन असले तरी या सहा क्रिया (षट्कर्मांनी) विशेषत्वाने केल्या जातात – धौती, नेती, बस्ती, त्राटक, नौली आणि कपालभाती. या क्रिया आरोग्य टिकवण्यासाठी आणि रोगप्रतिकारक शक्ती वाढविण्यासाठी उपयोगात आणल्या जातात. ह्या सर्व प्रक्रियेनंतर कुंडलिनी हळूहळू एकेक चक्रापर्यंत पोहोचू लागते. टप्प्याटप्प्याने वर चढू लागते. या श्वासनाच्या प्रक्रियेदरम्यान योगी मंत्र किंवा पवित्र श्लोक, प्रार्थना इत्यादींचा जप करू शकतो. त्यामुळे अधिक चांगला परिणाम साधला जातो. कुंडलिनी जसजशी एकेका चक्रापर्यंत पोहोचत जाते, तसतसे प्रत्येक चक्राशी निगडित असे वेगवेगळे अनुभव येऊ लागतात. एक महत्त्वाची गोष्ट लक्षात घेणे आवश्यक आहे. कुंडलिनी जसजशी वर चढू लागते तसतसे प्रत्येक चक्राखालचे शरीरक्षेत्र थंड होऊ लागते. एक तऱ्हेच्या संमोहित तंत्रावस्थेत (खेचरी मुद्रा) डोक्याचा अगदी वरचा भाग तेवढा गरम असतो. बाकी शरीर थंड पडते. या अवस्थेत योगी मृत झाला आणि आता दहन करावे लागेल, असे वाटण्याचे प्रसंग कित्येकदा आले आहेत.

सात चक्रे

सात चक्रांपैकी प्रत्येक चक्राचे विशिष्ट बीज आणि विशिष्ट कार्ये असतात. कुंडलिनीला प्रत्येक चक्र पार करावे लागते. मगच सूक्ष्म शरीराचे पूर्ण शुद्धीकरण होऊन मस्तकात अवस्थित असलेल्या शिवाशी या शक्तीचे (कुंडलिनीचे) एकरूपत्व होण्यासाठी सूक्ष्म शरीर सक्षम होते. ही सात चक्रे पुढीलप्रमाणे असल्याचे म्हटले जाते.

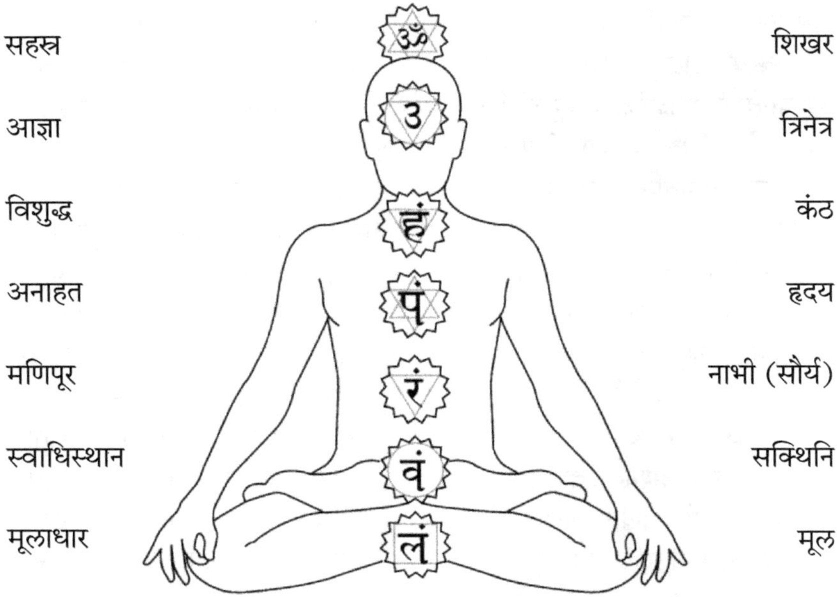

मूलाधार अथवा मूळ चक्र

कण्याच्या उगमाच्या टोकाशी या चक्राचे स्थान असते. सर्व ऊर्जाचक्रांची आधारशीला असलेले हे चक्र असते. त्याला चार पाकळ्या असतात. त्यात 'वं', 'शं', 'शं', 'सं' हे चार बीजमंत्र असतात. ते पृथ्वी घटकांचे सारतत्त्व असते. सर्व वस्तुजाताची घनता त्या तत्त्वात सामावलेली असते. त्याचा बीजमंत्र आहे 'लं'. शाकिनी या योगिनीचे त्यावर आधिपत्य असते. हे चक्र शारीरिक स्तरावर हाडांशी निगडित आहे. गंधाच्या संवेदनेशी ते संबंधित आहे. त्याखेरीज जननेंद्रिये व क्रियेशी संबंधित अवयवांशीही निगडित आहे. इंद्रियांच्या बाबतीत ते स्त्री बीजांडकोश, पुरुष वीरोत्पादक ग्रंथी, पुनरूत्पादक अवयव, मूत्रोत्पादक, विसर्जक अवयव यांच्याशी हे चक्र संबंधित आहे. मानसिक स्तरावर प्राण या चक्राचा संबंध मन, अहंकार/गर्व यांच्याशी असतो. ऊर्जा, अपान वायू खालच्या दिशेला प्रवाहित होत असतात. चक्राच्या घटकस्तरावर बघायचे झाले तर त्याच्या चौकोनांचा रंग पिवळा असतो आणि चक्र गडद लाल रंगाचे असते. या टप्प्याला योगाच्या माध्यमातून योग्याला आपले 'मी' पण किंवा व्यक्ती म्हणून असलेली वेगळी ओळख दूर सारावी लागते. नि:संगता अंगी बाणवावी लागते. म्हणजे कुंडलिनी वरच्या दिशेला चढू लागते. (संदर्भ : फ्राउली पृष्ठ १६४)

गणेशशक्ती ह्या मूलाधार चक्राच्या मध्ये वसते.

स्वाधिष्ठान चक्र अथवा जलचक्र

स्वाधिष्ठान किंवा जलचक्राला 'लिंग केंद्र' असेही म्हटले जाते. मूलाधार चक्राच्या थोड्या वर काम अवयवांच्या स्थानाजवळ स्वाधिष्ठानचक्र अवस्थित असते. हे चक्र जलशक्तीशी निगडित असते. संस्कृतमध्ये त्याचा अर्थ होतो 'कुंडलिनीचे स्वग्रह. याच्या सहा पाकळ्या असतात. 'बं','भं', 'मं', 'यं', 'रं', 'लं' हे त्यांचे बीजमंत्र असतात. सर्व जड वस्तूंच्या जलघटकांची ही बैठक असते. 'वं' हे त्यांचे बीज असते. हे चक्र काकिणी देवतेच्या आधिपत्याखाली असते. शारीरिक स्तरावर चरबीच्या पेशींवर, 'मेदावर' तिचे नियंत्रण असते. 'रुची' या संवेदनेशी संबंधित अवयव, 'जिभेचे घटक', शरीराला नको असलेली द्रव्ये बाहेर फेकणारे अवयव या सर्वांवर या चक्राची सत्ता असते. त्याचबरोबर मेरूदंडाच्या खालच्या टोकाचे त्रिकोणी हाड (माकडहाड), मूत्र आणि पुनरूत्पादक अवयव संस्था, संप्रेरक ग्रंथींची (अंत:स्त्रावी) संस्था, मूत्रपिंडाजवळील ग्रंथी या सर्वांशी हे चक्र निगडित असते. मानसिक स्तरावर ते मनाच्या भावावस्थांशी संबंधित असते आणि ज्ञानेंद्रियांच्या माध्यमातून कार्यरत असते. या टप्प्याला महत्त्वपूर्ण ऊर्जा म्हणजे प्राणवायू आतल्या दिशेला वाहू लागतो. घटकदृष्ट्या हे चक्र पांढऱ्या चंद्रकोरीसारखं असते. ह्या उर्जाकेन्द्राचा रंग निळा असतो.

मणिपूर चक्र अथवा अग्निचक्र

हे चक्र नाभीच्या मागे स्थित असते. मणिपूर म्हणजे रत्नांची नगरी. हे चक्रही चमचमणाऱ्या रत्ननगरीसारखेच असते. त्याच्या दहा पाकळ्या असतात. 'दं', 'धं', 'नं', 'तं', 'थं', 'दं', 'ढं', 'णं', 'पं', 'फं' हे त्याचे बीजमंत्र असतात. इथे अग्नी घटकांचा निवास असतो आणि 'रं' या बीजाचे नियंत्रण असते. लाकिनी या योगिनीची त्यावर अधिसत्ता असते. शारीरिक दृष्ट्या हे ऊर्जाचक्र स्नायुपेशींशी संबंधित असते. ते सौर पेशीजालाशी त्याचे व्यवहार निगडित असतात. (उदरातील इंद्रियांना चेता पुरवठा देणारी चेतापिंड जलकोशाशी संबंधित असते.) मुख्यत: पचनमार्ग, यकृत, छोटे आतडे यांच्या कार्याशी संबंधित असते. चक्राशी निगडित असा दुसरा भाग म्हणजे स्वादुपिंड! मानसिक स्तरावर ते तर्क बुद्धीशी निगडित असते. या टप्प्याला उदानवायू वरच्या दिशेला वाहू लागतो. घटकदृष्ट्या खाली टोक असलेला लाल त्रिकोण असतो. एकूण चक्र गडद निळे असते.

अनाहत किंवा हृदय चक्र / वायुचक्र

पाठीच्या कण्यात हृदयानजिकच्या क्षेत्रात हे अनाहत चक्र स्थित असते. त्याला हृदयचक्र किंवा वायुचक्रही म्हणतात. संस्कृत 'अनाहत' शब्दाचा अर्थ आहे 'आघात न

झालेला ध्वनी'. असे म्हटले जाते की, या ठिकाणाहून अंतरिक आवाज किंवा नैसर्गिक संगीत म्हणजे 'नाद' उत्पन्न होतो. त्याच्या बारा पाकळ्या असतात. 'कं', 'खं', 'गं', 'घं', 'नं', 'चं', 'छं', 'जं', 'झं', 'नं', 'तं' आणि 'ठं' हे त्याचे बीजमंत्र असतात. हवेचे घटक व सर्व वायुतत्त्वे ह्या चक्राच्या आधिपत्याखाली असतात. त्याचे बीज 'यं' असून राकिणी ही या चक्राची निवासी देवता आहे. ती रक्तपेशींशी संबंधित आहे. स्पर्शेंद्रिये म्हणजे त्वचा, हात/पकडण्याची ताकद इ. वर या चक्राची सत्ता आहे. ते हृदय, मज्जातंतूंच्या जाळ्याशी संलग्न आहे. ते उरोधिष्ठ ग्रंथींशी (थायमस ग्लॅन्डशी) संबंधित आहे. मानसिक दृष्ट्या ते 'चित्ता'शी, संस्कारित जाणिवेशी संलग्न आहे. ते व्यान वायूचे स्थान आहे. (व्यान वायू ही महत्त्वाची ऊर्जा असून तिची प्राण्यांवर सत्ता असते.) घटकदृष्ट्या त्यात एक धुरकट रंगाचा सहा शलाका असलेला तारा असतो. चक्राचा रंग गडद लाल असतो.

विशुद्ध चक्र (घशामध्ये अवस्थित चक्र)

विशुद्ध चक्र घशामध्ये अवस्थित असते. त्याला घशाचे चक्र किंवा इथर चक्र असेही म्हटले जाते. विशुद्ध ह्या संस्कृत शब्दाचा अर्थ 'अतिशय शुद्ध' असा होतो. याच्या सोळा पाकळ्या असून 'अं', 'इं', 'ईं', 'उं', 'ऊं', 'ऋं', 'ॠं', 'ॡं', 'लं', 'एं', 'ऐं', 'ओं', 'औं', 'अं', 'अः' हे त्याचे बीजमंत्र आहेत. इथर म्हणजे ढगांच्याही वरचे शुद्ध वातावरण. हा घटक किंवा मनाची हलकी, दिव्य अवस्था या चक्राच्या आधिपत्याखाली येते. त्याचे बीज 'हं' आहे. या चक्राची निवासी देवता डाकिणी आहे. ती रक्तद्रवातील पेशीजालाशी संबंधित आहे. ध्वनी, आवाज, कान व तोंड या अवयवांवर विशुद्ध चक्राची सत्ता असते. इथे व्यक्तीच्या आत्म्याचा निवास असल्याचे मानले जाते. सर्व स्फूर्ती आणि प्रेरणांचे ते उगमस्थान आहे. सर्व महत्त्वाच्या शक्तींचे संतुलन किंवा 'समान' या वायूचे स्थान आहे. हे चक्र स्वरयंत्र, घसा आणि श्वसनसंस्थेशी निगडित आहे. ते कंठग्रंथींशी (थायरॉईड ग्लॅन्डशी) जोडलेले आहे. घटकदृष्ट्या ते गडद निळ्या वर्तुळाने दर्शविले जाते. अन्य चक्रांचा रंग धुरकट करडा असतो.

आज्ञाचक्र (तृतीय नेत्रचक्र)

आज्ञाचक्राला तृतीय नेत्रचक्र किंवा मानसचक्रही म्हटले जाते. आज्ञा या संस्कृत शब्दाचा अर्थ आहे आदेश, हुकूम! हे खरोखरच आज्ञेचे केंद्र आहे. कारण सर्व चक्रांना येथूनच मार्गदर्शन मिळते. तृतीय नेत्रचक्राला दोन पाकळ्या असतात. आणि 'हं' व 'क्ष'

हे त्याचे बीजमंत्र आहेत. मनोवकाश किंवा मना वरच्या दिव्य वातावरणाचे हे क्षेत्र असून त्याचे बीजाक्षर 'क्षं' आहे. त्याचा अर्थ धैर्य, शांती, संकटसमयीही अविचल राहणे असा आहे. हकिनी देवतेचे या चक्रावर अधिराज्य असते. ती मज्जातंतूंच्या पेशीजालाशी निगडित असते. शारीरिकदृष्ट्या हे चक्र मेंदूचा मागील भाग/ लहान मेंदू (cerebellum) व लंबमज्जा मस्तिष्कपुच्छ (medulla oblongata) या अवयवांशी निगडित आहे. या खेरीज अनैच्छिक मज्जासंस्था व पियुषिका ग्रंथी (pituitarygland) यांच्याशीही संबंधित आहे. मानसिक स्तरावर ते वैश्विक आत्म्याचे स्थान आहे. या स्थानाहून त्या जगत् निर्मात्याशी, जगदीश्वराशी प्रत्यक्ष संबंध प्रस्थापित होऊ शकतो. प्राथमिक प्राणाचे हे स्थान आहे. घटकदृष्ट्या एका बिंदूनेच ते दर्शविले जाते. चक्राचा रंग चंदेरी असतो.

सहस्त्रार पद्मचक्र (मस्तक शीर्षावरील चक्र/मुकुट चक्र)

मस्तकशीर्ष स्थानी सहस्त्रार चक्र अवस्थित असते. कुंडलिनीसाठी तो अखेरचा आणि सर्वांत महत्त्वाचा टप्पा असतो. इथेच शिव आणि शक्ती एकरूप होऊन शाश्वत असा आनंद निर्माण होतो. सहस्त्रार पद्म या संस्कृत शब्दाचा अर्थ आहे. 'हजार पाकळ्यांचे कमळ.' हे शुद्ध जाणीवेचे स्थान असते. मुकुटाच्या प्रतिकाने ते दर्शविले जाते. इथे दिव्य आत्म्याचा निवास असतो. त्याचे बीजाक्षर आहे 'ॐ'! हे सर्व भौतिक (समूर्त) शुद्ध, दिव्य गोष्टींचे उगमस्थान असते. जाणिवेचे आणि जाणिवेच्या अवकाशाचे स्थान असते. या चक्रावर याकिनी देवतेचे आधिपत्य असते. सात पेशीजालांमधील पुनरूत्पादनाच्या द्रवाशी हे चक्र निगडित असते. शारीरिकदृष्ट्या ते मेंदूच्या मोठ्या भागाशी निगडित असते. ऐच्छिक मज्जासंस्थेंवर त्याची सत्ता असते आणि तृतीयनेत्रग्रंथी किंवा शीर्षग्रंथीच्या माध्यमातून ते कार्यरत असते. मानसिकदृष्ट्या ते परमात्म्याचे क्षेत्र आहे. आपले खरे स्वरूप तिथेच निवास करते आणि शरीराच्या, आत्म्याच्या, सर्व जीवनाच्या सगळ्या ऊर्जांना मार्गदर्शन देणारा स्त्रोत म्हणजे हे चक्र! घटकदृष्ट्या त्याला काही प्रतीक वा रंग नाही. त्याचा अनुभव शब्दांपलीकडला असतो. तो विशुद्ध आनंद असतो.

थोडक्यात सांगायचे तर कुंडलिनी शक्तीचे प्रत्येक चक्रात शिवाशी मीलन होते. पण सर्वोच्च परमानंदाचा अनुभव शीर्षस्थानी अथवा सहस्त्रार चक्राच्या ठिकाणी येतो. उदाहरणार्थ, मूलाधार स्थानी भौतिक शक्ती असतात. तिथे कुंडलिनी भौतिक समाधान अनुभवते. ज्ञान व अनुभवाची ताकदही इथेच मिळते. स्वाधिष्ठान चक्रावर ध्यान लावल्यास कामभावना जागृत होतात. योगीसुद्धा कित्येकदा दैवी ध्वनी ऐकतात. मणिपुर चक्रात नवनिर्मिती आणि विनाशाच्या शक्ती असतात. इथून पुढे कुंडलिनी

तरल, सूक्ष्म आणि उच्च कोटीच्या अनुभवांशी पोहोचते. अनाहतमध्ये हृदय जिथे शांत असते तिथे आकांक्षा आणि 'अहम्' स्थान असते. तसेच करूणेचे स्थान असते. इथे पहिल्यांदा आत्मा विमुक्त व्हायला सुरुवात होते.

पुढे विशुद्ध चक्र असते. त्या चक्रापर्यंत पोहोचायला योग्याला फार मोठी एकाग्रता साधावी लागते. तेव्हा (कुंडलिनी या चक्राशी पोहोचल्यावर) योगी शहाणे, शांत, आरोग्यपूर्ण, सृजनशील होतात. या टप्प्यालाही दिव्य नादांची अनुभूती येते. असे म्हटले जाते की योग्याने या चक्राशी श्वास रोधून धरला तर त्याला (अशा सिद्धी प्राप्त होतात की) आपल्या संतापाने तिन्ही लोक हादरवून सोडता येतात. तो अजिंक्य होतो. कुंडलिनी शक्ती आज्ञा चक्राजवळ पोहोचली (तृतीय नेत्र चक्राजवळ) की ती मानसिक स्तरावर पोहोचते. योग्याची मानसशक्ती सशक्त होते. पाच ज्ञानेंद्रियांपलीकडे असलेल्या संवेदना जाणवू लागतात. या टप्प्याला तेजस्वी ज्योतीसारखा प्रखर प्रकाशही योग्याला दिसू लागतो. (मात्र साधनेने ध्येय गाठले गेले की) योगी चिरंजीव होऊ शकतो. येथून पुढे सर्वोच्च टप्प्याचे स्थान असते. त्या टप्प्याला अत्यानंद आणि संपूर्ण अस्तित्वात सुसंगती निर्माण होते. योग्याची कुंडलिनी सहस्राकार चक्रात शीर्षस्थ स्थानी पोहोचते. जीव आणि शक्ती अखेर जेव्हा केंद्राशी पोहोचतात. तेव्हा ते सत्यलोकात असल्याचे मानले जाते. म्हणजे (मायेपासून मुक्त) सत्य जगात पोहोचतात तिथे आनंदमय एकरूपतेतून अमृताचा झरा वाहत असतो. इथेच (विश्व) निर्मितीचे उगमस्थान असते. इथे योग्याला परमात्म्याची अनुभूती लाभते. इथे वेदना, जन्म, मृत्यू, दुःख अशा साऱ्यांचा विलय होतो. हे ब्रह्मानंदाचे स्थान असते.

या उच्च स्थानापासून कुंडलिनी शक्ती मूलाधाराकडे पुनःपुन्हा परत येते. परमोच्च ठिकाणी स्थिर राहावी म्हणून योग्याने कितीही प्रयत्न केले तरी ती बराच काळ विश्रांती घेते. मग परत ती सहस्राकार चक्राकडे, शिवाशी एकरूप होण्यास परतते.

◈◈◈

३.३ नाथसिद्धांची मनुष्यमात्रांना देणगी - हठयोग

योगाच्या शुद्धीकरण प्रक्रियेमुळे झिजत जाऊन विनाश पावणाऱ्या सामान्य शरीरातील हिणकस अशुद्ध द्रव्य योगाग्नी जाळून टाकतो. शरीर शुद्ध करून त्यात नवचैतन्य भरतो. अधिक रोगप्रतिकारक शक्ती असलेले आरोग्यपूर्ण शरीर सिद्ध होते. ही अगदी सावकाश टप्प्याटप्प्याने होणारी प्रक्रिया आहे.

नाथसिद्धांच्या ज्ञानाचा विशेषतः हठयोगाचा मुख्य भाग उलगडून सांगणारे अनेक ग्रंथ आहेत. पण त्यांच्या योगाच्या प्रत्यक्षकृती वा व्यवहाराबाबतचा इतिहास अथवा त्या संदर्भातील साहित्य हे त्यांचे समग्र ज्ञान देण्यास अपुरे व संदिग्ध आहे. हठयोगावरील मुख्य संस्कृत ग्रंथ हे कवितेच्या स्वरूपात आहेत. त्यांच्यात अनेक दंतकथा वा मिथक कथा ठिकठिकाणी विखुरलेल्या आहेत.

या पंथाविषयी सर्वदूर असा समज आढळतो की, योगाभ्यास सातत्याने केल्यास गूढज्ञानाची प्राप्ती होते. सर्व दंतकथांमध्ये अतिमानवी सिद्धींचे वर्णन आढळते. त्या सिद्धींमुळे शक्य होणाऱ्या जादुटोण्याच्या किंवा चेटूक विषयक कृतींचे, त्या संदर्भातील घटना प्रसंगांचे वर्णन दिलेले आढळते. भारतीय धार्मिक इतिहास हा अथर्ववेदाच्या काळापासून अशा गूढज्ञानविषयक श्रद्धा आणि तत्संबंधीच्या कर्मकांडांच्या वर्णनांनी वेढलेला आहे.

विशेषत : हिंदू आणि बौद्ध तत्त्वज्ञानाच्या विचारधारांशी त्याचा पूर्वापार संबंध आहे. पाली साहित्यात इद्धींचा (रिद्धींचा) अनेकदा उल्लेख येतो. या रिद्धी धार्मिक विधीविधानांनी मिळवता येतात. असेही नमूद केलेले आढळते. दहा अतिमानवी शक्ती म्हणजे दशबले व सहा अतिमानवी क्षमता म्हणजे अभिज्ञा यांचे उल्लेख अनेकदा येतात. बौद्ध तत्त्वज्ञानात प्रवीण अशा व्यक्तींना त्या चटकन साध्य होतात, असा विश्वासही जनमानसात दृढ आहे.

पतंजलीचे तत्त्वज्ञान मुख्यत: योगाच्या मानसिक पैलूंशी संबंधित आहे. त्यातील योगसूत्रातसुद्धा या अतिमानवी शक्ती नमूद केल्या गेल्या आहेत. खुद्द शिवशंकरांच्या आठ शक्ती असल्याचे मानले जाते. विविध वस्तुजातांवर किंवा मानवी शरीरातील चक्रस्थानांवर बुद्धी एकाग्र करून या शक्ती प्राप्त होऊ शकतात, असेही नमूद केलेले आढळते.

> या शक्ती म्हणजे 'अणिमा' (अणूएवढे सूक्ष्म रूप धारण करण्याची शक्ती), 'लघिमा' (इच्छेनुसार शरीर पराकोटीचे हलके करण्याची शक्ती), 'महिमा' (स्वरूप खूप मोठे करण्याची शक्ती), 'गरिमा' (इच्छेनुसार शरीर अत्यंत जड, वजनदार बनवण्याची शक्ती), 'प्राप्ती' (इच्छेनुसार हवे ते मिळविण्याची शक्ती), 'प्रकाम्या' (सुखविलासाच्या सर्व गोष्टी इच्छेनुसार प्राप्त करण्याची शक्ती), 'शरीत्व' (सर्वांवर अधिसत्ता मिळण्याची शक्ती), 'वशित्व' (कुणालाही शांत करण्याची, मोहवश करण्याची शक्ती) आणि 'कामवशयित्व' (कोणतीही इच्छा दूर सारण्याची, इंद्रिय दमन करण्याची शक्ती) नैसर्गिक उत्क्रांती वा प्रकृतीचा मालक बनण्याची शक्ती योग्याच्या अंगी येते.

सर्व क्रिया ह्या कालक्रमे येतात. प्रक्रिया तशाच घडतात. त्या योगी एकसमयावच्छेदे करून पाहू शकतो. अशा अतिमानवी शक्तींना 'सिद्धी' म्हणतात. त्या योग्याला प्राप्त होतात. त्याला भविष्याचे अंतरंग जाणता येते. कोणाच्याही गत आयुष्याचे ज्ञान होते. इतरांच्या मनातील विचारांचे, दडवलेल्या व दमन केलेल्या गोष्टींचे ज्ञान होते. वैश्विक कायदे, एकूणातच सर्व विश्वाचे गूढ गहन नियम इत्यादींचे ज्ञान योग्याला होते.

नाथसंप्रदायाच्या प्रचलित अशा अनेक दंतकथा, नीतिकथांमधून या अतिमानवी शक्तींचे दर्शन घडते. उदाहरणच बघायचे तर (एका कथेनुसार) एकदा शिवाने एका राजकन्येला वर दिला की, तुला गोरखनाथांसारखा पती मिळेल. तेव्हा गोरखनाथांनी

सहा महिन्यांच्या बालकाचे रूप धारण केले व त्या राजकन्येने आपल्याला स्तनपान द्यावे, अशी इच्छा व्यक्त केली. यामुळे राजकन्या दुखावली गेली. गोरखनाथांनी आपला पती व्हावे, असा आग्रह तिने धरला. गोरखनाथ ही मागणी पूर्ण करू शकत नव्हते. म्हणून त्यांनी तिला जीर्ण, फाटकी वस्त्रे दिली आणि ती वस्त्रे धुवून त्यांचे पाणी प्राशन करण्यास सांगितले. गोरखनाथांनी भविष्य वर्तविले की, या जलग्रहणानंतर तिला दोन पुत्र होतील. त्यांचे भविष्य खरे ठरले. या अशा अनेक कथांमध्ये गोरखनाथांच्या अतिमानवी शक्तींचे प्रतिबिंब पडलेले आढळते. असे म्हटले जाते की, एकदा गोरखनाथ एका बकुळ वृक्षाखाली ध्यानस्थ बसले असता तिथून कनुपा आकाशमार्गे जात होते. हा कोण सिद्ध आहे, हे गोरखनाथांना स्पष्टपणे कळेना. तेव्हा त्यांनी आपल्या जादूच्या खडावा आकाशात भिरकावल्या. त्यांनी त्या आकाशगामी योग्याला बांधून पृथ्वीतलावर आणले.

मत्स्येन्द्रनाथांचे पतन (कर्दली) या दंतकथेत आपण या आधीच पाहिले आहे की, आपल्या गुरूला भानावर आणण्यास गोरखानाथांनी अनेक यौगिक शक्तींचा उपयोग केला. सिद्धांना त्यांच्या ध्यानातून सर्व काही समजते. महाज्ञान म्हणजे महान् गूढ ज्ञान. त्यांना ध्यानाच्या माध्यमातून समजते. केवळ हुंकार (गूढशक्तीचे अक्षर 'हूं' चा ध्वनी) उच्चारून योगी खूप काही साध्य करू शकतात. मैनावतीच्या दीक्षाविधीच्या वेळी गोरखनाथांनी बारा दंडांच्या कालावधीत (पाच तासांहून कमी वेळात) वटवृक्षाच्या बीजातून संपूर्ण वाढ झालेला वटवृक्ष निर्माण केला. या खेरीज, त्या दीक्षाविधीसाठी जमलेल्या सर्व लोकांना पुरेसा भात तांदळाच्या एका दाण्यापासून शिजविला. सर्व लोक पोटभर जेवल्यावर एक आणखी सिद्ध जेवू शकेल, इतका भात त्या मृत्तिकापात्रात उरला. एक आणखी वेधक गोष्ट म्हणजे अशी समजूत आहे की, नाथ जमिनीवरून न चालता हवेत आकाशमार्गे भ्रमण करतात आणि हजारो मैलांचे अंतर एका क्षणात पार करतात.

नाथसिद्धांची ध्येये

अतिशय साधे, तापसी आयुष्य जगण्यास कोणती गोष्ट नाथसिद्धांना प्रेरित करीत असे? तसेच आपले घरदार टाकून पूर्वायुष्याशी सर्व संबंध तोडून स्वतःची एक नवीन ओळख निर्माण करून ते नेमके काय साध्य करू पाहात होते? हे असे कोणते अंतिम उद्दिष्ट, कोणती शक्ती त्यांना अखेरपर्यंत लोहचुंबकासारखी आकर्षित करीत होती? हे ध्येय म्हणजे शिवतत्त्व होय. आपल्या आतील शिवतत्त्व प्राप्त करून जीवनामृताचा शोध घेणे, हे त्यांचे ध्येय होते. या दैवी अमृताचा अखंड लाभ घेत गुदमरून टाकणाऱ्या जन्म-मृत्यूच्या फेऱ्यांतून सुटका करून घेत मोक्ष मिळविणे हे त्यांचे ध्येय होते. ही आनंदमय पातळी गाठण्याचा त्यांचा मार्ग म्हणजे हठयोग.

मृत्यूपासून सुटका अथवा मृत्यूच्या धारणेपलीकडील जीव जगणे हा हठयोगाचा गाभा आहे. या आधीच आपण पाहिले आहे की राजयोग, लययोग, मंत्रयोग यांहून योगाचा हा वेगळा प्रकार आहे. उपरोक्त तीन विचारधारा मनुष्याच्या मानसिक स्थितीवर आधारित आहेत. मन त्या विचार प्रणालींच्या केंद्रस्थानी आहे. हठयोग मात्र प्रारंभी शारीरिक क्रिया किंवा शारीरिक स्थितीकडे लक्ष केंद्रित करतो. प्रारंभी शरीराची झीज, रोग आणि मृत्यू टाळण्याचे त्याचे ध्येय असते.

अमरतेच्या तत्त्वाशी अथवा योगाच्या अमर कथांशी संबंधित अनेक जुन्या ग्रंथांमध्ये साधनेवर भर दिलेला आढळतो. साधू त्यांच्या खडतर साधनेद्वारे सर्व रोगांना कसे दोन हात दूर ठेवतात, त्यांच्या जुन्या, जीर्ण शरीराला संजीवन मिळून ते परत तरुण कसे होत, त्यांचे शरीर एखाद्या पर्वतासारखे बलशाली कसे होते, ते अपरिवर्तनीय कसे राहाते, हे सर्व (त्या ग्रंथांमधून) साधकाला समजते. ही साधना पूर्ण झाल्यावर साधक काळाला चुकवू शकतो, काळावर विजय प्राप्त करू शकतो. मग त्याला मृत्युंजय म्हटले जाते. नाथ सिद्धांसाठी मुक्ती म्हणजे एक परिपूर्ण निर्दोष शरीर अमर करणे, सिद्ध देह प्राप्त करणे. त्यामुळे दिव्य देहाच्या प्राप्तीकडे वाटचाल होऊ लागते. असे परिपूर्ण निर्दोष शरीर प्राप्त करणे हे नाथपंथीयांचे प्रथम उद्दिष्ट होते. आपल्या शरीरात रूपांतरण घडवीत प्रत्येक दृष्टीने निर्दोष परिपूर्ण असे आपले शरीर करीत त्यांच्याद्वारे मोक्ष मिळवणे हे त्यांच्या कृतींच्या केंद्रस्थानी होते. रूपांतरण घडविलेले शरीर हे अविनाशी आत्मरूप असते. ते अशुद्ध मायेपासून विलग होऊन विशुद्ध मायेला जोडले जाते. त्यामुळे योग्यांची परामुक्तीकडे (आध्यात्मिक उन्नतीच्या अंतिम टप्प्याकडे) वाटचाल सुरू होते. जे योगी विशुद्ध मायेच्या मार्गाने हे परिपूर्ण शरीर प्राप्त करतात ते आध्यात्मिक मार्गदर्शनाचे परोपकारी कार्य सुरू करीत साधकांचे गुरू होतात; आणि साधकांच्या वाटचालीत त्यांना सर्वतोपरी साहाय्य करतात. अशा तऱ्हेने सिद्ध हे जगाचे खरे गुरू होतात. अशुद्ध मायेपासून मुक्त असल्याने त्यांच्या वाट्याला इहलौकिक वेदना येत नाहीत.

ही अवस्था प्राप्त केलेले सिद्ध इतर साधकांनाही परामुक्तीपर्यंत उत्क्रांत होत जाण्यास साहाय्य करतात. सिद्धांची ही अवस्था बुद्धांच्या बोधिसत्त्व अवस्थेशी मिळती-जुळती आहे. तथापि, बौद्ध मार्ग हा वैश्विक करूणेच्या भावाने प्रेरित झालेल्या कार्यावर भर देतो. त्यामुळे दुःख, वेदनांनी पीडित जीवमात्रांना शांती मिळते. या कार्यातून बोधिसत्त्व भूमीच्या दहा पायऱ्या पार करण्यास बोधिसत्त्वाला साहाय्य होते. आणि बुद्धत्वाच्या अंतिम ध्येयाकडे त्याची जलद वाटचाल सुरू होते.

योगविजय या ग्रंथात असे नमूद केले आहे की, मनुष्यदेह शिस्तबद्ध योगाअभावी अपरिपक्व असतो किंवा शिस्तबद्ध योगामुळे परिपक्व झालेला असतो. योगासनांचा

सखोल सराव रोज करण्यामुळे मनुष्यदेह भौतिक पातळीवरची अवस्था प्राप्त करतो. सर्वसामान्य लोकांच्या दु:खवेदनांयुक्त पातळीहून तो वर जातो. (ती दु:खे, वेदना त्याला जाणवत नाहीत.) असा परिपूर्ण योग-देह देवांना सुद्धा दुर्लभ असतो; असा देह असणाऱ्या व्यक्तीला अनेक शक्ती प्राप्त होतात. मर्यादा, बंधने, खलत्वपासून ती व्यक्ती मुक्त असते. असा देह असणारा योगी खरोखर महान असतो; या जगात तो आपल्या स्वतंत्र इच्छेने जगतो. योगाच्या अग्नीमुळे त्याचे शरीर सशक्त आणि कणखर झालेले असल्याने त्याला भौतिक शरीराच्या मृत्यूचे भय राहात नाही.

सर्वसामान्य माणूस जे जीवन जगतो, त्या दृष्टीने योगी मृत असतो. सर्वसामान्य माणसे मृत होतात, त्या प्रकारच्या शारीरिक मृत्यूचे भय योग्याला नसते (अ-घोर). त्याला कसलीही कर्तव्ये, जबाबदाऱ्यांची बंधने नसतात. त्याचवेळी तो अत्यंत कार्यरतही असतो. तो (इहलोकी) जगत असतानाच मुक्त झालेला असतो. अशुद्धतेचे कसलेच बंध नसलेले शुद्ध, चेतनायुक्त आयुष्य खऱ्या (आध्यात्मिक) शरीरात तो जगतो. असे मृत्यूचे वा काळाचे बंधन नसलेले परिपक्व शरीर प्राप्त करणे, प्रत्येक सिद्धाला अनिवार्य असते. त्या शरीरामुळे परामुक्तीच्या मार्गावर वाटचाल सुरू होते. सर्व सिद्ध हे जात्याच शैव असतात. शिवत्वाची किंवा महेश्वराची अवस्था प्राप्त करणे हे त्यांचे अंतिम उद्दिष्ट असते. अमरत्व किंवा परामुक्ती मिळवणे, याचाच अर्थ ही महेश्वराची दैवी अवस्था प्राप्त करणे होय. म्हणूनच अनेक पवित्र ग्रंथांमध्ये मत्स्येन्द्रनाथ आणि गोरखनाथ हे शिव अथवा महेश्वरच असल्याचे उल्लेख आढळून येतात.

सर्व नाथसिद्धांची परमोच्च शक्ती म्हणजे, त्यांचा मृत्यू व शरीराच्या विनाशावर मिळवलेला विजय! सामान्य माणसाला याच गोष्टींचा सर्वाधिक त्रास जाणवतो. मृत्युदेवता यमाची सुद्धा या योग्यांवर सत्ता चालत नाही. असे म्हटले जाते की, हे सत्य जेव्हा जेव्हा यम विसरला आणि योग्यांच्या संदर्भात त्याने आपली मर्यादा ओलांडली व सिद्धांचा जीव घेण्याचा प्रयत्न केला, तेव्हा तेव्हा त्याला महत्त्वाचा धडा शिकावा लागला.

उदाहरणार्थ, 'गोरक्ष विजय' अथवा 'मीन-केतन' या पवित्र ग्रंथात असे नमूद केलेले आढळते की, जेव्हा गोरक्षनाथांना कदली येथे असताना झालेले गुरू मत्स्येन्द्रनाथांचे कामरूप येथील पतन समजले, तेव्हा त्यांनी आपली सिद्ध-झोळी खांद्याला अडकवली, आपली कफनी घातली, आपल्या खडावा आणि दंड घेतला आणि त्यांनी यमराज्यात प्रवेश केला. तेव्हा त्यांना यम त्याच्या सिंहासनावर बसलेला दिसला. गोरखनाथांना बघताच यम आदराने उठून उभा राहिला आणि त्यांचे यमराज्यात अचानक येण्याचे प्रयोजन विचारले. गोरखनाथांनी त्याला कठोर आवाजात सुनावले की, यमाने पुन्हा एकदा सिद्धांच्या आयुष्यात विनाकारण हस्तक्षेप केला आहे. त्यांनी यमाला बजावले

धर्मपाल अथवा यमराज

की, वेळ पडल्यास ते यमाला खेचत नेऊन विश्वनिर्माता ब्रह्मदेवांसमोर उभे करतील आणि यमाला आपल्या मर्यादांचे भान येते आहे ना, याची खात्री करून घेतील. गोरखनाथांचा क्रोध इतका मोठा होता की, त्यांनी मृत्युदेवता यमाला अशी धमकी दिली की, ते यमराज्याचा विनाश करतील. क्रोधावेशाने ते उभे राहिले आणि हुंकाराचा जप करू लागले. हे पाहून यम आणि त्याचे सर्व राज्य थरथर कापू लागले.

असहाय्यपणे यमाने आपल्या कार्याच्या नोंदवह्या काढून गोरखनाथांसमोर ठेवल्या. गोरखनाथांनी त्या तपासायला सुरुवात केली. त्यांना आपल्या गुरूंच्या जीवनसमाप्तीची नोंद सापडली. मृत होणाऱ्या माणसांच्या सूचीत गुरूंचे नाव पाहून ते चिडले. यमलोक सोडताना त्यांनी यमाला बजावले की, हे काम करू नकोस. जेव्हा मत्स्येन्द्रनाथ कर्दली राज्यात स्त्रियांमध्ये रममाण झाल्याने, आपले सर्व ज्ञान विसरल्यामुळे मृत होत होते (पार्वतीच्या एका शापामुळे हे घडत होते) तेव्हासुद्धा अवेळी मृत्यूमधून सुटण्याचा एकमेव मार्ग हा योगमार्ग होता. त्याची गोरखनाथांनी मत्स्येन्द्रनाथांना आठवण करून दिली होती. येथे एक महत्त्वाची गोष्ट लक्षात घेतली पाहिजे की, त्यांच्या सर्व धार्मिक ग्रंथांमध्ये, प्रवचनांमध्ये आणि गीतांमध्ये गोरखनाथांनी जोर देऊन सांगितले आहे की, काया साधनेच्या मार्गे योग प्रक्रिया शरीर पूर्णपणे तयार करतात. या तऱ्हेची कायासिद्धी हेच प्रत्येक योग्याचे अंतिम साध्य असले पाहिजे. सिद्ध देहातील अमर जीवनाच्या या आदर्शावर सोळाव्या शतकातील वैष्णव पंथीयांच्या ओडिशा शाखेच्या तत्त्वप्रणालीचा मोठा प्रभाव दिसून येतो. या तत्त्वप्रणालीचा गाभा हा भगवद्गीतेसारखाच असला तरी त्यात सिद्ध देहाची तत्त्वे अंतर्भूत होती. त्यात अनेक नियम आणि सूचना नमूद केलेल्या आढळतात. त्यांचे पालन करून योगी आपले शरीर अविनाशी बनवू शकतो. ही कृत्ये मुख्यतः उलटा-साधनेशी संबंधित आहेत. सूर्य व चंद्र यांची तत्त्वप्रणाली व 'सहज'चे तत्त्व यांचाही अंतर्भाव त्यांच्यात केला आहे. या साधनेच्या आचरणाचा मुख्य पाया थोडक्यात पुढे दिला आहे –

हठयोगाची पायाभूत तत्त्वे

'उलटा-साधना'ही योगक्रिया काही नाथसिद्धांनी अंगिकारली होती. मनुष्यमात्राच्या संपूर्ण मानसिक, शारीरिक रचनेचा वरच्या दिशेने होणारा प्रवास या साधनेत अभिप्रेत असतो. सामान्यतः या रचनांची प्रवृत्ती खालच्या दिशेने प्रवास करण्याची असते. (हा उलट्या दिशेने केलेला प्रवास म्हणून 'उलटा साधना'). हा प्रवास सिद्धाला मूळ अवस्थेकडे नेतो. या अवस्थेत तो अमर अस्तित्व असून परिपूर्ण/दैवी शरीराचा असतो. त्याला नाश अथवा मृत्यूचे भय नसते.

या आधी आपण पाहिले आहे की, शिव ही परिपूर्ण स्थैर्याची बाजू आहे. अचलता हा शिवत्वाचा गुणधर्म आहे. शक्ती ही निर्मितीची, सतत परिवर्तनाची बाजू आहे. तिथे आगमन - निर्गमनाची घुसळण चालू असते. ती सामान्य वस्तुजाताला विनाशाकडे, मृत्यूकडे नेते. म्हणून प्रत्येक योग्याचे महत्त्वाचे ध्येय असते ते शक्तीच्या ऊर्ध्व दिशेच्या प्रवासास साहाय्य करण्याचे! यासाठी तो शारीरिक, मानसिक स्तरांवर प्रयत्न करतो; जेणेकरून शक्तीचे शिवाशी मीलन व्हावे, ती संपूर्णपणे शिवात विलीन व्हावी. कारण शिव हे अचल, अमर अस्तित्व आहे. हठयोग आणि तंत्राच्या दृष्टीने शरीराच्या नाभीखालच्या भागात शक्तीचा निवास असतो आणि नाभीच्या वरच्या भागात शिवाचा निवास असतो. शक्तीच्या क्षेत्राला 'प्रवृत्ती' म्हणतात. परिवर्तनासाठी होणारी कृती असा त्याचा अर्थ आहे. शिवाचे क्षेत्र हे निवृत्तीचे क्षेत्र आहे. ते कार्य, काहीही हालचाल नसलेले असे अचल, स्थिर आहे.

आपण याआधी पाहिलेच आहे की, कुंडलिनी, एखाद्या सर्पासारखी साडेतीन वेटोळी घालून बसलेली असते. ती मेरुदंडाच्या सर्वांत खालच्या मणक्यात स्थित असते. तिला 'मूलाधार' असे म्हटले जाते. शिव मस्तकाच्या शीर्षस्थानी हजार पाकळ्यांच्या कमलात (सहस्त्रार चक्रात) अवस्थित असतो. सहस्त्रार आणि मूलाधार या दोन टोकांमध्ये निर्मितीची संपूर्ण प्रक्रिया उत्क्रांत होत जाते. शक्तीला शरीराच्या खालच्या स्थानाकडून वरच्या स्थानाकडे शिवाच्या सर्वोच्च क्षेत्राकडे नेण्यात योग उत्क्रांत होत जातो. या प्रक्रियेत सर्वसामान्य व्यक्तीचे रूपांतर अमरत्वात होते. अशा तऱ्हेने 'उलटा साधना' ही मंद गतीने टप्प्याटप्प्याने विकसित होणारी प्रक्रिया आहे. ती शारीरिक, जैविक आणि मानसिक प्रक्रिया संपूर्णपणे आपल्या आधिपत्याखाली ठेवते. सर्व आध्यात्मिक कृत्ये ही याच पायावर आधारलेली असतात. ती आपल्याला ऊर्ध्व दिशेला नेतात आणि उच्च कोटीच्या अस्तित्वात रूपांतरित करतात.

एका लोकप्रिय बौद्ध कवितेत हे फार मार्मिकरित्या व्यक्त केले आहे. त्यात असे म्हटले आहे की, जेव्हा उच्च स्तरावर जाण्याची व्याकूळ करणारी तहान आतून

जाणवते, इच्छा आकांक्षांनी मन विचलित होत नाही, त्या स्थितीत वरच्या दिशेने प्रवाह वाहू लागला आहे, असे समजावे. महायान सूत्र लंकरात नमूद केले आहे की, पांच ज्ञानेंद्रियांची प्रवृत्ती ही 'उलटा-साधने'सारखीच असते. कारण ती उलट वळून निवृत्तीच्या दिशेने जाण्याची प्रक्रिया आहे.

अली राजा यांनी ज्ञानसागर या ग्रंथात असे नमूद केले आहे की, 'दैवी प्रेमाची प्रक्रिया ही उलट दिशेने जाणारी आहे. ज्यांना या उलट दिशेने जाणाऱ्या प्रक्रियेचे रहस्य कळत नाही, त्यांना शाश्वत जीवनाचा लाभ होत नाही.' हा विचार पुढे आणि मागे जाणाऱ्या प्रक्रियेशी जोडला जाऊ शकतो. सारे जग या उलट (दिशेने प्रवास करण्याच्या) नियमाशी संबंधित आहे. परिपूर्णतेकडे जाणारा हा मार्ग देवाने एखाद्या रहस्यासारखा दडवून ठेवला आहे. आणि फक्त असर पथ म्हणजे असत्य (फक्त भासणारा, खरा नसणारा) पथ आपल्यासारख्या जीवमात्रांना दिसतो. या परिस्थितीमुळे जन्मल्यानंतर माणूस या असत्य पथाचा अवलंब करून भौतिक सुखप्राप्ती व इच्छापूर्ती करण्यात गुंतून राहातो. हा खरा पथ लपवून ठेवण्यामागे असे कारण असावे की; त्याची सहज प्राप्ती झाली तर त्याची खरी किंमत, मौलिकता वैभव आणि ताकद कुणाला कळणार नाही. हा विचार उपनिषदातील एका विचाराला जोडून आलेला सहविचारच असावा इतका सारखा आहे. उपनिषदात असे म्हटले आहे की, ब्रह्माकडे धाव घेण्याची वृत्ती ज्ञानेंद्रियांमध्ये निर्माण करून त्यांना आंतरिक सत्यापासून बाहेर वळविण्याचे हे ब्रह्मदेवांचे कृत्य म्हणजे जणू काही त्यांना वाटणाऱ्या मत्सराचा पुरावाच आहे. (आंतरिक सत्य सहजासहजी कुणाला लाभू नये म्हणून त्याचे हिरीरीने रक्षण करण्याच्या धोरणाचा भाग आहे). या वस्तुस्थितीमुळे माणसे जे बाहेर अनुभवास येते तेवढेच जाणतात. अंतरंगात जे आहे त्याचा त्यांना थांगपत्ता नसतो. पण शहाणी, ज्ञानी माणसे शाश्वत जीवनाचा सतत शोध घेत असतात. त्यांनी त्यांची दृष्टी उलटीकडे म्हणजे अंतस्थात वळविलेली असते. त्यामुळे त्यांना या उलट्या प्रक्रियेतून आत्मज्ञान होते. परंतु, या साधनेला गुरूंचे मार्गदर्शन आवश्यक ठरते.

आपल्या उसळत्या ऊर्मींवर किंवा भावनावेगावर ताबा ठेवणे, हे योगाचे महत्त्वाचे कार्य आहे. बंगाली ग्रंथांमध्ये त्याला 'खेमाई' असे म्हटले आहे. असे म्हटले जाते की, हा रक्षक शरीराच्या अनेक केंद्रांवर पहारा देत असतो. आपल्या आंतरिक संपत्तीची चोरी काळाने, परिवर्तनाने करू नये म्हणून तो जागरूक असतो. खेमाई हा खरोखरच एखाद्या पोलीस अधिकाऱ्याप्रमाणे आपल्या अंकुशाने दुष्ट प्रवृत्तींना मज्जाव करतो. आणि बेशिस्त मनावरही ताबा ठेवतो. हठयोगात काही महत्त्वाच्या कृतींची सूची दिलेली आहे. या कृती आपले स्नायू व नाड्या शुद्ध करून त्यांना ताब्यात ठेवतात,

आणि त्यांना अधिक सामर्थ्यशालीही करतात. या कृती/प्रक्रिया म्हणजे विविध आसने व मुद्रा आहेत. धौती (म्हणजे धुणे) मुद्रा, प्राणायाम (श्वसनक्रियेवर ताबा) व बंध (म्हणजे वेगळ्या प्रकारे मनाला, भावनेला अटकाव करणे). यांच्यासह मनावर पूर्ण ताबा मिळविण्यावर भर दिला जातो. मनाचे वहन करणारी जी हवा ती रोखून धरण्यास प्राणायाम साहाय्य करतो. प्राणायामाचा सतत सराव करीत राहिल्याने अखेर मनावर पूर्ण ताबा मिळणे शक्य होते. यासाठी नाथसिद्ध आणि सामान्यत: सर्व योगी वायूवर ताबा मिळविण्यास फार महत्त्व देतात. हा वायूच आपल्या श्वसनाबरोबर आत शिरत असतो, मनाचे वहन करीत असतो. योगाच्या शुद्धीकरण प्रक्रियेमुळे झिजत जाऊन विनाश पावणाऱ्या सामान्य शरीरातील हिणकस अशुद्ध द्रव्य योगाग्नी जाळून टाकतो. शरीर शुद्ध करून त्यात नवचैतन्य भरतो. अधिक रोगप्रतिकारक शक्ती असलेले आरोग्यपूर्ण शरीर सिद्ध होते. ही अगदी सावकाश टप्प्याटप्प्याने होणारी प्रक्रिया आहे. कायासाधनेचे रहस्य समजून घेण्यास आधी सूर्य व चंद्र सिद्धान्त समजून घ्यायला हवा. अनेक तांत्रिक यौगिक ग्रंथांमध्ये सूर्य व चंद्राचे एकरूप होणे महत्त्वाचे असल्याचे प्रतिपादन केलेले आढळते. सूर्य उजव्या बाजूच्या नाडीचे प्रतिनिधित्व करतो. चंद्र डाव्या बाजूच्या नाडीचे प्रतिनिधित्व करतो. त्याचे एकरूप होणे म्हणजे प्राण व अपान या वायुप्रवाहांचे म्हणजेच श्वास आणि उच्छ्वासाचे एकरूप होणे, अशी धारणा आहे.

गोरखनाथांची शिकवण समजावणारे महत्त्वाचे पुस्तक म्हणजे 'सिद्ध सिद्धान्त पद्धती'. या पुस्तकात असे नमूद केले आहे की, आपले भौतिक शरीर पाच घटकांवर अवलंबून असते. कर्म, काम, चंद्र, सूर्य व अग्नी हे ते पाच घटक आहेत. आपले दृश्य स्वरूपाचे जे शरीर आहे त्याच्या परिस्थितीशी कर्म आणि काम संबंधित आहेत. ज्या मूलतत्त्वांनी शरीर बनते ती म्हणजे सूर्य, चंद्र व अग्नी आहेत. सूर्य व अग्नी हे स्वभावत: सारखेच आहेत. म्हणून मुख्य घटक सूर्य आणि चंद्र हेच आहेत. सोम अथवा रस (म्हणजे रस स्वरूपातील शुद्ध मूलतत्त्व) हा घटक चंद्राचे प्रतिनिधित्व करतो. म्हणून शरीर हे अग्नी व सोम यांनी बनले असल्याचे म्हटले जाते. अग्नी हा भोक्ता (ग्रहण करणारा) आहे, रस (सोम) हा अन्न म्हणजे उपभोग्य आहे. अशा तऱ्हेने सर्व निर्मिती, भोक्ता आणि उपभोग्य - यांच्या प्रमाणावर व संतुलनावर अवलंबून असते.

भौतिकदृष्ट्या बोलायचे तर अग्नी हा पित्यासमान असतो. (पुरुष शरीरातील रेताचे प्रतिनिधित्व अग्नी करतो.) सोम हा आईच्या बिजांडाचे प्रतिनिधित्व करतो. तो मातेसमान असतो. योगविषयक अभ्यास ग्रंथांमध्ये नोंदविल्याप्रमाणे सूर्य हा परिवर्तन व विनाशाचा घटक आहे. चंद्र हा निर्मितीचा व जतन करण्याचा सुरक्षित राखण्याचा

घटक आहे. चंद्र हा अमरतेचे मूलतत्त्व आहे. म्हणून अपरिवर्तनीयता आणि स्थैर्य (या गुणांनुसार ते) शिवाच्या क्षेत्रात अंतर्भूत असते. सूर्य हा कालाग्नी अथवा विनाश करणारा अग्नी आहे. चंद्र अमृत असून अमरता देतो. सूर्य (शरीरातील) सर्वात खालच्या चक्रात म्हणजे मूलाधारात अवस्थित असतो. (तो शक्तीच्या क्षेत्रात असतो.) त्याचे मुख वरच्या दिशेला असते. चंद्र सहस्रार चक्राच्या किंवा हजार पाकळ्या असलेल्या कमलाच्या लगत त्याच्या खालच्या बाजूस असतो. असे म्हटले जाते की, शरीराचे मूलतत्त्व मानला गेलेला बिंदू दोन प्रकारचा असतो. लाल बिंदूला 'लोहित बिंदू' म्हटले जाते. पिवळसर पांढऱ्या बिंदूला 'पांडूर बिंदू' म्हटले जाते. लाल बिंदू हा स्त्री बिजांडांचे किंवा महारजसचे प्रतिनिधित्व करतो. पिवळसर पांढरा बिंदू शुक्राचे म्हणजे पुरुष रेताचे प्रतिनिधित्व करतो. नाभीच्या खालील क्षेत्रात असलेल्या सूर्यात स्त्री बिजांडांचा अंतर्भाव होतो ते राजस किंवा शक्ती आहे. पुरुष रेत चंद्रात अंतर्भूत असल्याने आणि चंद्र (नाभीच्या) वरच्या क्षेत्रात असल्याने तो शुक्र प्रत्यक्ष शिव आहे.

कालाग्नी म्हणून ओळखल्या जाणाऱ्या सूर्याला रुद्रही म्हणतात. रुद्र म्हणजे भीषण, संतप्त! तो शिवाच्या वरदायी, शांत स्वरूपाच्या विरूद्ध आहे. 'कुलज्ञान निर्णय' या ग्रंथात रुद्र कालाग्नीच्या स्वरूपात दाखवला आहे. तो शक्तीशी जोडलेला आहे. शक्ती मुलाधारात वडवामुखात बसलेली दिसते. याच ग्रंथात विश्वाची वरची सात क्षेत्रे सप्तस्वर्ग व सप्त पाताळ म्हणजे विश्वाची खालची सात क्षेत्रे यांचा उल्लेख येतो. कालाग्नी शरीराच्या खालच्या क्षेत्रात असतो, तोवर निर्मितीची प्रक्रिया व्यवस्थित चालू राहते. तो वर चढू लागला तर तोडमोड, भंग, विनाश इत्यादी सुरू होते.

बौद्ध तंत्रानुसार सूर्य हा निर्माण काया आहे. म्हणजे मज्जातंतूंच्या जाळ्याची रचना आहे. तिच्याद्वारे रूपांतरण घडून येऊ शकते. चंद्र हा उशनीष कमलातील बोधीचित्त आहे. नाभीच्या क्षेत्रात असलेली अग्नी शक्ती ही चांडाली देवी असल्याचे नमूद केलेले आढळते.

हठयोग अंगिकारलेल्या योग्यांची मुख्य साधना चंद्रावर आणि सूर्यावर संपूर्ण आधिपत्य मिळवून त्यांना एकरूप करण्यावर आधारित असते. व्यावहारिक योगानुसार साधक आपल्या स्थिर, अचल मूळ शिवस्वरूपाकडे जाण्याचा प्रयत्न साधनेद्वारा करीत असतो. शक्ती जागृत होऊन वर चढू लागते आणि शिवाशी एकरूप होण्यास पुढे जाते, तेव्हा साध्य प्राप्त होते. सूर्य व चंद्र हे घटक स्त्री-पुरुष ऊर्जेच्या एकरूपतेचेही प्रतीक मानले जाते. त्यांचे एकत्रित द्रव्य काही एक गुप्त यौगिक क्रियेद्वारा योगी शोषून घेतो. नाड्यांचे शुद्धीकरण आणि त्यांच्यावर अधिसत्ता मिळविण्यासाठी प्राणायाम केला जातो. त्यातही सूर्य आणि चंद्राचे घटक समाविष्ट असतात.

अमरत्व प्राप्त करण्याची प्रक्रिया ही सूर्य व चंद्र यांच्या ऊर्जांच्या संतुलनाशी संबंधित असते. विनाश वा निर्मितीच्या कोणत्याही एका टोकाला म्हणजे सूर्य वा चंद्रांपैकी एका पक्षाला चिकटून राहाणे योग्याने टाळायला हवे. दोहोंचे एकरूपत्व म्हणजे संतुलन साधले की शाश्वत अविनाशी स्थिती प्राप्त होते. कबीराच्या अनेक कवनांमध्ये बांका नाल्याचा उल्लेख येतो. तो सहस्त्रार चक्राच्या खालून सुरू होऊन टाळूच्या भागात असलेल्या खोलगट पोकळीपर्यंत असतो. त्याला 'शंखिनी' म्हणतात. या बांका नाल्यातून महा-रस किंवा सोमरस पाझरत येतो. 'गोरक्ष विजय' या ग्रंथात शंखिनीचे वर्णन 'दोन्ही टोकांना तोंडे असलेली सर्पिणी' असे केलेले आहे. चंद्रक्षेत्रापासून शंखिनीच्या ज्या तोंडात अमृत पाझरत येते, त्याला 'दशम द्वार' म्हटले जाते. सर्व योगविषयक अभ्यास ग्रंथांमध्ये त्याला फार महत्त्व दिलेले आढळते. या दशम द्वारातून अमरत्व देणारे अमृत साठवले जाते. हे रहस्य सर्वसामान्य व्यक्तींना माहीत नसते. त्यामुळे अमृताची बारीक धार हळूहळू सूर्याच्या अग्नीत ठिबकत राहते. ती सूर्याकडून ग्रहण करून कोरडी केली जाते. या प्रकारे शरीर कालाग्नीला बळी पडते. त्यामुळे त्याला मृत्यू येतो. जर दशमद्वार नीट सुरक्षित केले आणि अमृत ताब्यात ठेवले (ते कालाग्नीने स्वाहा केले नाही) तर ती व्यक्ती काळाच्या तावडीतून निसटू शकते, अमर होऊ शकते. हा महारस अथवा अमृत ही प्रत्येक व्यक्तीत असलेली अपार संपत्ती आहे. जर ते अमृत कालाग्नीच्या मुखात पडण्याऐवजी खुद्द योग्याने स्वत: ग्रहण करण्यासाठी सुरक्षित ठेवले तर त्या अमृताच्या साहाय्याने त्याला/तिला अमरत्व प्राप्त होते.

हे अमृत सुरक्षित ठेवण्याचे अनेक मार्ग आहेत. त्या प्रक्रियांचे वर्णन हठयोगात आणि तंत्रग्रंथांमध्ये तपशीलवार येते. त्यातील एक मार्ग म्हणजे खेचरी मुद्रा*. यात जीभ दुमडून, मागे वळवून, नस कापून, टाळूच्या पोकळ भागावर टेकवली जाते. ती शांखिनी अथवा रज दन्तच्या तोंडावर यावी लागते. त्याचवेळी भ्रूमध्यावर दृष्टी एकाग्र करावी लागते. मागे वळवून टाळूच्या विशिष्ट स्थानी टेकविलेली जीभ दशमद्वार बंद करून आतील अमृत सुरक्षित ठेवते. योग्याला नंतर अमृतपान करता येते. ही यौगिक प्रक्रिया इतकी सामर्थ्यशाली आहे की, शरीरांतर्गत सर्व ग्रंथीस्त्रावांवर तिच्याद्वारे ताबा मिळवता येऊ शकतो. असेही म्हटले जाते की, योग्याने सातत्याने खेचरीमुद्रेचा अवलंब केला तर त्याचा बिंदू म्हणजे शुक्राणूंचे स्खलन न होता ते सुरक्षित राहतील. त्याला एखाद्या स्त्रीने घट्ट मिठी मारली तरी तो चळणार नाही. अमृतपान करण्यासाठी मुद्रा आणि बंध सतत केले असता निर्विवादपणे अमरत्व मिळते असे म्हटले जाते. कुंडलिनी योगातही शक्ती सहस्त्रारापर्यंत वर चढणे हे अमृताची धार सुरू होण्यास आवश्यक असते. असेही म्हटले

* कृपया यातील कोणत्याही क्रिया स्वत:हून आचरणात आणू नयेत.

जाते की कित्येकदा स्वत: शक्तीच अमृतपान करते.

चंद्रातून हळूहळू ठिबकणाऱ्या अमृताला 'अमृत-वारुणी' असेही म्हटले जाते. हे अमृत अमर व्यक्तीचे मद्य असते. अमृत-वारुणी पिऊन महान् देवांनीही अमरत्व प्राप्त केले आहे. मद्यपान आणि मांसाहार हे तांत्रिक साधकाच्या जीवनाचा भाग आहे. त्याबद्दल अर्थ विशद करताना नाथासिद्धांनी चंद्रातून ठिबकणारे अमृतपान आणि जीभ दुमडून टाळूच्या विशिष्ट स्थानी लावणे (यांची ती प्रतिके आहेत) असे म्हटले आहे.

दुसऱ्या एका सिद्धान्तानुसार सूर्य आणि चंद्राची तुलना स्त्री आणि पुरुषाशी केलेली आढळते. असे म्हटले जाते की विनाशकारी सूर्यापासून चंद्राचे संरक्षण केले पाहिजे. जरा हलक्या पातळीवर जाऊन अर्थ लावणारे असेही म्हणतात की, स्त्रीच्या आकर्षणाच्या पकडीतून पुरुषाला वाचवले पाहिजे. नाथपंथी साहित्यात स्त्रियांना 'वाघिणी' म्हटलेले आढळते. स्त्रीची मोहकता आणि काम आवाहन यांच्यामुळे माणसाची त्याच्या विशिष्ट ध्येयावरील एकाग्रता ढळते. पुढे जाऊन त्याच्यातील ऊर्जा चैतन्यही नष्ट होते. ह्या पंथातील नाथसिद्ध हे कट्टर ब्रह्मचारी असतात. त्यांच्या योगमार्गावरील वाटचालीत स्त्रियांपासून मोठा धोका असल्याचे मानले जाते. पुन्हा एकदा मत्स्येन्द्रनाथांच्या कदली राज्यातील पतनाचा संदर्भ येतो. सर्व सामान्य माणसे ज्या कामेच्छा आणि आकर्षणाच्या जाळ्यात अडकतात त्या आकर्षणातून गोरखनाथांनी मत्स्येन्द्रनाथांना वाचवले. अनेक कवनांमध्ये गोरखनाथांनी रहस्यमय तऱ्हेने म्हटले आहे की, ''स्त्रीचा श्वासोच्छ्वास शरीर सुकवून टाकतो आणि प्रतिदिनी तारूण्य ओसरू लागते. हे काहीही न समजून घेणारे लोक मूर्ख असतात. त्यांच्या घरात वाघीण पाळली जाते. दिवसा ती विश्वमोहिनी बनते. आणि रात्री सर्व शरीर शोषून सुकवून टाकते. दूध चोरले जाते आणि वाघीण ते उकळते. जवळच मांजर (मृत्यू) बसलेली असते. दुधाचे सत्त्व जमिनीवर फेकले जाते. फक्त रिकामे भांडे तेवढे आकाशात उरते.'' यावरून स्पष्ट होते की, गोरखनाथ आणि एकंदरच नाथसिद्धांचा स्त्रीच्या बाबतीतला दृष्टिकोन जवळजवळ सारखा असून त्यात तडजोड संभवत नाही. स्त्रियांना पुष्कळदा चोर, दरोडेखोर, चाचे, भुकेल्या वाघिणी आणि लबाड मांजरी अशी विशेषणे लावलेली या सिद्धांतात आढळतात. अशा तऱ्हेने योग्यांच्या साधनेत महारस कोणत्याही तऱ्हेने गमावता कामा नये, हा नियम अनिवार्य असतो, जो योगी (महा-रस) वरील दिशेला प्रवाहित करू शकेल तो देवत्व पावेल, अशी समजूत आहे.

◈◈◈

३.४ नागार्जुन आणि बुद्ध

बुद्धाचा धर्म सर्व वासना, चुकीचे दृष्टिकोन, अहंकार या सर्वांचा शेवट करण्यास सांगतो. कोणत्याही टोकाच्या विचार संकल्पनेला चिकटून बसू नये. असा बुद्धाचा उपदेश आहे. मुक्ती हवी असेल तर 'मी' बद्दल असलेल्या चुकीच्या धारणा सोडून द्यायला हव्या. एखादा विवक्षित दृष्टिकोन/विचार इत्यादिंना चिकटून बसण्याचे ते मुख्य कारण आहे. (मी म्हणजे कोणी वेगळा. मग 'मी'हून इतर दुसरे असे विभाजन होत जाऊन सर्व खंडित/विभाजित होते.) असे बुद्धाचे सांगणे होते. बोधी ज्ञानप्राप्तीचा मार्ग तेव्हाच मोकळा होईल, जेव्हा माणूस 'मी', 'माझे' वगैरेची धारणा सोडून देईल. आणि वस्तुजाताच्या विभिन्न स्वभावधर्मासंदर्भात विशिष्ट दृष्टिकोनाला तो चिकटून बसणार नाही.

अतिशय श्रेष्ठ आणि विद्वान असा बौद्ध तत्त्वज्ञानी 'नागार्जुन' याच्याबाबतीत 'या सम हा' असेच म्हणावे लागेल. त्याच्याशी तुलना करावी असा दुसरा कुणी त्या काळी झाला नाही. 'प्रज्ञा परमिता सूत्र' या ग्रंथातून त्याची शिकवण जाणता येते. ही सूत्रे म्हणजे आपली शहाणपणाची जाणीव (जी अनुभव व उपजत ज्ञानाने विकसित होते)

ती परिपूर्ण कशी करावी, या संबंधीची प्रवचने आहेत. त्याच्या प्रत्यक्ष आयुष्यातील हे अनुभव आहेत, असेही म्हटले जाते. त्याच्या काही चरित्रात्मक कथांमधून आपल्याला समजते की, दक्षिण भारतात बोधिसत्त्व वज्रसत्त्वांनी लोहस्तंभ असे नाव दिलेले एक गाव होते तिथे एका ब्राह्मणकुळात नागार्जुनाचा जन्म झाला. काही तिबेटी संदर्भांनुसार नागार्जुनाला लहानपणीच घर सोडावे लागले. कारण एका ज्योतिषाने असे भाकित वर्तविले की, वयाच्या सातव्या वर्षी या मुलाचा मृत्यू होईल. यामुळे त्याचे आई-वडील अतिशय दुःखी झाले होते. असे म्हटले जाते की, बौद्ध धर्मव्यवस्थेत त्याला स्थान मिळाल्यावर तो मृत्यूच्या तावडीतून सुटला. कारण त्याने नालंदा येथे राहुलभद्र (किंवा सरहा) यांच्या शिकवणीनुसार 'अपरिमिता युरधारानी' सातत्याने आचरणात आणली.

कुमारजीव या बौद्ध मुनीने नागार्जुनाच्या शिकवणुकीचा सखोल अभ्यास केला. त्याने असे प्रतिपादन केले आहे की, आधीच्या आयुष्यात नागार्जुनाने कामोपभोग आणि वासनापूर्तीचा अतिरेक केला. त्याने (अदृश्य होऊन) राजदरबारातील स्त्रियांचाही उपभोग घेतला. सैनिकांनी त्याला जवळपास पकडलेच होते, पण तो मृत्यूच्या तावडीतून निसटला. या घटनेने तो खडबडून जागा झाला. त्याच्या लक्षात आले की, दुःखाचे मूळ हे वासनेत आहे. त्याने बौद्ध धर्मव्यवस्थेत प्रवेश केला. तिथे जे पवित्र धर्मग्रंथ मिळाले त्यांचा सखोल अभ्यास केला, अधिक ज्ञान मिळवण्यास अनेक ठिकाणी हिंडला. कारण ज्ञानार्जनास उपलब्ध अशी साधने वापरूनही त्याचे समाधान झाले नव्हते.

त्यांच्या आयुष्यातील घटना प्रज्ञापरमिता सूत्रांमध्ये नोंदवल्या गेल्या आहेत. त्या वैपुल्य सूत्रांत आहेत. त्यांचे ज्ञान नागार्जुनाला एका नागा (सर्पा) कडून प्राप्त झाले होते, असे कुमारजीवाने नोंदविले आहे. त्यांच्यामुळे त्याला हवे ते ज्ञान मिळून तो संतुष्ट झाला. नंतर त्याने आत्मज्ञानप्राप्ती झालेल्या बुद्धाच्या शिकवणुकीच्या प्रसारार्थ आपले जीवन वाहिले. बुद्धाने सांगितलेल्या पूर्ण सत्यांचा प्रचार, प्रसार त्याने जन्मभर केला. कित्येक तिबेटी ग्रंथांमध्ये नागार्जुनाच्या अतीव करूणेच्या आणि नालंदा येथील एकंदरच प्रजेच्या बद्दल ममत्त्वाच्या हकीगती दिलेल्या आढळतात.

नागार्जुनाचे एकंदर कार्य आणि भारतीय किमयाशास्त्राला त्याने दिलेले योगदान त्याचा किमयेशी (कृतींशी) असलेला संबंध हे सगळे खूप कुतूहलजनक आहे, गुंतवून टाकणारे आहे. इतिहासातील अनेक व्यक्तींचा नावानिशी उल्लेख (त्याच्या साहित्यात) आढळतो. पण नागार्जुनाचा कालखंड निश्चित करता येत नाही. तसेच त्याचे प्रभुत्व असलेल्या विविध क्षेत्रांचा अंदाज घेता येत नाही. माध्यमिक तत्त्वज्ञानाचा उद्गाता, बौद्ध तंत्राचा विवेचक, लेखक, जारण-मारण विद्येचा जाणकार, नाथसिद्ध बौद्ध किमयागार, दाक्षिणात्य हिंदू किमयागार अशा अनेक विशेषणांनी तो ओळखला जातो.

अल्बर्ट ग्रुनवेडेल यांनी त्याला बौद्ध तत्त्वज्ञानाचा 'फाउस्ट' म्हटले आहे. आज उपलब्ध असलेल्या धार्मिक ग्रंथांच्या संपन्न ज्ञानभंडाराच्या आधारे असे नक्कीच म्हणता येते की, नागार्जुन निर्विवादपणे बौद्ध परंपरेतील एक महत्त्वाचे विद्वान व्यक्तिमत्त्व होते. नागांशी (सर्पांशी) त्याचा फार जवळचा संबंध होता. त्याच्या संदर्भात असे म्हटले जाते की, त्याचा 'प्रज्ञापरामिता' म्हणजे आपली (सत्याकडे नेणारी) शहाणपणाची जाणीव परिपूर्ण कशी करावी, या बद्दलची सूत्रे सांगणाऱ्या महान ग्रंथातील ज्ञान त्याला सर्पांकडून मिळाले होते. नागार्जुनाच्या ग्रंथांचे अभ्यासक कुमारजीव यांनी अशी (आख्यायिका) कथा दिली आहे की, एका नागांच्या नायकाने नागार्जुनला समुद्रात नेले आणि सप्तारण कोश म्हणजे सात रत्नांचा खजिना त्याच्यासमोर उघडला. नागार्जुनाने वैपुल्य म्हणजे महायान सूत्र हे त्यातून उचलले. ते वाचल्यावर त्याचा अर्थ त्याच्या मनात खोलवर झिरपला. त्याने महानागांना म्हटले, ''जंबुद्वीपामध्ये मी जे काही वाचले त्याच्या दसपट महान असा हा खजिना आहे.'' तिथून त्याने पेट्या भरून ग्रंथ आणले. तिबेटी सूत्रांनुसार त्यातील अभ्यासग्रंथांपैकी सुमारे एक लाख गाथा (साररूपाने) प्रज्ञापरामिता सूत्रांमध्ये समाविष्ट आहेत. प्रज्ञापरामिता ग्रंथांपुढे इतर बौद्ध ग्रंथ फिके पडतात, असे काही जाणकारांचे मत आहे.

या सूत्रांमध्ये नागार्जुनाची मुख्य शिकवण प्रतिबिंबित झालेली आढळते. त्यानुसार अंतिम सत्य गुणातीत असते. तिथे भेद आणि विभाजन नसते. ते म्हणजे सर्व अस्तित्वाचा मूळ भाव असते. त्यात सशर्त (कार्यकारणात्मक) आणि सशर्तता नसणे असा भेद नसतो. मनुष्यमात्राने सत्याकडे दुर्लक्ष करून अज्ञानाच्या सशर्त, भेदाभेदयुक्त जगात जगायला सुरूवात केली असते. तेच त्याच्या लेखी सत्य असते. दुर्लक्षित केलेले सत्य, ज्ञान लक्षपूर्वक समजून घेण्यात शहाणपण असते. अज्ञानी असताना आपण समजतो की, आपण आणि जग, जगातील अनेक वस्तू वेगळ्या स्वतंत्र आहेत, त्या स्वतंत्र गोष्टींचा एक समुदाय एकत्र नांदत आहे. त्या स्वतंत्र वस्तूंच्या नामरूपकात्मक संकल्पनांना आपण चिकटून बसतो. शहाणपण प्राप्त झालेल्या माणसाच्या मनातील हे भ्रम दूर होतात. ज्ञाता आणि ज्ञेय ही दोन टोके असून भिन्न आहेत, या समजुतीला चिकटून बसलेल्या माणसाच्या मनात ज्ञान पसरताच ती एकाच स्वरूपाची दोन टोके आहेत हे समजू लागते. नामरूपकात्मक संकल्पनांच्या आपल्या अज्ञानी समजुतीला शहाण्या माणसाने दूर सारलेले असते. कोणतीही गुणविशेषणे, नामभेद यांच्यापासून मुक्त सर्वांठायी एकच चैतन्य असते. ते परिवर्तन पावत नाही. त्यात विभाजन नसते. वस्तुजाताचे हे अंतिम सत्य (आद्य धर्म) आणि (ते जाणण्यासाठी) नामरूपात्मक, विभाजित संकल्पनांना चिकटून न बसण्यासाठी चालविलेला अभ्यास, आणि प्राप्त केलेले कौशल्य (अनुपलंभ योग) हा

प्रज्ञापरामिता सूत्रांचा गाभा आहे. त्या सूत्रांच्या पायाभूत शिकवणीचे सर्व पैलू समजून घेण्यास 'शून्यता' हे महत्त्वाचे साधन आहे. सर्व (विश्वाचे मूळ रूप/चैतन्य) समजून घेण्यासाठी परिपूर्ण शहाणपण आणि जगाबद्दल करूणा ही प्रत्येकाच्या आयुष्यातील दोन महत्त्वाची साध्ये आहेत असे हे तत्त्वज्ञान सांगते.

नागार्जुनाच्या बौद्ध तत्त्वज्ञानातील महत्त्वाच्या संकल्पना :

- **'लौकिक जगातील गोष्टी स्वतंत्र व नित्य आहेत' या भ्रामक समजुतीला चिकटून न रहाता अंतिम सत्याचा शोध घेण्याचा अभ्यास :**
  संघर्ष व विभाजन नसण्यावर नागार्जुनाने भर दिला आहे. (अनुपलंभ). नागार्जुनाच्या मते हा बुद्धाच्या शिकवणुकीचा गाभा आहे. तथापि, ज्ञात्मज्ञानी बुद्धाचे अनुयायी खुद्द बुद्धालाच संघर्ष व विभाजनाचा विषय बनवीत होते. (अपलंभ). लौकिक जगातील तात्कालिक सत्याला, त्या जगातील समजुतींना चिकटून राहात होते. बुद्धाच्या शिकवणुकीत, उपदेशात असलेल्या सत्याच्या वैभवापासून पूर्णपणे वंचित होते. एकच सत्य त्याने वेगवेगळ्या लोकांना वेगवेगळ्या तऱ्हेने समजावून दिले, जे त्यांना समजून घेता येत नव्हते. आपल्या जाणिवेत कुठेतरी ते अंतिम अपरिवर्तनीय सत्य असते, त्याकडे आपण दुर्लक्ष केलेले असते. तसेच तात्कालिक जगातीलही सत्य असते. ते नित्य नसते. ही सत्याची स्वरूपे आहेत हे समजून घेणे आवश्यक असते. ते समजून घेणे हे बुद्धाला अभिप्रेत असलेल्या कौशल्याचे, अभ्यासाचे मूळ आहे. हे मूलभूत सत्य, त्याचा खरा अर्थ समजून न घेता दुर्दैवाने बुद्धाच्या अनुयायांनी त्याकडे दुर्लक्ष केले.

- **जे सापेक्ष, एकमेकांवर अवलंबून व अनित्य ते स्वतंत्र व नित्य आहे असे समजून घट्ट धरून बसणे हे संघर्ष आणि दुःखाचे मूळ आहे :**
  नागार्जुनाच्या मते मनुष्याचे हे असे चुकीच्या समजुतीला कवटाळून बसणे चुकीच्या कल्पनांवर आधारित असते. मुळात वस्तुस्थितीच्या योग्य आकलनाच्या अभावी असे घडते. हे चूक ते बरोबर, अमुक माझे तमुक माझे नाही, या तऱ्हेने सतत विभाजन करीत जाण्याने वस्तुजात (विचार संकल्पना) संकल्पनाबद्दल गोंधळ निर्माण होतो. अमुक संकल्पनांना घट्ट चिकटून बसल्याने पुढील रस्ते बंद होतात. गोंधळातून संघर्ष व दुःख निर्माण होते. आपण वस्तुस्थितीचे विभाजन केल्यामुळे तिची समग्रता, तिचे सर्वव्यापी चैतन्य सर्व

तऱ्हांचे अनुभव आणि खुद्द जीवन आपण समजू शकत नाही. अनित्य विभाजित व सापेक्ष अशा तात्कालिकाला आपण नित्य सर्वव्यापी स्वतंत्र सत्य समजतो. यातून गोंधळ व दुःखाची निर्मिती होत राहाते. आपण खंडित, तुकड्यांच्या पातळीला जखडून राहातो. अज्ञानामुळे या तुकड्यांनाच घट्ट चिकटून बसतो. ते आपल्याला सुरक्षित आश्रयस्थान वाटते. त्यामुळे सर्व अनुभवांना मर्यादेचे कुंपण घातले जाते. आपले मूळ रूप झाकले जाते. तरी त्याची अस्पष्ट जाणीव अस्वस्थ करते. त्यातून नैराश्य आणि वैफल्य निर्माण होते.

योग्य आकलन झाल्यावर (धर्मनाम् भूतप्रत्यवेक्ष) स्वतंत्र, स्थलकालनिरपेक्ष (नामरूपविरहित) सत्य प्रकट होते. ते नामरूपात्मक व एकमेकांवर आधारित तात्कालिक सत्याहून किती वेगळे आहे त्याची जाणीव होते. हे तात्कालिक सत्य वेगळे असले तरी मूळ सत्याहून तोडलेले विलग आहे असेही मानण्याची चूक करता कामा नये. तात्कालिक सत्याला स्वतःचे स्वतंत्र अस्तित्व नसून अनेक नामरूपात्मक वस्तुजाताशी ते जोडलेले असते. तथापि अंतिमतः ते नित्य, स्वतंत्र, सर्वांभूती असलेल्या चैतन्यतत्त्वस्वरूप सत्याशी निगडित असते. नागार्जुनाच्या मते, अंतिम स्वतंत्र, नित्य वस्तुस्थिती ही अनित्य, एकमेकांवर आधारित तात्कालिक वस्तुस्थितीचा पाया असते. तात्कालिक सत्य हे वस्तुस्थितीचे नीट आकलन न झाल्याने (भ्रमामुळे) निर्माण झाले असले तरी त्याचे मूळ स्वरूप हे नित्य, स्वतंत्र सर्वांभूती नांदत असलेले अखंड सत्य हेच असते.

- **मनुष्याचे मूळ रूप नामरूपविरहित निर्गुण निराकार असलेली ही वस्तुस्थिती वा सत्य आहे :**

मनुष्य हा एक व्यक्ती म्हणून अन्य जगाशी जोडला असल्याचे भासत असले तरी त्याचे मूळ रूप नित्य, नामरूपविरहित, कोणत्याही सगुण साकाराच्या मर्यादा नसलेले असते. नागार्जुनाच्या मते सगुण साकार, नामरूपात्मक अस्तित्वात शून्यता असते. (त्या अस्तित्वाची फेसातील बुडबुड्याशी तुलना केली जाते. सगुण साकार अस्तित्व दिसले तरी वस्तुतः आत मात्र पोकळपणा असतो.) आपल्या (चुकीच्या) कल्पनांनी आपण मूळ स्वरूपावर मर्यादा आणि परस्परावलंबित्वाची इतर अशाच अस्तित्वांशी आपल्या स्थिती लादतो. या मर्यादित बंधित स्वरूपाच्या आकलनापासून जाणिवा विस्तृत होत जात अखेर अमर्याद नामरूपविहित सत्याशी थांबते, तेव्हाच मनुष्याच्या सत्यशोधाची तहान भागते आणि त्याला समाधान मिळते. नागार्जुनाच्या उपदेशानुसार या मूळ

सत्याची जाणीव होण्यासाठी आपल्या भ्रामक कल्पनेतील विसंगती व परस्पर विरोध जाणून घेण्यास यथायोग्य जाणीव जागृती घडविणे, हा योग्य मार्ग आहे. नामरूपात्मक सगुण अस्तित्व पोकळ आणि तात्कालिक असल्याचे, ते म्हणजे शून्यता असल्याचे समजाविण्यास त्यातील विसंगती व भ्रमांवर नागार्जुनाचे विवेचन अचूक बोट ठेवते. मूळ नित्य, नामरूप विरहित सत्य हे नामरूपात्मक सत्य असल्याच्या भ्रमातूनही ते (साधकाला/अभ्यासकाला) मुक्त करते. म्हणजेच भासमान सत्य हे शून्यता असल्याचे समजावून देते.

- **मूळ सत्याच्या आकलनाचे तत्त्व म्हणजे प्रज्ञा हा मध्यममार्ग आहे :** प्रत्येक दृष्टिकोनाचा वेगळा स्वभाव व मूल्य मान्य करूनही त्याला (एकमेव, इतरांहून वेगळा म्हणून) चिकटून न राहाता समग्रत समाविष्ट असल्याचे समजून घेणे म्हणजे अनेक दृष्टिकोनांना आकलनाच्या एका स्तरावर आणि भिन्न स्तरांवरही समजून घेत सर्वसमावेशकतेची जाणीव निर्माण होणे, (अनित्य अशा नामरूप गुण आकारांच्या विभाजनांकडून नामरूप गुण आकार विरहित नित्य अखंडित सत्याकडे वाटचाल करणे) असे म्हणता येईल. ही सर्वसमावेशक जाणीव म्हणजेच प्रज्ञेच्या मध्यममार्गाचा पाया आहे. नामरूपाने बद्ध अस्तित्वे व विशिष्ट संकल्पना हे मनुष्यमात्रात अस्तित्वात असलेल्या सत्याचे आविष्कार मानले जातात. सत्याचे मूळ स्वरूप समजून घेण्याची वाटचाल होण्याच्या दृष्टीने ते आवश्यकही असतात. नागार्जुनाच्या मते, 'भौतिक तात्कालिक सत्याच्या संदर्भाशिवाय मूळ सत्य समजावता येत नाही; हे मूळ व अंतिम सत्य समजल्याखेरीज निर्वाण प्राप्त करता येत नाही, आत्मभान जागृत झालेला माणूस विचार व कृतींच्या माध्यमातून आपला दृष्टिकोन व्यक्त करतो. त्या अभिव्यक्तीत त्याच्या आत खोलवर असलेली अंतिम सत्याची जाणीव प्रतिबिंबित होत असते.

- **सत्याची जाणीव प्रकाशित करणे हे माध्यमिकेचे अंगिकृत कार्य आहे :** प्रत्येक मनुष्यमात्रात हे कालातीत सत्य, शाश्वत प्रकाश, आत्मभान असतेच. ते फक्त समजून घेण्यापेक्षाही शोधून काढणे गरजेचे असते हा निर्णय घेऊन त्यानुसार कृती करीत जाणारा प्रत्येक माणूस ते शोधून काढू शकतो. त्याच्या सर्व अस्तित्वाचा तो पायाच असल्याची जाणीव (त्या शोधाबरोबरच) त्याला होते. माध्यमिका हा मध्यममार्गाचा प्रवास आहे. त्या मार्गावरून प्रवास करणारा

प्रत्येक (साधक) सर्व आच्छादने दूर करीत आपल्या अंतस्थ गाभ्याचे मूळ रूप प्रकाशात आणतो तेव्हा त्याच्या लक्षात येते की, मी म्हणजे कुणी इतरांहून वेगळे स्वतंत्र असे अस्तित्व नाही. सत्यदर्शनानंतर तो इतर सर्व दृष्टिकोनांचा त्याग करीत स्वतःचा दृष्टिकोण तयार करतो. विशिष्ट संकल्पना किंवा दृष्टिकोन हे स्वतंत्र आणि सत्याचे उद्‌गाते असल्याचे मानून त्यांना चिकटून बसत नाही. (त्या योगे तो विभाजन नाकारतो.) मात्र इतरांना सत्य शोधण्यास मदत करण्यासाठी त्यांचा उपयोग करतो. काहीही वस्तुजात, संकल्पना इत्यादींचे नामरूपात्मक अस्तित्व स्वतंत्र असल्याचे भ्रम दूर झाल्याने त्याने ते तत्त्व नाकारलेले असते. त्याचा दृष्टिकोन स्वच्छ व वस्तुनिष्ठ होतो. सर्व व्यवस्था, पद्धती समजून घेत त्यांच्यातील (अंशिक) सत्य तो जाणून घेत जातो. माध्यमिकेचे प्रारंभिक तत्त्वच मुळी असे आहे की, शून्यता हा प्रज्ञेचा मूळ भाव आहे. (नामरूपादिक अस्तित्वे नित्य व स्वतंत्र असल्याचा भ्रम प्रज्ञेमुळे दूर होतो.)

बुद्धाच्या शिकवणीची पायाभूत तत्त्वे :

१. परस्परावलंबी अस्तित्वाची उत्पत्ती (प्रतित्य समुत्पाद) आणि मध्यम मार्ग

ही दोन्ही तत्त्वे पुष्कळदा समानार्थी म्हणून वापरली जातात. (बुद्धाच्या शिकवणीत) या दोन महत्त्वाच्या संकल्पना आहेत. अस्तित्वाच्या उत्पत्तीच्या तत्त्वात रोजच्या जगण्यातील प्रसंग, घटना, वस्तुजात, व्यक्ती याचे परस्परावलंबित्व महत्त्वाचे ठरते. तर वस्तुजातच्या व्यवहारात/रोजच्या जगण्यात भासणाऱ्या स्वरूपाबद्दलच्या दृष्टिकोनांच्या सापेक्षतेवर मध्यममार्गाचा भर असतो.

२. चार आर्यसत्ये

ही सत्ये बुद्धाच्या मुख्य शिकवणुकीतील महत्त्वाचा घटक आहेत. धम्मचक्राच्या उपदेशात त्यांना महत्त्वाचे स्थान आहे. माणसांच्या जगण्यात दुःख आहे. लालसा आणि वासना दुःखाला कारणीभूत असतात. त्या अज्ञानातून उगम पावतात. दुःखमुक्त होण्यासाठी दुःखाच्या मुळाशी असलेल्या वासना व लालसांचा समूळ लोप व्हावा लागतो. परस्परावलंबी अस्तित्वाच्या उत्पत्तीच्या मुळाशी हे सत्य आहे. बुद्धाच्या शिकवणुकीच्या गाभ्यात या आर्यसत्यांना मोठे स्थान आहे.

''ज्याला धम्म समजतो, त्याला परस्परावलंबी अस्तित्वाची उत्पत्ती

समजते (प्रतित्यसमुत्पाद). ज्याला परस्परावलंबी अस्तित्वाची उत्पत्ती (प्रतित्यसमुत्पाद) समजते, त्याला धम्म समजतो.''

३. मध्यममार्ग

अष्टांगिक मार्गाचा मुख्य घटक म्हणजे योग्य दृष्टिकोण. कोणतेही एक टोक घट्ट धरून दुसरे टोक नाकारणे हे योग्य समजले जात नाही. या दोन टोकांचे यथायोग्य आकलन या दृष्टिकोनात अभिप्रेत असते. त्यापैकी एक टोक म्हणजे पराकोटीच्या वासनातृप्तीचे जगणे. (जी तृप्ती होत नाही, अधिक वासना निर्माण करते.) पंचेंद्रियांच्या सुखांमध्ये धावण्याचा हा मार्ग म्हणजे एक टोक. दुसरे टोक म्हणजे पराकोटीचे आत्मक्लेश करून घेणे, सर्व काही नाकारण्याचा अट्टाहास! दोन्ही टोके टाळून मध्यम मार्ग स्वीकारणे, (वासनांचे अस्तित्व मान्य करणे, त्या दु:खाचे मूळ आहे हे मान्य करणे. पण त्यासाठी त्यांनी दडपण आत्मक्लेशाचा, वेदनेचा मार्ग न स्वीकारता शांतपणे या सर्व सत्याचे आकलन करीत जाणे), प्रापंचिक जीवनातही असा समतोल साधणे हा बुद्धाच्या उपदेशाचा महत्त्वाचा भाग होता. 'आहे' आणि 'अजिबात नाही', या संकल्पनांचे आकलन योग्य तऱ्हेने व्हायला हवे. बुद्धाने या संकल्पना समजावतांना म्हटले की, इथल्या वस्तुजात 'आहेच' हे अंतिम सत्य नव्हे किंवा 'नाहीच' हेही अंतिम सत्य नव्हे. ते उत्पन्न होते. मग नाहीसे होते. होण्याचे, न होण्याचे हे असे सत्र सतत चालत राहते.''

४. बुद्धाचे मौन आणि सत्याचे प्रकटीकरण

या व्यावहारिक कालसापेक्ष वस्तुजाताच्या स्वभावधर्माबद्दल स्पष्टपणे जाणून घेताना लोक पुष्कळदा शाश्वतता किंवा काहीच अस्तित्वात नसणे (आहे तो भ्रम आहे) असा टोकाचा दृष्टिकोन स्वीकारण्याची चूक करतात. बुद्धाबद्दल एक बोधकथा आहे. बुद्ध आपल्या मौनातून प्रश्नांची उत्तरे किंवा सत्ये कशी प्रकट करीत असे, त्याचे मर्म या बोधकथेत आढळते. एकदा वाच्च्छागोत्ताने (भ्रमण करणारा भिक्षू) बुद्धाला विचारले, 'आत्मा आहे का?' या प्रश्नावर बुद्ध काहीच बोलला नाही. मग (वाच्च्छागोत्ताने) प्रश्न केला, ''आत्मा नाही का?'' यावरही बुद्धाने मौन धारण केले. वाच्च्छागोत्त निघून गेल्यावर बुद्धाचा पट्टशिष्य आनंद याने विचारले की, 'एकाही प्रश्नाचे उत्तर का दिले नाही?' यावर बुद्ध म्हणाले, ''आत्मा आहे,'' असे उत्तर दिले असते तर चिरस्थायी शाश्वत आत्म्याच्या संकल्पनेला मान्यता देण्यासारखे झाले असते. जर 'आत्मा नाही'

असे म्हटले असते तर मृत्यूनंतर सर्व संपले, असा दृष्टिकोन व्यक्त झाला असता, (सत्य या दोहोंच्या मध्ये आहे. शाश्वत आत्मा असून तो स्वतंत्र आहे हे मान्य नाही. पण आपल्या बऱ्यावाईट कर्मांनुसार फळे प्राप्त होतात. कसेही अनिर्बंध जीवन जगले तरी मृत्यूनंतर सर्व संपले असे होत नाही. नीतियुक्त जगण्याने पुढे निर्वाणापर्यंत जाऊन जन्म-मृत्यूची साखळी संपू शकते.) बुद्धाने असेही म्हटले की वाच्च्छागोत्ताने, एका टोकाच्या दृष्टिकोनाला चिकटून राहात प्रश्न विचारल्याने तो 'आहे' आणि 'नाही' अशी दोन टोके मानण्याच्या संकल्पनेतून उद्‌भवला होता. ती संकल्पना बुद्धाला अमान्य होती. (हे समजून घेणे थोडे अवघड आहे.)

बुद्धाने उत्तर न दिलेले, बाजूला सारलेले चौदा अनुत्तरित प्रश्न आहेत. तेही शाश्वत्तता आणि सर्व काही कायमचे संपणे (लोप पावल्यानंतर काहीच नसणे) या टोकाच्या संकल्पनांशी निगडित आहेत. वस्तुजाताच्या व्यावहारिक/लौकिक जडणघडणीशी निगडित आहेत. उडान या ग्रंथामध्ये त्यांची थोडक्यात चर्चा केलेली आढळते. ते अर्धवट, खंडित, अपुरे दृष्टिकोन असून अज्ञजन त्यांनाच परिपूर्ण दृष्टिकोण समजतात व चिकटून बसण्याची चूक करतात. त्यामुळे भांडणे, वाद निर्माण होतात. या संदर्भात सहा आंधळे व हत्ती यांची कथा प्रसिद्ध आहे. हत्ती कसा दिसत असावा, याबद्दल त्या सहा जणांमध्ये भांडण झाले. प्रत्येकाच्या हत्तीच्या रूपाबाबत वेगवेगळा (पण अर्धवट, अपुरा) दृष्टिकोन होता. कुणाला मोठ्या भांड्यासारखा, कुणाला सुपासारखा, कुणाला दोरीसारखा हत्ती असावा, असे वाटत होते. याच तऱ्हेने भिन्नपंथीय उपदेशकांना अंतिम सत्य काय आहे आणि काय नाही, याची कल्पना नसते. (त्यामुळे) आपले अंतिम उद्दिष्ट काय असावे, काय नसावे, हे कळत नाही. त्यांची आपसात रस्सीखेच, भांडणे, वादावादी इ. होत राहते. कारण त्यांचा वस्तुजातासंदर्भातील दृष्टिकोन खंडित आणि अपुरा असतो. त्यांना समग्रतेचे आकलन झालेलेच नसते. प्रतित्य समुत्पद म्हणजे मध्यममार्ग वस्तुजातासंबंधी समग्रतेचा दृष्टिकोन स्वीकारतो. वेगवेगळे (कालसापेक्ष) दृष्टिकोन वेगवेगळ्या तऱ्हेने समजून घेतो. त्याचवेळी हे अंतिम सत्य नाही हेही समजून घेतो. अमुक टोके पक्की धरून ती शाश्वत आहेत, कालातील आहेत, असा दृष्टिकोन अंतिम सत्य असू शकत नाही. त्या सगळ्यांचे असणे, नसणे परस्परावलंबी असून हे संपले की ते स्थगित होणे घडते. हे निर्माण झाले की ते अस्तित्वात येते. अशा प्रकारची अवस्थांतरे चालू असतात. तथापि, त्यांचे तात्पुरते असणे नाकारता

येत नाही. ती शाश्वत असल्याचा भ्रम न बाळगणे म्हणजे 'शून्यता' स्वीकारणे हे नागार्जुनाच्या शिकवणुकीचे सार आहे. बुद्धाने ही प्रश्नांची उत्तरे देण्यासाठी मध्यममार्गाचा स्वीकार केला आहे. या संदर्भात सर्व गोष्टींवर समान प्रकाश टाकणाऱ्या सूर्याशी बुद्धाची तुलना केली जाऊ शकते. जे नाही त्याला तो आभासी तऱ्हेने उत्पन्न करीत नाही, जे आहे ते नाहीसे करीत नाही. (जे जसे आहे त्या स्वरूपात तसे दाखवितो) तो नेहमी सत्य तेच बोलतो. आणि आपल्या ज्ञानप्रकाशाने (अज्ञानाचा अंधकार दूर करीत) सर्व काही प्रकाशित करतो.

मध्यममार्ग : कोणत्याही टोकाला चिकटून न बसणारा मार्ग

प्रज्ञापरमिता शास्त्राची तुलना आकाशाशी; एक निवासाचे तत्त्व म्हणून केली जाते. आकाशात सर्व वस्तूजाताला जागा असते. ते सर्व काही सामावून घेते. तसेच प्रज्ञापरमिताशास्त्र सर्वसमावेशक आहे. सर्व कालसापेक्ष परस्परावलंबी खंडित विशिष्ट दृष्टिकोनांना सामावून घेणाऱ्या नित्य, निर्गुण निराकाराची जाणीव म्हणजे 'प्रज्ञा' असे म्हणता येईल. पण तो दृष्टिकोन विशिष्ट (एका टोकाचा) आहे, असेही नाही. कोणतेही टोक (जे आपल्या व्यतिरिक्त अन्य सर्व नाकारते) म्हणजे समग्र सत्य नव्हे, याची सर्वसमावेशक जाणीव म्हणजे 'प्रज्ञा' ही मध्यम मार्गासमान आहे. मध्यम मार्ग टोकांच्या वर आणि एकांगीपणाच्या पलीकडे जातो. लौकिक जगातील वस्तुजाताच्या अस्तित्वाबद्दलचे सत्यदर्शन घडवितो. प्रज्ञापरमिता कोणत्याही एका विशिष्ट दृष्टिकोनाला चिकटून बसत नाही, विभाजन करीत नाही, एक व त्याहून वेगळे इतर असा दृष्टिकोन बाळगत नाही (अनुपलंभ). नित्य अस्तित्व किंवा अस्तित्व अजिबात नष्ट होणे, कायमस्वरूपी असणे किंवा कायमस्वरूपी नसणे, संपूर्णतः वास्तव किंवा संपूर्णतः भ्रम असे कुठलेही एक टोक प्रज्ञापरमिता स्वीकारत नाही. ती स्कंध, अयन्त, धातू यांच्यात वर्गवारी होऊ शकणारे पदार्थाचे द्रव्य नाही. ते मिश्रीत वा अमिश्रीत नाही. धर्म वा अधर्म नाही, ते पकडून ठेवत नाही, सोडून देत नाही, ते उत्पन्न पावत नाही, नष्ट होत नाही. 'आहे आणि नाही'च्या चारकोटींच्या (प्रकारांच्या) पलीकडे असून तिथवर पोहोचल्यावर त्याला घट्ट धरून राहावे असे हाती काहीच लागत नाही. याबाबत त्याची तुलना एखाद्या ज्योतीशी होऊ शकते. तिच्या चारीही बाजूंनी तिला स्पर्श करणे अशक्य असते. प्रज्ञापरमिताही तिला पक्के धरून राहण्याच्या पलीकडे असते. तिला घट्ट धरण्याचा प्रयत्न करणारा माणूस स्वतःचे हात आपल्याच विकृत प्रयत्नात भाजून घेईल. ती विनाश पावत नाही, नाकारता येत नाही. ते सर्वोच्च सत्य असून त्या पलीकडे काहीही नाही.

> बहुतेकवेळा माणसे एक पवित्रा घेऊन आपले दृष्टिकोन सत्य असल्याच्या समजुतीला चिकटून बसतात. त्यातूनच संघर्ष उद्भवतो. प्रपंच हे या संघर्षाचे मूळ कारण आहे. ते चुकीच्या संकल्पनांमधून निर्माण झाले आहे. बुद्धाने आपल्या उपदेशात मनुष्यमात्राला धर्माबद्दलच्या भूमिकेवर ठाम राहण्यास सांगितले आहे. व्यक्तीविरोधात (संघर्ष करण्यास सांगितले) नाही. अर्थाकडे लक्ष हवे, शब्दांकडे नाही. ज्ञान मिळवावे, विज्ञान नव्हे. ज्या सूत्रांचा स्पष्ट निःसंदिग्ध अर्थ लागतो त्यांचे मनन करावे. अप्रत्यक्ष संदिग्ध अर्थ सूचित करणाऱ्या सूत्रांचे (मनन करणे गरजेचे) नाही.

बुद्धाचा धर्म सर्व वासना, चुकीचे दृष्टिकोन, अहंकार या सर्वांचा शेवट करण्यास सांगतो. कोणत्याही टोकाच्या विचार संकल्पनेला चिकटून बसू नये. असा बुद्धाचा उपदेश आहे. मुक्ती हवी असेल तर 'मी' बद्दल असलेल्या चुकीच्या धारणा सोडून द्यायला हव्या. एखादा विवक्षित दृष्टिकोन/विचार इत्यादिंना चिकटून बसण्याचे ते मुख्य कारण आहे. (मी म्हणजे कोणी वेगळा. मग 'मी'हून इतर दुसरे असे विभाजन होत जाऊन सर्व खंडित/विभाजित होते.) असे बुद्धाचे सांगणे होते. बोधी ज्ञानप्राप्तीचा मार्ग तेव्हाच मोकळा होईल, जेव्हा माणूस 'मी', 'माझे' वगैरेची धारणा सोडून देईल. आणि वस्तुजाताच्या विभिन्न स्वभावधर्मासंदर्भात विशिष्ट दृष्टिकोनाला तो चिकटून बसणार नाही. शब्दांना सुद्धा स्वतःचा असा नैसर्गिक अर्थ असतो. संकल्पनांनाही तसा नैसर्गिक अर्थ असतो. आपण ते ज्या तऱ्हेने वापरू, त्याचे जसे आकलन आपल्याला होईल त्याने फरक पडत जातो. म्हणून मध्यम मार्ग स्वीकारायला हवा. बरोबर दृष्टिकोन आणि चुकीचा दृष्टिकोनही वस्तुनिष्ठपणे लक्षात घ्यायला हवा.

अज्ञान आणि ज्ञान

बुद्धाच्या मते आपल्या अनुभवाला प्राप्त होणाऱ्या गोष्टी निर्माण करणारी अज्ञान ही एक शक्ती आहे. पण ती म्हणजे अंतिम गोष्ट नव्हे. तिचे अस्तित्व नाही आणि अनास्तित्त्वही नाही. सर्वसामान्य लोक सर्व वस्तुजाताची जी कल्पना करतात (ज्या दृष्टिकोनातून त्याचे आकलन करतात) त्याच्या मुळाशी अज्ञान असते. शास्त्र असे म्हणते की, अखेर ज्ञान आणि अज्ञान मूलतः समान आहेत. अखेरच्या सत्याच्या दृष्टीने बघता अनित्य, परस्परावलंबी खंडित अशा व्यावहारिक जगात व निर्वाण अवस्थेत तत्त्वतः फरक नाही. वेगवेगळ्या नद्यांच्या प्रवाहांना वेगळे रंग असतात, पाण्याची चव वेगळी असते.

पण त्यांचा समुद्रात प्रवेश झाला की, त्या सर्वांचे नाव, रंग, चव सर्व एकच होते. तसेच मूर्खपणा/अज्ञान किंवा ज्ञान यांचा प्रज्ञापरामितेमध्ये प्रवेश झाला, त्याच्याशी ते एकरूप झाले की, त्याचे मूलद्रव्य एकच होते. आंतरिक आणि बाह्य गोष्टींचाही प्रज्ञापरामितेत प्रवेश झाला की, त्या एकजीव होऊन त्यांचे एकच मूलद्रव्य होते. याचे कारण म्हणजे प्रज्ञापरामिता स्वभावतः संपूर्ण शुद्ध आहे. मूर्खपणा किंवा अज्ञानाचा खरा स्वभावधर्म प्रज्ञा आहे. पण प्रज्ञेला घट्ट चिकटून राहण्यात (अन्य गोष्टींपासून विभाजित करण्यात) परत मूर्खपणा होतो. साधक जेव्हा बुद्धत्वाच्या परिक्षेत्रात प्रवेश करतात तेव्हा त्यांना मूर्खपणा आणि शहाणपणा यांच्यातील फरक जाणवत असतो. जसजसे ते अधिक खोलवर पोहोचू लागतात, तसतसे या दोन्हींमधील फरक नाहीसा होत जातो. यावरून लक्षात येते की, अज्ञान असते. पण ती अंतिम अवस्था नसते. सूत्रात म्हटले आहे की -

(मूळ स्वभावात) अज्ञान हे शुद्ध असते. म्हणून संस्कार वगैरे (जी अज्ञानाची निर्मिती असते) ते (अखेर मूळ स्वभावात) शुद्धच असतात. (एकाच मूळ गोष्टीच्या एका टोकाला ज्ञान, तर दुसऱ्या टोकाला अज्ञान असते). शास्त्र पुढे असे समजावते की, ज्ञानात्मक प्रज्ञा ही शाश्वत, तात्त्विक, मूळ स्वरूप विषद करणारी आणि दुसरीकडे व्यावहारिक स्वरूपाची असू शकते. व्यावहारिक स्वरूपाची प्रज्ञा अज्ञानाचा अंधकार दूर करून अखेर खऱ्या शाश्वत प्रज्ञेपर्यंत पोहोचवते. शाश्वत प्रज्ञेत अज्ञान आणि ज्ञानातील भेद दूर होतो. म्हणून शाश्वत प्रज्ञेला, मनुष्यमात्राच्या हृदयातील चिरंतन प्रकाश असे म्हटले गेले आहे. शाश्वत प्रज्ञा म्हणजे नित्य आणि परमोच्च असे ज्ञानतत्त्व! सर्वांभूती असलेले मूलतत्त्व, सर्व भेदांच्या पार असलेले अखेरचे सत्य जाणल्यावर जे जाणायचे ते आणि जाणणारा यांच्यातील भेदच नाहीसा होण्याची स्थिती असते. ती निर्वाणात सुद्धा पूर्णतः प्राप्त होतेच असे नाही. प्रज्ञापरमिता तिला रद्द करू शकत नाही (किंवा तिची जागा घेऊ शकत नाही). तिला कोणताही अडथळा अडवू शकत नाही. ती अलौकिक स्थिती यथावकाश साधकाला प्राप्त होते. निर्वाणाहूनही कोणती उच्च अवस्था असेल तर ती या ज्ञानप्राप्तीची अवस्था होय! याउलट व्यावहारिक स्वरूपाची प्रज्ञा म्हणजे केवळ ज्ञान मिळविण्याची कृती. या कृतीत पृथःकरण, टीका आणि आकलन यासारख्या गोष्टी समाविष्ट असतात. प्रज्ञेच्या शक्तीच्या कृतिशीलतेचे हे प्रकार असतात. आणि नित्य स्वरूपी शाश्वत प्रज्ञेत त्यांची मुळे आढळून येतात.

प्रज्ञापरमिता सूत्रांचे पाच नेत्र : प्रज्ञापरमिता सूत्रांचे पाच नेत्र म्हणजे आकलन व समज यांच्या वेगवेगळ्या पातळ्या आहेत. शुद्ध तत्त्वज्ञानाच्या दृष्टीने मनाच्या आरशावरील धूळ वेगवेगळ्या प्रमाणात दूर करणाऱ्या वेगवेगळ्या पायऱ्यांचे प्रतिनिधित्व हे डोळे करतात.

(ज्या प्रमाणात हा आरसा स्वच्छ होईल त्या प्रमाणात) मन त्यात स्वत:चे खरे रूप पाहू शकेल आणि इतर अनेक गोष्टीही पाहू शकेल. परंतु त्यांच्यावर अज्ञान, वासना इत्यादिंच्या धुळीचा जाड थर असल्याने ज्या मर्यादा येतात त्यामुळे फारसे स्वच्छ दिसू शकत नाही.

या डोळ्यांनीच आपण बघतो, अवलोकन करतो. जे पाहिले त्याचे आकलन करून घेतो. काय पाहिले त्याचा निर्णय करतो. वस्तुजाताच्या एकंदर जडणघडणीबद्दल स्वभावाबद्दल जाणून घेतो. दृष्टिशक्ती म्हणून निसर्गत: डोळे शुद्ध असतात. पण ते ज्या तऱ्हेने आकलन करून घेतात, जे बघितले त्याचा अर्थ पूर्वानुभवांतून लावतात. त्यामुळे पाहिलेले सर्व भिन्न होत जाते. (वेगवेगळे दिसते) अतिशय मर्यादित पातळीवर हे बघणे थांबू शकते.

भौतिक शरीराचे नेत्र, देव नेत्र : डोळे अर्धवटच पाहतात. (पण जे पाहिले) त्यालाच चिकटून राहाण्याने चूक होऊ शकते. सर्व डोळे आणि सर्व प्रकारची दृष्टिशक्ती यांचे मूळ प्रज्ञेत असते. म्हणून सूत्र असे म्हणते, 'बुद्धाचे पाचही नेत्र प्रज्ञापरमितेतून उद्‌भवतात'. हे सूत्र पुढे असेही म्हणते, ''प्रज्ञापरमितेचा अभ्यास करीत (ज्ञान मिळवत, असताना बोधिसत्त्व आपले पाच नेत्र शुद्ध करतात'' भौतिक शरीराच्या डोळ्यांनी आपण सर्वसामान्यपणे अनुभवाला येणाऱ्या गोष्टी पाहू शकतो. पण शुद्धीकरणानंतर बोधिसत्त्व हजारो विश्वे, तिन्ही लोक, सर्व काही पाहू शकतात. भौतिक शारीरिक डोळ्यांची शुद्धी व्यक्तीच्या नैतिक कृत्यांमुळे होते. पण देव नेत्रे नीतिमान जीवनाबरोबरच ध्यान व समाधीमुळे शुद्ध होतात.

शहाणपण व सूज्ञता यांचे नेत्र : देव नेत्र व भौतिक शरीराचे नेत्र यांच्याकडून ज्या चुका होऊ शकतात, त्यापासून शहाणपण व सूज्ञतेचे नेत्र मुक्त असतात. हे तिन्ही प्रकारचे नेत्र (देव नेत्र, भौतिक शरीराचे नेत्र व सूज्ञतेचे नेत्र) उत्तम आचरणाने उदाहरणार्थ, प्रेम (अथवा प्रज्ञा) व करूणेच्या कृतींनी शुद्ध होतात. सूज्ञतेच्या नेत्रांचा विषय म्हणजे निर्वाण वस्तुजाताचे खरे स्वभावद्रव्य आणि स्वतंत्र, शाश्वत धर्म. परमोच्च सत्य, सर्वांभूती असलेले अद्वैत आणि मध्यममार्ग हे सारे काही सूज्ञतेचे नेत्र पाहू आणि जाणू शकतात. कोणत्याही टोकाला चिकटून न बसता सूज्ञतेचे नेत्र सर्व तऱ्हेच्या विकृती, अज्ञान, सर्व अवांछित गोष्टींमधील फोलपणा जाणून त्या गोष्टी दूर सारतात. शंका, अज्ञान, विकृती, चुकीच्या समजुती इत्यादी गोष्टींनी पुष्कळदा लोक सूज्ञतेचे नेत्र गमावतात. पण प्रज्ञा प्राप्त झाल्यावर पुन्हा एकदा सूज्ञतेचे नेत्र स्वच्छ शुद्ध होतात.

धर्माचे नेत्र : लोकांची मने असंख्य प्रकारे कार्यरत असतात. त्यांच्याशी धर्माच्या नेत्रांचा संबंध असतो. वैश्विक प्रेम व करूणा आणि जगातील सर्व भूतमात्रांना (दुःख, संकटे, चुकीचे मार्ग इत्यादींपासून) वाचविण्याची प्रतिज्ञा यामुळे, हे नेत्र प्रेरित होतात. मनुष्याचे ज्ञान अधिक सखोल करीत, सत्याचा शोध घेण्याकडे ते मनुष्याला प्रवृत्त करतात. विशिष्ट संकल्पना, गोष्टी इत्यादिंना चिकटून बसण्याची वृत्ती नाहीशी करण्यासाठी ते साहाय्य करतात. सर्व वस्तुजाताचे मूलतः असलेले एकच आणि अभिन्न असे स्वरूप समजून घेण्यास मदत करतात. प्रत्येक व्यक्तीला त्याच्या व्यक्तिमत्त्वानुसार योग्य ठरणारे निश्चित मार्ग (मार्गान्वय ज्ञान) ज्ञात झाल्यामुळे प्रत्येकाला ज्याच्या त्याच्या गरजेनुसार बोधिसत्त्व साहाय्य करू शकतात. याला 'धर्माचे नेत्र' किंवा 'धर्मचक्षू' म्हणतात.

बुद्धाचे नेत्र : हे सर्वश्रेष्ठ नेत्र आहेत. इतर सर्व नेत्रांच्या शक्ती मर्यादित आहेत. विशिष्ट विषयाशी निगडित नसणारे हे चक्षू सर्व काही समग्रतेने जाणू शकतात. त्यांना नामरूपात्मकतेची मर्यादा अडवू शकत नाही. याच नेत्रांमध्ये इतर (प्रकारचे) नेत्र आपली पूर्तता शोधत असतात. या नेत्रांचे वर्णन पुढीलप्रमाणे आहे, ''जेव्हा बोधिसत्त्व बुद्ध होतात; (इतर सर्व प्रकारचे नेत्र) भौतिक शरीराचे नेत्र, देव नेत्र, सूज्ञतेचे नेत्र, धर्माचे नेत्र (बुद्धाच्या नेत्रात शिरतात); तिथे ते आपली नावे व अस्तित्व समर्पित करतात. बुद्धाच्या नेत्राशी एकरूप होतात. मग फक्त बुद्धाचे नेत्र उरतात. जणू काही जंबुद्वीपाच्या चार मोठ्या नद्या आपले सर्वस्व सागराला समर्पित करीत त्याच्याशी एकरूप होत असतात.''

बुद्धचक्षु हा सर्व वासनांपासून मुक्त असतो. तो चराचराबद्दलच्या करूणेने ओतप्रोत भरलेला असतो. इथे विकृती, चुका, क्लेश इत्यादिंना जागाच नसते. सर्व काही शुद्ध असते. आपल्या शास्त्रांच्या शिकवणीने नागार्जुनाने बौद्ध तत्त्वज्ञानाचा मार्ग आखीव रेखीव केला. पुढे त्याने शून्यतेचे, महायान तत्त्वज्ञान विकसित केले. 'माध्यमिका कारिका' या लहानशा अभ्यासग्रंथात त्याने तर्कशुद्धरित्या असे सिद्ध केले की, सर्व वस्तुजाताच्या आत पोकळपणा (शून्यता) असते. (त्यांची अस्तित्वे क्षणिक व सापेक्ष असतात). सर्व वस्तुजाताचे (एकच असलेले) मूळ स्वरूप जाणून घेण्यास त्याने मध्यम मार्गाच्या तत्त्वांचा प्रसार केला. तंत्रयान किंवा बौद्ध तंत्रज्ञान शाखा महायानातून उगम पावली. महायान हा बौद्ध तंत्रज्ञानाचा व तत्त्वज्ञानाचा पाया असून महायानातच त्यांची मुळे खोलवर पसरली आहेत. तथापि, या तंत्रज्ञान शाखेनुसार, तांत्रिक गुरू हवा असतो. त्याने शिकविलेली तंत्रकृत्ये निष्ठेने करावी लागतात. ठरावीक शिस्त पाळावी लागते. या मार्गाने निर्वाणाप्रत पोहोचण्यासाठी उपरोक्त सर्व गोष्टींची गरज असते, असे मानले गेले आहे.

◈◈◈

३.५ धार्मिक पूजाविधींना वरदान : बौद्धतंत्र

आपल्या जीवन प्रवासात आपले शरीर अखेरपर्यंत आपल्याबरोबर असते. त्यामुळे योग आणि ध्यान यांच्याद्वारे त्याची काळजी घेऊन ते नीटनेटके राखणे अनिवार्य असते. ते निसर्गाने आपल्या आत्म्याला बहाल केलेले एक वाहन आहे. त्यामुळे आत्म्याला आध्यात्मिक विकासाचा अनुभव घेत विश्वाबद्दल जाणून घेणे शक्य होते. शरीराचा वापर व्यवस्थित केला तर ते अनेक वैश्विक शक्ती प्राप्त करण्यास साहाय्यभूत होते.

तंत्र म्हणजे काय?

तंत्रांतर्गत महत्त्वाचा भाग म्हणजे प्रत्यक्ष आचरणात आणण्यासाठी काही विधी/कृती देणारे ग्रंथ. या ग्रंथांचा दृष्टिकोन व्यावहारिक, प्रत्यक्ष कृतींवर भर देणारा असून त्या संबंधीची माहिती, कृती/विधी व त्यांची तंत्रे याचबरोबर त्यांच्या संदर्भातील तत्त्वज्ञान या ग्रंथांत समाविष्ट असते. भारतात मध्ययुगीन काळापासून हे प्रचलित असल्याचे आढळते. त्यात सूज्ञ शहाणपणाची शिकवण असते. मुक्तीकडे नेणारे साधना-मार्ग असतात; तसेच दैनंदिन आयुष्यात काही लहानमोठी उद्दिष्टे साध्य करण्यासाठीही

छोटे-छोटे सल्ले, सूचना असतात. पारंपरिक तांत्रिक अभ्यासग्रंथांमध्ये जे ज्ञान असते त्यात विशेषत: विश्वाची निर्मिती, विश्वाचा विनाश, परमेश्वराची विविध रूपांतील विविध प्रकारची पूजा, आयुष्याची ध्येये साध्य करण्याचे मार्ग, आध्यात्मिक शक्तीसाठी उपासना, आणि अंतिम सत्य जाणण्यासाठी ध्यान या गोष्टींवर भर असतो. तारुण्यावस्थेपासून वृद्धत्वापर्यंत दानधर्मासाठीचे कर्मविधी, पूजापाठ, योगाचा रोजचा परिपाठ, धार्मिक कर्मकांडे असा तांत्रिक ज्ञानाचा बराच मोठा पल्ला त्यात गाठलेला असतो. हे सर्व टप्पे आणि याहूनही अधिक असे काही त्यात समाविष्ट असते.

तंत्र हे (अर्थात) तांत्रिक कृती/विधी, उपासना इत्यादींवर भर देणारे असून त्याचा दृष्टिकोन कृतीशीलतेचा असतो. शक्तीची उपासना करण्यावर तंत्रात भर देणारा असतो. त्यात मंत्र कर्मकांडे असतातच, पण तांत्रिक विधींपलीकडे नेणारे ध्यानही असते. तंत्राचा दृष्टिकोन हा सर्वांना सामावून घेणारा वैश्विक दृष्टिकोन असल्याने उपलब्ध असलेले (ज्ञान/उपासना मार्ग इत्यादि) सर्व काही वापरण्याची, काहीही न नाकारता सर्वांचा अंगीकार करण्याची त्याची कार्यशैली असते. सर्व शक्तीरूपिणी, मातृरूपिणी देवतांचा विशेष आदर केला जातो आणि देवीपूजा, देवीमाहात्म्य (स्तोत्र) हे सर्व साधकांना अतिशय महत्त्वाचे ठरते.

> मानवी ज्ञानाची क्षेत्रे वेगळी आणि स्वतंत्र न करता सर्वांना सुसंगतपणे एकत्र आणणे आणि त्याद्वारे प्रत्येक स्त्री पुरुषाचे जीवन मानसिक, भावनिक, बौद्धिक व आध्यात्मिक दृष्ट्या संपन्न करणे हे तंत्राचे उद्दिष्ट असते. या दृष्टीने तंत्र हा मानवी जीवनाचा महावृक्ष आहे. एका विशिष्ट शाखेने किंवा नावाने तो मर्यादित झालेला नाही. धर्म म्हणजे काय, किंवा ज्ञानेंद्रियांनी आकलन होणाऱ्या विविध गोष्टींची, तत्त्वांची संगतवार मांडणी करीत त्यांना एकत्रितपणे 'माया' (सापेक्ष अस्तित्व किंवा भ्रम/भास) या स्वरूपात प्रस्तुत करणारा कायदा काय आहे, त्याची चिकित्सा व विवेचन करणे, ते सारे समजावून देणे हे तंत्राचे उद्दिष्ट असते.

मानवी जाणिवा उत्क्रांत करण्यासाठी हे ज्ञान वापरण्याचे कार्य तंत्राद्वारे होते. 'काशिका वृत्ती' या ग्रंथात म्हटले आहे की, तंत्र हे मन शरीर व जाणीव विकसित करणारे ज्ञान आहे. निद्रावस्था, जागृतावस्था, स्वप्नावस्था या देहभानाच्या अवस्थांची जाणीव विकसित करणे, त्यांच्याबद्दल अधिकाधिक सचेत करणे हेही तंत्राचे एक उद्दिष्ट असते. यासाठी आपल्या मानवी संगणकाची आज्ञावली पुसून नव्याने आज्ञावली लिहिण्याची

पद्धत तंत्रात अंगिकारली जाते, असे म्हणायला हरकत नाही. आपण जन्मल्यापासून मेंदूत प्राथमिक आज्ञावली तयार होऊ लागते. विविध अनुभवांनी, संस्कारांनी ती घडत जाते. परिस्थिती आणि अनुवंशिकता यांचाही त्यात सहभाग असतो. पुढे जाणारा काळ, विविध घटना प्रसंग, अनुभव, शिकलेल्या गोष्टी यामुळे एका टप्प्याला आपल्याला आपली नव्याने घडण करावी, आपली आज्ञावली नव्याने लिहावी असे वाटू लागते. यासाठी तंत्र एक मार्ग बनून आपल्याला साहाय्य करते. अज्ञान, (सर्व बाबतीतील) असहिष्णुता, स्वार्थाला चिकटून राहाण्याचा स्वभाव यांच्यामुळे आपल्यावर बंधने येतात. त्यातून मुक्त होण्यास आपले विचार, भावना अधिक उत्क्रांत, अधिक शुद्ध कराव्या लागतात. यासाठी तंत्राचे मोठे साहाय्य मिळते. तंत्रमार्गाने जाता जाता आपण आंतरिक शांतपणा मिळवतो, आपल्या आत सुसंगती, सुव्यवस्था निर्माण करतो. (गुंते, तिढे, गंड वगैरे दूर करतो) त्यातून जीवन शांत व समाधानी होऊ लागते. आपल्याला गुदमरून टाकणारी सारी बंधने तोडण्यास तंत्रामुळे विकसित झालेली जाणीव सर्वतोपरी साहाय्य करते. मेंदूच्या विविध भागातील आज्ञावली नव्याने लिहिण्यास तंत्राचे व्यावहारिक, प्रत्यक्ष कृतीत उतरवण्यायोग्य असे मार्ग आहेत. शुद्धीकरण, प्राणायाम, मानसचित्रे निर्माण करणे (व्हिज्युअलायझेशन), मंत्रजप, कुंडालिनी योग अशा तंत्रगत मार्गांनी मेंदुरूपी संगणकात नवी आज्ञावली लिहिली जाते. सहा कृतीविधींनी पूर्ण जाणीव जागृती होऊ शकते. ते म्हणजे -

१) शम : वासनांचा आवेग मंदावत मन शांत करणे

२) दम : पाच ज्ञानेंद्रिये म्हणजे कान (श्रवण), डोळे (दर्शन), जीभ (रूची), त्वचा (स्पर्श) व नाक (वास); पाच कार्येन्द्रिये म्हणजे हात (पकडणे), पाय (संचार), तोंड (वाणी), जननेंद्रिये (पुनरूत्पादन) व गुदद्वार (अनावश्यक गोष्टी बाहेर टाकणे), चार आंतरेंद्रिये म्हणजे चित्त (स्मृती), बुद्धी (आकलन), मानस (जाणीव), अहंकार (स्वत्व) या सर्व अवयवांना ताब्यात ठेवणे.

३) उपरती : बघणे, समजणे व कृती करणे हे सर्व पूर्णपणे थांबविणे.

४) तितीक्षा : धैर्य आणि सहनशीलता अंगी रुजवून विकसित करणे. यामुळे सर्व काही सहन करण्याची शक्ती वृद्धिंगत होत जाते.

५) समाधान : सतत एकाग्रता साधणे, वासनांच्या पलीकडे जाणे.

६) श्रद्धा : संपूर्ण विश्वास, भक्ती आणि ईश्वरच आपले सर्व काही असल्याची स्थिर जाणीव प्राप्त होणे.

तंत्रात प्राविण्य मिळविण्यास योग्याला आणखी सहा गुण आवश्यक मानले जातात.

दक्ष (बुद्धिमत्ता), जितेंद्रिय (ज्ञानेंद्रियांवर ताबा), शुचि (शुद्धता), आस्तिक (सत्यावर अढळ विश्वास), विद्या (ज्ञान, वेद म्हणजे समग्र ज्ञानाचा आराखडा, आणि ईश्वरावर पूर्ण विश्वास), सर्व हिंसा विनिर्मुक्त. (सर्व तऱ्हेच्या हिंसेपासून मुक्त असणे), सर्व प्राणीहितार्थ (सर्व जीवमात्रांच्या संपूर्ण विश्वाच्या कल्याणार्थ सिद्ध असणे).

या गुणांमुळे योग्यांना जन्मजात प्रेरणांवर ताबा मिळतो. शम, दम, इत्यादींच्या सरावामुळे भानावस्थेत वरचा मेंदू व खालचा मेंदू यांची नीट जुळणी करता येते. (त्यांची कार्ये व्यवस्थित, हवी तशी जोडून घेता येतात). त्यातून पुढे जाणीव सतत जागृत असण्याची अवस्था म्हणजे तूरियावस्था प्राप्त होते. म्हणूनच 'तनं तारयती इति तंत्रः' (शरीराचे तारण करते तंत्र) असे म्हटले आहे.

तंत्राला जागतिक परिमाण आहे. एकविसाव्या शतकातील आधुनिक मनांना ते आवडते. आपलेसे करावेसे वाटते. कारण नव्या युगातील व्यक्तींची मने जिज्ञासू, निर्मितीशील, बौद्धिक उत्तेजना हवीशी वाटणारी आणि शरीर चैतन्यपूर्ण बनविण्यास उत्सुक अशी आहेत. तथापि, यौगिक क्रियाविधींपैकी तंत्राबद्दल फार गैरसमज प्रचलित आहेत. अनेक पाश्चात्य वाचकांना बऱ्याच अंशी तंत्र म्हणजे कामक्रीडा वाटते. तंत्रमार्ग म्हणजे विशेष लैंगिक आसने, कामशक्ती व कामविधींनी आत्मप्रकाशाकडे नेणारा मार्ग वाटतो. काही तांत्रिक शिकवणुकीमध्ये कामविधींचा अंतर्भाव आहे. पण तो काही तंत्रयोगाचा गाभा नव्हे. कामसूत्राच्या ज्ञानाचा तंत्रमार्गाशी तसा काही थेट असा संबंध नाही. (तसा गैरसमज वा पूर्वग्रह करून घेऊ नये.) वात्सायनाचा 'कामसूत्र' हा लैंगिक सुखप्राप्तीचे शास्त्र विशद करणारा प्राचीन हिंदू ग्रंथ आहे. इतर कोणत्याही शुद्ध यौगिक परंपरांप्रमाणे तंत्रयोगातही ध्यान, मंत्र, मुद्रा इत्यादी घटक असतात. श्वसन, अन्नग्रहण व निद्रा यासंबंधीच्या धार्मिक चालीरीती आहेत. आत्मज्ञान प्राप्ती करून देणाऱ्या आध्यात्मिक मार्गाला अत्यंत ऊर्जामय क्रियाशील दृष्टिकोन बहाल करणारा म्हणून तंत्रमार्गाकडे पाहावे लागेल. त्या मार्गात भक्ती, देवदेवतांच्या पूजा आराधनाही समाविष्ट आहेत. (देवी देवतांच्या) उपदेशांना तंत्रमार्गात फार आदराचे स्थान आहे. कोणाला तांत्रिक कला उद्दीपक, कामोत्तेजक वाटू शकते. कामविषयाचे उदात्तीकरण करणे हा त्यामागचा हेतू नसून, मानवाच्या लैंगिकतेच्या आदिकालीन प्रेरणांचे रूपांतरण घडवून त्यांना उच्च पातळीवर नेण्यास मानवी जाणिवेच्या उच्च शक्तींचा उपयोग कसा करता येईल, त्याचे चित्रीकरण करण्याचा हेतू आहे. नैसर्गिक कामेच्छेच्या आविष्कारातून, निर्माण होणाऱ्या ऊर्जेचे उत्सर्जन करून तिला ईप्सित दिशा देण्याचे कार्य तंत्र शास्त्र-साधना करू शकते, परंतु ही पायरी प्राप्त करून घेणे सहजसाध्य नाही, ती एक साधना आहे. तंत्र लैंगिकतेचे उदात्तीकरण करीत नाही. पण ती एक

मोठी शक्ती असल्याचा स्वीकार करते. आणि त्यात दैवी अंश शोधते. तंत्र स्वभावतः विषयवासनारहित आहे. थोर आध्यात्मिक गुरूंच्या उदाहरणाने ते सिद्धही झाले आहे. शंकर, रामकृष्ण, नित्यानंद हे महान गुरू अखेरपर्यंत सम्यक् व्रताचारी राहिले. मंत्र आणि ऊर्जाशील योगावर त्यांचे प्रभुत्व होते. त्याचा उपयोग त्यांनी लोकांच्या जीवनात बदल घडवून आणून ते अधिक सुखी करण्यास केला. या विरुद्धही एक विचारधारा दिसून येते. त्यानुसार लैंगिक शक्तीचा उपयोग संपूर्ण रूपांतरण घडवून आणण्यासाठी केला जातो, या तत्त्वावर या विचारधारेचा दृढ विश्वास आहे. लैंगिकता ही आपल्या अस्तित्वाची पायाभूत शक्ती आहे या वस्तुस्थितीवर उपरोक्त तत्त्वप्रणाली आधारित आहे. तंत्राचे हे दोन विरुद्ध दृष्टिकोन आपल्याला आढळून येतात. पहिली तत्त्वप्रणाली सर्व विषयसुखांचा त्याग करून लैंगिक सुखासाठी कोणतेही कृत्य करणे अयोग्य मानते. दुसरी तत्त्वप्रणाली कौटुंबिक लैंगिक परंपरांचा प्रसार करते. त्यात मर्यादित स्वरूपात रतिसुखाला स्थान दिलेले आढळते.

पहिला दृष्टिकोन अगदी स्पष्ट आणि थेट आहे. (त्यात मर्यादित स्वरूपाच्या लैंगिक सुखाला सुद्धा ठाम नकार आहे.) त्यामुळे आधुनिक काळातील विशेषतः पाश्चात्य देशातील साधकांना तो मार्ग कठीण आणि ताणतणावांचा वाटू शकतो. कारण पाश्चात्य देशांमध्ये संपूर्ण ब्रह्मचर्याची परंपरा नाही. एक महत्त्वाची गोष्ट लक्षात घ्यायला हवी, योगमार्ग कधीही भावना दडपायला, त्यांचे दमन करायला सांगत नाही. त्याऐवजी इच्छा, कामनांच्या बाबतीत स्वयंशिस्त आणि संयमाचा पुरस्कार करतो. कालांतराने साधक त्या प्राथमिक गरजांच्या पलीकडे जातो. अधिक उच्च अशा दैवी साधनेमुळे त्याला समाधान मिळू लागते. यातूनच खऱ्या आनंदाचा मार्ग निर्माण होतो. यासाठी त्याला लैंगिक सुखासाठी गरज असणाऱ्या कुणा बाह्य व्यक्तीची, वस्तूंची, इतरांकडून मिळणाऱ्या पतप्रतिष्ठेची, कीर्तीची, समाजाकडून आदर मिळवण्यास करावयाच्या कार्यांची, कसलीच गरज लागत नाही. व्यक्तीच्या स्वतःच्या शुद्ध जाणिवेतून हा आनंद निर्माण होतो. दुसऱ्या गृहस्थी तत्त्वप्रणालीनुसार, गृहपरंपरेत स्वतःच्या वंशवृद्धीपुरता मर्यादित लैंगिक संबंध ठेवता येतो. त्यात जोडीदाराशी निष्ठा आणि विवाहापूर्वी कौमार्य पालन यांची मूल्ये रुजविली जातात. विशेष दखल घेण्याजोगी गोष्ट म्हणजे अनेक वैदिक ऋषींचे विवाह झाले होते. त्यांना मुलेबाळेही होती. या परंपरेतील साधकांचा विश्वास असतो की, विवाहित, गृहस्थाश्रमी मनुष्य कुटुंब व समाजाप्रती असलेली सर्व कर्तव्ये पार पाडूनही मुक्ती मिळवू शकतो.

सर्वसामान्यपणे योगाने लैंगिक ऊर्जा व तिच्या अभिव्यक्तीला 'वाईटपणाचा, 'पापाचा', 'दुष्टते'चा शिक्का मारलेला नाही. लैंगिक ऊर्जा व तिची अभिव्यक्ती म्हणजे

काहीतरी लज्जास्पद, घृणा यावी, अशी आहे असेही कधी त्याकडे पाहिलेले नाही. काही विचारधारांनी ब्रह्मचर्य अधिक स्वीकारार्ह मानलेले आहे, कारण ती ऊर्जा अधिक उच्च स्तराकडे प्रवाहित करता येते. बुद्धिजन्य कार्ये, आध्यात्मिक विकास यासाठी कामी येते अशी समजूत होती. इथे एक गोष्ट लक्षात ठेवायला हवी. ब्रह्मचर्य पालन केल्यावर योग्य ध्यानधारणेशिवाय ही न वापरलेली ऊर्जा साचून राहते. त्यामुळे वेगवेगळ्या शारीरिक व मानसिक समस्या निर्माण होऊ शकतात. त्या व्यक्तीला उच्च दर्जाच्या ध्यानावस्थेवर लक्ष केंद्रित करण्यास, एकाग्रता करण्यास पुरेशी शक्ती उरत नाही. निसर्गाला मात्र पूर्ण ब्रह्मचर्य मान्य नाही, त्यातून मानसिक संतुलन बिघडण्याची शक्यता असते, खास करून प्रौढ वयात!

तंत्र : शरीर, भावना, आध्यात्मिकता

तंत्रात एक अशी मान्यता आहे की, शरीर हे पवित्र मंदिर असून त्यात पवित्र कार्य चालते. या मार्गानुसार आपली मानस शरीराची ही छोटीशी आकृती म्हणजे सर्व विश्वाचे प्रतिबिंब आहे. (पिंडी ते ब्रह्मांडी) या तत्त्वामुळे तंत्रमार्ग हे शरीराच्या आध्यात्माचे विज्ञान मानले गेले आहे. कारण त्या मार्गानुसार शरीर किंवा भौतिक आकार हे गूढ प्रतीक आहे. तथापि शरीराचा मोह नामरूपात्मक अशी वेगळी ओळख या गोष्टींना काही किंमत दिलेली नाही. याचे एक उदाहरण पाहायचे झाले तर सामान्य लोक आपले शरीर म्हणजेच आपण (आपली खरी ओळख) असे मानतात. ते बहुतेक वेळा स्वत:चाच गैरवापर करतात, त्रास करून घेतात, भौतिक सुखाच्या लालसेने त्या सुखांमध्ये अधिकाधिक धावतांना आपली इंद्रिये दमवतात आणि अखेरीस कसलेच समाधान किंवा परिपूर्तीचा आनंद पदरात पडत नाही.

आपल्या जीवन प्रवासात आपले शरीर अखेरपर्यंत आपल्याबरोबर असते. त्यामुळे योग आणि ध्यान यांच्याद्वारे त्याची काळजी घेऊन ते नीटनेटके राखणे अनिवार्य असते. ते निसर्गाने आपल्या आत्म्याला बहाल केलेले एक वाहन आहे. त्यामुळे आत्म्याला आध्यात्मिक विकासाचा अनुभव घेत विश्वाबद्दल जाणून घेणे शक्य होते. शरीराचा वापर व्यवस्थित केला तर ते अनेक वैश्विक शक्ती प्राप्त करण्यास साहाय्यभूत होते. ही सर्व कमाई संचित म्हणून आपल्याला मिळते. किंवा (साधना फळाला आली तर) ब्रह्मन् मध्ये विलीन होता येते. पुष्कळ लोकांना समजत नाही की आपले शरीर म्हणजे खरे आपण (आपले खरे अस्तित्व) नव्हे. कारण शरीराला कायम वेदना, विविध त्रास होतात, रोग होतात आणि कालक्रमाने ते वृद्ध होते. ते आपल्याला शाश्वत असा निरंतर आनंद देऊ शकत नाही. पण ते आपल्याला अनेक गोष्टी (धडे) शिकण्यास मदत करते.

म्हणून शरीर हे फक्त अनुभव घेण्याचे एक साधन मात्र आहे. त्याचा काळजीपूर्वक, हुषारीने वापर केला तर त्याच्या साहाय्याने अतुलनीय उच्च दर्जाची, जाणिवेची अवस्था प्राप्त करून घेता येते. या अर्थानेच तंत्रात शरीराला पवित्र वाहन मानले गेले आहे. त्याच्या माध्यमातून आपल्या दैवी आत्म्यापर्यंत पोहोचणे शक्य होते.

भावना व्यक्त करण्याचा आणखी एक प्रवाह रूढ झाला असून त्याने सगळ्या जगाला झपाटले आहे. अनेक मानसशास्त्रीय केंद्रांमध्ये भावना व्यक्त करण्यास प्रोत्साहन दिले जाते. त्यामुळे मोठ्या धक्क्यांमधून निर्माण होणाऱ्या भावनांचा निचरा होऊन माणसाचे भावविश्व स्वच्छ होण्यास मदत होते, असे मानले जाते. तंत्रामध्ये मात्र भावना या आध्यात्मिक विकास व रूपांतरणासाठी महत्त्वाचे साधन असल्याचे मानले गेले आहे. भावना व्यक्त करण्यास तंत्र प्रोत्साहन देत नाही. त्यामुळे ममत्व निर्माण होऊन एकंदर जगाबद्दल मोह उत्पन्न होतो. तंत्रात असे मानले गेले आहे की, भावना ही जाळ्यात अडकलेली ऊर्जा आहे. जाणिवेच्या महासागरात विलीन होण्यासाठी एखाद्या लाटेसारखे तिला सोडले जावे. मनुष्यमात्राला समजते की, त्यांच्या व्यक्तिगत भावना या खरे तर वैश्विक ऊर्जा असून मायामोहामुळे ती ऊर्जा शतखंडित होते किंवा फार मर्यादित होते. तंत्रमार्गात ज्या देवदेवतांचे त्यांच्या शांत किंवा क्रोधित स्वरूपात पूजन केले जाते, ते आपल्याला वैश्विक भावनेशी पुन्हा जोडले जाण्यास साहाय्य करतात. वैश्विक भावना ही निसर्गाची निसर्गदत्त शक्ती असल्याची जाणीव करून देतात. हा ईश्वरी संदेश किंवा विशाल जाणिवेचा खेळ त्या भावनांचा पाया आहे, हे समजू लागते. मग आपल्या प्रत्येकाच्या आत अवस्थित असलेल्या दैवी अस्तित्वाला जाणून घेण्यास त्यांच्याशी जोडले जाण्यासाठी या भावनांचा एक निरामय मार्ग तयार होतो.

आपल्या आत भक्ती जागृत करून त्याद्वारे मानवी भावनांचे दैवी ऊर्जेत रूपांतरण करण्यास तंत्र आपल्याला साहाय्य करते. सर्व भावनांमध्ये सर्वाधिक नकारात्मक असलेला अहंकार नष्ट करण्यास तंत्रयोग मदत करतो. तो आपल्याला कोणत्याही भावना दडपायला सांगत नाही. पण सगळे गुदमरवणारे ममत्व, मोह, नकारात्मक परावलंबित्व सहज स्वाभाविकपणे बाहेर काढण्यास मदत करतो. या ममत्व, मोह, परावलंबित्व इत्यादी गोष्टी आपल्या मार्गातील अडथळे झालेल्या असतात. त्या अलगदपणे दूर सारल्या जातात.

मनावर विपरित परिणाम करणाऱ्या मादक द्रव्यांचा संबंध कित्येकदा तंत्रमार्गाशी जोडला जातो. मादक द्रव्याच्या सेवनाचे उल्लेख तंत्रात जरूर येतात. पण ते तंत्रमार्गाचे महत्त्वाचे अंग नव्हे आणि बहुतेक गुरू मादक द्रव्ये दूर ठेवण्याचा उपदेश करतात. ही मादक द्रव्ये मनाची अवस्था बदलतात. सर्वसामान्य जाणिवेच्या पलीकडे पोहोचवतात.

पण त्यांचा अवाका फार मर्यादित असतो आणि त्याचे मन व शरीरावर गंभीर दुष्परिणाम होऊ शकतात. त्याऐवजी मंत्रजप आणि ध्यान धारणेतून अनुभवाला येणारा आनंद कित्येक पटींनी मोठा असतो आणि तो आरोग्यासाठी लाभदायक असतो. त्याच्यामुळे आयुर्मान वाढण्यास मदत होते.

निर्बंध वर्तणूक व कृतींमुळे तांत्रिक गुरूची विशेषतः भारतातील तांत्रिक गुरूंची (जनमानसातील) प्रतिमा फारशी चांगली नाही. त्यामुळे लोक आणि समाजमानसात तंत्राच्या नैतिक मूलतत्त्वांबद्दल नेहमी शंका आणि प्रश्न उद्‌भवतात. काही आध्यात्मिक साधकांनी वर्तनाचे ताळतंत्र सोडून जादुटोणा, लैंगिक संबंध, मादक द्रव्य सेवन यांचा अतिरेक केला. स्वतःच्या सुखासाठी, इतरांना त्रास देण्यासाठी किंवा लोकांवर ताबा मिळवून त्यांचा वापर करण्यासाठी त्यांनी या गोष्टींचा अवलंब केला, त्यामुळे लोकांच्या मनात तांत्रिक गुरूंबद्दल गैरसमजुती, घृणा निर्माण झाली. तंत्रमार्गाची कुप्रसिद्धी झाली. वर उल्लेखिलेल्या पद्धती अतिशय अशुद्ध आणि पूर्ण चुकीच्या आहेत. धर्ममार्गात त्यांना दूर ठेवण्यात आले आहे. त्यांचा प्रत्यक्ष अवलंब करणे धर्माला मंजूर नाही. नको ती बदनामी झाली असल्याने कित्येक तंत्रमार्गाचे साधक प्रत्यक्ष आयुष्य तंत्रमार्गानुसार जगत असताना आपल्या कार्यासाठी, वर्तनासाठी, आराधनेसाठी 'तांत्रिक' हा शब्द वापरत नाहीत. त्या ऐवजी ते वैदिक, यौगिक किंवा वेदान्तिक हे शब्द वापरतात. उदाहरणार्थ, शंभर वर्षांपूर्वी स्वामी विवेकानंदांनी पाश्चात्य जगाला योग आणि वेदान्ताची ओळख करून दिली. तांत्रिक संकल्पनांची आपल्या श्रोत्यांना ओळख करून देण्याबाबत मात्र ते कमालीचे सावध होते.

तंत्र हे विज्ञान (उदाहरणार्थ, विज्ञान भैरव तंत्र) असून बाह्य जग आणि आंतरिक मनोविश्व समजून घेण्याचा तो ज्ञानमार्ग आहे. त्यामुळे तंत्राचा अन्य भारतीय शास्त्रांशी जवळचा संबंध आहे. उदाहरणार्थ, आयुर्वेद, ज्योतिष, इत्यादी. तंत्र मध्ययुगीन (काळापासून) जगाशी विशेषतः मध्यपूर्व देश, यूरोप, भारत, चीन इत्यादी देशांमध्ये दूरदूरपर्यंत पसरलेल्या किमयाशास्त्राच्या परंपरेशी निगडित आहे.

प्राचीन युरोपीय गूढवादाचा पाया असलेले व आध्यात्मिक किमयेचा मोठा जागतिक पल्ला गाठणारे जुने किमया मार्ग आहेत, त्यांचे पुनरूज्जीवन तंत्र माध्यमातून झाले आहे असे कित्येक विद्वान अभ्यासकांचे मत आहे. ही किमयेची परंपरा आयुर्वेदात सुद्धा आढळते. गंधक, पारा, अभ्रक व अन्य खनिजांच्या मिश्रणातून काही विशिष्ट औषधी सिद्ध करण्याच्या प्रक्रिया आयुर्वेदात दिलेल्या आहेत. मानसिक आजारांच्या उपचारांसाठी व शरीराला नव्याने बलशाली करण्यास व यौवनपूर्ण जोम देण्यास आयुर्वेदात तांत्रिक विधी दिले आहेत. हिंदू ज्योतिषाच्या परंपरेत अनेक आध्यात्मिक

मार्गदर्शकांनी तांत्रिक विधींचा अवलंब करीत रत्नांचा उपयोग, तंत्रविधी, मंत्र, ग्रहांची स्थिती व दिशा आणि प्रतिकात्मक गोष्टींचा समावेश केलेला आहे.

भाग्याबद्दल भविष्य वर्तविणाऱ्या हस्तसामुद्रिकांसारख्या विद्या भारतात निर्माण झाल्या व नंतर जगभर भटकणाऱ्या जिप्सी लोकांच्या माध्यमातून जगात सर्वदूर पसरल्या. सर्व जग एकत्र येण्याच्या आजच्या युगात अध्यात्म, भौतिकता, गूढ विद्या असे अनेक आयाम असलेले तंत्र हे योग्य रीतीने पाहिल्यास एक सर्वसमावेशक शास्त्र आहे. आयुष्य सार्थ करण्यास, स्वत:चा शोध घेण्यास साधकांसाठी तो एक राजमार्ग आहे. लैंगिक सुखाचा अनुभव आणि खोटी सनसनाटी यांच्या पलीकडे तंत्रमार्गाच्या ज्ञानकक्षा खूपच विस्तारलेल्या आहेत. तो बहुआयामी मार्ग आहे. आणि अध्यात्म, कला, विज्ञान, गूढ विद्या अशा अनेक पैलूंनी मंडित आहे. परमोच्च सत्य जाणून घेत मोक्ष प्राप्त करणे हे तंत्रमार्गाचे अंतिम उद्दिष्ट आहे. (उदाहरणार्थ, किमया, अल्केमी ही फक्त सोन्यापुरती मर्यादित नसून, मानवी शरीरावरही ती केली जाऊ शकते.)

सिद्धांची तांत्रिक मुळे : डेव्हिड फ्राऊली या अभ्यासकाने 'तांत्रिक योग ॲन्ड विस्टुडम गॉडेसेस' या आपल्या ग्रंथात तंत्राची त्याच्या विविध पैलूंच्या अंगाने चर्चा केली आहे. तंत्र आणि कला, विज्ञान, भावना, कुंडलिनी याबद्दलच्या चर्चेखेरीज तंत्राविषयीच्या गैरसमजुतींबद्दलही लेखकाने अभ्यासपूर्ण माहिती दिली आहे. तंत्रमार्गात बुद्धिमत्ता, कौशल्य आदि गुणवत्ता असल्याचे नमूद केले आहे. हिंदू, बौद्ध, जैन तत्त्वप्रणालींच्या विकासाचे तंत्र हे अविभाज्य अंग आहे. अर्थात, त्या त्या तत्त्वप्रणालींच्या संदर्भात त्याचा विकास वेगवेगळा झाला आहे.

डेव्हिड फ्राऊली यांच्या मते तंत्रयोगाच्या विकासाचा कालखंड -

१) **वैदिक कालखंड :** तेव्हा मोहेंजोदारो, हडप्पा यांसारख्या अत्यंत सुसंस्कृत संपन्न नगरांची भरभराट झाली. तो सिंधू संस्कृतीचा काळ. पुढे याला सरस्वती 'संस्कृती' असे यथायोग्य नाव मिळाले. कारण सरस्वती नदीच्या काठी ही संस्कृती उदय पावली व तिचा विकास झाला.

२) पुढे सरस्वती नदी आटली. प्रवाह लुप्त झाला. (ख्रिस्तपूर्व १९००) ही संस्कृती गंगा, यमुना नद्यांच्या काठाकडे आली. मग पौराणिक शिकवण त्या संस्कृतीने अंगिकारली. (ती समाजजीवनाच्या नित्य व्यवहारात अंतर्भूत झाली.)

३) मध्ययुगीन काळात पुराणांमधून तंत्रांच्या तत्त्वांचा विकास करीत तत्त्वप्रणाली

निर्माण झाली. बहुतेक तंत्रांची मुळे पुराणांमध्ये आढळतात.

काळाच्या ओघात भाषा आणि आकृतिबंध बदलले. पण तीन गोष्टींचे मूलतत्त्व तंत्राच्या गाभ्यात कायम राहिले. ते म्हणजे व्यक्तीचे आत्मतत्त्व आणि परमात्मा यांची एकरूपता होणे. तंत्र अभ्यासग्रंथांमध्ये येणारे मुख्य वैशिष्ट्यपूर्ण विषय म्हणजे विश्वाची निर्मिती, विश्वाचा विनाश, विविध तऱ्हांनी केलेले ईश्वराचे पूजन, आयुष्यातील उद्दिष्टे सफल करणे व आध्यात्मिक शक्ती आणि अंतिम सत्य जाणून घेण्यासाठी ध्यानाचे विविध मार्ग होत.

हिंदू तंत्रमार्गाची वैशिष्ट्ये पुढीलप्रमाणे आहेत

१) तांत्रिक विधी, कर्मकांडे उपासनेचा दृष्टिकोन यावर तंत्रमार्गाचा भर असतो. त्यात तांत्रिक विधी, कर्मकांडे मंत्र, मानसचित्रे इत्यादी कृतींचा उपयोग अंतिम उद्दिष्ट साध्य करण्याची साधने म्हणून केला जातो. विधी वा कार्ये हे साध्य नसते.

२) तंत्र हा अपेक्षित साध्याकडे नेणारा वैश्विक मार्ग असल्याने तो सर्व पद्धती अंगिकारतो, काहीही नाकारत नाही. काही तत्त्वप्रणाली, पंथ वा उपासना मार्ग ज्या पद्धती आध्यात्मिक वा पवित्र नसल्याने नाकारतात, त्या तंत्रात स्वीकारल्या जातात. तंत्र त्यांना वर्ज्य मानत नाही.

३) देवी आणि तिची पूजा यांना तंत्रात विशेष महत्त्वाचे स्थान आहे. तंत्रातील विविधता व ऐसपैस अवकाश यामुळे या मार्गाला पाठिंबा मिळत राहिला. तंत्राचा विस्तार आणि कक्षांचा आवाका मोठा आहे. अध्यात्म, गूढ विद्या, कला व विज्ञान असे अनेक आयाम त्यात आहेत. ते जगाला समजायला हवेत. प्रत्यक्ष जाणीव जागृतीचा मार्ग आणि तंत्रमार्ग हे दोन्ही एकाच ध्येयाप्रत नेतात.

वज्रयान बौद्ध तत्त्वज्ञान आणि तांत्रिक बौद्ध तत्त्वज्ञान हे तसे समानार्थी आहेत. तो भारतीय बौद्ध सिद्धान्ताच्या विकासातील अंतिम टप्पा आहे, असेही मानले जाते. व्यवहारात आचरण्यायोग्य तांत्रिक कौशल्ये हा त्यांचा महत्त्वाचा घटक असल्याने या मार्गाने आत्मज्ञान प्रकाश सर्वात वेगाने प्राप्त होतो असे मानले जाते. त्यामुळे योग्याला कमी कालावधीत; कधीकधी एकाच जन्मात बुद्धत्व प्राप्त होऊ शकते. आणखी महत्त्वाची नोंद घेण्याजोगी गोष्ट म्हणजे महायान आणि थेरवाद पंथापेक्षा हा मार्ग अंतिम उद्दिष्टाकडे जलद गतीने पोहोचवितो. थेरवादाचे अंतिम उद्दिष्ट जन्म मरणाच्या फेऱ्यापासून सुटका करून घेण्याचे आहे. महायान मार्ग मात्र आत्मज्ञान प्रकाश प्राप्तीकडे नेणारा मार्ग आहे. वज्रयान बौद्ध सिद्धान्त निर्मितीचे मूलस्थान उद्यान आहे, असे मानले जाते. हे उद्यान म्हणजेच आजकालच्या पाकिस्तानमधील स्वातचे खोरे! काही संशोधनांनुसार त्याचे

मूलस्थान दक्षिण भारतात आहे, असे म्हटले जाते. तिबेटमध्ये असे मानले जाते की, थोर ज्ञानी शाक्यमुनी बुद्ध यांनी तंत्र आणि गूढविद्येची शिकवण आपल्या गुरूशिष्य परिवाराच्या बाहेरही दिली. त्यांच्या मृत्यूनंतर बऱ्याच काळाने ती शिकवण सूत्ररूपाने लिहिली गेली. मूळ अभ्यासग्रंथ चौथ्या शतकातील असावेत. उत्तर भारतातील नालंदा विश्वविद्यालय वज्रयान सिद्धान्तांच्या विकासाचे केंद्र होते. येथूनच या तत्त्वप्रणालीचा प्रवास खऱ्या अर्थी सुरू झाला. भारतात वज्रयान पद्धती व तिच्याशी निगडित पूजा, उपासना, अन्य विधी वगैरे अकराव्या शतकापर्यंत प्रचलित होते. कालांतराने हळूहळू त्यांचे महत्त्व कमी होत गेले. तेराव्या शतकापर्यंत ही शिकवणुक बहुतांशी नामशेष झाली. तथापि, त्यातील अनेक लोकाचार, विधी इत्यादी हिंदू धर्मप्रणालीत मिसळून गेले. इस्लामचा उदय, प्रसार, वाढते महत्त्व यांचा दबाव या दोन्ही धर्मप्रणालीत वाढू लागला. त्यानंतर बौद्ध धर्माचे बहुतांशी ग्रंथ, विधी, पवित्र साहित्य इत्यादी तिबेटमध्ये काळजीपूर्वक जतन केले गेले.

विसाव्या शतकाच्या उत्तरार्धात चिनी कम्युनिस्टांच्या अधार्मिक, (कोणताही धर्म नाकारणाऱ्या) राजवटीच्या दबावाला कंटाळलेल्या, (किंवा राजद्रोही ठरवून हद्दपार केलेल्या) तिबेटी नागरिकांनी तेथून सुटका करून घेऊन भारतात स्थलांतर केले. तिबेटी बौद्ध जमातीच्या लोकांनी धरमशाला आणि आसपासच्या तसेच इतर प्रदेशात वस्ती केली. आज मितीस या केंद्रामध्ये भारतातील आणि जगातील तांत्रिक बौद्ध तत्त्वप्रणालीनुसार आचरण करणारे अनेक लोक आढळतात.

वज्रयान बौद्ध तंत्रप्रणाली : धार्मिक विधींच्या पद्धती आणि प्रक्रिया

तांत्रिक विधी आणि कौशल्यपूर्ण प्रक्रियांमध्ये वज्रयान मार्गाची मुळे खोलवर रुजली आहेत. ती अनेक प्राचीन भारतीय धर्मग्रंथांतही आढळून येतात. या मार्गाचा महत्त्वाचा भाग म्हणजे 'परिणामांचा उपयोग (प्रक्रिया, विधींचे परिणाम) पुढील मार्ग म्हणून करणे.' पुढे भविष्यकाळात कधीतरी होणारे आत्मज्ञान किंवा अंतिम सत्यप्राप्ती हे दूरवरचे ध्येय अशी धारणा न धरता योग्याला बुद्धाच्या ज्ञानमय शरीर, मन आणि वाणीशी एकरूप होण्याचे ध्येय नजरेसमोर असावे लागते.

बुद्धाच्या या स्वरूपाला संस्कृतमध्ये 'ईदम' असे म्हणतात. बुद्धस्वरूपाशी एकरूप होण्याकरिता खूप प्रतिकात्मक गोष्टी व मानसचित्रे इत्यादिंचा उपयोग बौद्ध तांत्रिक पद्धतीत केलेला आढळतो. या तत्त्वांच्या मुळाशी महत्त्वाचा पाया असतो तो गुप्तता राखण्याचा! गुप्तता राखण्याचे कारण म्हणजे इतरांनी चुकीचे मार्गदर्शन घेऊन स्वत:ला इजा करून घेऊ नये, स्वत:चे नुकसान करून घेऊ नये. त्यांनी योग्य त्या गुरूकडे

जावे, ही खबरदारी घेण्यासाठी गुप्तता पाळली जाते. या मार्गाचे अनुसरण करणाऱ्या साधक योग्यांनी लक्षात ठेवले पाहिजे की, ज्यांनी दीक्षा घेतली नाही (त्यामुळे ज्यांची यथायोग्य मनोभूमी तयार झाली नाही) त्यांना या मार्गातील प्रतिकात्मकता अथवा या तंत्र कौशल्यामागची मानसिकता समजावता येणार नाही. त्यामुळे गैरसमजुती वाढतील. अखेर काहीही नीट न कळल्यामुळे ते हा मार्ग नाकारतील. सुरुवातीला या धर्माचारांमध्ये कित्येक निरर्थक विधी आहेत, असे वाटेल. परंतु बौद्ध तत्त्वज्ञान समग्रपणे समजावून घेऊन त्यानुसारच हे विधी करावे लागतात आणि त्या विधींची परंपरा एकनिष्ठेने पाळावी लागते.

वज्रयान पंथात काही ठळकपणे आढळणारे विधी/प्रक्रिया आहेत. त्यात मंत्र, यंत्र, मुद्रा, मंडल (मंडल हे एक प्रकारचे वैश्विक आराखडे असतात. दृष्यमान मार्ग असतात. ते आध्यात्मिक ज्ञानप्रकाश प्राप्तीसाठी नकाशे रेखांकित करून त्याविषयी मार्गदर्शन करतात.) वज्र, घंटा, डमरू यांसारखी प्रतिकात्मक साधने, उपकरणे अशा अनेक गोष्टी त्या विधी/प्रक्रियांमध्ये समाविष्ट असतात. या मार्गातील साधकांसाठी महत्त्वाची गोष्ट म्हणजे गुरूशिष्याचे नाते! ते अत्यंत पवित्र मानले गेले असून त्याविषयी पूर्ण आदरभाव बाळगत त्याचे पावित्र्य कायम राखावे लागते. विविध विधी, प्रक्रिया करण्याची गती व कौशल्य मिळवून त्या करण्यासाठी आणि दीक्षा देणे यासाठी गुरूंची अनुमती असावी लागते.

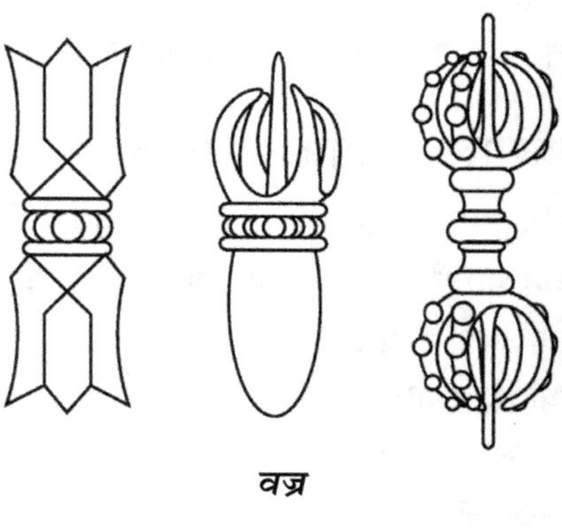

वज्र

पवित्र मूर्ती व चित्रांच्या कलाविष्कारात लैंगिक प्रतिकात्मकताही प्रचलित आहे.

लैंगिकता हा बौद्ध तंत्राचा महत्त्वाचा प्रतिकात्मक भाग आहे. कामशक्तीचे उदात्तीकरण करीत तिचे रूपांतर आनंददायी अशा जाणिवेच्या अवस्थेत करणे आणि त्याद्वारे सूज्ञता व शहाणपण यांची उच्चतर अवस्था मिळविणे, त्यातून पुढे आत्मज्ञानाचा प्रकाश प्राप्त होणे, या गोष्टी (क्रमाक्रमाने) सुरुवातीस समागमाच्या माध्यमाने जात पुढे उच्चतर

अवस्था मिळविता येते, अशी ह्या मार्गात एक विचारधारा आहे. त्यातून हे स्पष्ट होते, की समागमाच्या कृतीला महत्त्व नसून कामशक्तीवर ताबा मिळविणे हे अंतिम उद्दिष्ट असते.

वज्रयान पंथात पवित्र मूर्ती व चित्रांच्या कलाविष्कारात लैंगिक प्रतिकात्मकताही प्रचलित आहे. करूणा आणि सुप्रज्ञा (शहाणपण) यांच्या वैवाहिकतेचे ते प्रतीक आहे. यातूनच वज्रयानाला मंत्रयान व तंत्रयान अशीही नावे मिळाली आहेत. वज्रयानातील मूळ शब्द वज्र याचा मूळ अर्थ कधीही न भंगणारा हिरा; किंवा गडगडाट होत चमकणारे विजेचे अस्त्र. त्याला वास्तवाचा सूचित अर्थ आहेच. म्हणून हा मार्ग म्हणजे अभंग हिऱ्यापासून बनविलेले किंवा हिऱ्यासारखे वज्रलेप वाहन होय. (किंवा विद्युत अस्त्र). तिबेटी भाषेत वज्राला 'दोरजे' म्हणतात. ते अनेक विधींसाठी महत्त्वाचे असून ते करूणेचे प्रतीक आहे.

वज्रयान मार्गाचा दुसरा महत्त्वाचा घटक म्हणजे तो खऱ्या अर्थी गोपनीय व फक्त दीक्षा दिलेल्या शिष्यांपुरता मर्यादित आहे. विशेषत: दीक्षाविधी दरम्यान गुरूशिष्यामध्ये काही ज्ञान प्रक्षेपित करतो. त्यामुळे या मार्गातील साधक शिष्य जलदपणे प्रगती करतो. ही प्रक्रिया पुस्तके वाचून होऊ शकत नाही. या संदर्भात या मार्गाची गुरूशिष्यांच्या वर्तुळापुरती मर्यादा व गोपनीयता लक्षात घ्यावी लागते. ही तंत्रे व कौशल्ये अत्यंत गुप्त राखली जातात, अशी साधकाची धारणा आहे. परंतु काही वज्रयानपंथी गुरूंच्या मते त्याला विशेष महत्त्व नाही. गुरूशिष्यांच्या वर्तुळाबाहेर लोकांना त्याचा अर्थ समजणे अशक्य आहे. (म्हणजे ती उघड केली तरी सर्वसामान्यांना कळणार नाहीत) त्यामुळे ती गुप्त राहणे ही त्या मार्गाची तदनुषंगिक गोष्ट आहे. ही तांत्रिक कौशल्ये अत्यंत शक्तिमान असतात. ती चुकीच्या पद्धतीने वापरली तर वापरणाऱ्या साधकाला शारीरिक/मानसिक इजा होऊ शकते. हे धोके टाळण्यासाठी या मार्गाचे विधी/कर्मकांडे गुप्त ठेवली जातात. या गुप्ततेच्या वैशिष्ट्यामुळे या तत्त्वप्रणालीला गुप्त बौद्ध तत्त्वप्रणाली, गूढ महायान, गूढ बौद्ध सिद्धान्त वगैरे नावे प्राप्त झाली आहेत.

जपानमध्ये हा मार्ग सर्वसामान्य जनही आचरताना दिसतात. गूढ प्रक्षेपणाचेही वेगवेगळे प्रकार आहेत. तिबेटी बौद्धांच्या न्यींग्मा तत्त्वप्रणालीत 'द्झोचेन' नावांची पद्धत प्रचलित आहे. काग्यू आणि शिंगॉन महामुद्रा ही वेगळी पद्धत अनुसरतात. विशेष दखल घेण्याजोगी गोष्ट म्हणजे वज्रयान हा स्वतंत्र मार्ग असला तरी मूलत: तो महायान बौद्ध तत्त्वप्रणालीचा भाग असल्याचे मानले जाते. महायानातील अनेक सूत्रे, बोधिसत्त्वांचे महत्त्व, अनेद देवतांचा समुदाय या सर्व गोष्टी वज्रयानातही घटक म्हणून समाविष्ट आहेत. बौद्ध धर्म हा केवळ भिक्षू, साधूंसाठी नसून सर्वसामान्य जनतेसाठी आहे, हा दृष्टिकोन दोहोंमध्ये सारखाच आहे.

जपानी वज्रयान गुरू कुकाई यांनी मात्र या दोन तत्त्वप्रणालीतील भेद स्पष्ट केले

आहेत. त्यांच्या मते महायान हा मार्ग सर्वसामान्य लोकांसाठी असून त्यात तशा मार्गदर्शक तरतुदी केल्या आहेत. त्यांच्या मताप्रमाणे अगदी मर्यादित साधकांसाठी आचरावयाच्या अटी शिथील न करणारा (ठरावीक साधकांपुरता मर्यादित) वज्रयान हा एकमेव बौद्ध तत्त्वप्रणालीचा मार्ग आहे. यात जी शिकवण दिली जाते, तिला 'धर्मकाया' म्हणतात. धर्मकाया म्हणजे महावैरोचन स्वरूपात आत्मज्ञान प्रकाश निर्माण होणे.

हीनयान व महायान या दोन्ही पंथांमध्ये वज्रयानाचे अनेक विचार/घटक अंतर्भूत आहेत. पण सारतत्त्वांचा विचार करता महायान व वज्रयान विचारप्रणालींचे अनेक घटक एकमेकांविरुद्ध सुद्धा आहेत. विशेषत: भयंकर आणि भयप्रद अस्तित्वे महायान देवळांमध्ये थोडी दुर्बळ दिसतात. आणि संरक्षक देवता देवळात येणाऱ्या भाविकांकडे वा प्रवाशांकडे तीक्ष्ण, क्रुद्ध नजरेने बघताना आढळतात.

वज्रयान : शुद्धीकरण प्रक्रिया

वज्रसत्त्व क्रिया म्हणजे व्यक्तीचे कर्म शुद्ध करण्यासाठी करावयाची प्राचीन तांत्रिक ध्यानपद्धती आहे. महायान (तत्त्वप्रणाली) कर्मविधी म्हणून रोज करावयाच्या कर्मविधीत तिचा अंतर्भाव असून ती बोधीचित्र म्हणजे कर्म शुद्ध करावयाच्या क्रियेबरोबर केली जाते. आत्मज्ञान प्रकाश कमी कालावधीत प्राप्त व्हावा आणि ज्ञानेंद्रियांमुळे जगाचे आकलन करणाऱ्या जीवमात्रांना (त्या दिशेने) साहाय्य करावे, यासाठी वर उल्लेखिलेल्या क्रिया केल्या जातात. वज्रसत्त्व क्रियेअंतर्गत कोणत्याही संकल्पनेवर धारणा ठेवून ध्यान न करता 'शून्यते'वर ध्यान करावयाचे असते. सामान्य दैनंदिन पातळीवर शताक्षरी मंत्राचा जप करावयाचा असतो. त्याबरोबरच गुंतागुंतीची मानसचित्रे व मनाच्या विरोधी अवस्थाही जपविधीसह निर्माण करावयाच्या असतात.

वज्रसत्त्व मंत्रजप आणि मानसचित्र कौशल्ये ही दिलेल्या सूत्राच्या कर्मविधीनुसार पार पाडायची असतात. कोणत्याही तंत्र विधीची सुरुवात करण्याआधी प्राथमिक कृती म्हणून ती करावी लागतात. तंत्राच्या प्रारंभिक विधींचा संच असतो तो सुद्धा पार न पाडता मंत्र जप मानसचित्रादि आराधना केली जाते. त्यात एक लाख मंत्रजप केला जातो. हा मंत्रजप व मानसचित्रे ही औपचारिक तांत्रिक साधनेची महत्त्वाची अंगे आहेत. बुद्धत्व प्राप्त करण्याचे उद्दिष्ट गाठण्यासाठी त्यांचे मोठे साहाय्य होते. तंत्राच्या कोणत्याही प्रकारात कोणत्याही पातळीवर त्यांचा अंतर्भाव असतो. तथापि, या सर्व विधींचे मुख्य ध्येय असते ते कर्माचे शुद्धीकरण! आपल्या मनात पुन्हा पुन्हा ऊर्मी उसळत असतात. बहुतांश लोकांचा त्यांच्यावर ताबा नसतो. त्या ऊर्मी आपल्याला विशिष्ट तऱ्हेने कृती करायला, बोलायला विचार करायला भाग पाडतात. किंवा एखादी प्रबळ भावना

आपला ताबा घेते. त्यामुळे तथाकथित कर्मे व कृती आचरल्या जातात. आपल्या सर्वच कृत्यांच्या बाबतीत आपले कर्म, मागे त्या कर्माचे परिणाम ठेवून संपते. हे परिणाम आपल्या अखंड चाललेल्या मानसिक प्रक्रियेत सामावतात. पुढे भविष्यकाळात ही फळे त्याआधी भोगावी लागतात. ते परिणाम आपण अनुभवतो. आपली जी कर्मे असतात त्यानुसारच हे परिणाम असतात. म्हणून कर्माची शुद्धी म्हणजे केलेल्या कर्मांच्या परिणामांची शुद्धी (असेही म्हणावे लागते). या प्रक्रियेत कर्माचे परिणाम परिपक्व होऊन त्याची फळे भोगण्याची शक्यता आपण नाहीशी करतो. महायान पद्धतीतच कर्माचे परिणाम परिपक्व होऊन त्यांची फळे भोगावी लागण्याआधीच कर्मशुद्धीवर भर दिलेला आढळतो. हिनयान तत्त्वप्रणालीनुसार कर्माचे परिणाम परिपक्व व्हावेच लागतात. तथापि, (कर्मशुद्धीमुळे) परिणामांचे अनुभव पुसट व सूक्ष्म स्वरूपाचे होतात. आपल्या त्या जन्मी जेवढा काही आयुष्याचा काळ आहे त्या काळातच मृत्यूपूर्वी हे शुद्धीकरण व्हावे लागते. म्हणजे मग (कर्मबंधनातून) मुक्ती मिळून आत्मज्ञान प्रकाश उजळतो. आणि बुद्धत्वाकडे वाटचाल होते.

या शुद्धीकरणाच्या टप्प्यांमध्ये तपशीलवार प्रक्रिया समाविष्ट असतात. त्यात व्यक्तीच्या कर्मशक्ती, कर्माच्या वृत्ती, प्रवृत्ती, आणि कर्माच्या सवयी यांचे समग्र जाळे शुद्ध केले जाते. कर्मशक्ती आणि कर्माच्या कृती प्रवृत्तीचे जाळे सततच्या मानसिक घडामोडींमुळे तयार झालेले असते. त्यांच्या शुद्धीकरण पायऱ्या या प्रक्रियेत समाविष्ट असतात. आपल्या सकारात्मक आणि नकारात्मक कर्मांच्या शक्ती आणि त्या कर्मांच्या वृत्ती-प्रवृत्ती काढून टाकून कर्म शुद्ध केले जाते. त्यानंतर मुक्ती प्राप्त होते. या तऱ्हेने गतकर्मांचे परिणाम भोगताना आपल्याला सुख दुःख काहीच जाणवत नाही. (पुढील बरीवाईट कर्मे करण्याची प्रेरणा नाहीशी होऊन) आपली गतकर्मांच्या व त्यांच्या परिणामांच्या चक्रातून सुटका होते. वज्रसत्त्व मंत्र ध्यान ही पुढील पायरी आहे. त्या टप्प्याला सर्व दुःखे/त्रास टाळणे हे उद्दिष्ट असते. (कर्म व परिणामांची श्रृंखला तयार झालेली असते त्यातून) मानसिक कर्मे सतत घडत राहतात. पूर्वजन्मीच्या कर्मांची फळेही भोगावयाची असतात. या सर्वांचे शुद्धीकरण करून नवा अवतार प्राप्त होतो. तो उच्च कोटीच्या मनुष्यत्वाचा, देवत्वाचा असतो.

वज्रसत्त्व शुद्धीकरणात जे प्रकार वापरले जातात, त्यात तांत्रिक शक्ती आणि मंत्रांचे प्रक्षेपण प्राप्त होऊन पुढील परवानगी मिळालेली असते किंवा पुढील परवानगी मिळालेली नसते. जेव्हा वज्रसत्त्व शुद्धीकरण प्रक्रिया कोणत्याही तांत्रिक सबलीकरण/अधिकाराशिवाय किंवा तंत्राच्या पहिल्या तीन वर्गांमधील एखाद्या बुद्ध आकृतीसह वापरली जाते तेव्हा वज्रसत्त्व ही एकमेव आकृती नजरेसमोर असते. (तिचे मानसचित्र

उभे केले जाते.) या एकमेव आकृतीला एक चेहरा आणि दोन हात असतात. आणि तिचा रंग शुभ्र पांढरा असतो. जेव्हा वज्रसत्त्वाचा प्रयोग करताना आंतरयोग तंत्र आकृती वापरली जाते तेव्हा वज्रसत्त्व म्हणजे युगुल असते. यातील दोन्ही आकृत्या पांढऱ्या शुभ्र असतात. त्यांना प्रत्येकी एक चेहरा आणि दोन भुजा असतात. त्यातील पुरुषाच्या चेहऱ्यावर शांत भाव असतो. विशेषतः मुखाजवळच्या भागावर शांत प्रसन्न भाव विलसत असतात. या प्रकारचे चित्रीकरण गृह्यसमाज व यमंतकात केलेले आढळते. किंवा कधीतरी त्या विरुद्ध काहीसा करारी आणि काहीसा शांत असा भाव मुखाच्या आसपास असतो. मुखातून दोन सुळे बाहेर आलेले असतात. चक्रसंवर, वज्रयोगिनी व हेवज्र यांच्या अनुसार वापरल्या जाणाऱ्या हेरूका वज्रसत्त्वाची आकृती काहीशी अशीच असते. (काही ठिकाणी) वज्रसत्त्व निळ्या रंगात आढळतात. या प्रकारात त्यांची सहयोगिनी स्त्री हिरव्या रंगात असते. प्रत्येकाला तीन चेहरे आणि सहा भुजा असतात.

एखादा योगी साधक वज्रसत्त्वाचा उपयोग (तंत्राच्या) शक्तीखेरीज करीत असेल, त्यासाठी बुद्ध-आकृतीचे मानसचित्र उपयोगात आणत असेल, तर तो या कार्य कृती दरम्यान स्वतःचे सर्वसामान्य प्रकारचे मानसचित्र उभे करतो. ह्या परिस्थितीत आपल्या आसपास असलेल्या सर्व प्राणिमात्रांच्या डोक्यावर वज्रसत्त्व असल्याचे मानसचित्रात पाहिले जाते आणि प्रत्येक प्राणिमात्राचे शुद्धीकरण केले जात असल्याची कल्पना त्या मानसचित्रात केली जाते. तंत्रशक्तीसह एखादा योगी (वज्रसत्त्वाचा वापर करताना) बुद्ध आकृती म्हणून स्वतःची कल्पना करू शकतो. पण त्या दैवताबद्दलचा अभिमान दुर्बल पातळीवर ठेवतो. (दैवताबद्दलचा अभिमान म्हणजे खरोखरीच बुद्ध असल्याची भावना.) म्हणजे थोडक्यात, त्याने दैवताच्या जागी स्वतःची संकल्पना केली तरी मनोमन आपण ते दैवत नसल्याची धारणा तो जागृत ठेवतो. फक्त त्या देवतांच्या आकृतीच्या ऐवजी स्वतःच्या आकृतीची कल्पना तो करतो. सर्वसामान्य आचार पद्धतीत योगी हृदयस्थानी चन्द्रबिम्बाची कल्पना करतो. त्याभोवती सर्व प्राणिमात्र असून प्रत्येकाचे शुद्धीकरण होत असल्याची कल्पना करतो.

वज्रयान बौद्ध तत्त्वज्ञानाचा विद्वान तज्ज्ञ : गोरखनाथ

गोरखनाथ 'वज्रयान बौद्ध' होते, असे म्हटले जाते, त्याबद्दल आश्चर्य वाटायला नको. त्यांच्या शिकवणीत, उपदेशात तांत्रिक घटक ठळकपणे दिसून येतात. नाथपंथामध्ये शैव तंत्रासह अनेक श्रद्धा, विश्वास आणि विधी, उपासना उत्क्रांत झाल्याचे (पंथाच्या) इतिहासात आढळून येते. *'इन्ट्रोडक्शन टू बुद्धिस्ट एसोटेरिझम'* (Introduction to Buddhist Esoterism : Dr. B. Bhattacharya) या पुस्तकात डॉ. बी. भट्टाचार्य

यांनी असे नमूद केले आहे की, तांत्रिक संस्कृतीत राजयोग आणि हठयोग गृहीत धरले असतात. ऐतिहासिकदृष्ट्या बौद्ध तंत्रज्ञान हिंदू तंत्रज्ञानाच्या आधी विकसित झाले, बौद्ध तंत्रज्ञानाच्या पायावर हिंदू तंत्रज्ञान विकसित झाले, असे डॉ. भट्टाचार्य यांचे मत आहे. त्यांनी पुढे असेही म्हटले आहे की, भारताच्या पूर्व विभागाचा सांस्कृतिक इतिहास इ.स. ७०० ते १२०० या काळात तंत्रांमध्ये गुंतून राहिलेला आढळतो.

इस्लामच्या आक्रमणानंतर बौद्ध पंथ हळूहळू एक एक करून लोप पावले. तरी हिंदू तांत्रिक तंत्रप्रणाली मात्र आजतागायत कायम असून तंत्रपंथानुसार भाविकांचे आचरण सुरू राहिले आहे. वैशिष्ट्यपूर्ण गोष्ट म्हणजे तांत्रिक विधी आराधना जादू आणि लैंगिक कर्मकांडांशी संबंधित असून त्यांच्यामुळे अतिमानवी अस्तित्वांशी संपर्क प्रस्थापित करता येऊ शकतो. आणि वैश्विक शक्तींमध्ये समग्रतेने वृद्धी होऊ शकते. शक्ती तत्त्वप्रणाली तंत्राशी अगदी जवळून संबंधित आहे. त्यात देवीची पूजा आराधनेला सर्वोच्च स्थान आहे. एक पद्धत म्हणून शाक्त पंथ बंगाल आसाममध्ये प्रचलित आहे. या क्षेत्रांमध्ये शिवाची अर्धांगिनी म्हणून तिची पूजा आराधना करावी असे अनेक तांत्रिक ग्रंथांमध्ये विशेषत्वाने नमूद केले आहे. त्यासंदर्भात विविध कर्मकांडे व धार्मिक विधींचे वर्णनही त्या ग्रंथांमध्ये दिलेले आढळते.

डॉ. भट्टाचार्य यांच्या मतानुसार बौद्ध तांत्रिक (ज्ञान) मुख्यत: वज्रयान हे आहे. ही पद्धत महायान पंथातून विकसित झाली. त्यातील घटकांचा उगम थेट बुद्धाच्या काळात झालेला आहे. मूळ बौद्ध धर्मपंथात ज्या संकल्पना समाविष्ट आहेत त्यांच्यात तांत्रिक पंथाचे सारतत्त्व आणि बीजे आढळून येतात. योग, मुद्रा, मंत्र, मंडल, धरणी आणि समाधी या त्यातील मुख्य संकल्पना असून, त्या मनुष्यमात्राला शांती, समृद्धी आणि सुख प्राप्त करण्यास साहाय्य करतात. डॉ. भट्टाचार्य पुढे आणखी असे दृढपणे नमूद करतात की, पंथाच्या सुरुवातीच्या टप्प्यांमध्ये अनेक अनुयायी त्रासले होते. कारण अतिशय कडक शिस्त आणि कठोर नियमांचे पालन करावे लागे. तथापि, या संकल्पनांमधील ताठरपणा जाऊन त्या अधिक सैलावल्या, अतिमानवी शक्तींचा शोध घेण्याची परवानगी मिळाली आणि आनंद प्राप्त करण्याचे मार्ग पूर्णपणे वर्ज्य मानले गेले नाहीत.

तांत्रिक बौद्ध तत्त्वप्रणालीची ऐतिहासिक मुळे

आठव्या आणि बाराव्या शतकादरम्यान तांत्रिक बौद्ध तत्त्वप्रणालीचा उदय झाला व खऱ्या अर्थी भरभराटही झाली. या काळात हीनयानांची नैतिक, धार्मिक ताठरता आणि महायानांची धर्मविषयक प्रगती आणि मोकळेपणा, स्वातंत्र्य यांच्यातील विरोध तीव्रतेने जाणवण्याजोगा होता. जगभरातील दु:खी, पीडित, वेदनाग्रस्तांसाठी खोल सहानुभूती

आणि जीवनाकडे पाहण्याचा अधिक मोकळा दृष्टिकोन ही महायानांची वैशिष्ट्ये होती. बुद्धांच्या महापरिनिर्वाणानंतर त्यांच्या शिष्यांमध्ये कमालीचे मतभेद उद्‌भवले. मुख्यतः त्यांची शिकवण व उपदेश यांचा योग्य अर्थ आणि संन्यासी भिक्षूंनी पाळावयाचे आचारविषयक नीतीनियम याबद्दल वाद निर्माण झाले. हे मतभेद मिटविण्यासाठी धर्मसभेच्या अनेक बैठकी झाल्या. परंतु अखेर मतभिन्नतेमुळे दोन तट पडले आणि दोन तत्त्वप्रणाली उदयाला आल्या. स्थविरवाद म्हणजे ज्येष्ठांची कट्टर धार्मिक नीतीविषयक मते मान्य असलेला गट व महासंघिक म्हणजे अनेक (सामान्य) जनांना सामावून घेणारा मोठा गट, [महायान (पिवळी टोपी) व हीनयान (लाल टोपी) हे होय. श्री. दलाई लामा हे पिवळी टोपी पंथाचे गुरू आहेत.]

या दोन तत्त्वप्रणाली एकमेकींपासून इतक्या भिन्न होण्याची महत्त्वाची कारणे म्हणजे त्यांचे विचार व दृष्टिकोन. अर्हतापद प्राप्त करण्यास म्हणजे जन्ममरणाच्या गरगरत्या फेऱ्यांमधून अंतिम मोक्ष मिळविण्यास अत्यंत कठोर शिस्तीचे दैनंदिन जीवन आणि नीतियुक्त आचरणासह ध्यान या मार्गाचे अवलंब हीनयान पंथाचे लोक करतात. या उलट, महायानपंथी लोक नागार्जुनाच्या तत्त्वज्ञानावर आधारित बोधिसत्त्वपदाचे वेगवेगळे टप्पे पार करीत बुद्धपदापर्यंत पोहोचण्याचा मार्ग अनुसरतात. नागार्जुनाच्या तत्त्वज्ञानात परिपूर्ण ज्ञानप्राप्ती 'अहं'चा पोकळपणा (अहं कायमस्वरूपी व इतरांहून भिन्न असल्याचा चुकीचा विश्वास) म्हणजे शून्यता आणि सर्व जीवमात्रांकरिता अपार करूणा हे घटक प्रामुख्याने आढळतात. बोधिसत्त्वपद प्राप्त झालेले महान लोक संसाराच्या व्यापतापाने दुःखी असलेल्या माणसांना दुःखातून सोडविण्याचे कार्य करीत राहतात. संपूर्ण आत्मज्ञान प्रकाश प्राप्त करून घेत बुद्धपदापर्यंत पोहोचणे मुद्दाम टाळतात; कारण त्यांना या जगातील दुःखी जीवमात्रांना दुःखमुक्तीचा मार्ग दाखवायचा असतो. (अवलोकितेश्वराप्रमाणे त्यांचे कार्य चालते) बोधिसत्त्वपद समजून घेणे हे महायान तत्त्वप्रणालीप्रमाणेच तंत्राच्या सर्व मार्गांसाठी महत्त्वाचे आहे. महायानपंथीयांचा असा दृढ विश्वास असतो की, प्रत्येक व्यक्तीमध्ये बुद्धत्व प्राप्त करण्याची क्षमता आहे. सम्यक संबुद्ध होण्यासाठी आवश्यक ते गुण व शक्ती आहे. ते परिपूर्ण ज्ञान मिळवू शकतात. सर्व विश्वातील जीवमात्राबद्दल अपार करूणा त्यांच्या हृदयात उद्‌भवू शकते. अखेर ते अन्य दुःखी जनांना अवस्थेतून बाहेर काढून त्यांचे उन्नयन करू शकतात. बोधी चित्ताची प्राप्ती म्हणजे शून्यतेचे भान असलेली अवस्था आणि विश्वव्यापी करूणा यांची प्राप्ती. बोधिसत्त्वपद मिळविण्यासाठी या गोष्टी अत्यंत महत्त्वाच्या आहेत. सर्व जीवनच इतरेजनांचे दुःख दूर करण्याच्या कार्याला वाहून घेण्याचा हा आदर्श, निर्वाण प्राप्तीशी जोडलेला आहे.

इतर बौद्ध तत्त्वप्रणालींशी तुलना करता महायान तत्त्वप्रणालीचे मुख्य तत्त्व हे संपूर्ण मानवजात दु:खमुक्त करण्याचे आहे. हा सर्वसामान्य लोकांचा धर्म असल्यामुळे वेगवेगळ्या परिस्थितीत जगणारे, भिन्न जातीचे, भिन्न अभिरूची व बौद्धिक क्षमतेचे सर्व लोक हा धर्म आपल्या जगण्याचा मार्ग म्हणून स्वीकारतील, यासाठी त्यात अनेक तरतुदी कराव्या लागल्या. म्हणून या पंथात भिन्न गुणवत्तांच्या श्रद्धा, विश्वास असलेल्या भिन्न परंपरा आणि धार्मिक विधी उपासना इत्यादिंचा समावेश झाला. या तऱ्हेने बौद्ध तत्त्वप्रणालींच्या क्षेत्रात एक नवीन तत्त्वप्रणाली विकास पावली. तिची अनेक ध्येयधोरणे प्रगतीशील होती. मंत्र, धारणी वगैरे अनेक घटक त्यात समाविष्ट केले गेले. हळूहळू महायान पंथातही दोन उपविभाग निर्माण झाले. ते म्हणजे प्रतिमाने आणि मंत्र-नय. तांत्रिक बौद्ध तत्त्वप्रणालीचा पाया मंत्रनयामुळे रचला गेला. तांत्रिक बौद्ध प्रणालीतून पुढे वज्रयान, कालचक्रयान, सहजयान वगैरे उपशाखा निर्माण झाल्या.

तांत्रिक बौद्ध पंथांतर्गत असंगाच्या महायान सूत्रालंकार ग्रंथामध्ये लैंगिक योगाचाराचे संदर्भ आढळल्याचे अनेक अभ्यासकांनी नमूद केले आहे. सूत्रलंकारमध्ये प्रवृत्ती हा शब्द अनेकदा वापरलेला दिसतो. तो अनेक कृतींच्या संदर्भात वापरला आहे, बुद्धाच्या महात्म्यासंदर्भातही तो वापरला आहे. या अभ्यास-ग्रंथातील एका पद्यरचनेत म्हटले आहे. ''लैंगिक समागमाच्या प्रवृत्तीतून सर्वोच्च (सहज) आनंद म्हणजे बुद्ध-आनंद प्राप्त होतो. समागम करताना पत्नीकडे/पतीकडे अशुद्ध वासनायुक्त दृष्टिकोनाने न बघता (समागम केल्यास) शुद्ध परमानंद प्राप्त होऊ शकतो.''

'अॅडन इन्ट्रोडक्शन टू बुद्धिझम एसोटेरिझम' या आपल्या ग्रंथात डॉ. बी. भट्टाचार्य यांनी म्हटले आहे, ''बुद्ध सर्व तऱ्हेचे बलीविधी, मृतांकडून भविष्य समजून घेण्याची विद्या, चेटूक, जादू इत्यादी गोष्टींच्या पूर्ण विरोधात होता. तथापि मुद्रा, मंडल, तंत्र इत्यादींबद्दल त्याने अनेक सूचना दिल्या, उपदेश दिला असे म्हटले जाते. (साधना मार्गावर) फारसे प्रगत न झालेल्या अनुयायांना ह्या जगातील समृद्धी प्राप्त व्हावी म्हणून त्याने या संदर्भात विवेचन केले असावे. कारण सर्वसामान्य अनुयायांना इहलोकातील समृद्धी निर्वाणापेक्षा अधिक हवीशी वाटत होती. बुद्धाच्या काळात सर्व भारत देशात अंधश्रद्धा इतक्या खोलवर मुरल्या होत्या की, जादू, चेटूक, परलोक विद्यादी गोष्टींना प्रतिबंध करणारा कोणताही धर्म टिकू शकला नसता. कारण त्याला लोकांमधून प्रचंड विरोध झाला असता. बुद्ध हा अत्यंत हुशार समायोजक होता. म्हणून तो आपल्या धर्मात काही जादूविधींचा समावेश करण्याचे महत्त्व दुर्लक्षित करू शकला नाही. त्यायोगे सर्व दृष्टिकोनांमधून आपला धर्म लोकप्रिय करीत बुद्धाने मोठ्या संख्येने अनुयायी मिळविले.'' एकंदर सर्व गोष्टींचा विचार करता असा निष्कर्ष काढता येतो

की, बौद्ध धर्मात तांत्रिकता एका विशिष्ट वेळी, विशिष्ट कालखंडात, विशिष्ट व्यक्ती वा पंथाने समाविष्ट केली नसावी. भारतात मंत्रावर विश्वास, विशिष्ट अक्षरांच्या ध्वनिशक्तीवर विश्वास हे घटक परंपरेने चालत आलेले असून अनेक भारतीय पवित्र ग्रंथांमध्ये ते आढळतात. हेच घटक सुरुवातीच्या बौद्ध धर्मात दिसून येतात. स्तुपाची पूजा, बोधिमंडलाबद्दल आदर, जिथे बुद्धांना अंतिम सत्य उमगले त्या वृक्षाखाली आखलेले वर्तुळ बोधिमंडल म्हणून विख्यात आहे. या तऱ्हेचे काही लोकप्रिय घटक सुरुवातीच्या बौद्ध धर्माच्या काळापासून आढळून येतात. बुद्धाचे अनेक हावभाव आणि शरीरस्थिती यांना सुद्धा फार महत्त्व आहे. याच घटकांमधून पुढे मंत्र, मुद्रा (हावभाव व शरीरस्थिती) व मंडल (गूढ आकृती) यांचा तांत्रिक बौद्ध पंथात विकास झाला. म्हणून तंत्रप्रणाली केवळ हिंदू किंवा फक्त बौद्ध नसून दोन्ही प्रणालींचा सुंदर संगम आहे.

तंत्राचा बौद्ध तत्त्वप्रणाली म्हणून प्रचार प्रसार पहिल्यांदा असंग याने केला असे म्हटले जाते. त्याच्याकाळचे आगम (धार्मिक अभ्यासग्रंथ/पवित्र ग्रंथ) हे सर्व तांत्रिक अभ्यास-ग्रंथांसाठी ज्ञानाचा स्त्रोत असलेले महत्त्वाचे संदर्भ ग्रंथ आहेत. अगदी सुरुवातीस सोमानंद, उत्पल यांच्या काळापासून अनेक प्राचीन ग्रंथ उपलब्ध होते. अभिनवगुप्त (दहावे शतक) याने लिहिलेला अनेक प्राचीन अभ्यासग्रंथांचा व धर्मग्रंथांचा संकलनात्मक संदर्भग्रंथ 'तंत्र लोक' प्रसिद्ध आहे. हे सर्व प्राचीन ग्रंथ अभिनव गुप्त याला व्यक्तिश: उपलब्ध झाले. त्यातून हा महत्त्वाचा ग्रंथ निर्माण झाला. महायान बौद्ध पंथात 'धरणी'च्या स्वरूपात मंत्राची संकल्पना अस्तित्वात आली. धरणी म्हणजे (धारयते अनय इति) ''ते ज्याच्यामुळे काही एक टिकून राहते अथवा राखले जाते.'' ही काही गूढ अक्षरे असून त्यांच्यामध्ये मनुष्यमात्राचे धार्मिक जीवन टिकवून धरण्याची क्षमता असल्याचे मानले जाते. वसुबंधूंच्या बोधिसत्त्व भूमी (या ग्रंथात) मंत्र धरणी, धर्म धरणी, अर्थ धरणी व बोधिसत्त्व-क्षन्ती-लाभय सा धरणी (सर्वांवर अलौकिक असा संयम/ताबा मिळविणे हे फक्त बोधिसत्त्वांनाच मिळू शकते.) अशा चार धरणींचा उल्लेख सापडतो. मंत्र धरिणी अंतर्गत काही विशिष्ट अक्षरांनी बनलेल्या मंत्रांचा जप विशेषत्वाने दिलेला आढळतो. या मंत्रजपाच्या गूढ शक्तीमुळे मनुष्यमात्राला परिपूर्ण अवस्था प्राप्त होऊ शकते, असे मानले जाते. धर्मधारिणी अंतर्गत जे मंत्र दिले आहेत त्यांच्या केवळ श्रवणामुळे मनुष्याला स्मृती, प्रज्ञा (परिपूर्ण ज्ञान)

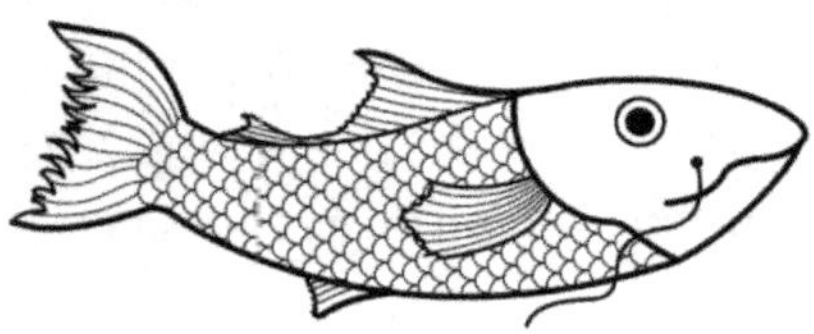

मत्स्य

व बल (आध्यात्मिक शक्ती) प्राप्त होते. अर्थ धारिणीमधील मंत्रांमुळे धर्माचा अर्थ मनुष्यमात्रास सहज उत्स्फूर्तपणे उलगडतो, त्यासाठी शास्त्र किंवा गुरूंचे साहाय्य घ्यावे लागत नाही. क्षती धारिणीमुळे धर्माचे सत्य स्वरूप साधकासमोर प्रकट होते. त्यासाठी आधी हृदयात औदार्य उद्भवावे लागते. हळूहळू मनावर संपूर्ण संयम मिळविण्यापर्यंत त्याचा विकास होत जातो.

प्रत्येक मंत्राचा एक गहन अर्थ असतो. तो सूत्रे किंवा शास्त्रे पूर्णपणे उलगडू शकत नाहीत. गुरू वा उपदेशकही तो पूर्णपणे समाजावून देऊ शकत नाहीत. प्रत्येक व्यक्तीला तो स्वतःच शोधावा लागतो. योग्य वेळी त्याचा योग्य आणि संपूर्ण अर्थ समजतो. हे समजावण्यास वसुबंधूनी एक उदाहरण दिले आहे. ते म्हणतात 'इती, मिती, किती' या अक्षरांना अर्थ नाही, पण त्यांना अर्थ नसण्यातच त्यांचा अर्थ सामावला आहे. साधक जेव्हा पूर्ण एकाग्रतेने ते उच्चारताना तद्रूप होतो, तेव्हा त्याला अर्थ उलगडू लागतो. अशा तऱ्हेने अर्थाच्या सर्व शक्यता बाजूला सारून पोकळी निर्माण होते. ती निरर्थकता मंत्राभोवती वेटोळलेली असते. तिचे रहस्य साधकाला ज्ञात होते. हळूहळू साधकाला समजू लागते की, धर्माचा मूळ स्वभावही काही सारभूत अस्तित्वाशिवाय आहे. त्या मंत्राचा एकमेव, अलौकिक अर्थ हळूहळू साधकाच्या हृदयात उद्‌भवतो. ध्यानाच्या माध्यमातून त्याला तो अर्थ म्हणजे सर्व वस्तुजाताचे नैसर्गिक स्वरूप असल्याचे आकलन होते. मुद्रांचा मंत्रांशी खोलवर संबंध आहे. मुद्रा म्हणजे वेगवेगळे हावभाव, हातांनी बोटांनी धारण केलेली स्थिती. मंत्र आणि मुद्रा यांचा सातत्याने प्रयोग करणे हे तांत्रिक पद्धतीतील योगसाधनेचे महत्त्वाचे अंग आहे. मंत्रांमध्ये ध्वनी शक्ती असते. मुद्रांमध्ये शारीरिक प्रांतातील (विविध गोष्टींवर ताबा मिळविण्याचे) रहस्य असते, त्याचा स्पर्शाशीही संबंध असतो. या दोन्हींची सतत साधना केल्यावर साधकाच्या इच्छा पूर्ण होतात, असे म्हटले जाते. या गूढ घटकांखेरीज मंडलांची संकल्पना सुद्धा निर्माण झाली. सुरुवातीला तांत्रिक बौद्ध पंथात, मंत्र, मुद्रा, मंडल व अभिषेक (दीक्षाविधी व साधकाची साधनेची सुरुवात) एवढ्याच गोष्टी अंतर्भूत होत्या, पण हळूहळू यौगिक आचारविधींमध्ये अंतिम आनंदस्थिती प्राप्त करण्यास लैंगिक घटक आवश्यक असल्याचे मानले जाऊ लागले. यात सहा तऱ्हेच्या गोष्टींच्या विधींचा अंतर्भाव झाला. ते सहा घटक म्हणजे मद्य, मांस, मत्स्य, मैथुन, मुद्रा हे पाच 'म' कार आणि स्त्रियांशी संबंधित काही विधी या सर्वांना तांत्रिक बौद्ध पंथात स्थान मिळाले. या मार्गात लैंगिक यौगिक तत्त्वे अंतर्भूत झाली आणि एकत्रितरित्या निर्माण झालेल्या मार्गाला वज्रयान बौद्ध पंथ (अँड्मन्टाईन पाथ) असे नाव मिळाले.

तंत्राचे प्रकार

एक संन्यासी म्हणून बुद्धाचे जे सर्वोच्च स्वरूप आहे, त्यात गौतम बुद्धाने स्वत: तंत्राबद्दल भाष्य केले आहे. महा वज्रधारेचे त्याने तपशीलात विवेचन केले आहे. तसेच विशिष्ट मंडलांच्या प्रमुख देवतांच्या विविध प्रकटीकरणांबद्दलही विवेचन केले आहे. सर्वांत महत्त्वाच्या देवता म्हणजे मंजुश्री, समंतभद्रा, वज्रपाणी (आणि आणखी काही) यांच्या संदर्भात विवेचन करून काही तंत्रेही शिकविली आहेत. तंत्राचे वेगवेगळे वर्ग आणि प्रकार आहेत. बुद्ध विविध अवतारांमध्ये प्रकटले. तंत्राच्या सर्व प्रकारांची शिकवण आत्मज्ञान झालेल्या महान गुरू गौतम बुद्ध यांनी दिली.

संन्याशाच्या स्वरूपात असलेल्या बुद्धांनी क्रियातंत्राची शिकवण मेरू पर्वतावर स्थित तेहतीस देवतांना दिली, अशी श्रद्धा आहे. मानवी जगात प्रामुख्याने ती शिकवण मंजुश्री व अन्य मुख्य शिष्यांनी ग्रहण केली. पंगझँग तंत्रे वज्रपाणीच्या क्षेत्रात शिकविली गेली. इतर काही तंत्रे बुद्धांनी शिकविली व अवलोकितेश्वर मंजुश्री व वज्रपाणी यांनी बुद्धाच्या आशीर्वादाने समजावून दिली. आणखी काही तंत्रांबद्दल लौकिक देवतांनी उपदेश दिला. कार्यतंत्रे बुद्धाने आपल्या सर्वोच्च स्वरूपात, पारलौकिक क्षेत्रात आणि तल व मूलतत्त्व या फुलांनी मंडित क्षेत्रांमध्ये शिकविली. प्रत्येक मंडलाची प्रमुख देवता म्हणून जेव्हा बुद्ध प्रकटले आणि मेरू पर्वताचे शिखर किंवा पाचव्या स्थानी असलेला इच्छा लोक अशा क्षेत्रात गेले तेव्हा त्यांनी योगतंत्रे शिकविली. गुह्यसमाज मंडलाची प्रमुख देवता म्हणून प्रकट झालेल्या बुद्धांनी ओग्यान प्रांतात अनुत्तर तंत्र शिकविले. त्यांनी विशेषत: राजा इंद्रबोधीला या तंत्राची शिकवण दिली. राक्षसी शक्ती जेव्हा शांत होत होत्या, तेव्हा यमांतकाची सहचरिणी किंवा कालचक्राची सहचरिणी यांच्या विनंतीवरून बुद्धांनी यमांतक तंत्राची शिकवण दिली. मगध प्रांती गौतमबुद्ध हे वज्र रूपाने प्रकटले आणि त्यांनी चार मारांचा (साधनेत व्यत्यय आणणाऱ्या राक्षसांचा) विनाश केला. त्या अवतारात त्यांनी हे वज्रतंत्राची शिकवण दिली. त्यासाठी वज्रगर्भ व हेवज्राची सहचारिणी यांनी विनंती केली होती. वज्रयोगिनींच्या विनंतीवरून हेरूका अवतारात बुद्धांनी मेरूपर्वत शिखरावर हेरूका मूलतंत्र शिकविले. आणि वज्रपाणीच्या विनंतीवरून विवरणात्मक तंत्र शिकविले. कालचक्र तंत्र शिकविण्यास गौतम बुद्धांनी भव्य सुंदर अशा धर्मकोटक मंदिराची निवड केली. हे मंदिर दक्षिण प्रांतात होते. तिथे धर्मधातुमंडलांच्या माथ्यावर कालचक्र मंडल अवस्थित असताना चंद्रभद्र राजा व इतरांना हे तंत्र बुद्धाने शिकविले. (हेरूका व भैरव तंत्रामध्ये कमालीचे साधर्म्य आढळते.)

माणसाने स्वत:चा आणि इतरांचा लाभ करून देण्याचा दुहेरी हेतू बाळगून सकारात्मक तऱ्हेने स्वत:ला व इतरांना कार्यप्रवृत्त करणे हे महायान बौद्धपरंपरेचे उद्दिष्ट

आहे. त्याचा एकमेव हेतू बघायचा झाला तर तो सद्गुणी, सत्कृत्ये, आत्मज्ञान प्रकाश प्राप्ती, अंतिम सत्यापर्यंत पोहोचणे, त्याचा स्वत:ला लाभ करून घेणे व इतरांना लाभ करून देणे सहा या श्रृंखलेच्या पायावर स्थित आहे. प्रत्येक साधक जी प्रारंभिक कृत्ये करतो (म्हणजे नाँग्द्रो), ती सुरू होतात मनात परिवर्तन घडविणाऱ्या चार विचारांनी मन अलौकिक अथवा आध्यात्मिक मार्गाकडे वळविले जाते. हा हीनयान बौद्ध परंपरेचा पाया आहे.

महायान परंपरेत आश्रय, बोधी चित्त, वज्रसत्त्व आणि मंडल या घटकांखेरीज गुरूयोगाचा नित्यपरिपाठ अंतर्भूत असतो. हे सर्व वज्रयान परंपरेशी जोडले गेलेले आहे. अंगोन्ड्रो ही सखोल साधना असून ती तिन्ही वाहने एकदम कार्यान्वित करते. ती एकमेकांशी संबंधित असल्याने करूणाही कार्यान्वित करते व चार तत्त्वांचे (विचारांचे) मनन करण्यास उद्युक्त करते. शाक्यमुनी बुद्ध यांनी पहिल्यांदा संसार ही संकल्पना मांडल्यावर समजावले होते की, ते जन्ममरणाचे दु:ख, भास, भ्रम आणि आंतरिक उलथापालथींनी युक्त असे चक्र असते. म्हणून मन आध्यात्मिक मार्गाकडे वळविणारे चार विचारांचे मनन कोणतीही साधना सुरू करण्यापूर्वी आवश्यक आहे. तांत्रिक साधना बाह्य पातळी व आंतरिक पातळी अशा दोन पातळ्यांवर होते. बाह्य तंत्रांमध्ये क्रियातंत्र, व योगतंत्राचा समावेश होतो. आंतरिक तंत्राचा आरंभ महायोगाने होतो. या दोन्ही प्रकारांमध्ये अनेक फरक आहेत. आचरण ते नियम, साधना ते दृष्टिकोन अशा सर्व स्तरांवर भिन्नता आढळते. पण दोन्ही तंत्रांच्या साधनेत अतिशय महत्त्वाची ठरणारी गोष्ट म्हणजे गुरूंनी दीक्षा देतांना गुरूंकडून मिळालेली शक्ती.

बाह्य तंत्रे

बाह्य तंत्रे आचरण्यास अतिशय कठीण असल्याचे मानले जाते. कारण उद्दिष्ट साध्य करण्यास धैर्य, कठोर साधना आणि चिकाटीची आवश्यकता असते. त्यात काही खास वैशिष्ट्यपूर्ण विधीही समाविष्ट असतात. त्यात, 'क्येरिम आणि ड्झोग रिम' म्हणजे जननाची (निर्मिती) पायरी आणि पूर्णता पायरी अशा दोन्ही पायऱ्यांच्या साधना समाविष्ट असतात. निर्मितीची पायरी विलगतेच्या पायरीसाठी महत्त्वाची असते. ही पद्धत फक्त बाह्य तंत्रातच दिसून येते. साधकांना खूप उच्च प्रतीची शारीरिक स्वच्छता ठेवावी लागते. साधकाचे एकंदर व्यक्तिमत्त्व शुद्ध, शुचिर्भूत असावे लागते. दिवसभरात साधक कित्येकदा शुचिर्भूत होतात. दिवसातून निदान तीनदा स्नान करून धुतलेले स्वच्छ कपडे घालतात. ते शाकाहारी असतात. त्यांच्या भोजनात फक्त तीन पांढरे व गोड पदार्थ असतात. मौल्यवान रत्ने जडवलेल्या कपांमधून ते पाणी (द्रव पदार्थ) पितात.

उद्दिष्ट पूर्ण करून त्याचे फळ मिळण्यास दीर्घ कालावधी लागतो, उदाहरणार्थ, क्रिया योग्याला आत्मज्ञान प्रकाश लाभण्यास सोळा जन्म साधना करावी लागते. अतिशय काळजीपूर्वक कोणत्याही चुका न घडू देता, खंड न पडू देता साधना करावी लागते. देवतांची मंडले म्हणजे त्यांच्या एकमेव आकृती असतात. त्यांचे रेशमी दुपट्टे फडकत असतात, घागरे, परकर त्यांच्याबरोबरच लहरत असतात. त्यांची रत्नजडित आभूषणे चमकत असतात. या साधकांची साधना बहुतेक वेळा अगदी एकांतस्थळी लोकांपासून गर्दी गडबडीपासून दूर वन, अरण्य, मेरू पर्वताच्या शिखरावर किंवा अशा स्थानी चालते.

याखेरीज प्रत्येक बाह्य तंत्राचे आपापले वेगळे घटक व गुणवैशिष्ट्ये असतात. क्रियातंत्रात देवतेचे मानस चित्र बाहेर प्रक्षेपित केले जाते. साधनेच्या पद्धतीत विधी कर्मकांडे, सोहळे अंतर्भूत असतात. सुसिद्धी सूत्र हा त्यांचा मुख्य ग्रंथ आहे. आणि साधकाची जीवनशैली, मंत्र, मुद्रा, ठसे, स्वच्छ शुचिर्भूत वातावरण आणि स्वत: या सर्व गोष्टींनी युक्त असते. क्रियातंत्रात पूजनीय देवता अगदी सारख्या असतात. त्यांच्या साधनेत विधी, कर्मकांडे व आंतरिक पद्धती समाविष्ट असतात. 'शरीर तांत्रिक, वाणी तांत्रिक आणि मन तांत्रिक यांची सुसंगती' ठेवणे याच्या प्रशिक्षणावर भर दिला जातो. त्यांचा मुख्य ग्रंथ महावैरोचन सूत्र हा असतो. योगतंत्रात साधकांचा विश्वास असतो की, देवतांची शक्ती अद्वैतातून निर्माण होते. त्यांच्या पूजा, विधी, कर्मकांडे आणि आंतरिक पद्धती तेवढ्याच महत्त्वाच्या असतात.

आंतरिक तंत्रे

आंतरिक तंत्रे तुलनेने उद्दिष्टप्राप्तीसाठी काहीशी सोपी आहेत, कारण त्यात अंतिम परिणाम प्राप्त करण्यास वेळ कमी लागतो. साधनाही तेवढी कठोर नसते. योजनापूर्वक जुळवून आणण्याएवढे विधी आराधनादि कर्मकांडे नसतात. क्ये-रिम म्हणजे निर्मिती (किंवा जनन) टप्पा त्यांच्यात अंतर्भूत असतो. त्यात अनेक कृती असतात. काही वैशिष्ट्यपूर्ण गोष्टी असतात. पूर्णत्वाचा टप्पा म्हणजे त्सोग रिम यात कोणतीही प्रतिके नसतात. गुंतागुंतीचे तपशीलवार विधी नसतात. सर्व कृती विधी इ. एकत्र करून एकदमच केल्या जातात. या तंत्राचे साधकांचे सर्व अनुभव एकसमान असतात. त्यामुळे टोकाची शुचिर्भूतता वगैरे बाबतीत ते आग्रही नसतात. वस्तुजाताच्या खऱ्या स्वरूपाचे त्यांना आकलन होते. त्यामुळे चांगले वाईट यांच्यात भेद करण्याची गरज उरत नाही. ते पशुंच्या कातड्याचे वस्त्र वापरतात. पुष्कळदा ते कपडे बदलतही नाहीत. त्यामुळे ते आदिवासी शेतकऱ्यासारखे किंवा कधी भिकाऱ्यासारखेही दिसतात. त्यांना अंतिमसत्याचे आकलन होऊन बाह्य तंत्राच्या तुलनेत परिणाम जलदगतीने प्राप्त होतात.

उदाहरणार्थ, या योग्यांना एकाच जन्मात त्याच देहात पूर्ण आत्मज्ञान प्रकाश मिळून अंतिम सत्याची पूर्ण जाणीव होते. साधनेचे परिणाम जीवनाच्या मध्यावरच प्राप्त होतात. किंवा मृत्युसमयी साधना सफल होते. कधी कधी एक जन्म संपून दुसरा जन्म घेण्याआधीची मधली अवस्था असते तेव्हाही साधनेचे फळ मिळू शकते. त्यांच्या देवतांचे अलंकार माणसाच्या कवटीपासून, हाडांपासून कातड्यापासून बनवलेले असतात. साधक त्यांची साधना कुठेही करतात. विशेषत: स्मशानात साधनेला बसतात. तीन आंतरिक तंत्रे म्हणजे महायोग तंत्र, अनुयोग तंत्र व अतियोग तंत्र. त्यापैकी महायोग तंत्राचे लक्ष क्ये-रिम वर केंद्रित झालेले असते. वैशिष्ट्यपूर्ण गोष्टींचे प्रक्षेपण विशिष्ट कृती आणि त्या वैशिष्ट्यपूर्ण गोष्टींचा विलय यांच्यावर अनुयोग तंत्राच्या केंद्रस्थानी असतात. अतियोग तंत्रात मनोविकासावर भर दिलेला असतो.

श्री चक्र सांभार तंत्र

डेव्हिड बी. ग्रे (David B. Gray-Santa Clara University) यांच्या म्हणण्याप्राणे चक्र संभार तंत्र हे हिंदूंच्या शैव परंपरेवर आधारित आहे. हिंदूंचे कालभैरव तंत्र आणि बुद्धांचे हेरुका तंत्र ह्यात बरेच साम्य आढळते. वज्रयान (Adamantine Vehicle) परंपरेच्या मुळाशी हेरुका तंत्र वसलेले आहे. महायान तंत्रातील ही शाखा असल्याचे दिसते. यात योगिनी तंत्र व डाकीणी तंत्र ह्याचाही समावेश असतो असे ग्रे यांचे म्हणणे आहे.

बौद्ध धर्मात या तंत्राविषयी बऱ्याच शंका-कुशंका, असहमती व असंतोष आढळून येतो. आठवे शतक ते तेरावे शतक या बौद्ध धर्माच्या सुगीच्या दिवसांत या तंत्राचा प्रसार झाला होता. नंतर तो मावळला. श्री चक्र संभार तंत्र ही संहिता एकावन्न प्रकरणांमध्ये आणि सातशे श्लोकांमध्ये विवरण करण्यात आली आहे. श्री हेरुका अभिधान या मथळ्याखालीही ती उपलब्ध आहे. यातील तंत्र हे क्रियाकर्मावर बांधलेले आहे. बुद्धांच्या त्रिकाया तत्त्वज्ञानाचा शोध श्री चक्र संभार तंत्रात विषद करून सांगितला आहे.

अतिशा या बुद्धिस्ट तत्त्ववेत्याने या तंत्राचा बराच प्रसार केला. त्याचप्रमाणे आठव्या शतकात संस्कृतमध्ये लिहिल्या गेलेल्या या कृतीचे तिबेटी भाषेत रुपांतर रिन चेन ब्झांग पो (Rin Chen Bzang Po) आणि पद्माकारावर्मा (Padmakaravarma : काश्मिरी पंडित) या दोघांनी केला.

काझी दवा सम्दुप यांनी त्यांच्या 'श्री चक्र संभार तंत्र' या पुस्तकात वज्रयान मार्ग आणखी चार भागात विभागला आहे. क्रिया तंत्रयान, कार्य तंत्रयान व अनुत्तर योग सामान्यत: वज्रयान चार वर्गांमध्ये विभागलेला आढळतो. क्रियातंत्र, कार्यतंत्र (यांना खालची तंत्रे म्हणतात), महायोग तंत्रज्ञान व अनुत्तर योग तंत्र, (ही उच्च तंत्रे समजली

जातात). खालची तंत्रे मुख्यतः वेगवेगळ्या देवतांची कर्मकांडे, पूजा, विधी इत्यादींशी संबंधित असतात. वरची उच्च तंत्रेही योगसाधनेशी संबंधित असतात. ती साधकाला त्याच्या अलौकिक साध्यापर्यंत पोहोचविण्यास मदत करतात. अंतिम सत्याच्या स्वरूपाविषयी (त्या तंत्रांमध्ये) चर्चा केलेली आढळते.

कालचक्रयान हे जरा काळोख्या अशा बाजूकडे झुकलेले आहे. ते बौद्ध तंत्रप्रणालीच्या भयंकर (रौद्र) बाजूशी संबंधित आहे. या तत्त्वप्रणालीवर भाष्य करताना एम. एम. एच. पी. शास्त्रींनी म्हटले आहे, ''कालचक्रयान म्हणजे काय? काल या शब्दाचा समय अशा अर्थाखेरीज, मृत्युविनाश असा देखिल अर्थ असतो. कालचक्र हे विनाशाचे चक्र आहे. आणि कालचक्रयान म्हणजे विनाशचक्रापासून संरक्षण देणारे वाहन.'' तथापि, त्यांनी मांडलेल्या या उपपत्तीला संदर्भ ग्रंथांमधून पुरावे वा तद्नुषंगिक संदर्भ सापडत नाहीत. ही केवळ एक शक्यता आहे.

श्री कालचक्र तंत्रात असे म्हटले आहे की, बुद्धाच्या भयंकर साधना या एकमेव घटकाने कालचक्रयान तत्त्वप्रणाली ओळखली जाऊ नये. या ग्रंथात बुद्धाच्या अन्य शिकवणुकीचे विवेचनही केले आहे. बुद्धाने समजावलेली एक विशेष गोष्ट म्हणजे विश्व आणि त्यातील वस्तुजात हे आपल्या शरीरातील विविध भागांशी निगडित असते. आणखी एक वैशिष्ट्यपूर्ण बाब म्हणजे काळ आणि त्याचे वेगवेगळे भाग (दिवस, रात्र, मिनिटे, सेकंद, वर्षे इत्यादी) हे आपल्या शरीरात वायुरूपाने अस्तित्वात असतात. हा वायू किंवा हवा आपण श्वासाद्वारे आत घेतो. तो जीवनावश्यक असून तोच आपल्याला जिवंत ठेवतो. सहजयोगाच्या संकल्पनेबद्दल तपशीलवर विवेचन असून त्याबरोबर लैंगिक योग साधनेबद्दलही विवेचन केले आहे. कारण ही साधना सहजयोगाशी संबंधित असून उद्दिष्टपूर्तीसाठी साहाय्यभूत होते. अभिनव गुप्ता यांच्या 'तंत्रलोक' या ग्रंथात काल या संकल्पनेचे तपशीलवर विवेचन करणारे साहित्य आहे. काळाच्या वर स्वतःला ठेवू शकता येईल अशा प्रक्रियेबद्दल त्यात लिहिलेले आढळते. समय अथवा 'काल' त्याच्या सर्व भागांसह वायू किंवा जीवनावश्यक हवेच्या संदर्भासह समजावलेला आहे. असे म्हटले जाते की, काळ ह्या वायूसह शरीराच्या सर्व धमन्यांमधून प्रवाहित होतो. प्राणवायूचा सर्व मज्जासंस्थेवर ताबा असतो, तर अपानाचे प्रत्यक्ष काळावर वर्चस्व असते.

◈◈◈

३.६

तांत्रिक वज्रयान बौद्ध तत्त्वप्रणालीचा आत्मा : शून्यता

शून्यतेचे वज्रात रुपांतरण होणे यातूनच वज्रयानाची रचना होते. वज्रयान बौद्ध तत्त्वप्रणालीत सर्व देवता, त्यांच्या पूजेसाठी लागणाऱ्या विविध वस्तू विधी आणि धार्मिक चालीरीतींशी संबंधित असे सर्व काही. वज्राने चिन्हांकित झाल्यावर मूळ स्वरुपाहून भिन्न होते. वज्रसत्त्व (वज्र=शून्यता, सत्त्व=सार/अर्क) ही वज्रयानाची सर्वोच्च देवता आहे. शुद्ध जाणीव हे त्या देवतेचे स्वरुप आहे.

शून्यता या संस्कृत शब्दाचा अर्थ मोकळे अवकाश, काहीच नसल्याची अवस्था. झेन तत्त्वज्ञानाचे, तांत्रिक तत्त्वज्ञानांचे आणि बौद्ध तत्त्वज्ञानाचे ते सार आहे. महायान सिद्धान्ताचा अविभाज्य भाग आहे. आणि प्रत्येक आध्यात्मिक साधकाच्या साधनामार्गासाठी त्यांचे ज्ञान फार आवश्यक आहे.

महान् बौद्ध तत्त्वज्ञानी गुरूंपैकी एक नागार्जुन यांनी महायान तत्त्वज्ञानातील माध्यमिका तत्त्वज्ञान मांडले, त्यावरील हे भाष्य अत्यंत दुर्मिळ ग्रंथ 'महा-प्रज्ञापरमिता' शास्त्रात आढळते. हा ग्रंथ आता फक्त तिबेटी वा चिनी अनुवादांच्या स्वरूपात उपलब्ध आहे. माध्यमिका तत्त्वज्ञान म्हणजे मध्यम मार्गाचे तत्त्वज्ञान. प्रापंचिक लोक दु:खवेदनांनी ग्रस्त जीवन जगत असतात. त्यांच्याबद्दल अपार करूणेचा दृष्टिकोन बाळगत या दु:ख -

वेदना दूर करणे हे मध्यम मार्गाचे पायाभूत उद्दिष्ट आहे. त्याच्या गाभ्याशी हृदयासारखी स्पंदन पावणारी संकल्पना म्हणजे शून्यता. मध्यममार्गाच्या सिद्धान्तानुसार सर्व दुःखाचे मूळ कारण म्हणजे लोक, आणि वस्तू ('माझे', 'माझे' असे म्हणतात) घट्ट धरून ठेवण्याचा मानवाचा अट्टाहास! खरे वास्तव काय आहे त्याबद्दल अज्ञान, आणि जे अनित्य आहे, सापेक्ष आहे, सशर्त, बंधित आहे ते संपूर्ण सत्य स्वतंत्र आणि बंधमुक्त मूळ अस्तित्व असल्याचे मानणे. के. वेंकटरमण हे विद्वान, 'नागार्जुनाचे तत्त्वज्ञान' या आपल्या पुस्तकात म्हणतात, ''चुकीच्या गोष्टीला अंतिम सत्य/मूळ अस्तित्व मानणे, अवलंबित अनित्य नष्ट होणारे जे काही तेच अखेरचे सत्य मानणे ही पायाभूत चूक आहे. म्हणून शून्यता हे औषध या (चुकीमुळे निर्माण झालेल्या) दुःखावर करूणामय गोड गोळीचा उतारा आहे.'' (ते नागार्जुनांनी सविस्तर समजावले आहे.)

पुढे के. वेंकटरमण यांनी असे म्हटले आहे.'' अज्ञानाचा पगडा बसल्याने आपले मूळ जन्मजात अस्तित्व, त्याची अखंडता आणि नित्यता यांचे भान बुद्धी गमावते आणि भौतिक जगातील तात्पुरत्या अस्तित्वालाच मूळ रूप समजते.'' साध्या शब्दांमध्ये सांगायचे तर आपली स्वतःची (वेगळी) ओळख आणि 'मी' ची संकल्पना आपल्या भौतिक, व्यावहारिक जगातून मिळते. आपले नातेसंबंध, आपण साध्य केलेल्या मिळविलेल्या अनेक गोष्टी, थोडक्यात, आपल्या मूळ खऱ्या स्वरूपाला, आत्म्याला बाहेरून जे आवरण अज्ञानामुळे घातले गेले तेच आपण खरे समजतो. इथे संघर्षाला सुरुवात होते. माणूस खऱ्याखोट्याच्या भ्रमजालात अडकतो. हे हळूहळू आणखी तीव्र होत जाते. माणसाचा आपल्या मूळ स्वरूपाशी, पुढे आपल्या माणसांशी, समाजाशीही संपर्क तुटू लागतो. व्यावहारिक लौकिक जग आणि नित्य अखंड सर्वत्र असलेले खरे आत्मरूप यांच्यातील दरी रुंदावत जाते, दुःख वाढत जाते. आपणच निर्माण केलेले बुद्धिवाद तर्कवितर्क, ठाम मतप्रणाली, पूर्वग्रह, विचार प्रक्रिया या सगळ्यांत हरवून जातो. यामुळे मनात गोंधळ निर्माण होतो. नको त्या गोष्टी साठून ताण निर्माण होतो.

या गोंधळावर, त्यातून निर्माण होणाऱ्या दुःखावर शून्यता हा उपाय आहे. येथील वस्तूंचे, प्राणिजाताचे अस्तित्व तर्काने किती एकमेकांवर अवलंबून आहे, (अमुक असले तर तमुक असेल, अमुक घडले तर तमुक परिणाम होतील वगैरे) सापेक्ष आहे. ते आपल्याला शून्यतेच्या संकल्पनेमुळे समजून घेता येते. आणखी सोपेपणाने बोलायचे तर शून्यतेमुळे आपल्याला समजू लागते की, ज्याला आपण मूळ अस्तित्व समजतो ते तसे नसतेच. जे लौकिक जगात दिसते आणि खरे वाटते, ते सर्व वस्तुजात रिते, पोकळ असते. आपल्या लौकिक जगातील अनुभवांवर आणि दृष्टिकोनांवर आधारित अशी विभागणी, विविध स्तर/श्रेणी, आपण तयार करतो, नावे चिकटवतो. शून्यतेच्या

संकल्पनेमुळे आपण लोक आणि वस्तूंच्या खोट्या मोहापासून मुक्त होऊन लौकिक जगाचे खरे आकलन करून घेऊ शकतो. शून्यतेची संकल्पना अज्ञान आणि एकमेकांवर अवलंबून असलेल्या अवस्थेचे आवरण दूर करून आपल्या दैवी मार्गातील अडथळा नाहीसा करते.

द मीनिंग ऑफ शून्यता इन नागार्जुन्स फिलॉसॉफी (The meaning of Shunyata in Nagarjuna's Philosophy) या शोध निबंधात थॉमस जे मॅक्फर्लेन (Thomus J MaCpharlen) यांनी या सर्वांचा सारांश मांडताना म्हटले आहे, ''आपले हे व्यावहारिक, प्रापंचिक जग आपण जसा विचार करतो तसे नाही. आपल्याला वाटते, या जगात इंद्रियगोचर अशा सर्व वस्तुजाताला स्वत:चे खरे मूळ अस्तित्व आहे. तसे नसून या सर्व वस्तू/प्राणी/मानव वगैरेंना जन्मजात खरे मूळ अस्तित्व नाही. ते सर्व पोकळ आहे.''

आध्यात्मिक रूपांतरणाचा महत्त्वाचा प्रकार म्हणजे 'व्रज'च्या कल्पनेत शून्यतेचे रूपांतरण करणे. 'अद्वय वज्र संग्रह' या ग्रंथात लिहिले आहे की, जी शून्यता दृढ, खरे अस्तित्व असलेली, अभंग, अभेद्य, जिला जाळता येऊ शकत नाही किंवा जिचा विनाश करता येऊ शकत नाही अशी असते आणि तिला वज्र म्हणतात.''

> शून्यतेचे वज्रात रूपांतरण होणे यातूनच वज्रयानाची रचना होते. वज्रयान बौद्ध तत्त्वप्रणालीत सर्व देवता, त्यांच्या पूजेसाठी लागणाऱ्या विविध वस्तू विधी आणि धार्मिक चालीरीतींशी संबंधित असे सर्व काही. वज्राने चिन्हांकित झाल्यावर मूळ स्वरूपाहून भिन्न होते. वज्रसत्त्व (वज्र=शून्यता, सत्त्व=सार/अर्क) ही वज्रयानाची सर्वोच्च देवता आहे. शुद्ध जाणीव हे त्या देवतेचे स्वरूप आहे. (विज्ञाप्ती-मात्रता) या स्वरूपात शून्यता व्यक्तीनिष्ठता किंवा वस्तुनिष्ठता ह्यांच्यातून मुक्त होते. एक वैशिष्ट्यपूर्ण गोष्ट म्हणजे या पंथाच्या सर्व देवतांच्या मस्तकावर वज्रसत्त्वाची लहानशी मूर्ती असते. तंत्रांमध्ये त्याला अनेक गुणविशेषांनी गौरविलेले आढळते. उपनिषदिक ब्राह्मणे (या ग्रंथांना) हिंदू धर्मात जेवढे आदराचे स्थान आहे तेवढेच महत्त्वपूर्ण आदराचे स्थान तांत्रिक बौद्ध तत्त्वप्रणालीत वज्रयान पंथाला आहे.

महायान पंथात बोधीचित्त स्वरूपात अंतिम सत्य किंवा माणसातील स्वयं (आत्मा) असे वर्णन केले जाते. त्या संकल्पनेत कित्येक शतकांपूर्वी पासून रूपान्तर होत गेले.

बोधी किंवा परिपूर्ण शहाणपण (ज्ञान) आणि करूणा मिळविण्यासाठी मनाचा दृढ निश्चय अशा स्वरूपात ती संकल्पना प्रचलित होती. चित्त म्हणजे दोन जन्मजात मूळ स्वरूपाचे गुण, म्हणजे शून्यता किंवासर्व गोचर वस्तुमात्राचे स्वरूप, म्हणजे केवळ पोकळी असल्याची जाणीव आणि विश्वव्यापी करूणा यांचा संगम असे मानले गेले.

बोधीचित्त म्हणजे या दोन गुणांचा संगम ही संकल्पना हळूहळू अधिक विकसित होत धर्ममेघ या टप्प्याहून पुढे जात अखेर परिपूर्णतेच्या दिशेने तिची वाटचाल झाली. ही स्थिती (परिपूर्णतेची स्थिती) म्हणजे दिव्य आनंदाची अवस्था. तिच्या प्राप्तीसाठी तांत्रिक बौद्ध पंथातील लैंगिक-यौगिक साधना करावी लागते. सामान्यतः अशा साधनांमध्ये, बीज व शुक्राणू यांचे मीलन हे बोधीचित्तासमान असल्याचे मानले जाते. या प्रक्रियेत त्यांचे एकीकरण हवा, अग्नी, जल, पृथ्वी आणि आकाश या पंचतत्त्वांशी होते. त्यातून सर्व विश्वाच्या अस्तित्वाचे मूळ पदार्थ निर्माण होतो.

शून्यता (प्रज्ञा) व करूणा : स्त्रीतत्त्व आणि पुरुषतत्त्व

बोधीचित्ताच्या रूपांतरणाचा इतिहास 'शून्यता' या कल्पनेशी निगडित आहे. (इतिहासात एका टप्प्याला) शून्यतेला स्त्रीतत्त्व मानले गेले आहे. आणि करूणेला पुरुषतत्त्व मानले गेले आहे. महायान ग्रंथांमध्ये शून्यतेचा अर्थ 'प्रज्ञा' असा असल्याचे आढळते. प्रज्ञा म्हणजे प्रापंचिक जगातील 'मीच' (इतरांहून वेगळा/वेगळी). मूळ स्वरूप पोकळ आहे, त्यात मूळ अस्तित्व अवस्थित नाही याचे परिपूर्ण ज्ञान व धर्माचे ज्ञान. विश्वव्यापी करूणेला उपाय म्हटले आहे. ती बोधीचित्त प्राप्त करण्याचे साधन आहे. एका महत्त्वाच्या गोष्टीची नोंद घ्यायला हवी की, प्रज्ञा आणि करूणा यांचा उल्लेख नागार्जुन व तथातवादिन अश्वघोष यांनीही केलेला आहे. महायान पंथाच्या 'बोधी सत्त्वभूमी व सद्धर्म पुंडरिक' यांसारख्या ग्रंथांमधून दुःखी जीवांबद्दलच्या वैश्विक करूणेमुळे उभारलेले जीवनकार्य या अर्थी 'उपाय' हा शब्द वापरला गेला आहे. अगदी पूर्वीपासून प्रज्ञा म्हणजे परिपूर्ण ज्ञान असून ते स्वभावतः निष्क्रीय असते असे मानले गेले आहे. तो सत्याचा नकारात्मक पैलू आहे. तरीही सर्व वस्तुजाताचे नैसर्गिक उमगस्थान असल्याचे मानले गेले आहे. या विरुद्ध उपाय हा स्वभावतः क्रियाशील असून तो वस्तुस्थितीचे सकारात्मक कार्यप्रवण मूलतत्व मानले गेले आहे. उपाय ही अव्यक्त शक्ती आहे ती या व्यावहारिक जगाच्या सर्व वस्तुजाताला मिळालेली आहे ती प्रज्ञा किंवा शून्यतेतून व्यक्त होते. बौद्ध तत्त्वप्रणालींनी या प्रमाणे सत्याचा नकारात्मक/ निष्क्रीय पैलू म्हणजे परिपूर्ण ज्ञान हे स्त्रीतत्त्व असल्याचे मानले आहे. आणि सकारात्मक क्रियाशील पैलू (करुणा) हे पुरुषतत्त्व मानले आहे. या दोन तत्त्वांमुळे

बौद्ध तत्त्वप्रणालीचा सगळा दृष्टिकोन क्रांतिकारक रीतीने बदलू लागला. बोधी-चित्त ही संकल्पना म्हणजे शून्यतेबरोबर विश्वव्यापी करूणेचा संगम मानला गेला होता. त्या संकल्पनेतही बदल झाला. तो संगम म्हणजे दिव्य, अलौकिक आनंदाची अवस्था असल्याचे मानले जाऊ लागले. तो आनंद स्त्रीतत्त्व व पुरुष तत्त्वाचा यौगिक संगम झाल्यावर मिळतो, असे मानले जाऊ लागले.

प्रज्ञा हे स्त्रीतत्त्व व उपाय हे पुरुषतत्त्व असल्याचे निश्चित केल्यावर बौद्ध तंत्रांमध्ये शिव आणि शक्तीची संकल्पना स्थापन झाली. त्यातून पुढे लैंगिक-यौगिक साधना उत्क्रांत झाली. ती महायान तत्त्वज्ञानाशी निगडित झाली. एक वैशिष्ट्यपूर्ण गोष्ट म्हणजे सर्व तंत्रांच्या सिद्धान्तांमध्ये असा विश्वास व्यक्त झालेला आढळतो की, विश्वाचे सारतत्त्व मनुष्यमात्रात अवस्थित आहे. (नाथपंथ तत्त्वज्ञानाचे मूळ : पिंडी ते ब्रह्मांडी), म्हणून सर्व सत्य मनुष्याच्या शरीरात अस्तित्वात आहे. म्हणून तांत्रिक बौद्धपंथीय तत्त्वज्ञानाची सत्ये मनुष्यमात्राच्या शरीरात कुठे आहेत ते निश्चित करायला सुरुवात झाली. सखोल संशोधन केल्यावर असे आढळले की, प्रज्ञा आणि उपाय हे दोन महत्त्वाच्या नाड्यांशी संबंधित आहेत. त्या नाड्या पाठीच्या कण्याच्या डाव्या आणि उजव्या बाजूला आहेत. योग संदर्भातील साहित्यात त्यांना ईडा व पिंगला, चंद्र आणि सूर्य, डावी आणि उजवी, स्वर आणि व्यंजने इत्यादी तऱ्हांनी नोंदविलेले आढळते.

हिंदू तंत्रांप्रमाणे मधली नाडी सुषुम्नेशी संबंधित आहे. बौद्ध तंत्रज्ञानात तिला अवधूतिका म्हणतात. म्हणजे त्या मार्गाने बोधीचित्त प्रवाहित होते. बोधीचित्त शक्ती निर्माणचक्रापासून (किंवा बुद्धाची निर्माण काया) वर चढते. ते (चक्र) नाभीजवळ स्थित आहे. तिथून ती शक्ती धर्मचक्रापर्यंत (धर्मकाया) चढते. हे चक्र हृदयाजवळ स्थित आहे. तिथून तिचा प्रवास संभोगचक्रापर्यंत (संभोग काया) होतो. ते घशात स्थित असते. तिथून ती कमलापर्यंत पोहोचते. ते मस्तकात स्थित असते. तिथे बोधीचित्त शक्ती पोहोचल्यावर सर्वोच्च अशी दिव्य आनंदाची अवस्था अनुभवाला येते. गूढ बौद्ध पंथ, अद्वय म्हणजे अद्वैत आणि युगानद्ध (मीलनाचा सिद्धान्त) अशा सगळ्या संकल्पना या संदर्भात सारख्याच महत्त्वाच्या आहेत. पंचक्रमाच्या युगानद्ध क्रमाच्या पाचव्या प्रकरणात युगानद्धाची तत्त्वे खूप उत्तम तऱ्हेने समजावली आहेत. (युगानद्धातील दोन तत्त्वांची) संयोग म्हणजे व्यावहारिक जग; संसार व निवृत्ती ह्या दोन तत्त्वांच्या शुद्धीकरणानंतर होतो. निवृत्ती प्राप्त होण्यासाठी इंद्रियगोचर (संक्लेष) व अंतिम सत्य (व्यावधान) या दोन्हींचे स्वरूप समजून घेणे आवश्यक असते. यासाठी शारीरिक (इंद्रियगोचर) अस्तित्व आणि नामरूपविरहित सत्य यांचे एकीकरण करून विचारांची रचना करीत (त्यानुसार साधना करीत) पुढे जावे लागते.

पंचक्रम ग्रंथात पुढे समजावले आहे की, ग्रह्य म्हणजे जे आकलन करून घ्यायचे ते आणि ग्रहक जो आकलन करून घेतो तो (ज्ञाता आणि ज्ञेय). यांच्या एकमेकात विलीन होण्याची ही अलौकिक घटना म्हणजे अशाश्वताचा शाश्वताशी संयोग, प्रज्ञेचा करूणेशी संयोग होतो. युगानद्ध ही अशी अपरिवर्तनीय अवस्था आहे जिथे शरीर, मन व वाणीतील तथाता (त्या अंतिम सत्याचे) स्थान प्राप्त होऊन ते जाणल्यावर जेव्हा मनुष्य दु:खाच्या या जगाकडे पाहातो तेव्हा तात्पुरते सत्य म्हणजे संवृत्ती आणि अंतिम शाश्वत सत्य म्हणजे परमार्थ यांचे पूर्ण स्वरूप त्याला जाणता येते.

अद्वय वज्रसंग्रहाच्या 'युगानद्ध प्रकाश' या पवित्र ग्रंथात करूणा आणि शून्यता यांचे स्वरूप नेहमीच संयुक्त असल्याचा विचार मांडला आहे. प्रेमपंचकमध्ये वेगळा दृष्टिकोन आढळतो. या ग्रंथात शून्यता ही पत्नी आणि करूणा हा पती असल्याचे म्हटले आहे. त्यांचे नाते वैवाहिक प्रेमसंबंधांचे असून ते सहज प्रेम आहे. नैसर्गिक प्रेम आहे. ते नेहमीच एकमेकांसह असून अविभक्त असतात. त्यांचे प्रेम इतके खोलवर रुजलेले आहे की, शून्यता तिच्या पतीशिवाय (करूणेच्या प्रकटीकरणाशिवाय) मृत झाली असती. आणि शून्यता नसती तर करुणा बंधनात अडकली असती. साधनामाला या ग्रंथात त्याबद्दल म्हटले आहे की, अंतिम सत्याचे स्वरूप म्हणजे शून्यता आणि करूणा यांची एकरूपता ही लिंगभेदातीत असते. (नपुंसक) किंवा तिला 'युगानद्ध' असेही म्हटले जाते.

यावरून असे लक्षात येते की, युगानद्धाचे हे तत्त्व म्हणजे शैव किंवा शाक्त तंत्रांमध्ये उल्लेखिलेल्या काम व कला यांच्या वैवाहिक एकरूपतेच्या तत्त्वासारखेच आहे. स्त्रीतत्त्व व पुरुषतत्त्व यांना स्त्रीबीज व शुक्राणू यांच्या कल्पनेसह प्रस्तुत करणे, नकारात्मक व सकारात्मक, निष्क्रीय (स्थितीशील) व क्रियाशील गुणविशेषणांसह प्रस्तुत करणे हे हिंदू व बौद्ध तंत्रातील खरे चैतन्यदर्शित्व असल्याचे म्हणता येईल. आपल्याला आता शून्यता आणि प्रज्ञा तसेच करुणा आणि उपाय ह्यांचे सम्मीलन वज्रयानात प्रकृती (स्त्री)-पुरुष ह्यातून संवादित झालेले दिसते. म्हणून तांत्रिक बौद्ध देव देवता कला, शिल्पे इत्यादीत मीलन स्थितीत दर्शवले जातात. याच प्रमाणे हिंदू धर्मातही शिव-शक्तींचे एकरूप होणे अर्धनारी अवस्थेत दर्शविले जाते.

अद्वय, युगानद्ध आणि समरस या संकल्पनांमध्येही भावनांच्या एकरूपतेच्या अर्थाची समानता आढळते. 'समरस' चा आणखी सखोल व निसर्गसिद्ध अर्थ बघायचा झाला तर 'अनेक रूपांत वैविध्यासह दिसणाऱ्या विश्वात एकता आहे, याचे ज्ञान होणे, सर्वत्र भरून राहिलेल्या आनंदाची अद्वितीय भावना म्हणजे एकमेव अंतिम सत्याचा प्रवाह आहे याचे ज्ञान होणे,' असे म्हटले गेले आहे. हे वज्रतंत्रात असे समजावले आहे

की, 'सहज'च्या या अखेरच्या अवस्थेत प्रज्ञा व उपाय यांच्यात द्वैत नसते. त्यांच्यात काहीही फरक केला जात नाही. आणि या अवस्थेत निम्न, मध्य, उच्च अशा पातळ्या नाहीत. सर्व समान आहे. आत्मा हा निष्क्रीय नाही की क्रियाशील नाही, स्थितीशील नाही की गतिशील नाही. सर्व काही एकच आहे. आणि सर्वांभूती एकच वैश्विक शक्ती, एकच स्वभाव व कार्य आहे. सर्व अलौकिक ज्ञान समरसातून निर्माण होते ते समान आहे आणि अद्वैत स्वरूपाचे आहे. 'समरस'ची ही संकल्पना अनेक हिंदू व बौद्ध तांत्रिक धर्मग्रंथांमध्ये आढळते. त्यात शिव आणि शक्तीची किंवा प्रज्ञा आणि उपायाचे एकरूपत्व दर्शविलेले असते. लैंगिक, यौगिक साधनेद्वारे किती अलौकिक, आत्यंतिक आनंद प्राप्त होऊ शकतो, ते समजावण्यास वरील शिवशक्ती, प्रज्ञा उपाय इत्यादिंच्या प्रातिनिधिक संकल्पनांचा आधार घेतला जातो. लैंगिक यौगिक साधनेत आपल्या मानसिक अवस्था निरामय, आरोग्यपूर्ण तऱ्हेने एकरूप करण्याची शक्ती आहे हेही त्यातून दर्शविले जाते. परंतु हे स्थळ, काळ व व्यक्ती यांवर तसेच गुरूप्रसादावर अवलंबून असते.

◈◈◈

३.७ साधेपणाकडे परत : सहज

आपल्या शुद्ध तेजाने सर्व वस्तू उजळणाऱ्या चंद्रमण्यासारखे सर्वोच्च महासुख 'सहज'च्या माध्यमातूनच अनुभवता येते. ते आपल्या प्रकाशाने सर्व अंधार नाहीसा करते. आणि क्षणार्धात सर्व दुःखे दूर करते.

सर्व आध्यात्मिकतेची मूलभूत तत्त्वप्रणाली विशेषतः बौद्ध तंत्रप्रणालीचा पायाभूत आधार असलेली संकल्पना म्हणजे सहज. सर्व वस्तुजात व प्राणिजाताचे जन्मापासूनचे निसर्गदत्त असे अस्तित्व म्हणजे सहज. सहज म्हणजे कुठल्याही भूतमात्राच्या जन्म वा उगमापासून त्याच्याबरोबरच ज्याचा जन्म वा उगम होतो ते. (सह जायते इति सहजः) सर्व धर्मांमध्ये हा सद्गुण (अंतर्भूत केलेला) आहे. आणि आध्यात्मिक उद्दिष्टे साध्य करण्याचा नैसर्गिक गुणधर्म त्याच्या ठायी आहे.

हेवज्रतंत्रात असे लिहिले आहे की, सर्व जगाचा मूळ स्वभाव 'सहज' आहे. कारण सहज हे सर्व वस्तुजाताचे स्वरूप आहे. हे स्वरूप म्हणजे ज्यांना परिपूर्ण शुद्ध चित्त प्राप्त होते, त्यांना प्राप्त होणारे निर्वाण होय.' महासुख म्हणजे सर्वोच्च आनंदावस्थेची जी 'सहज'ची भावना असते ती भौतिक शरीराच्या माध्यमातून प्राप्त होत असली तरी ती फक्त तेवढ्यापुरतीच मर्यादित नसून तो सर्वव्यापी असा अनुभव असतो. तो आध्यात्मिकदृष्ट्या सर्वश्रेष्ठ असतो.

> 'ब्रह्मन् म्हणजे आत्म्याचे अंतिम सत्य स्वरूप असून, बाह्य जगातील बौद्धिक किंवा शाब्दिक स्तरावर व्यक्त करण्यापलीकडे असलेले आहे,' अशी उपनिषदांमध्ये ब्रह्मन्‌ची व्याख्या आढळते. त्याचप्रमाणे 'सहज' स्वरूप शब्दांनी व्यक्त करता येत नाही किंवा मनाला त्याच्यापर्यंत पोहोचता येत नाही. बुद्धीला त्याचे पूर्णांशाने आकलन होत नाही. आतूनच अचानक आपल्याला ते समजते. मग तिथे ज्ञाता, ज्ञेय व ज्ञान यात भेद उरत नाही. 'सहज' स्वरूपही आपल्यात अचानक प्रकट होणारे 'स्वसंवेद्य' असे आहे. (जय जय स्वसंवेद्या, आत्मरूपा : ज्ञानेश्वरी पहिला अध्याय)

हेवज्रतंत्रात त्याबद्दल असे म्हटले आहे, 'सहज' कोणी माणूस समजावू शकत नाही, ते वाणीद्वारे अभिव्यक्त करता येत नाही. गुरूंच्या चरणांशी सेवा करता करता अचानक अंतरात्म्यात ते प्रकट होते. गुह्यसिद्धी (ग्रंथा) प्रमाणे व्यक्तीला त्याच्या अंतर्ज्ञानाने प्राप्त झालेले सत्य वाणीद्वारे अभिव्यक्त करता येत नाही. ती सर्वव्यापी, सर्वोच्च अवस्था आहे. तिथे शरीर नसते, मन नसते, क्रिया नसते.

तिल्लोपदांच्या दोह्यांमध्ये म्हटले आहे, '' 'सहज' ही अशी अवस्था आहे जिथे विचारांच्या घडामोडींचा विलय होतो. आणि प्राणवायू (जो अशुद्ध चित्ताचे वाहन आहे) त्याचासुद्धा विनाश केला जातो. या सत्याचे रहस्य आत्म्याला अंतर्ज्ञानाने प्राप्त होते. ते दुसरे कोणी कसे समजावून देऊ शकणार? सत्य (तत्त=तत्त्व) सर्वसामान्य अज्ञ लोकांना उपलब्ध होत नाही ते विद्वज्जनांना माहीत नाही, (केवळ विद्वतेने) माहीत होऊही शकत नाही. पण गुरूंची सेवा करून त्याला प्रसन्न करून घेणाऱ्या सुदैवी गुणिजनांना ते केव्हाही उपलब्ध होऊ शकते.'' 'सहज'च्या या अवस्थेला बौद्ध धर्म संप्रदायात 'निर्वाण धातू' म्हणतात तर वज्रयान पंथात 'वज्रधातू' किंवा 'वज्रसत्त्व' म्हणतात. ते करुणेच्या रूपात बोधीचित्त व शून्यतेच्या रूपात महासुख असून तो सहज संप्रदायाच्या गाभ्याशी असलेला विश्वास आहे. आपल्या दोह्यांमध्ये तिल्लोपदांनी असेही म्हटले आहे, 'जेव्हा चित्रातील 'सहज' नाहीसा होतो तेव्हा अचित्र (नकारात्मकता)ही नाहीसे होते. अद्वैत एकतेची (समरसाची) अवस्था दोन्ही तऱ्हेने अस्तित्वातून आणि अनास्तित्वातून अलौकिक असे सत्य गुण - अवगुणांच्या बंधनातून स्वतंत्र होते. जे फक्त अंतरात्म्यात उमगते, त्या सत्याला गुण-अवगुण चिकटलेले असूच शकत नाहीत. त्याला रंग, रूप आकार नसतो. सर्व वस्तुजाताच्या रूपात ते परिपूर्णत्व नांदत असते. 'सहज' मध्ये 'मी' (अहम्) रिता असतो, जग रिते असते. तिन्ही लोक रिते असतात. शुद्ध सहजामध्ये

पुण्य नसते, पाप नसते.

सरहा पदांनी ही ‘सहज’ची शब्दापलीकडची सुंदर अवस्था मोठ्या काव्यात्मकतेने वर्णन करण्याचा प्रयत्न केला आहे. ते म्हणतात, ‘‘सहज मध्ये द्वैत नसते. ते आकाशासारखे परिपूर्ण असते. या अंतिम सत्याचे अंतर्ज्ञान सर्व मोहमायेचा नाश करते. मोहाच्या अंधकाराला भेदून प्रकाश पसरवणाऱ्या पूर्ण चंद्रासारखे विलसते. सहज, कानांनी ऐकता येऊ शकत नाही. डोळ्यांनी पाहिले जाऊ शकत नाही. ते वाढत नाही की कमी होत नाही. ते प्रत्यक्ष अस्तित्वात येत नाही. शरीर झिजत जाऊन त्याचा विनाशही होत नाही. त्याचा मृत्यू होत नाही. सहज आनंद अवस्था हे सर्व भावनांचे एकत्व आहे. सर्वांभूती असलेले ते एकमेव (सत्य) आहे.’’

सहजशी संबंधित असलेला आणखी एक भाग म्हणजे त्याची समग्रता. मनाची सकारात्मक, नकारात्मक कार्ये लक्षातसुद्धा न घेता एखादे निष्पाप शुद्ध बालक फक्त गुरूंच्या उपदेशावर अवलंबून असते, तसेच साधकाने असावे. सहजमध्ये मन निष्क्रीय असते आणि जन्ममृत्यूचे फेरे सुद्धा स्थगित होतात. एखाद्या कमलाचे अस्तित्व मूलतत्त्व हे समग्रतेनेच लक्षात घेऊन अभिव्यक्त करावे लागते. त्याच्या पाकळ्या, देठ, सुवास वेगवेगळ्या भागांमधून ते लक्षात येत नाही अद्वैत अवस्थेतील मनाने सहज सुद्धा समग्रतेने आकलन करून घ्यावा लागतो. (‘सहज’ मध्ये) मंत्र आणि ध्यान हे सुद्धा बाह्य प्रकार होतात. ते पूर्ण पोकळ आहेत, हे लक्षात यावे लागते. या सत्त्वविहीन, पोकळ वस्तूंचे म्हणजे धर्मनिरात्म्य आणि सत्त्वहीन पोकळ विषयांचे म्हणजे पुद्‌गुल निरात्म्य यांचे पूर्ण आकलन होणे असे ‘सहज’ साधकाच्या अंतःकरणात उमलते. ‘सहज’वर राज्य करणारा हा सर्वोच्च ईश्वर म्हणजे परिपूर्ण शुद्धतेच्या शांत, स्थिर, लाटा नसलेला समुद्र आहे. त्याचे येणे आणि जाणे कळतही नाही. या अवस्थेत आतले आणि बाहेरचे यांचे ज्ञान नाहीसे होते.

आपल्या शुद्ध तेजाने सर्व वस्तू उजळणाऱ्या चंद्रमण्यासारखे सर्वोच्च महासुख ‘सहज’च्या माध्यमातूनच अनुभवता येते. ते आपल्या प्रकाशाने सर्व अंधार नाहीसा करते. आणि क्षणार्धात सर्व दुःखे दूर करते. कान्हापदमध्ये सुद्धा सहजचे वर्णन करताना म्हटले आहे की, सहज ही अवस्था अपावित्र्य आणि अशुद्धता यांच्यापासून मुक्त आहे. गुण, अवगुण, पाप पुण्य यांच्यापासून मुक्त आहे. त्यात विचार स्थगित होतात. बदल घडणे थांबते, कोणतीही भ्रष्टता घडत नाही. इथे, मनाचे कार्य पूर्ण थांबते. या अवस्थेला ‘निर्वाण’ म्हणतात.

एक महत्त्वाच्या गोष्टीची नोंद घ्यायला हवी की, बौद्ध धर्म सुरुवातीला कट्टर नास्तिकवादी होता. त्यात देव, ’मी’ चे वेगळे अस्तित्व किंवा आत्म्याचे अस्तित्व या

गोष्टी अजिबात मान्य नव्हत्या. पण कालांतराने हळूहळू त्यात थोडी आस्तिक वृत्ती निर्माण झाली. आणि उपनिषदांमध्ये असलेल्या ब्रह्मन्‌च्या संकल्पनेच्या जवळ येत अखेर ती वज्रयान पंथात दृढमूल झाली. या सर्व गोष्टींना 'सहज'ने समाविष्ट करून घेतले. सहज हे व्यक्तीच्या अस्तित्वाच्या गाभ्याशी असते. तेच विश्वव्यापी असते, सर्वांभूती तेच असते. आपण जी कर्मे करतो तीही कृतिशील 'सहज' आहेत. मानसिक घडामोडी दरम्यान (बोधान्त) कर्ता आणि कर्म या रूपात ती व्यक्त होतात. 'सहज' आपल्या आयुष्यातील अथ पासून इतिपर्यंत सर्व भूमिका पार पाडते. ते राजा असते, मालक असते, सर्वांचा आधार असते, सर्व काही सहन करणारे असते, (भर्ता) आणि कर्ताही तेच असते. ते सर्वव्यापी असून आपल्या सर्वांच्या शरीरांमध्ये निवास करते, सर्व जीवनावश्यक प्रक्रियांमध्ये असते. ते अस्तित्वात आहेही आणि नाहीही. सर्व काही त्यांच्यातूनच बाहेर प्रकट होते. ते स्वभावतः शुद्ध जाणीव असते. तेच जीव आहे, काळ आहे आणि प्रत्येकाचे स्वत्व आहे. तिल्लोपद आपल्या दोह्यात त्याचे यथातथ्य वर्णन करताना सहजमध्ये असलेल्या प्रत्येकाच्या 'मी' च्या नैसर्गिक अस्तित्वाबद्दल म्हणतात, ''मी अखिल विश्व आहे - मी बुद्ध आहे - मी केवळ शुद्धत्व आहे. जाणिवेपलीकडला मी आहे. जीवनमृत्यूच्या फेऱ्यांचा विनाश करणाराही मीच आहे.''

चैतन्य गुरू गोरक्षनाथ

◈◈◈

३.८ मोक्ष, निर्वाण आणि महासुख

दुःखाला पराभूत करण्याचा दुसरा मार्ग म्हणजे आपल्या अस्तित्वाच्या नेहमीच्या पातळीवर अखंड आणि परिपूर्ण अशी आत्मसमाधानाची अवस्था अनुभवणे होय. त्याला 'आनंद' म्हटले आहे. (या आनंदावस्थेत योगीजन नेहमी निमग्न असतात.) ही आंतरिक शांतीची अवस्था आपण प्राप्त करु शकत नाही. कारण आपल्या इच्छा, वासनांना अंत नसतो. त्यांच्यामुळे अनेक दुःखे निर्माण होतात. भूक, तहान, महत्त्वाकांक्षा, सुख, भौतिक वस्तूंचा हव्यास अशा असंख्य कधीच न संपणाऱ्या इच्छांच्या जाळ्यात आपण बद्ध होतो, त्यातून मोकळे होणे म्हणजेच 'बुद्ध' होणे.

मोक्ष – सर्वोच्च उद्दिष्ट

मोक्ष किंवा मुक्ती हे मनुष्यमात्राचे सर्वोच्च ध्येय असल्याची हिंदू आध्यात्मिक पद्धतीची श्रद्धा आहे. शब्दशः त्याचा अर्थ आहे जन्म-मरणाच्या फेऱ्यातून सुटका करणारे आध्यात्मिक पातळीवरचे स्वातंत्र्य! प्रश्न असा पडतो की, आपल्याला स्वातंत्र्य कशापासून हवे असते? हा वैश्विक रोग म्हणजे आंतरिक किंवा बाह्य कारणांनी निर्माण होणारे दुःख, शारीरिक, मानसिक, भावनिक, आध्यात्मिक अशी सर्व प्रकारची कारणे (दुःखाला कारणीभूत) असतात. मनुष्यमात्राला यश किंवा सुखाचा अनुभव येतो तो

तात्पुरता असतो. दु:खाची मुळे खूप खोल आणि अस्तित्वाला वेढणारी असतात. सुसंस्कृत जगाला आणि संस्कृतीला पायाभूत असतात. मृत्यूसुद्धा त्या चक्राचा अंत करू शकत नाही. कारण तो नैतिक न्यायाच्या कायद्याशी बांधील असतो. या कायद्यानुसार जगाची व्यवस्था जीवनाचे सातत्य राखत असते. त्या व्यवस्थेनुसार मृत्यू झाल्यावरही सूक्ष्म जीव अस्तित्वात असतो. तो पुढे नव्या शरीरात जन्म घेतो. त्याला गतजन्मानुसार कार्य करण्यास किंवा आपल्या बऱ्या-वाईट कृत्यांची फळे भोगणे अपरिहार्य असते. म्हणजे कर्म आणि कर्मफळे जोवर चालू राहतात तोवर पुढील जन्म चालू राहतात.

दु:ख हा अस्तित्वाचा केवळ नकारात्मक भाग नाही. ती सर्व जीवनाला प्रोत्साहित करणारी शक्ती आहे. कारण अधिकाधिक चांगले कार्य करीत उन्नती साधण्यासाठी ती सतत प्रेरणा देते. पण दु:ख हे आपल्या आत इच्छेलाही जन्म देते. त्या इच्छापूर्तीसाठी कार्यप्रवृत्त करते, पण अगदी सर्वोत्तम कार्यसुद्धा इच्छेच्या टोचणीवर कायमचा इलाज करू शकत नाही. कारण इच्छा अमर्याद असतात. (एक संपली की दुसरी किंवा अनेक मागोमाग येतातच.) या योजनेप्रमाणे जग चाललेले असते. जगाच्या इतिहासाची पानेच्या पाने संघर्ष, भांडणे, लढाया आणि दु:खे यांनी भरलेली आहेत. मानवाने खूप शोध लावले, नवीन गोष्टी तयार केल्या, अनेक तऱ्हेचे सामर्थ्य प्राप्त केले, खूप प्रगती केली तरीही असमाधानाचा रोग काही माणसाची पाठ सोडत नाही.

सुदैवाने भारतातील ज्ञानी ऋषी, अतींद्रिय अनुभव आलेले धार्मिक गुरू आणि जगभरातील धार्मिक गुरू या सर्वांनी दु:खावर इलाज असल्याचे सांगितले आहे. सर्व धर्मांचे सार असलेल्या योगाच्या माध्यमातून आपली एकाग्रता, बुद्धी, ऊर्जा आत वळवून दु:खावर विजय मिळवत पूर्ण मुक्ती मिळवता येते, असे त्यांनी म्हटले आहे.

सर्व जगभरातील आध्यात्मिक मार्गदर्शक, गुरू, उपचारक व अतींद्रिय अनुभव असलेले ज्ञानीजन या सर्वांनी सांगितले आहे की, प्रत्येकाच्या अस्तित्वाचे अगदी अंतस्थ असे मूलतत्त्व आणि विश्व यांना दु:ख स्पर्शही करू शकत नाही. तो आत्मा (आत्मतत्त्व) शुद्ध, आनंदमय आणि शांत असतो. अशा तऱ्हेने हा सकारात्मक गुणधर्म दु:खाच्या नकारात्मकतेला छेद देतो. मन प्रकाशित होऊन अंतिम सत्याचा अनुभव येणे हीच गोष्ट संपूर्ण मुक्तीसाठी आवश्यक असते. 'तत्त्व साक्षात्कार' म्हणजे अंतिम सत्याच्या अनुभवांतूनच मोक्ष, निर्वाण किंवा मुक्ती साकारते.

दु:खाला पराभूत करण्याचा दुसरा मार्ग म्हणजे आपल्या अस्तित्वाच्या नेहमीच्या पातळीवर अखंड आणि परिपूर्ण अशी आत्मसमाधानाची अवस्था अनुभवणे होय. त्याला 'आनंद' म्हटले आहे. (या आनंदावस्थेत योगीजन नेहमी निमग्न असतात.) ही आंतरिक शांतीची अवस्था आपण प्राप्त करू शकत नाही. कारण आपल्या

इच्छा, वासनांना अंत नसतो. त्यांच्यामुळे अनेक दुःखे निर्माण होतात. भूक, तहान, महत्त्वाकांक्षा, सुख, भौतिक वस्तूंचा हव्यास अशा असंख्य कधीच न संपणाऱ्या इच्छांच्या जाळ्यात आपण बद्ध होतो, त्यातून मोकळे होणे म्हणजेच 'बुद्ध' होणे.

आत्मज्ञानी गौतम बुद्ध यांच्या मते सर्व अस्तित्व म्हणजे दुःख आहे. या दुःखापासून आणि दुःखांच्या अनेक शक्यतांपासून सुटका मिळवण्यास अस्तित्व, जीवन आणि भविष्यातील अस्तित्वाच्या जीवनाच्या सर्व शक्यतांपासून सुटका करून घ्यायला हवी. त्यांनी आपल्या उपदेशात म्हटले आहे की, इच्छा, वासना आणि क्षणभंगूर वस्तू वा व्यक्तींचा मोह, ममता आपल्याला तात्पुरते सुख देतात. ते सुख कायम मिळावे म्हणून आपण त्या वस्तू व व्यक्तींशी बांधले जातो. (ज्या वस्तू वा व्यक्ती क्षणभंगूर असतात.) त्यामुळे अधिक दुःख निर्माण होते. मोह, ममता आणि इच्छा, वासना दूर केल्या की, मन शुद्ध जाणिवेच्या प्रकाशाने उजळते. या अवस्थेत मन चांगले, वाईट, गुण-दोष इत्यादी भेदांच्या पलीकडे जाते. या अवस्थेत कर्माच्या नियमाचा कोणताही प्रभाव व्यक्तीवर पडत नाही. कर्मबंधनातून मुक्ती झाल्यावर पुनर्जन्माची शक्यता राहत नाही. माणूस आपल्या 'मी'पणाच्या आणि 'अहं'च्या पिंजऱ्यातून मोकळा होतो. ही संपूर्ण दुःखरहित प्रकाशमान अवस्था असते. तिला बुद्धाने निर्वाण म्हटले आहे. ही संकल्पना हिंदूंच्या मोक्ष वा मुक्तीच्या कल्पनेसारखीच आहे.

गौतम बुद्धांच्या मते, आपले अस्तित्व म्हणजे अनित्य, सतत परिवर्तन पावणारे, इंद्रियगोचर अस्तित्व! (आत्मज्ञानाने) प्रकाशित झालेल्या मनाला अनास्तित्वाची जाणीव व्हावी लागते. ते महापरिनिर्वाण म्हणजे इंद्रियातीत अलौकिक अस्तित्व असते. त्याला काळ आणि अवकाशाची बंधने व मर्यादा नसतात. ते अतिशय शांत, निश्चल आणि आनंदमय असते. इंद्रियगोचर अस्तित्वातून मुक्त होत त्या पलीकडे जाते. हे दिव्य अवस्थेला पोहोचणे हे मानवी जीवनाचे परमोच्च ध्येय असते.

> याच्याशी संलग्न अशी आत्म्याची संकल्पना आहे. आत्मा हे नित्य, कायमस्वरूपी, अलौकिक अस्तित्व आहे. ते मन, बुद्धी, अहंकाराच्या पलीकडे आहे आणि प्रत्येक जीवमात्राच्या आत असलेले प्रकाशमान केंद्र आहे. हिंदू संत व तत्त्वज्ञानी लोकांच्या मते, आपल्या 'असण्या'चा जीवनाचा अंतस्थ गाभा असलेला हा आत्मा शुद्ध, दुःखांचा स्पर्शही न झालेला कलंकरहित आणि मनाने घेतल्या जाणाऱ्या अनुभवांनी अजिबात विचलित न होणारा बुद्धी वा अन्य अनुभव, संकल्पना आपल्या अस्तित्वाला वेटोळून बसलेल्या असतात. त्यांच्यापासून पूर्ण अलिप्त असा आत्मा असतो.

निसर्गतः आपण म्हणजे एक शुद्ध जाणीव असतो. आपले खरे 'असणे' म्हणजे आत्मा! तो खरा द्रष्टा, आपल्या स्वत्वाचा अनुभव, आपली खरी ओळख, आपण ज्या लौकिक वस्तूंच्या, व्यक्तींच्या मोहात पडतो, त्यांचा स्वामी तो आत्माच असतो. आपल्या जीवनाचा जो खेळ चाललेला असतो, त्यांचा तो फक्त साक्षी असतो. त्याचा त्यात सहभाग नसतो. या सतत बदलत्या चक्राकडे तो तटस्थतेने केवळ बघत असतो. आपल्या अज्ञानाच्या किंवा ज्ञानाच्या प्रवासाकडेसुद्धा तो केवळ पाहत असतो. जे काही आपण शिकावे, जे काही आपल्याला कळावे यासाठी आपला जन्म झाला असतो ते शिकत, अनुभव घेत, दुःख भोगत कर्मफळे भोगत, माया-मोहापलीकडे जात कोणत्याही घृणा, लोभ, द्वेष, अहंकारादी षड्रिपूंपासून दूर होत आपले खरे रूप आपल्याला समोर प्रकट होते. तेव्हा आपल्या आत्म्याचे निखळ, अस्पर्श खरे रूप समजते. ही जीवन्मुक्तीची प्रक्रिया आहे. (ऐहिक शरीरात अनुभवास येणारी मुक्ती/मोक्षाची अवस्था).

हिंदूंच्या अनेक धार्मिक तत्त्वप्रणाली भक्तिपंथाशी निगडित आहेत. ब्रह्म किंवा शुद्ध परमात्म्यापर्यंत पोहोचण्यासाठी भक्तीला प्रोत्साहन देणारा हा पंथ आहे. परमात्म्याचे अगणित गुण अनंत मात्रेत आहेत. उदाहरणार्थ, अपरंपार शहाणपण, ज्ञान, सर्व मायामोहादि षड्रिपुंपासून अलिप्तता, शांतपणा, सौंदर्य, गोडवा, प्रेम, दया, ताकद, शक्ती, निःशब्दता, स्वानंद इ. सर्व काळ आणि अवकाशाच्या मर्यादांपासून तो मुक्त आहे. जे भक्त सखोल एकाग्रतेतून श्रद्धा निर्माण करतात, त्यांना असा विश्वास असतो की, मृत्यूनंतर त्यांचा आत्मा ब्रह्माच्या आध्यात्मिक क्षेत्रात प्रवेश करणार आहे आणि परमात्म्याशी असलेल्या नात्यातून अपार आध्यात्मिक कैवल्यानंद प्राप्त करणार आहे.

भगवान ब्रह्मा

अशा भक्तांनी प्रत्येकाच्या साधनेनुसार वर्णन केलेले मुक्तीचे विविध प्रकार सांगितले आहेत. 'सरस्ती' म्हणजे ब्रह्माच्या राज्यात होणारा आनंदमय निवास, 'सलोक्य' म्हणजे ब्रह्माची समीपता अनुभवणे, 'सायुज्य' म्हणजे जाणीवपूर्वक ब्रह्माशी संलग्न होणे, 'सरूप्य' म्हणजे ब्रह्माच्या स्वरूपासारख्या स्वरूपप्राप्तीचा आनंद, 'एकत्व' म्हणजे ब्रह्मात पूर्णपणे मिसळून जाणे, हे असे भक्तांना लाभणाऱ्या मुक्तीचे स्तर आहेत.

अद्वैत वेदान्त आणि त्यासमान तत्त्वज्ञानाच्या शाखा आहेत, त्यांचे मूलसिद्धांत याच्या उलट आहेत. त्यांच्या मते दोन प्रकारची मुक्ती असते.

सद्यो मुक्ती म्हणजे परिपूर्ण मुक्ती किंवा परमात्म्याशी (ब्रह्माशी) एकरूपता. ही एकरूपता शरीर नाश पावल्यावर त्वरित मिळते. भौतिक शरीरात असतानाच ज्या आत्म्यांची जाणीव प्रकाशित होते व ज्यांची मूळ अज्ञानापासून सुटका झाली असते, जे 'अहं'शी बांधलेले नसतात किंवा ज्यांना ब्रह्मापलीकडे वैयक्तिक अस्तित्वच नसते, त्यांना सद्यो मुक्ती मिळाली असे म्हणता येईल. क्रममुक्ती ही दुसऱ्या प्रकारची मुक्ती असते. त्यात टप्प्याटप्प्याने मुक्ती मिळते. अस्तित्वाच्या अधिकाधिक उच्च जगामध्ये टप्प्याटप्प्याने अधिकाधिक उच्च पातळ्यांवर क्रमाक्रमाने वर चढणे आणि अधिकाधिक शुद्ध व प्रकाशमय उच्चतर अस्तित्वाचा अनुभव घेता घेता अखेर संपूर्ण मुक्ती मिळवणे, परमात्म्याशी एकरूप होणे, हा क्रममुक्तीचा मार्ग आहे. ज्यांची जाणीव माया, ममता, मोह, वासना यांच्यापासून स्वतंत्र झालेली असते आणि आध्यात्मिकतेच्या वरच्या पातळ्यांवर जाते, भौतिक अस्तित्वांपलीकडचे अनुभव घेण्यास सक्षम होते, ती अखेरीस परमात्म्याशी एकरूप होते.

हिंदूंना अभिप्रेत असलेली वैश्विक व्यवस्था बघायची झाली तर पहिल्यांदा येते आपले जग. जिथे आपण राहतो, काम करतो आणि शारीरिक, मानसिक, भावनिक व आध्यात्मिक अनुभव घेतो तो भव लोक. त्यावर भूलोक असतो. अस्तित्वाच्या सहा पातळ्या किंवा सहा 'लोक' असतात. ते लोक एकामागोमाग एक उच्च स्तरावर चढत जातात. भूः लोकानंतर अनुक्रमे भुवः, स्वः, महाः, जन, तपः आणि अखेर सत्यलोक असतो. या सर्वांपैकी भूः, भुवः, स्वः हे एकमेकांशी जोडलेले आहेत. त्यांच्या गटाला त्रैलोक्य म्हणतात. भुवः या लोकात मृत्यूनंतर आत्मे येतात. ते या लोकांच्या विविध क्षेत्रांमध्ये आपापल्या बऱ्या-वाईट कृत्याप्रमाणे बरे-वाईट अनुभव घेतात. त्यांच्या कर्मांची निश्चिती झाल्यावर हे आत्मे नव्या भौतिक शरीरात जन्म घेतात. ज्या आत्म्यांनी उदात्त, उदार, निःस्वार्थ कृत्ये केलेली असतात त्यांना स्वः लोकात उच्चतर पातळीचा आनंद प्राप्त होतो. उत्तम कृत्यांबद्दल मिळालेल्या फळांचा अनुभव येतो. त्यानंतर ते पुन्हा इथे जन्म घेतात. उच्च आध्यात्मिक गुणवत्तेच्या आधारे मुक्तीच्या क्षेत्रात प्रवेश करतात. या प्रकारे प्रगती करत करत उच्च लोकांत प्रवेश मिळवत मिळवत अखेर अंतिम मुक्ती प्राप्त करतात आणि जन्म-मृत्यूच्या फेऱ्यांतून त्यांची सुटका होते.

मुक्ती वा मोक्षाची ही सगळी तत्त्वज्ञाने गोरखनाथांना मान्य होती. त्यांनी असे म्हटले आहे की, ते (मोक्ष) हे खरोखर मानवी जीवनाचे अंतिम उद्दिष्ट आहे. आपले अथवा आत्म्याचे दिव्य स्वरूप जाणून घेण्याने ते उद्दिष्ट साध्य करता येते. त्यांचा असा विश्वास होता की, परमात्म्याजवळ (शिव अथवा ब्रह्म) स्वतःची निजशक्ती आहे. ती शक्ती या विश्वाच्या व्यवस्थेत अनेक शरीरांमधून विविध तऱ्हांनी व्यक्त होते आणि तो

जगदीश्वर व हे अनेक आत्मे त्या व्यवस्थेशी जोडलेले आहेत. असे म्हटले जाते की, गोरखनाथांनी त्यांच्या यौगिक साधनेने प्रकाशित झालेल्या मनाने शिवशक्ती विलास जाणला होता. म्हणजे जगाच्या अनुभवाच्या सर्व पातळ्यांवर परमात्म्याची खेळकर आणि मुक्त अभिव्यक्ती पाहिली होती, जाणली होती.

शिवशक्तीच्या या वैश्विक क्रीडेत प्रत्येक व्यक्तीच्या आत्म्याला शिवाशी एकरूप होण्याची प्रबळ इच्छा असते आणि तशी आंतरिक क्षमताही असते. आपल्या सर्व मर्यादा बंधने, अपूर्णता, दोष हे सर्व दूर करण्याचीही इच्छा खोल अंतरात असते. यात दुःख हा महत्त्वाचा घटक असतो. दुःखामुळेच (निजरूप जाणून परमात्म्याशी एकरूप होण्याचा) हा प्रवास निश्चित होतो. मनुष्यमात्राला सर्व बंधनांतून मुक्त होऊन प्रयत्नपूर्वक शिवत्व साध्य करण्यासाठी दुःखच प्रवृत्त करते. अनेक जन्म घेऊन दुःखद अनुभव घेत शिकत शिकत अखेर शिव किंवा ब्रह्माशी एकरूप होणे हे मनुष्यमात्राचे अंतिम उद्दिष्ट असते. शिवत्व किंवा ब्रह्मत्व प्राप्तीची ही अंतिम पायरी गाठण्यासाठी प्रत्येक व्यक्तीच्या आत्म्याला अनेक जन्म घ्यावे लागतात. दुःखाचे अनुभव घ्यावे लागतात. स्वतःचे शुद्धीकरण करत जावे लागते. या अंतिम सत्याप्रत पोहोचण्याला गोरखनाथ 'मनुष्याच्या जीवनाचे सर्वोच्च उद्दिष्ट' असे म्हणतात. हाच योगाचा खराखुरा गाभा आहे.

योग हे केवळ साधन नसून साध्यही आहे. हे महायोगी गोरखनाथांनी उत्तम तऱ्हेने व्यक्त केले आहे. ते म्हणतात, ''सम्योगो योग क्षेत्रज्ञ परमात्मनोः' याचा अर्थ असा की, ज्ञानी योगीजनांसाठी प्रत्येक व्यक्तीचा आत्मा आणि विश्वव्यापी आत्मा यांचा संयोग, जीव आणि शिव किंवा अहम् आणि ब्रह्म यांचा संयोग म्हणजेच योग (योग हे परमात्म्यात विलिन होण्याचे केवळ साधन नसून साध्यही आहे.) वेगवेगळ्या शुद्धीकरण प्रक्रिया, ध्यानाच्या विविध अवस्था, शारीरिक शिस्त आणि अंतिम उद्दिष्ट (म्हणजे शिवत्वापर्यंत पोहोचणे) या सर्व टप्प्यांचे योग्याला अंतिम उद्दिष्टापर्यंत पोहोचण्यास साहाय्य होते. गोरखनाथांच्या योगप्रणालीचे पतंजलीच्या अष्टांगिक योगमार्गाशी खूप साधर्म्य आढळते. त्याखेरीज त्यात विविध आसने, प्राणायाम, मुद्रा बंध, वेध धारणा, ध्यान अशा अनेक साधनेशी संबंधित गोष्टी पुढे नेल्या, त्यांचा विकास केला वा नव्याने भर घातली. यम नियमांची नीतितत्त्वे तपशीलवार मांडली व समजावली. या सर्वच योग्यांसाठी समाधी म्हणजे योगाची परिपूर्ती होती. स्वतःच्या जीवनाचे साफल्य शोधणाऱ्या सगळ्यांचे तेच उद्दिष्ट असायला हवे. दुःख, बंधने व जन्म-मृत्यूच्या फेऱ्यांमधून मुक्ती मिळवण्यासाठीही ते माध्यम व प्राथमिक उद्दिष्ट म्हणून महत्त्वाचे आहे.

तथापि, पतंजलीने चित्तवृत्ती विरोधावर खूप भर दिला. सगळ्या मानसिक कार्यांचे दमन केल्यानंतर त्या अवस्थेत आत्म्याचे दिव्य स्वरूप प्रकट होते. (असे या सूत्रात

सांगितले आहे.) मानसिक कार्यांवर ताबा मिळविण्यावर गोरखनाथांनीसुद्धा भर दिला आहे. वैश्विक शक्तींवरही ताबा मिळवत अखेर या अवस्थेशी संबंधित दिव्य अलौकिक प्रकाशमान जाणीव पूर्ण समजून अखेर तिच्यात विलीन होण्याचा टप्पा गाठला जातो. जीवाच्या जाणिवेची उन्नती होत होत अखेर शिवत्वाच्या जाणीवेशी पोहोचल्यावर इंद्रियातील उन्मनी अवस्था प्राप्त होते.

सर्व योगगुरूंनी असे समजावले आहे की, समाधी पूर्ण असू शकते किंवा अंशिक असू शकते. मनाचे किती दमन झाले (ते किती ताब्यात आले) त्यावर हे अवलंबून असते. तथापि, आध्यात्मिक प्रकाश आणि अंतिम सत्याच्या प्राप्तीसाठी योगसाधनेबरोबर पारंगत अशा गुरूंच्या मार्गदर्शनाखाली समाधी लागणे महत्त्वाचे असते. गुरू आपल्या शिष्याला योग्य मार्गदर्शन करीत, काही धोक्यांची शक्यता असली तर त्यापासून किंवा या बाबतीतील गैरसमजुतींपासून दूर ठेवतो. म्हणून या साधनेच्या वेळी गुरूंची देखरेख आवश्यक असते असे गोरखनाथांनी समजावले आहे. ते म्हणतात -

'दुर्लभो विषयत्यागो दुर्लभम् तत्त्वदर्शनम् दुर्लभा सहजावस्था सद्‌गुरोः करूणाम् विना' सामान्य साधकाला इंद्रियसुखांचा त्याग करणे कठीण असते. विषयोपभोग व सुखे सोडून देणे कठीण असते. परिपूर्ण शांती व मुक्तीची अवस्था सद्‌गुरूंच्या कृपेवाचून लाभत नाही.

'सिद्ध सिद्धांत पद्धती' या ग्रंथात गोरखनाथांनी समाधीची व्याख्या करताना म्हटले आहे 'सर्वो तत्त्वानाम् सावस्था निरूद्यमत्वम् अनायास - स्थितीमत्त्वम् इति समाधी लक्षणम्' म्हणजे अस्तित्वाच्या सर्व पातळ्यांची एकात्मता, जाणिवेची नैसर्गिक सहज अवस्था, ताणविरहित समतोल जीवन हा समाधीचा 'स्थायी भाव' आहे.

> महायोगी गोरखनाथांच्या मते समाधीहून उच्च अवस्था म्हणजे 'समरसकरण'. या अवस्थेत योगी सहजभावाने शांतपणे आसपासच्या गोष्टींचा आनंद नेहमीच्या जीवनात जागेपणी आणि संपूर्ण निरंकुश आत्म्याच्या कुठल्याही अवस्थेत अनुभवू शकतो. (त्याच्या ठायी) कायमचा प्रकाशमान आत्मा असतो त्या योग्याच्या मनाला सखोल ध्यानांच्या अवस्थेप्रमाणे जगापासून वेगळे होण्याची गरज नसते. स्वत:च्या आणि शिवाच्या/ब्रह्माच्या एकत्वाची जाणीव त्याच्या मनात अखंड जागृत असते. प्रत्येक व्यक्तीच्या ठायी असलेला आत्मा आणि अशा अनेक असंख्य आत्म्यांचे एकत्व तो जाणत असतो. परमात्म्याशी एकरूप असूनही बाह्य जगाची जाणीव जागृत असल्याची ही उच्चतर अवस्था असते.

असा सत्याचा प्रकाश अंत:करणात उजळलेला योगी क्रियाशीलपणे समरसाची ही अवस्था अनुभवू शकतो. जगात असलेल्या सारखेपणाच्या आणि भिन्नतेच्या अवस्थांचा आनंद घेतानाही त्याचे चित्त स्थिर असते. (त्यावर बऱ्या-वाईटाचे, निवडीचे, धि:काराचे तरंग उठत नाहीत.) बहुविध भौतिक गोष्टींचे व्यवस्थापन करू शकतो. लोकांच्या सुखदु:खात सहभागी होतो, पण या सर्व बदलत्या अवस्था, दु:खे आणि एकंदर जगाचा कोलाहल यात तो शांत असतो. आतल्या आत तो नित्य परमानंदात निमग्न असतो. ईश्वराशी एकरूप झालेल्या स्थितीतच असतो. ही अद्वैत, शांत (विकार रहित) स्थिती असते. अशा तऱ्हेने सर्व काही आपल्यात असल्याचा आणि सर्वांमध्ये आपण असल्याचा नित्य अनुभव घेत असतो. या अवस्थेला गोरखनाथ 'सहज समाधी' किंवा 'जागृत समाधी' म्हणतात. दैनंदिन रोजच्या जागृतावस्थेतही समाधीचा अनुभव येतो असा त्याचा अर्थ आहे. सतत अशी सभान समाधी अवस्था अनुभवणे हे नाथ आणि अवधूताचे लक्षण आहे. प्रत्येक योग्याला ही अवस्था प्राप्त करून घ्यायची असते.

गोरक्ष सिद्धांत संग्रहात मुक्ती आणि मोक्षाची संकल्पना स्पष्ट करताना म्हटले आहे की, 'नाथ स्वरूपेण अवस्थिती'. नाथपद प्राप्त होणे म्हणजे शिवत्व मिळवणे, अवधूतपद मिळविणे होय.

सिद्धांचा असा विश्वास आहे की, समाधीपर्यंत पोहोचण्याच्या मार्गात आधी अनेक टप्प्यांवर यश मिळवत पुढे जावे लागते. योगी किंवा नाथ साधकाला आधी आपल्या शरीरावर पूर्ण ताबा मिळवावा लागतो. तसेच दैनंदिन अनुभवांवर परिणाम घडवणाऱ्या भौतिक ताकदींवरही वर्चस्व प्राप्त करावे लागते. त्याचे भौतिक शरीर बदलून त्याला तो हवे ते रूप देऊ शकतो. गरज भासते त्यानुसार तो अणू, पहाड, कशातही शरीराचे रूपांतर करू शकतो. कोणत्याही विनाशकारी शस्त्राचा काहीही परिणाम न होण्यासारखे बळकट शरीर धारण करू शकतो (वज्रकाया). विविध सुखांचा आनंद घेणारे शरीरही मर्जीनुसार धारण करू शकतो. दुसऱ्यांच्या मनावर संमोहनाचा प्रभाव टाकू शकतो. परकाया प्रवेश, स्वत:ची आयुमर्यादा वाढविणे, अखेरीस साधनेच्या माध्यमातून मृत्यूवरही विजय मिळवणे या सर्व गोष्टी साध्य करण्यासाठी आपले शरीर व भौतिक शक्तींवर त्यांचे पूर्ण वर्चस्व असते.

आपले दैव बदलण्याचे सामर्थ्य माणसाच्या अंगी असते. परमात्म्याला त्याच्या शुद्ध स्वरूपात अनुभवण्याची शक्तीही त्याला मिळालेली असते. परंतु ही यौगिक सामर्थ्ये व शक्ती सुप्तावस्थेत निष्क्रियपणे पडून असतात. कारण सतत संघर्ष आणि दु:खांशी सामना करतच तो जीवन जगत राहतो. म्हणून साधकाचे पहिले आव्हान असते ते भौतिक शरीरावर पूर्ण ताबा मिळवणे, मानसिक संतुलन प्राप्त करणे आणि

तटस्थ वस्तुनिष्ठपणे (स्थितप्रज्ञ) आपल्या आध्यात्मिक अस्तित्वाशी एकरूप राहणे. क्रियाशील व शिस्तबद्ध योगसाधनेद्वारे हे साध्य करणे शक्य आहे. प्रत्येक व्यक्तीला त्याची पूर्ण क्षमता जाणवणे, मन ज्ञानाने प्रकाशित आणि व्यक्तीच्या आत्म्याचे सर्वोच्च शक्ती असलेल्या परमात्म्याशी एकरूपता पावणे या सर्व ध्येयांसाठी साहाय्य करणे हे योगाचे प्रमुख उद्दिष्ट असते.

महासुख : सर्वोच्च आनंद

तांत्रिक बौद्ध विचारप्रणालीचा एक पंथ (सहज) 'स्व'चे आणि धर्माचे सहज अस्तित्व (किंवा आत्म्याचे सहज अस्तित्व) समजून घेण्यावर भर देतो. यासाठी व्यावहारिक प्रत्यक्ष कृतीवर भर देणाऱ्या पद्धतींचा अवलंब केला जातो. या साधनेद्वारे सर्वोच्च आनंदमय अवस्था किंवा महासुख प्राप्त करणे हे त्यांचे उद्दिष्ट असते. त्याच्या महत्त्वाच्या काही घटकांबद्दल पुढे थोडक्यात चर्चा केली आहे.

गुरू : योग्य शिक्षक, गुरू निवडणे किंवा मिळणे हा सर्वात पहिला आणि महत्त्वाचा भाग आहे. भारतीय धार्मिक साधनांमध्ये बऱ्याच गोष्टी 'गुरू-वाद' म्हणजे गुरूच्या तत्त्वप्रणालीवर अवलंबून असतात. एका दिव्याने दुसरा दिवा लागतो. एकाचे तेज दुसऱ्याकडे हस्तांतरित होते. तसे ज्ञान आणि सत्य हे गुरूकडून शिष्याला मिळते. म्हणून (शिष्याची) शपथ अशी असते की, अंतरातील अंधकार दूर होऊन सत्याचा प्रकाश प्रकट होण्यासाठी गुरूकृपा प्राप्त करून घ्यावी. त्याच्याद्वारेच आपल्याला परमसत्याचे ज्ञान होईल. अद्वैत अवस्थेत गुरू केवळ मार्गदर्शन करून थांबत नाही तर शिष्याची झपाट्याने आध्यात्मिक उन्नती करतो. शिष्य हे त्याच्या हातातील साधन असते. हिंदू आध्यात्मिक साधना पंथामध्ये गुरूचे अत्यंत श्रेष्ठ स्थान असते. कित्येकदा गुरूला परमेश्वराच्या जागी मानले जाते. असे म्हटले जाते की, प्रत्यक्ष चैतन्यशील असे गुरूंचे अस्तित्व हे परमेश्वराचेच उदाहरण (स्वरूप) असून गुरूंच्या माध्यमातूनच ईश्वराची प्राप्ती होऊ शकते.

अध्यात्माचा अधिक कृतिशील व्यावहारिक प्रकार असलेली तंत्रप्रणालीसुद्धा गुरूच्या मार्गदर्शनावर खूप भर देते. त्यात अनेक गुप्त साधना असतात. त्यात गूढ योगाच्या अनेक गुंतागुंतीच्या प्रक्रिया समाविष्ट असतात.

या अत्यंत गुंतागुंतीच्या विधींसाठी पूजा आराधनादि कर्मकांडांसाठी प्रत्येक पायरीला सतत गुरूंचे मार्गदर्शन आवश्यक असते. कारण नीट मार्गदर्शन मिळून सुयोग्य दिशेने, पद्धतशीरपणे, योग्य आचरण करून जर हे विधी पूजा इत्यादी विधी झाले नाही तर साधकाला विनाशाच्या काळोखात ढकलू शकतात. कडक नियम पालन, आचार, कर्मकांड, विधी, पूजादी असलेल्या साधनेच्या स्वरूपामुळे त्याला 'गुह्यद् गुह्यम्'

म्हटले जाते. तंत्रातील गुप्त गोष्टींचे रहस्य असा त्याचा अर्थ आहे.

गुरूंच्या प्रत्यक्ष मदतीमुळेच शिष्याला या साधनेची दीक्षा मिळू शकते. म्हणून तंत्रांमध्ये गुरूचे मोठ्या प्रमाणावर वारंवार स्तवन केलेले आढळते.

निर्दोष परिपूर्ण अथवा परिपक्व शरीर

योग आणि तंत्रामध्ये प्रत्यक्ष क्रियाशील असा एक भाग असतो. त्यासाठी मानवी शरीर अत्यंत महत्त्वाचे असते. ते सर्व विश्वाची सूक्ष्म प्रतिकृती असल्याचे मानले जाते. हेवज्र तंत्रात या संदर्भातील एक उद्‌बोधक गोष्ट आढळते. एकदा एका बोधिसत्त्वांनी ईश्वराला विचारले की, ''जे काही अस्तित्वात आहे ते खरे पाहता पोकळ आहे. शून्यता आहे. असे असताना मानवी शरीर आणि त्याच्या भौतिक अस्तित्वाची गरज काय?'' त्याला समजावताना ईश्वर म्हणाला, ''शरीराशिवाय सर्वोच्च आनंदमय अवस्था - महासुख प्राप्त होण्याची शक्यता नव्हती. म्हणून या संदर्भात शरीर महत्त्वाचे आहे. तथापि सत्य जरी मानवी शरीरातून वर येत असले तरी भौतिक गोष्टींबरोबर त्याची गल्लत करता कामा नये.''

श्रीकालचक्र (या ग्रंथामध्ये) असे प्रतिपादन केलेले आढळते की, शरीराशिवाय परिपूर्णत्व मिळू शकत नाही आणि सर्वोच्च आनंदमय अवस्था - महासुखसुद्धा प्राप्त होऊ शकत नाही. म्हणून शरीर विशेषतः मज्जासंस्था अत्यंत महत्त्वाची मानली गेली आहे. जर सिद्धी किंवा परिपूर्ण शरीर प्राप्त झाले तरी तिन्ही लोकांतील परिपूर्णता मिळू शकेल. सरहा यांनी आपल्या दोह्यांमध्ये असे समजावले आहे की, सत्याचे ध्यान करता येत नाही. ते शरीरात धरणी म्हणून धारण करता येत नाही. एखाद्या मंत्रासारखे त्याचे नित्य उच्चारण वा जप करता येत नाही. बुद्ध आपल्या शरीरातच आहे.

म्हणून मानवी शरीर हे 'सर्व सत्याचा निवास' आहे, असे म्हणता येईल. महायान तत्त्वाचे वज्रयानात रूपांतर झाले आणि ते शरीरसंस्थेत कुठे कुठे अवस्थित आहे ते शोधून ओळखून काढले गेले. षट्चक्रे किंवा मज्जातंतूची सहा जाळी ही पाठीच्या कण्याबरोबरच विविध ठिकाणी अवस्थित असलेली सहा कमळे आहेत, असे हिंदू तांत्रिक पद्धतीत व योग पद्धतीत मानले गेले. बौद्धांनी ती मज्जातंतूंची जाळी अथवा तीन कमळे (प्रतिकात्मक) असल्याचे मानले. तीन कायांशी त्यांचा संबंध असल्याचे मानले गेले. (त्रिकाया)

नाभीजवळ असलेले सर्वांत खालचे चक्र हे अगदी खालच्या काया म्हणजे मणीपूर किंवा निर्माण काया अथवा रूपांतरणासाठी (आवश्यक) मुख्य भाग मानला गेला आहे. हृदय चक्र हे धर्मकाया म्हणून ओळखले जाते. वैश्विक एकत्व म्हणजे अंतिम सत्य. या तत्त्वाचा तो मुख्य भाग/शरीर आहे. मानेखालचे चक्र संभोग काया म्हणून ओळखले जाते. म्हणजे तो आनंदाचा प्रांत आहे. वज्रकाया अथवा सहज काया ही

तांत्रिक बौद्धधर्मियांच्या मते उस्नीस कमल किंवा सहस्त्रार स्थानी म्हणजे मस्तकावर असते. याला महासुखचक्र किंवा महासुखकमल अथवा अंतिम सत्यदर्शन होण्याचे स्थान म्हटले जाते. शून्यता व करूणेची तत्त्वे यांची माहिती आपण आधीच पाहिली आहे. शरीराच्या अनेक नाड्यांपैकी बत्तीस नाड्या महत्त्वाच्या असतात. त्यांच्यापैकी तीन नाड्या सर्वाधिक महत्त्वाच्या असतात. त्यांच्यापैकी दोन नाड्या प्रज्ञा व उपाय या दोन तत्त्वांशी संबंधित असतात आणि मेरुदंडाच्या दोन्ही बाजूंना अवस्थित असतात. मध्यभागी असलेल्या नाडीमध्ये या दोन्ही नाड्या येऊन मिळतात. हा 'सहज'चा मार्ग असतो. या मध्यभागी असलेल्या नाडीला 'अवधूतिका' किंवा 'अवधूतिका मार्ग' असे म्हणतात. तिच्याबद्दल असे म्हटले आहे की, तिच्या अत्यंत तेजस्वी स्वरूपामुळे सर्व पापांचा नाश होतो. अस्तित्वाबद्दलच्या अनादि अशा विचारांची रचना धुवून निघते. (शुद्धीकरण होते). ती दुर्दैवाने भोगाव्या लागणाऱ्या वेदना, दु:खे सहजपणे दूर करते. मेरुदंडाच्या दोन बाजूच्या दोन्ही नाड्या द्वंद्वांची प्रतिके आहेत. मधली सुषुम्ना किंवा अवधूतिका ही नाडी म्हणजे संपूर्ण एकत्वाचे प्रतीक आहे.

धैर्यपूर्ण चिकाटीची साधना

शरीर कणखर करण्यास काया साधना ही अतिशय महत्त्वाची प्रक्रिया आहे. उच्च आध्यात्मिक साक्षात्कारांसाठी शरीराची क्षमता वाढवण्याचे काम या साधनेद्वारा होते. नाथ सिद्धांनीही या अशा तऱ्हेच्या साधनेवर भर दिलेला आढळतो. सर्व यौगिक आणि तांत्रिक विचारप्रणालींमध्ये साधना ही अत्यंत महत्त्वाची मानलेली आहे. सर्वसामान्यपणे योगामध्ये मानसिक व शारीरिक अशा दोन्ही साधना अंतर्भूत आहेत. म्हणून या साधनेच्या उच्च पातळीवर परिपूर्ण, परिपक्व शरीराखेरीज जाऊ नये, असे म्हटले जाते. शरीर परिपूर्ण, परिपक्व करण्यासाठी मोठ्या प्रमाणात हठयोगाची साधना केली जाते. म्हणून अनेक बौद्ध सिद्धाचार्यांनी ती साधना अंगीकारलेली दिसते.

अनेक कार्यगीतांमध्ये स्कंध कणखर करण्याचे संदर्भ येतात. स्कंध म्हणजे ज्या सर्व घटकांनी मिळून शरीर बनते ते घटक! हे स्कंध कणखर केल्याखेरीज आणि शरीर हठयोगाद्वारे परिपक्व केल्याशिवाय कच्च्या तयारीच्या साधकांसाठी महासुख म्हणजे केवळ ज्ञानेंद्रियांना जोजवणे! ही अवस्था खऱ्या परमोच्च आनंदमय अवस्थेहून खूपच वेगळी असते. त्या परमआनंदमय अवस्थेचा अनुभव योग्यांना हवा असतो. रती वज्रात असे म्हटले आहे की, जर साधकाचे मन आणि शरीर मूर्च्छा आल्यासारख्या अवस्थेत गेले तर तो परिपूर्ण योग होऊच शकत नाही. म्हणून महासुखाच्या प्राप्तीसाठी परिपूर्ण शरीर अत्यंत आवश्यक ठरते.

प्रज्ञा अथवा कमल

स्त्रीतत्त्व व पुरुषतत्त्वाचा संगम घडून एकरूपता झाल्यावर जो आनंद उद्भवतो त्याला बोधीचित्त म्हणतात. प्रज्ञातत्त्व म्हणजे स्त्री (जनन) अवयव किंवा कमल आणि उपायतत्त्व म्हणजे पुरुष इंद्रिय किंवा इंद्राचे वज्र. (विजा, पूर्ण वर्तुळाकृती इंद्रधनुष्य, मेघांचा गडगडाट इ.) या दोहोंच्या संगमानंतर बोधीचित्त प्राप्त होते. बौद्ध सहजपंथी साधकाचे मुख्य उद्दिष्ट म्हणजे मणीपूरचक्रात बोधीचित्ताचा उद्भव होणे आणि हठयोगाच्याद्वारे (ती ऊर्जा) वरच्या दिशेला नेणे या साधनेचा अवलंब करीत ती ऊर्जा धर्म चक्र, संभोग चक्र यातून वर नेत अखेर उष्णीश कमलात स्थिर, स्तब्ध करणे. इथेच महासुखाचे 'सहज' स्वरूप निर्माण होते. सामान्यतः बोधीचित्ताचे दोन भाग असतात. सर्वसामान्य अस्वस्थ सतत हालचाल, कृती वगैरे घडणारा भाग! त्याला संवृत्त म्हणतात. संवृत्त म्हणजे रेतस्खलनानंतर समागमसुख मिळणारी अगदी खालची पातळी. दुसऱ्या भागाला विवर्त अथवा पारमार्थिक म्हणतात. पारमार्थिक म्हणजे अगदी स्तब्ध शांत (विकार/ वासनारहित) गाढ आनंद. बोधीचित्ताचे हे संवृत्त आणि पारमार्थिक यांची व्याख्या करताना म्हटले गेले आहे, 'संवृत्त म्हणजे वास्तवाचा तात्पुरता (काळाच्या ओघात नष्ट होणारा) इंद्रियगोचर असा भाग आणि पारमार्थिक म्हणजे महायान तत्त्वज्ञानाने उद्घोषित केलेले अंतिम सत्य!

परिपूर्ण शरीर मिळविण्यासाठी दीर्घकालीन साधना करावी लागते. उपाय व प्रज्ञेच्या मीलनाने मिळणारा आनंद मणिपुर चक्रात किंवा अगदी खालच्या दैहिक पातळीवर राहतो. तिथे सर्व दु:खे आणि बंधने साठलेली असतात. महायान तत्त्वज्ञानानुसार त्या आनंदाची निर्मिती झाल्यावर तो वर चढू लागला पाहिजे. बोधीचित्त भूमी म्हणून जाणल्या गेलेल्या दहा पातळ्यांवर जातक अखेर धर्म मेघ म्हणजे बुद्धत्व प्राप्तीच्या सर्वोच्च अवस्थेला पोहोचला पाहिजे. सहजपंथी योग्यांच्या मतानुसार आनंदाचा हा प्रवाह सर्व कायांमधून (प्रत्येक बोधीचित्त भूमीशी संबंधित अशा दहा कायांमधून) वर चढत गेला पाहिजे. अखेर तो सहज कायेशी पोहोचला पाहिजे. या सर्व प्रक्रियेदरम्यान हा आनंद अधिकाधिक उच्च अवस्था प्राप्त करीत जातो. अखेर तो उष्णीश कमलात पोहोचला की, तो 'महासुख' होतो. इथे सर्व प्रकारचे द्वंद्व समाप्त होते. सर्वोच्च आनंदमय स्थितीची एकमेव जाणीव तेवढी उरते.

साधनेचा मध्यम मार्ग

महायान पद्धतीचा महत्त्वाचा भाग म्हणजे मध्यम मार्गावर दिलेला भर! कोणतीही टोके वा टोकाचे दृष्टिकोन टाळणे. (मध्यममार्गात अभिप्रेत असते.) नागार्जुनाची पद्धत ही माध्यमिका पद्धत म्हणजे मध्यम मार्ग आहे. तो फक्त संपूर्ण सकारात्मकता आणि संपूर्ण नकारात्मकता (प्रत्यक्ष ज्ञानवाद / अप्रत्यक्ष ज्ञानवाद) दोन्हीही स्वीकारत नाही. महायानपंथीयांनी निर्वाण आणि संसार किंवा भव म्हणजे दु:खमय जगाचे अस्तित्व या दोन्ही टोकांच्या संकल्पनांना विरोधच केला. त्यांच्या मते दोहोंपैकी कोणतीही अवस्था म्हणजे अंतिम अवस्था नव्हे. अंतिम अवस्था अद्वैताची असते. ज्यात निर्वाण आणि भव एकरूप होतात. अशा तऱ्हेने मधली नाडी (अवधूतिका) हा मध्यम मार्ग असून तो 'सहज'च्या अद्वैत अवस्थेकडे नेतो. बोधीचित्ताचा प्रवाह या मध्यनाडीद्वारे नियमित झाला पाहिजे. प्रत्येक योग्याच्या साधनेचा हा सर्वात महत्त्वाचा आणि अतिशय कठीण भाग आहे. म्हणून पुष्कळशा बौद्ध तांत्रिक अभ्यास-ग्रंथामध्ये योग्य गुरूंचे मार्गदर्शन आणि त्याच्या योग्य व्यावहारिक, प्रत्यक्ष कृतींशी निगडित सूचनांचे तंतोतंत पालन अत्यावश्यक मानले गेले आहे. योग्याला काळजी घ्यावी लागते. प्रत्येक टप्प्याला खात्री करून घ्यावी लागते की, बोधीचित्ताचा प्रवाह उजव्या बाजूच्या किंवा डाव्या बाजूच्या नाडीतून वाहणार नाही. ते मध्य नाडीतूनच प्रवाहित होईल. उजव्या बाजूची आणि डाव्या बाजूची नाडी प्रतिबंधित राहील. (त्यातून बोधीचित्त प्रवाहित होणार नाही.) यासाठी त्या नाड्यांवर पूर्ण ताबा मिळवण्याचे अनेक मार्ग ज्ञानी मंडळींनी सुचविले आहेत. उजव्या बाजूच्या व डाव्या बाजूच्या नाड्यांचे एकत्रिकरण करून मध्यनाडीसह सुसंगत कार्य त्यांनी करावे, यासाठी त्यांना माहीत असलेल्या मार्गांचा उपदेश त्यांनी दिलेला आढळतो.

यौगिक दृष्टिकोनातून तीन मुख्य नाड्या किंवा आभासत्रय म्हणजे शून्य, अतिशून्य, महाशून्य यांच्यासह मज्जासंस्था म्हणजे आपल्या अस्तित्वाची नदी! वरील तीन गोष्टी अशुद्धतेला कारणीभूत असतात. त्याच आपल्या भौतिक अस्तित्वालाही कारणीभूत असतात. (म्हणजे भौतिक अस्तित्व सुरुवातीपासून अशुद्ध असते) आपल्या उजव्या आणि डाव्या बाजू गढूळ झालेल्या असतात. त्यांना अशुद्धतेची तत्त्वे मानली जातात. मधली नाडी सत्याच्या गाभ्यापर्यंत नेते. तिचा थांग लागणे अशक्यच असते. या सर्वांचे एकत्रिकरण होते. ते जो पुल अनुभवतो, जो पूल त्यांना एकत्र आणण्यास साहाय्यभूत होतो, तो पूलच पुढे समजावून देऊ शकतो की, योग साधनेने बोधीचित्ताचे रूपांतरण होऊ शकते.

बोधीचित्त वरच्या दिशेला चढत जाण्याची प्रक्रिया सर्व साधनेचा महत्त्वाचा भाग

असते. साधकाने खाली प्रवास करणाऱ्या अपानवायूला रोधून धरायचे असते. वरच्या दिशेने जाणाऱ्या प्राणवायूलाही रोधून त्या दोन्ही वायूंना मधल्या नाडीतून प्रवाहित करायचे असते. चैतन्यमय महत्त्वाच्या अशा वायूंच्या मधल्या नाडीतून वरच्या दिशेने जाणाऱ्या प्रवाहाबरोबरच बोधीचित्तही वर चढू लागेल. अखेर ते उष्णीश कमलाजवळ पोहोचेल. या कमलात त्याला महासुखाचा अनुभव येईल. योग्याला इथे आपला श्वास स्थिर करावा लागतो. ही योगाची परमोच्च अशी अंतिम स्थिती म्हणता येईल.

ही चार चक्रे व कमळे यांच्यासह प्रत्येकासाठी असलेल्या, बोधिचित्ताच्या चार मुद्रा आहेत. कर्ममुद्रा, धर्ममुद्रा, महामुद्रा आणि समयमुद्रा. या मुद्रा म्हणजे योगसाधनेचे चार टप्पे आहेत. त्याचबरोबर विचित्रा, विपिका, विमर्दा आणि विलक्षणा या चार मानसिक अवस्था आहेत आणि आनंद, परमानंद, विरामानंद व सहजानंद हे चार प्रकारचे आनंद आहेत. या मानसिक अवस्था एकेका चक्राशी संबंधित आहेत. बोधीचित्त निर्माण चक्रात असताना आनंद ही अवस्था असते. धर्मचक्राबरोबर परमानंद, संभोगचक्राबरोबर विरामानंदाची अवस्था असते. सहजानंदांची अवस्था अखेरची असते. ती (सहस्त्रारशी संलग्न असून) फार प्रबळ शक्तिमान अवस्था असते. इथे विरामानंद म्हणजे भौतिक सुखांबद्दल विरक्ती असणे होय. सहजानंद ही अंतिम सर्वश्रेष्ठ आनंदाची अवस्था असते.

स्त्री-ऊर्जा

सहजपंथी बौद्धांच्या तत्त्वप्रणालीनुसार स्त्री शक्ती हा महत्त्वाचा भाग असून त्याचा गांभिर्याने विचार होणे आवश्यक असते. कार्यगीतांमध्ये त्याचा अनेक नावांनी उल्लेख केलेला आढळतो. चंडी, शर्वरी, योगिनी, सहजसुंदरी, नैरामणी यांसह कित्येक नावे आहेत. स्त्रीदेवतेचे मूर्तिमंत रूप आणि योगी यांच्या एकरूपतेचे अनेक संदर्भही सापडतात. या योगिनीची हाडामांसाच्या स्त्रीशी गल्लत करता कामा नये. आतील शून्यतेची शक्ती (असलेली ती योगिनी) भौतिक स्वरूपापलीकडची असते. तिलाच नैरात्मा असेही म्हटले जाते. योग्याच्या योगसाधनेदरम्यान योग्याच्या शरीरात विविध स्थानी असलेल्या मज्जारज्जूंच्या जाळ्यात (चक्रांमध्ये) तिचा निवास असतो.

हिंदू तंत्रानुसार कुल-कुंडलिनी शक्ती मूलाधारचक्रात निष्क्रियपणे पडून असते. निद्रिस्त असते. तिला जागृत करून (वर चढवत) अखेर शिवाशी एकरूप करण्याची साधना करावी लागते. याचप्रमाणे बौद्ध तंत्रानुसार बौद्ध ज्याला अग्निशक्ती म्हणतात त्याच्याशी शक्ती निर्माण कायेत संलग्न असते. ती 'चांडाली' म्हणून ओळखली जाते. हेवज्रतंत्रात या प्रक्रियेचे वर्णन पुढीलप्रमाणे येते - चांडाली नाभीस्थानात जळत असते. ती पाच तथागतांना आणि लोचना व तिच्यासारख्या इतर देवतांनाही जाळत असते.

सर्व काही जळून संपुष्टात आल्यावर चंद्र 'हूं' या अक्षराचा (मंत्रोच्चाराचा) अमृतवर्षाव करतो. चांडाली ही अवधूतिका किंवा नैरात्मा देवता आहे. यौगिक साधनेने तिला जागृत केल्यावर सर्व पाच स्कंध व त्यांच्याशी संबंधित देवता व तथागत हे सर्व जळून जातात. अखेरीस जे शिल्लक उरते ते 'हूं' चा अमृतवर्षाव करते. ते अंतिम ज्ञानाचे प्रतीक मानले जाते. अंतिम ज्ञान म्हणजे वज्रज्ञान होय.

गुंजरीपाद यांनी त्याचे वर्णन एका गीतात केलेले आढळते. ते म्हणतात - 'कमल आणि इंद्रवज्र (मेघ, विजा गडगडाट तसेच पूर्ण वर्तुळाकार इंद्रधनुष्य) मध्य ठिकाणी भेटतात. त्यांच्या मीलनामुळे चांडाली प्रज्वलित होते. ती दीप्तिमान अग्निडोंबी गृहाच्या संपर्कात येते. (ते घरही जळू लागते.) मी चंद्र घेऊन त्यांच्यावर पाण्याचा वर्षाव करतो. भाजणारी उष्णताही उरत नाही आणि धूरही शिल्लक राहत नाही. पण ते सारे मेरू पर्वताच्या शिखरावरून आकाशात जाते.'

हवेच्या जोरदार झोतासारख्या महासुखाच्या माध्यमातून कमल आणि इंद्रवज्र यांचा संयोग होऊन नाभीस्थित निर्माण चक्रात चांडाली प्रज्वलित होते. या महासुखाच्या संपर्काने घरही जळू लागते. इथे घर हे वासना, इच्छांचे जाळे आणि जन्मजात प्रेरणा यांचे प्रतीक आहे. ते सर्व जळू लागते. फक्त चंद्र म्हणजे बोधी चित्र या अग्नीवर पाण्याचा वर्षाव करते. हा अग्नी उष्णता वा धूर विरहित असून तो पोकळीतून मेरू पर्वतात म्हणजे मेरूदंडात प्रवेश करतो.

साधनामाला या अभ्यासग्रंथानुसार महासुख निर्माण करणारी महामुद्रा नाभीस्थानी अवस्थित असते. तिच्या अंगी तीव्र उष्णता असते. तिचे स्वरूप अग्नीसमान असते. तिला 'पहिला स्वर' म्हटले जाते. उच्चारला गेलेला पाहिला स्वर म्हणजे बुद्धाचे शहाणपण, सूज्ञता असते. ती त्रिधातूंना व्यापून राहते. सर्वसामान्य जनांना (प्रथग्जन) ती ज्ञात नसते.

संपुटिका ग्रंथात चांडालिकेचे वर्णन करताना म्हटले आहे की, ती वज्रसत्त्वाचे स्त्री प्रतिरूप असून त्यात शोषलेली असते (संपृक्त). योगसाधनेने ती जागृत झाल्यावर नाभीस्थानी प्रज्वलित होते. वसंततिलका आणि नैरात्म्या ही तिची अन्य नावे आहेत. हजारो अग्नीकुंडे प्रदीप्त व्हावीत तसा तिचा प्रचंड प्रकाश आहे. जेव्हा योग्याला देवत्व मिळते तेव्हा ही शक्ती सामर्थ्यानिशी संपूर्ण शरीरात पसरते. आधी धर्मचक्र आणि मग संभोगचक्र जाळून टाकते आणि अखेर मस्तकात सहस्त्रारमध्ये प्रवेश करते. सर्व काही जाळून टाकल्यावर ती नाभीस्थानी परत येते.

चांडाली देवता म्हणजे आंतरिक शक्ती असून ती यौगिक साधनेने निर्माण होते. ती जेव्हा मस्तकात पोहोचते तेव्हा ती महासुखाचे शुद्ध रूप बनते. बौद्ध पंथीयांनी शक्तीचे

सामर्थ्य वर्णन केले आहे. ते शक्तीची तांत्रिक संकल्पना व नाभीस्थानी असणारे योग्यांनी सांगितलेले विनाशक अग्नितत्त्व यांचे संमिश्र स्वरूप आहे. जसजशी ती वर चढू लागते तसतशी स्वत:तील अशुद्ध द्रव्ये व घटक बाजूस सारत जाते. मस्तकाशी पोहोचता पोहोचता मूळ आनंदमय शुद्ध रूप उरते ते महासुखात सामावून जाते. चांडालीच्या वर चढण्याच्या क्रियेत पुढे तिला 'डोंबी' म्हटले जाते. महासुखकमलात तिला सहजसुंदरी म्हणतात. योगी तिच्यात कायमचा विलीन होतो.

अंतिम अवस्था

जेव्हा शक्ती सहज कायेशी पोहोचून शून्यता बनते, तेव्हा खरे महासुख निर्माण होते. परिपूर्ण झालेले चित्र वज्रसत्व बनते. ते (महासुख व वज्रसत्त्व) एकरूप होतात, तेव्हा खरी परमोच्च आनंदाची अवस्था निर्माण होते. या अवस्थेला द्वैत किंवा अशुद्ध घटक स्पर्शही करू शकत नाहीत. ही अंतिम अवस्था प्राप्त झाल्याच्या पाच खुणा निरीक्षणान्ती योग्यांनी ठरविल्या आहेत. त्यापुढील क्रमाने दिसून येतात – मृगजळ, धूर, काजवा, प्रज्वलित दीप आणि निष्कलंक शुद्ध स्वच्छ आकाश (या रूपात दिसून येतात) साधकाने प्रत्येक खूण नीट निरखून समजून घेणे अत्यंत महत्त्वाचे असते. मर्मकालिका तंत्रात त्याबाबतीत विवेचन केलेले आढळते की, मृगजळ हे या जगाच्या स्वरूपाच्या ज्ञानाचे प्रतीक आहे. जेव्हा धर्माचे भ्रममूलक स्वरूप समजते तेव्हा आपल्याला कळते की, प्रतिभास अस्तित्वात नाहीच! खरे 'दिसणे' नाहीच. हे आपल्याला समजते. सर्व काही धुक्यात, धुरात असल्यासारखे धुरकट असते, अस्पष्ट असते. कारणे आणि परिणाम (अमुक कारण झाले तर अमुक परिणाम मिळतील इत्यादी) यांचा संग्रह तेवढा दिसतो. काजवा जसा क्षणभर चमकतो तसे परिपूर्ण ज्ञान धर्मांच्या शून्य स्वरूपातून दिसणारे ज्ञान क्षणकालच टिकते. आणखी वर चढल्यावर ज्ञान सखोल होते. अधिक प्रखर होते, प्रज्वलित दीपासमान चमकते. अखेरच्या अवस्थेत ते शरदातील स्वच्छ, माध्याह्नीच्या निळसर आकाशासारखे मेघविरहित निष्कलंक दिसते. या खुणा श्रीकला चक्र तंत्रातही दिलेल्या आढळतात.

वज्र सत्त्व

'व्यक्त भावानुगत तत्त्व सिद्धी' या ग्रंथात महासुख अनुभवलेल्या योग्याची अवस्था वर्णन करताना म्हटले आहे, 'त्यावेळी सर्व

ज्ञानेंद्रिये आत शोषली जातात. विचारांच्या सर्व रचनेचा विनाश घडवला जातो. अस्तित्वाची सर्व बीजे नष्ट केली जातात. ती (अवस्था) आनंदाच्या तेजाने भरून जाते. ती रिकाम्या आकाशासारखी असते. तरीही थंड, सहानुभूतीपूर्ण, हितकर अशी असते. योग्याला असेही वाटू शकते की, त्याची सर्व ज्ञानेंद्रिये निद्रिस्त आहेत. मन आत वळले आहे. शरीर कर्मरहित निःस्तब्ध आहे. सर्व अस्तित्व या आनंदमय स्थितीत पूर्णपणे शोषले गेले आहे.'

कार्यपादांमध्ये ही अवस्था वर्णन करणारी अनेक गीते आहेत. एका गीतात महिधारापद स्वतःची तीन लाकडी फळ्यांशी तुलना करतात म्हणजे मन, शरीर, वाणी यांचे तीन प्रकारचे आनंद! ते सर्व म्हणजे स्वतःच असल्याचेही उद्घोषित करतात. हे घडल्यावर एक उत्स्फूर्त गर्जनेसारखा अनाहत नाद उत्पन्न होतो. तो ऐकताच कट्टर शत्रू 'मार', 'सर्व वासना', 'इच्छा', 'माया', 'मोह' असे जे म्हणून शरीराशी निगडित असते, ते सर्व लुप्त होते. सर्व द्वैत तत्त्वे, सूर्य आणि चंद्र, दोष आणि गुण विरून जातात. चित्ताची निर्वाणाकडे वाटचाल सुरू होते. हे चित्त तिन्ही लोकांना पूर्ण दुर्लक्षित करते. महासुखाचे अमृत प्राशन करते. त्याने ते उन्मत्त होते. योगी पंचमहाभूतांचा मालक होतो. तो स्वतः वज्रसत्त्व होतो. त्याच्या आसपास कुणी शत्रू उरत नाही.

बोधीचित्ताची अंतिम अवस्था किंवा महासुखाची अवस्था

आधीच्या चर्चेनुसार हे स्पष्ट झाले असेल की, बोधीचित्ताची निर्मिती आणि विविध कायांमधून त्याचे वर चढत जाणे, उष्णीश कमलापर्यंत पोहोचणे आणि तिथे महासुखात रूपांतरित होणे हे इंद्रियांशी संबंधित अशा अगदी खालच्या टोकापासून वरच्या टोकाकडे अगदी अंतिम सत्यापर्यंत शक्ती चढत जाते, त्या प्रक्रियेशी संबंधित आहे. जेव्हा शक्ती वज्रकाया किंवा सहजकायेपर्यंत पोहोचते व स्वतःच शून्यता होते आणि आपले शुद्ध परिपूर्ण चित्त वज्रसत्त्व होते, तेव्हा ही शून्यता सहज कायेत वज्रसत्त्वाशी एकरूप होते. त्यानंतर खरे महासुख उत्पन्न होते.

शुद्ध तेजस्वी चंद्र उगवताच अंधकार नाहीसा व्हावा त्याप्रमाणे बोधीचित्त जेव्हा दिव्य आनंदाचा... सहज आनंदाचा अलौकिक अनुभव घेत अंतिम स्थितीला पोहोचते, तेव्हा अज्ञानाचा अंधकार नाहीसा होतो. प्रत्येक वस्तुजाताच्या अस्तित्वातील अखेरच्या परिपूर्ण एकमेव सत्याचा साक्षात्कार होतो.

(*ऑबस्क्युअर रिलिजियस कल्टस : शशिभूषण दासगुप्ता)

◈◈◈

३.९ सिद्धांची तांत्रिक किमया

वंशपरंपरेने कुळांमध्ये जुन्या परंपरा जोडून घेत समाविष्ट करण्याच्या पद्धतीमुळे किमया रसायनाशी संबंधित परंपरांचे प्रतिबिंब पडलेले आढळते. विशेषतः मंत्र आणि दैवते यांच्या बाबतीत नव्या जुन्यांची सरमिसळ झाली. त्याची काही उदाहरणे पाहायची झाली तर तारा, अक्षोभ्य, अवलोकितेश्वर, शिवलोकनाथ, वज्रसत्त्व-आदिबुद्ध आदिनाथ आणि महाकाळ, ही म्हणता येतील.

सिद्ध आणि बुद्ध यांच्याकडे एक रहस्य दडलेले होते. त्या रहस्यात आयुष्य दीर्घ करण्याचे ज्ञान सामावले होते. त्यांना किमयेचे ज्ञान होते. फक्त भौतिकदृष्ट्या ठोस असलेले वस्तुजातच नव्हे तर शरीरांतर्गत अस्तित्वात असलेल्या गोष्टींचेही ज्ञान होते. जर हे रहस्य प्राप्त झाले आणि योग्य प्रकारे वापरले तर त्यांच्यामुळे साधक आपल्या दैवाचा विधाता बनू शकतो. आणि बुद्ध सिद्ध होऊ शकतो, देवदूत शुद्ध आत्मा ईश्वराशी सायुज्य पावलेला आत्मा होऊ शकतो, अशी श्रद्धा होती.

सिद्धांना (अंतिम सत्याचे ज्ञान झालेले) आपल्या साधनेने ज्ञात झाले होते की, आपल्या मानवी शरीराला अतिमानवी शक्ती किंवा सिद्धी योगसाधनेद्वारे प्राप्त होऊ शकतात. शरीराची अमरता मिळू शकते किंवा जीवन्मुक्तीही प्राप्त होऊ शकते. मध्ययुगीन

भारतातील नामवंत किमयाशास्त्रज्ञ हे रससिद्ध होते. प्रामुख्याने उत्तर भारतातील सिद्ध हे नाथसिद्ध होते आणि पश्चिम भागातील सिद्ध पश्चिमांनय होते, ते नेपाळमधील कुब्जिका देवीची उपासना करणारे शाक्तपंथीय होते. हे गट तसे एकमेकांपासून पूर्ण विभक्त नव्हते. त्यांचा काही भाग आपसांत मिसळलेला होता. त्यांचे तांत्रिक, यौगिक, किमयाविषयक ज्ञान आणि त्या संदर्भातील शोध, अज्ञात वस्तू ज्ञात करून घेणे इत्यादी गोष्टींची साधना सारखीच होती. या सिद्धांनी एक वस्तुनिष्ठ आणि सुसंगत अशी पद्धत शोधली होती. त्या पद्धतीद्वारे साधकाला सिद्धपद प्राप्त करणे शक्य होते. त्यांच्या गूढ साधना व तत्त्वप्रणाली मध्ये स्त्री-पुरुषांचे रतिस्त्राव हे दीर्घायुष्यासाठी ग्रहण केले जात होते.

रस म्हणजे अर्थात विश्वातील द्रव पदार्थ, मनुष्य मात्र व बलीविधी हे सारे जीवनाच्या झऱ्याचे घटक म्हणून गणले गेले होते. वेदांमध्येही तसे उल्लेख सापडतात. वृक्षवल्लींमधील चैतन्यदायी द्रव, प्राणी, मनुष्यमात्र, पाऊस, पाणी आणि देवाला दिलेले बळी हे सर्व रसाचेच प्रकटीकरण असल्याचे मानले गेले होते. अगदी सुरुवातीच्या पुरातन तांत्रिक प्रणालीमध्ये पुरुषाचे वीर्य, स्त्रीच्या मासिक धर्माविळी बाहेर पडणारे रक्त, स्त्री पुरुषांचे रतिस्त्राव ही शक्तीपूर्ण द्रव्ये मानली गेली होती. तथापि दहाव्या अकराव्या शतकांच्या दरम्यान हे सिद्धान्त अधिक उत्क्रान्त झाले. मनुष्यमात्रांमध्ये स्त्रीतत्त्व आणि पुरुषतत्त्व दोन्हीही असल्याचे मानले जाऊ लागले. मानवी देहात सर्पिणीसमान (मूलाधार चक्रात असलेली) स्त्रीरूपी शक्ती, तिलाच सामान्यतः कुंडलिनी म्हणून ओळखले जाते तिचा आणि शिव स्वरूप असलेल्या पुरुषतत्त्वाचा समागम सूक्ष्मदेहात होतो. त्यानंतर अंतिम सत्य दर्शन होते असे मानले जाऊ लागले. मत्स्येन्द्रनाथ आणि गोरखनाथ या थोर गुरूंच्या शिकवणीनुसार नाथपंथी सिद्धांचा असा विश्वास होता की, आंतरिक रतिद्रव्यांचे एकत्रीकरण आणि रूपांतरण झाल्यावर अमरता देणाऱ्या दिव्य अमृताची प्राप्ती होते. सिद्धी आणि जीवन्मुक्ती हे या रूपांतरण व एकत्रीकरणाचे प्रत्यक्ष परिणाम असतात. रससिद्धांच्या दृष्टिकोनातून आणखी असा एक विचार मांडला गेला, रसार्णव हा त्यांचा अभिजात अभ्यासग्रंथ आहे. त्यात उल्लेखिलेले तत्त्व म्हणजे 'यथा लोहे तथा देहे'. म्हणजे जे धातूत असतात, तेच (घटक) देहातही असतात. त्यातून मानवी लैंगिकता व लैंगिक समागमांतर्गत निर्माण होणारी रतीद्रव्ये आणि धातूविश्वातील रसायने यांच्यातील समानता अधोरेखित केली गेली. उदाहरणार्थ, देवीचा रतिस्त्राव म्हणजे अभ्रक आणि तिच्या मासिक धर्माविळचा रक्तस्त्राव म्हणजे गंधक या स्वरूपात पाहिले गेले. पारा हा अतिशय महत्त्वाचा घटक असून त्यात अद्भुत गुणधर्म असल्याचे म्हटले गेले.

पाऱ्याचे मूळ शोधणाऱ्या अनेक गूढ कथा सांगितल्या जातात. पारा अस्तित्वात येण्याच्या घटनेत अग्नीची महत्त्वाची भूमिका असल्याचे म्हटलेले आढळते. एका

दंतकथेनुसार शिव आणि त्याची पत्नी हिमालयाच्या एका गुप्त गुहेत निवास करीत असताना सर्व देवांनी त्यांची प्रार्थना, पूजा आराधना करीत स्कंदाला जन्म देण्याची विनंती केली. कारण तारकासुराचा वध स्कंदाच्या हातून व्हायचा होता. त्यावेळी तारकासूर उन्मत्त होऊन सर्व जगाचा विनाश करायला निघाला होता. शिव-पार्वती ज्या गुहेत होते तेथील एका खिडकीवजा छिद्रातून कबुतराच्या रूपातील अग्नी या दिव्य जोडप्याला पाहात होता. तो शिवाच्या दृष्टीस पडला. (आपल्या प्रणयक्रीडा अग्नीच्या दृष्टीस पडल्याची जाणीव होऊन) शिवाला लाज वाटली. त्याचे अत्यंत तेजस्वी वीर्य सांडले ते अग्नीच्या मुखात पडले. त्याचे प्रकांड तेज धारण करणे अग्नीलाही अशक्य झाले. त्याने ते गंगेत सोडले. गंगेलाही ते धारण करता आले नाही. तिच्या लाटांनी ते शुक्राणूयुक्त वीर्य किनाऱ्याला आणून सोडले. त्यातून स्कंदाचा जन्म झाला. ज्या ज्या ठिकाणी अग्नीच्या मुखातून शिवाचे वीर्य सांडले तिथे पाऱ्याच्या पाच विहिरी निर्माण झाल्या. त्या ९०० मैल खोल होत्या. आजही तिथे शिवांचे वीर्य आहे अशी लोककथा आहे.

अग्नी

विसाव्या शतकातील एका विद्वान किमया शास्त्रज्ञाच्या मते, हिंदू रसायनशास्त्राची बांधणी एका महत्त्वाच्या संकल्पनेवर उभारली आहे. ती म्हणजे एका विशिष्ट प्रक्रियेने सोने किंवा इतर धातू पाऱ्यात समाविष्ट केले जातात (पाऱ्याला गिळायला लावले जातात.) तरीही त्या विद्यमान पाऱ्याच्या वजनात फारसा फरक पडत नाही. त्याची आणखी पुढीलप्रमाणे तुलना केली जाते.

> शिव आपल्या आत सर्व काही सामावून घेऊ शकतात. कालचक्राच्या फेऱ्याच्या अंती शिवाच्या परिपूर्ण यौगिक शरीरात सर्व विश्व सामावण्याची शक्ती असते. सर्व वस्तुजाताचे केवळ सार स्वरूपात रूपांतर करण्याचेही सामर्थ्य असते. त्याची समानता पाऱ्याशी दर्शविताना म्हटले जाते की सोने अथवा चांदीचा किंवा धातूचा एक थेंब पारा आपल्या आत सामावून घेतो. त्या थेंबांच्या लाखो पटींनी तो धातू निर्माण करतो आणि त्याचे रूपांतर सोन्यात करतो.'' (आयुर्वेद परिभाषेत वीर्याला 'धातू' असे संबोधिले जाते.)

किमयाशास्त्राचे अत्यंत विद्वान जाणकार असलेले गोरखनाथ आणि त्यांच्या सिद्ध परंपरेचे अनुयायी हे योगी होते. त्यांची शरीरे परिपूर्ण आणि आरोग्यसंपन्न होती. उत्कृष्ट पचनकार्य व निरोगी कायेमुळे त्यांना दीर्घायुष्ये प्राप्त झाली. असे म्हटले जाते की, त्यांच्या दैनंदिन आहारात (योग्य प्रमाणात) पारा व गंधक समाविष्ट केलेले असे. योग आणि किमयाशास्त्र यांचा घनिष्ट संबंध असून त्या एकमेकींना पूरक व काही अंशी विषयांची सरमिसळ झालेल्या ज्ञानशाखा आहेत. हेच त्या आत्मप्रकाशी योग्यांच्या दीर्घायुष्याचे अमरतेचे (इच्छामरणाचे) रहस्य असावे. (पारा हे शास्त्रीयदृष्ट्या विष आहे.)

'पाच' हा अंक विशेष महत्त्वाचा मानला जातो. ब्राह्मण ग्रंथांमध्ये असा उल्लेख झाला आहे की, हे विश्व पाच पैलूंचे आहे. त्याच्या अग्नीवेदीतून ते प्रतिकात्मकरित्या दर्शविले जाते. अग्नीचयन हे विटांच्या पाच स्तरांनी घडवितात. शतपथ ब्राह्मणांतील उल्लेखानुसार हे पाच स्तर म्हणजे प्रजापतीच्या शरीराचे पाच घटक आहेत. ते पाच ऋतू पाच दिशा इ. दर्शवितात. तैत्तरीय उपनिषदातील उल्लेखानुसार पाच घटक विश्वात आणि विश्वाची सूक्ष्म प्रतिमा असणाऱ्या मनुष्यदेहात आढळतात ते पुढीलप्रमाणे – 'आत्मन्‌पासून इथर निर्माण झाले. इथरपासून वायू, वायूपासून अग्नी, अग्नीपासून पाणी, पाण्यापासून पृथ्वी आणि पृथ्वीपासून वनस्पती निर्माण झाल्या. वनस्पतींपासून अन्न, अन्नापासून 'रेत' (वीर्य) निर्माण झाले. त्यातून मनुष्याची उत्पत्ती झाली.' (पंचमहाभूतांपासून सृष्टीतील उत्पत्ती झाली) प्राचीन भारतीय अभिजात तत्त्वज्ञाने विशेषतः सांख्य पद्धत, वेदान्त पद्धत व बौद्ध धम्म पद्धतीत असलेल्या विचारांनुसार वरील उपपत्ती घडली असावी. ती आजच्या काळाशीही सुसंगत वाटते. विशेषतः जीवन आणि मृत्युच्या संदर्भात 'पंचत्वम् गमन' या वाक्यप्रचाराचा अर्थ पंचत्वात विलीन होणे, असा आहे. पाच घटकांच्या उपपत्तीत हा दृष्टिकोनही समाविष्ट आहे. बौद्ध तत्त्वज्ञानानुसार 'मी' बद्दल असलेल्या आपल्या संकल्पनेला मोडीत काढण्याचे एक गृहित आहे. हा 'मी' किंवा 'स्व'च्या अस्तित्वाबद्दलचे आपले आकलन भ्रममूलक असते. तथापि, हा आपल्याला जाणवणारा 'मी' म्हणजे पाच स्कंध एकत्र आलेले असतात. त्या पाच घटकांमधून हा 'मी' तयार झालेला असतो. ह्या सिद्धान्तानुसार आपले अस्तित्व म्हणजे ज्ञानेंद्रियांद्वारे होणाऱ्या माहितीची नवनवी जुळणी, विविध संकल्पना, मानसिक जडणघडण, जाणीव आणि दिसणाऱ्या गोष्टी या क्षणभंगूर गोष्टींची सतत चाललेली मालिका असते. दुःखाचा अंत व्हायचा म्हणजे निर्वाण प्राप्त करायचे असेल तर या पाच घटकांचा 'मी' शी असलेला संबंध संपुष्टात आणावा लागेल. आपल्या एकाच अस्तित्वात, एकाच वेळी असलेल्या या विविध संकल्पनांना भ्रममूलक 'मी' च्या पिंजऱ्यातून मोकळे करावे लागेल.

वेदान्त आणि सांख्य पद्धतींनी, 'पाच तऱ्हांच्या संचांनी वस्तुस्थिती बनली आहे' असं प्रतिपादन केले. या तऱ्हा अलौकिक अशा पाच गोष्टींच्या आहेत. पुरुष (मानव) प्रकृती (निसर्ग), बुद्धी, अहंकार व मानस यांच्या नेतृत्वाखाली ते पाच संच असतात. खाली समांतर जाणारी चार पंचके दिली आहेत. त्यांच्या संकल्पनांची आपसात सरमिसळही आहे आणि त्या एकमेकींशी सुसंगतही आहेत.

१. **पाच बुद्धींद्रिये :** बोलणे, चालणे, पकडणे, उत्पन्न करणे व शरीराला नको असलेल्या गोष्टी शरीराबाहेर टाकणे. या जाणिवेच्या क्षमता.

२. **पाच कर्मेंद्रिये :** बोलणे, पकडणे, शरीराला नको असलेल्या गोष्टी शरीराबाहेर टाकणे, उत्पन्न करणे व चालणे, या कृतीच्या क्षमता.

३. **सूक्ष्म घटकांच्या पाच तन्मात्रा :** ध्वनी, स्पर्श, रुची, गंध आणि आकार

४. **पाच महाभूते :** मूळ घटक वायू, अग्नी, जल, पृथ्वी आणि आकाश

हिंदू पद्धतींनुसार वैश्विक तत्त्वे म्हणजे सांख्यांची तत्वे ही महासदाशिवाची पंचवीस मुखे मानली गेली आहेत. बौद्ध तत्त्वप्रणालीत यौगिक अनुभवांना सुरुवातीस विरोध झाला तरी नंतर त्यांचा स्वीकार झाला. अश्वघोष (इ.स.८०) यांच्या तथाता सिद्धान्तात बुद्धाने संसार आणि निर्वाण यांच्यात अंतर असल्याचे सांगितले होते. ते अंतर यौगिक अनुभवांनी भरून निघत होते. नंतर महायान पंथाचा उदय झाल्यावर धर्मकाया (बुद्धाचे शरीर) तत्त्वांमध्ये बुद्धाची शिकवण ही वैश्विक संकल्पना असल्याचे उद्घोषित केले होते. ती वेदांतांमधील ब्राह्मण (तत्त्वज्ञान) पद्धतीशी समकक्ष आहे. ब्राह्मण (तत्त्वज्ञान) पद्धती साधकाला ईश्वराशी गूढ रीतीने एकरूप होण्यास मदत करते.

बौद्ध तांत्रिकांनी असाही सिद्धान्त मांडला आहे की, बुद्धातून पाच बुद्ध निर्माण झाले ते पाच बुद्ध अथवा तथागत म्हणजे अमिताभ, वैरोचन, रत्नसंभव, अक्षोभ्य आणि अमोघसिद्धी हे होय. बुद्धापासून निर्माण झालेल्या या पाच बुद्धरूपांपैकी प्रत्येक बुद्ध पंचमहाभूतांपैकी एकेका घटकाशी संलग्न होता. या शिवाय पाच बोधिसत्त्वांच्या पाच वंशाची अध्यक्षता (मुख्यपद) त्यांच्याकडे होती. म्हणजे एकूण पंचवीस दिव्य अलौकिक लोक होते. ते धर्मकार्यात समाविष्ट झाले. ही प्रक्रिया सांख्यांनी वर्णन केलेल्या श्रेणींशी समांतर आहे. ज्ञानसिद्धी यथातथ्यपणे म्हणतो की, ''त्यांचा स्वभाव पाच बुद्धांसारखा आहे. त्यामुळे मानवी व्यक्तिमत्त्वाचे पाच महत्त्वाचे घटक असलेल्या या लोकांना जीन (जिंकणारे) असे म्हटले जाते. आणि पाच धातू हे बुद्धाच्या शक्तींशी संलग्न असल्याने आपले शरीर हे बुद्ध शरीर असल्याचे मानले जाते.'' विचार आणि श्रद्धांमधील हे क्रांतिकारी परिवर्तन बौद्ध तंत्रांच्या उदयासाठी महत्त्वाचे ठरले. हिंदू तंत्रप्रणालींचाही कुलदेवतांप्रमाणे विस्तार झाला. लवकरच

अनेक सांख्य श्रेणी निर्माण झाल्या. बौद्ध देवतांच्याही विविध श्रेणी (एकंदर ३७ त्रिक कौल) निर्माण झाल्या. सर्वोच्च हिंदू देवता पती-पत्नी शिव आणि शक्ती यांचा लैंगिकतेच्या दृष्टीने वेगळा अर्थ लावला गेला, सांख्यांच्या पुरुष आणि प्रकृतीच्या जोडीसमान त्यांना मानले गेले.

सांख्य पद्धतीत या ज्या सुधारणा झाल्या, त्यांचा प्रत्यक्ष उपयोग हठयोग व किमयाशास्त्रात झाला. या दोहोंनी मिळून पंचतत्त्वांवर मोठा भर दिला. हठयोगात पाच तत्त्वांचा खालच्या पाच चक्रांशी संबंध जोडला गेला; तर किमयाविद्येत पारा म्हणजे शिवाचे वीर्य मानले गेले. त्यात रासायनिकदृष्ट्या हे पाचही घटक अवस्थित असल्याचे मानले गेले.

विशेषतः गुप्त राजवंशाच्या कालखंडात हिंदू तत्त्वज्ञान आणि बौद्ध तत्त्वज्ञान यांना एकत्र आणून त्यांचा मेळ घालण्याचा मोठा प्रयत्न झाला. किमयाविषयक बऱ्याच कथा बौद्ध साहित्यात आढळतात. बाणभट्टाची कादंबरी आणि यासारख्या साहित्यात किमया प्रवीण हिंदू नायकांची हकीगत येते. शरीर अमर करणे आणि धातूंचे पूर्ण रूपांतरण करणे (विशेषतः सोन्यात रूपांतर करणे) ही त्या विद्येची मुख्य उद्दिष्टे होती. तथापि (त्या उद्दिष्टप्राप्तीची) साधने व्यक्तीच्या अंगी असलेल्या चांगल्या गोष्टी घडवून आणण्याच्या दैवायत्त शक्तीवर अवलंबून होती. इथे 'रस रसायन'चा गूढ, रहस्यमय असा भाग विचारात घ्यावा लागतो. पाऱ्यापासून बनवलेले चिरंजीवित्व देणारे रसायन आणि पारस दगड या गोष्टी महायान बौद्ध पंथ, मध्ययुगीन हिंदू तत्त्वप्रणाली आणि जैन तत्त्वप्रणाली या सर्व तत्त्वप्रणालीमध्ये पाऱ्यापासून बनविलेले चिरेजीवित्व देणारे रसायन आणि पारस दगड (परीस) या गोष्टींचा अंतर्भाव यौगिक शक्तीच्या अष्टकिमया सिद्धींमध्ये केला गेला होता. यातील वैशिष्ट्यपूर्ण भाग म्हणजे ही शक्ती किंवा वस्तू देव, अर्धदेव किंवा राक्षस यांच्याकडून (त्यांना प्रसन्न करून घेऊन) मिळवायच्या किंवा त्यांच्याकडून जबरदस्तीने घ्यायच्या होत्या. त्या कोणत्याही प्रयोगशाळेत तयार होणार नव्हत्या. अखेर तांत्रिक किमयाविद्येचे उद्दिष्टही हेच होते की, साधकाला अनेक रहस्ये उलगडावीत, ज्ञान मिळावे, अमरता आणि अजिंक्यत्व प्राप्त करण्याचा मार्ग दिसावा आणि मानवी मर्यादा ओलांडून अधिक उच्च अवस्था प्राप्त करावी. योगी आणि तांत्रिकांप्रमाणे तांत्रिक किमयाप्रवीण साधकाची ही इच्छा असते की, सतत साधनेद्वारे अखेर आपल्याला शिवत्वापर्यंत पोहोचता यावे. (महादेव शिव यांच्याशी सायुज्यता मिळावी.)

तांत्रिक किमयाविद्या ही जादूच्या किमया विद्येपासून वेगळी आहे. तांत्रिक किमयेत आयुर्वेदिक परंपरेनुसार पारा (किंवा त्याची संयुगे) यांचा रोगावरील उपचारासाठी कसा उपयोग होईल, ते सांगितले आहे. अल्बेरूनीच्या अभ्यास ग्रंथात या प्रक्रियेचे विवेचन

असे येते की,'' किमया विद्येचा वापर करणाऱ्याला आधी पाऱ्याचा प्रयोग वेगवेगळ्या धातूंवर करून बघावा लागतो. मग रसायनांच्या भट्टीत झोकून द्यावे लागते. इथे फक्त पाऱ्याचाच वापर सांगितला आहे. कारण मूळ धातूत रूपांतर घडवून त्या धातूच्या लाखो पटींच्या वस्तुमानाचे सोने निर्माण करण्याची क्षमता पाऱ्यात असते. इथे दोन उद्दिष्टांवर लक्ष केंद्रित केलेले असते. रसार्णवात म्हटले आहे, 'यथा लोहे तथा देहे'; म्हणजे जसे धातूत तसेच शरीरात असते. म्हणून आधी पाऱ्याचा प्रयोग धातूवर करावा आणि (निष्कर्ष काढून) मग देहावर (औषधोपचारासाठी) प्रयोग करावा. लोह आणि देह हे दोन घटक तांत्रिक किमयाशास्त्राच्या दोन शाखांचे एकत्रित कार्य निश्चित करतात. लोहवाद म्हणजे धातूंचे रूपांतरण करणारी रसायन विद्या व देहवाद म्हणजे अमरता प्राप्त करून देणारी रसायन विद्या. इथे धातूचे सोन्यात रूपांतरण करणे (किमया) एवढेच उद्दिष्ट नसून, अखेर शारीरिक अमरत्व प्राप्तीसाठी आवश्यक असे ते साधन आहे हे लक्षात घ्यायला हवे.

तांत्रिक किमया विद्या ही विस्तृत अशा हिंदू परंपरांशी सुसंगत आहे. त्यात तांत्रिक सूत्रे, मंत्र आणि मंडले इत्यादीचे विपुल संदर्भ येतात. अनेक देवतांच्या खालपासून वरपर्यंतच्या श्रेणी यौगिक, ध्यानविषयक, लैंगिक, विधी, कर्मकांडे इत्यादींबाबतची अनेक वर्णने येतात. त्यांच्या श्रद्धांच्या केंद्रस्थानी शैव/शाक्त भक्तिप्रणाली आहे. या परंपरेची ती शुद्धतेची, उत्कृष्टतेची लक्षणे मानली आहेत. अनेक हिंदू धर्मपरंपरांची मुळे या किमयाशास्त्राशी जोडलेली आहेत. उदाहरणार्थ, तांत्रिक भैरव अवतारातील शिवाची शिकवण, किंवा (पार्वती) देवीचा काली अथवा तारेचा अवतार हे या किमयाशास्त्राशी सुसंगत आहेत. याखेरीज या हिंदू धर्म प्रणालीच्या घटकांबरोबरच अनेक बौद्ध घटकही याच्याशी संलग्न असल्याचे आपण आधी पाहिलेच आहे. तांत्रिक किमया आणि जादूविद्येची किमया या दोहोंचे एकत्रीकरण या दोन्ही संस्कृतींमध्ये व पंथांमध्ये घडून आले आहे.

मानवी शरीराचे रसायनशास्त्र (किमया विद्या) आणि तांत्रिक अभ्यास ग्रंथांमध्ये आलेली उदाहरणे, संदर्भ व प्रतीके ह्या सर्वांचे कूळ एकच असल्याची अनेक उदाहरणे व संदर्भ मिळतात. 'मत्स्योदरी योग' हा यौगिक साधनेतील महत्त्वाचा संदर्भ आहे. अमरौघ प्रबोध या आपल्या ग्रंथात गोरखनाथांनी त्या साधनेचे वर्णन करताना असे लिहिले आहे की, माशाच्या पोटात (मीनोदरे) निग्रहपूर्वक (हठात्) अडकवलेला असताना श्वास रोधून धरणे होय.

श्वसनावर ताबा मिळविण्याचा एक महत्त्वाचा पायाभूत भाग म्हणजे कुंभक! छाती आणि ओटीपोटाच्या मध्ये (कुंभात भरावी तशी) हवा म्हणजे श्वास रोधून धरणे (ही

कुंभकाची प्रक्रिया आहे.) या प्रक्रियेत इडा आणि पिंगलेमध्ये जोराचा दाब पडून श्वास निरोधाने त्यांचे मार्ग मोकळे होतात आणि सुषुम्ना नाडीचा मार्ग अचानक उघडतो. इडा पिंगलेचे मार्ग स्तब्ध राहतात. त्यामुळे प्राणवायू सुषुम्नेत धाव घेतो आणि वर चढू लागतो, तेव्हा शरीरातील अन्य द्रव्ये खालच्या बाजूस वाहत असतात. या प्रक्रियेत साधकाला मुक्ती मिळू शकते.

एका पौराणिक दंतकथेनुसार भैरव देव स्नान प्रसंगी मत्स्योदरी योगात असताना त्यांना ब्रह्मदेवांच्या कवटीपासून मुक्तता मिळाली. ते त्यांच्या हाताला बारा वर्षे लोंबकळत होते. भैरव देवांनी कापालिका व्रत पूर्ण केल्यावर ते बनारसचे रक्षक देव बनले. कपालमोचनेच्या काठावरील मंदिरात त्यांचा निवास झाला. कपालमोचना म्हणजे कवट्या भरलेल्या तळ्यातून मुक्ती. देवाला ही जी मुक्ती मिळाली तसाच अनुभव योगी साधकाला मत्स्योदरी योगसाधनेनंतर मिळतो. मस्त्योदरी योग ही हठयोग साधना असून खुद्द मत्स्येन्द्रनाथांनी ती प्रचलित केली, असे मानले जाते. ज्याच्या काठावर मत्स्येन्द्रनाथांना शिवाकडून गूढ ज्ञानाची प्राप्ती झाली ते चंद्रद्वीप हे किमयागारातील आणखी एक रहस्यमय प्रतीक आहे.

असे म्हटले जाते की, माणसाच्या शरीराच्या डाव्या बाजूने चंद्रनाडी जाते तिथे हे द्वीप अस्तित्वात असते. मस्त्येन्द्रनाथकृत 'कौलाज्ञन निर्णय' या ग्रंथात असे म्हटले आहे की, ब्रह्मरंध्रातून जे अमृत पाझरते ते जणू या चंद्राची आनंदमयता असते. ते चंद्रासनाशी जोडलेले असते. चन्द्रासनाबरोबर खेचरी मुद्रेची शक्ती असते. ती कवटीच्या घुमटाखाली स्थित असते. यावरून लक्षात येते की, बहुसंख्य किमयाशास्त्रज्ञ आणि पश्चिमेची प्रक्षेपणाची शिकवणसुद्धा सूक्ष्म शरीरातील महत्त्वाच्या आध्यात्मिक रूपांतरणासाठी पश्चिम म्हणजे शरीराच्या डाव्या बाजूला महत्त्व देते.

असे म्हटले जाते की, 'मारे'चे तोंड किंवा अंतस्थ लिंग हे कुंडलिनीच्या तोंडात दडलेले असते. रासायनिक (किमयात्मक) शरीरासाठी तीही एक महत्त्वाची रचना असते. काही दंतकथांप्रमाणे आणि विद्वत्तापूर्ण माहिती स्रोतांप्रमाणे ती ओटीपोटाच्या पोकळीच्या डाव्या बाजूला स्थित असते. तिला 'पश्चिम लिंग' म्हणतात. एक महत्त्वाची नोंद म्हणजे निद्रिस्त कुंडलिनीला 'कालाग्नी' म्हटले जाते. वय वाढत जाऊन वृद्ध होण्याच्या प्रक्रियेद्वारे कालाग्नी अखेर सर्व जीवमात्रांचा मृत्यू घडवतो. तथापि योगिनी म्हणजे योगाचा अग्नी कालाग्नीच्या रुद्राच्या माध्यमातून कालाग्नीचा विनाश घडवू शकतो. हा कालाग्नीरुद्र कालाग्नीहून मोठा असून संपूर्ण कालाग्नीला तो गिळू शकतो. निद्रिस्त कुंडलिनीचा काळाचा रस्ता भौतिक शरीरातील चंद्र आणि सूर्य यांच्या हालचालींनी ठरवला जातो. जेव्हा कुंडलिनी जागृत होते, तेव्हा इडा आणि पिंगला

नाड्या म्हणजे (भौतिक शरीरातील) सूर्य आणि चंद्र हे एकदम स्तब्ध होतात. सुषुम्ना नाडीतून वर चढणारी कुंडलिनी काळाला गिळंकृत करते.

'घोडीचे तोंड' ही या विषयाशी संबंधित संकल्पना आहे. जेव्हा कुंडलिनी वरच्या दिशेला चढू लागते तेव्हा सुषुम्ना नाडीतून अमृततुल्य द्रवाचा स्तंभ वर चढू लागतो. मेंदूतील जवळची पोकळी त्या द्रवपदार्थाने ओसंडून जाते. याला 'घोडीचे तोंड' म्हणतात. जिथे बीजांच्या वरच्या दिशेला प्रवाहित होण्यामुळे सूक्ष्म देहात खोलवर अवस्थित असणारा अग्नी खालच्या दिशेने प्रज्वलित होतो. (पंधराव्या शतकात होऊन गेलेले संत कबीर योग्याला म्हणतात,'' गंगेचा प्रवाह उलटा वळवा आणि समुद्र सुकवून टाका.'')

या प्रक्रियेचे इतर तांत्रिक, रासायनिक (किमयेचे) हेतू आणि उपयोग असतात. सूक्ष्म देहात बुडालेल्या घोडीच्या तोंडातील अग्नी हा कित्येक तीर्थयात्रांच्या स्थानांशी आणि ऐतिहासिक स्थलांशी 'सम' असल्याचे म्हटले गेले आहे. कामाख्या देवीचे मंदिर हे महत्त्वाचे शक्तिपीठ आहे. तिथे एक खाच असून त्यातून वाफ बाहेर पडते. त्याला बडव (वडव) कुंड म्हणतात. म्हणजे जळात बुडालेला अग्नी, वडवानल! हिमाचल प्रदेशात ज्वालामुखीचे मंदिर आहे. या स्थलांमध्ये भूगर्भातील उष्णता, उष्ण पाण्याचे झरे वगैरे असतात किंवा ज्वालामुखी सारख्या हालचाली (भूगर्भात) सुरू असतात. अशा स्थळी नैसर्गिकदृष्ट्या गंधक आणि पाऱ्याचे साठे असतात.

वाफ बाहेर येणे किंवा ज्वालामुखीचे तोंड असणे या खेरीज आणखी अग्निमुखे तांत्रिक किमयेत नोंदविलेली आहेत. त्यात अधोवक्रता म्हणजे खालचे मुख, म्हणजेच योगिनीची योनी अंतर्भूत केलेली आढळते. सुमारे बाराव्या शतकात प्रचलित पश्चिम प्रक्षेपणावरील अभ्यास ग्रंथात वडवानल हा सूक्ष्म देहातील मूलाधार चक्रासम असल्याचे उल्लेख येतात. योनी ही कुंडलिनी समान फार मोठ्या सुखाचा स्त्रोत, मोठी शक्ती आहे. तिच्यापासून धोकाही असतो. पण योगी/योगिनी (योगसाधनेद्वारा) त्या शक्तीवर ताबा मिळवतात. यांचा तंतोतंत परिणाम गोरखनाथांनी विशद केला आहे.

ते म्हणतात, ''योनीत शिश्न, अग्नीच्या तोंडात पारा हे (पारा आणि वीर्यासारखे अत्यंत अस्थिर द्रवपदार्थ) जो कुणी धरून ठेवू शकतो त्याला मी माझा गुरू मानतो.'' एक महत्त्वाची गोष्ट लक्षात घ्यायला हवी की, मत्स्येन्द्रनाथांचा योगिनी कौलाप्रमाणे इतरही अनेक पंथ आहेत. त्यांच्यात लैंगिक समागम आणि तत्सम कृती साधनेत समाविष्ट करण्यात आल्या आहेत. तथापि, गोरखनाथांचे अनेक अनुयायी नाथसिद्ध आता ब्रह्मचर्य पालन करतात. त्यांना स्त्रीजातीबद्दल तिरस्कार वाटतो. त्यांना असे वाटते की, लैंगिकता हा एक सापळा असून त्यात अडकल्यावर योगी साधना आणि भक्तीद्वारे मिळविलेले अमूल्य ज्ञान गमावतो. अति कामाचारामुळे नंतरच्या काळात,

बहुधा ज्ञाननाथांच्या उदयानंतर असे झाले असावे.

सिद्ध आणि बौद्ध किमया परंपरेतील या सारखेच उदाहरण हे मृदंगाचे आहे. मृदुंग दोन्ही बाजूंनी वाजवला जातो. गोरखनाथांनी आपले गुरू मत्स्येन्द्रनाथ यांना कदली राज्यातील मायेच्या अवस्थेतून जागे करण्यास वाजविलेले वाद्य हे मंगोलिया किंवा तिबेटमधील तिबेटी तांत्रिक व बौद्ध वाजवीत असलेल्या वाद्यासारखेच असावे. हे डमरू बनवताना ''दोन मानवी कवट्यांचा फटींमधून ते जोडताना एक काटकोनी खाच पाडतात. दोन कवट्यांच्या गोलार्धात त्यामुळे सुसंवादित्व स्थापित होते. त्यामुळे वाद्यातून हवेचे येणे-जाणे सुलभ होऊन उत्तम ध्वनी निर्माण होतो. या काटकोनी खाचेला 'नाद' म्हणतात. वेगवेगळ्या सण-समारंभात हे वाद्य वाजवताना वादक डाव्या हातात घंटा घेतो. उजव्या हातातील डमरूच्या ध्वनीशी घंटेच्या आवाजाचे सुसंवादित्व निर्माण होते. वज्रयानांच्या संदर्भात या कवट्या सूर्य व चंद्र यांचे प्रतीक असतात. उजवी आणि डावी नाडी किंवा साधने वापरण्याचे कौशल्य म्हणजे उपाय व शहाणपण म्हणजे प्रज्ञा या बौद्ध शिवशक्तीच्या संकल्पनेशी निगडित असलेल्या संकल्पनांचेही ते प्रतीक म्हणता येईल. यातून निर्माण होणारा नाद-ध्वनी मृदंगाच्या नादाप्रमाणे असावा.

हिंदू व बौद्ध दंतकथांमध्ये व पवित्र चित्रांमध्ये अनेक आदिकालीन देव-देवता आढळतात. साप किंवा नाग हे त्याचे उदाहरण! हिंदू पुराणांमध्ये असे नोंदविलेले आहे की, ही पृथ्वी शेषनागाने आपल्या रत्नजडित मुकुटाच्या आत तोलून धरली आहे. ज्यावेळी युगाचा अंत होतो, त्यावेळी निद्रिस्त विष्णूही त्याच्यावर विराजमान असतात. बुद्धाच्या मस्तकावरही नागाने फडा काढून छत्र धरलेले दिसते. तिसऱ्या शतकाच्या कालखंडातील एक मूर्ती आढळून आली आहे. आंध्रप्रदेशातील नागार्जुनकोंडा येथे ही मूर्ती सापडली. याच प्रदेशात तिसऱ्या शतकात लिहिल्या गेलेल्या बौद्ध ग्रंथ 'गेंडव्यूह' या ग्रंथात बोधिसत्त्व मंजुश्रीचे मूलस्थान हेच असल्याचे नमूद केले आहे. तिने बऱ्याच मूळच्या नागांना बौद्ध धर्माची दिक्षा दिली असल्याचा उल्लेख आढळतो. विख्यात तत्त्वज्ञ नागार्जुनही याच क्षेत्रातील होता. तोच श्री पर्वतातील सिद्ध किमया शास्त्रज्ञ असल्याचे मानले गेले आहे.

नागार्जुनानेच पारा आणि तारा देवता भारतात आणली असावी, असा निष्कर्ष काढणारी अनेक उदाहरणे आहेत. तथापि, तिची दोन रूपे वज्र (हिरा), तारा आणि एकजाता (केसांचा एकच झुबका) असे सुचवतात की, तिच्या नेपाळशी असलेल्या निकट संबंधांमुळे तिथून भारतात सातव्या शतकाच्या आसपास तिचा प्रवेश झाला असावा. तिबेटी लोकांचा असा विश्वास आहे की, नागार्जुन हा एक रहस्यमय तत्त्वज्ञ, विद्वान होता. त्याच्या आश्चर्यकारक किमया ज्ञानामुळे तो दीर्घजीवी झाला. चौदाव्या

शतकातील इतिहासतज्ज्ञ बुत्सोन यांनी म्हटले आहे की, नागार्जुनाने सोने निर्माण करणारे अमृततुल्य द्रव एका मधल्या भूखंडावर बनविले होते. त्याच्यामुळे नालंदा शहर मोठ्या दुष्काळाच्या संकटातून तरून गेले.

सतराव्या शतकाच्या पूर्वार्धात तारानाथ यांच्या नोंदींमधूनही काही संदर्भ मिळतात. त्यांनी एका ठिकाणी म्हटले आहे.'' किमयाकलेच्या साहाय्याने त्यांनी श्री नलेन्द्र येथे महायान पंथाचे सुमारे पाचशे गुरू दीर्घ काळ जगविले'' पुढे ते असे म्हणतात, 'ते रसायन सिद्ध झाले तेव्हापासून त्यांचा चेहरा रत्नासारखा चमकू लागला.' या म्हणण्याला पुढे तिबेटी ग्रंथांचे संदर्भही दुजोरा देतात. त्यात असे म्हटले आहे की, नागार्जुनांना त्यांचे गुरू सरहा-पा यांच्याकडून दीक्षा मिळाली. पुढे त्यांना विद्याभ्यासात विशेषतः रसायनात खूप यश मिळाले. रसायनातील त्याचे ज्ञान इतक्या उच्च कोटीचे होते की त्याचे शरीर हिऱ्यासारखे कणखर झाले. (वज्रकाया सिद्धी)

बाराव्या शतकातील ऐतिहासिक नोंदींवरून असे लक्षात येते की, भारतीय उपखंडातून बौद्ध धर्म हळूहळू अस्तंगत झाला.

वंशपरंपरेने कुळांमध्ये जुन्या परंपरा जोडून घेत समाविष्ट करण्याच्या पद्धतीमुळे किमया रसायनाशी संबंधित परंपरांचे प्रतिबिंब पडलेले आढळते. विशेषतः मंत्र आणि दैवते यांच्या बाबतीत नव्या जुन्यांची सरमिसळ झाली. त्याची काही उदाहरणे पाहायची झाली तर तारा, अक्षोभ्य, अवलोकितेश्वर, शिवलोकनाथ, वज्रसत्त्व-आदिबुद्ध आदिनाथ आणि महाकाळ, ही म्हणता येतील. बौद्ध किमयाशास्त्राच्या काही खुणा सुरुवातीच्या ताओ साधनेत आढळतात आणि सद्यकालीन हिंदू लैंगिक-गूढ परंपरेतही दिसून येतात. ज्या गुरूंनी तांत्रिक बौद्ध मार्ग सातव्या ते बाराव्या शतकादरम्यान स्थापन केला त्या सिद्धाचार्यांनी अमृततुल्य द्रव प्राप्त करण्याचे उल्लेख सापडतात. उदाहरणार्थ, कर्नारी-पा यांनी मूत्रापासून असे द्रव तयार केल्याचे म्हटले जाते. व्याडी-पा यांनी असे रासायनिक (अमृतासमान) द्रव एका वेश्येच्या साहाय्याने केले आणि कपीटा-पा यांनी रूपांतरणाची शक्ती व अमृतासमान असलेले चिरंजीवित्व देणारे रसायन अनुक्रमे एका मुलाच्या शिश्नातून व गुदद्वारातून मिळविले असेही म्हटले गेले आहे. परंतु या गूढ रसायन संकल्पनांना कोणताही पुरावा आज उपलब्ध नाही.

अकराव्या शतकाच्या सुरुवातीस प्रचलित असलेल्या कालचक्र तंत्राचा सूक्ष्म आणि आंतरिक दृष्टिकोन बौद्ध रसायन (किमया) परंपरेत आढळून येतो. त्यांचा दृष्टिकोण हा आतल्या दिशेने वेध घेण्याचा होता. हिंदू किमया परंपरा मात्र बाह्य गोष्टींशी निगडित होती. कालचक्र तंत्रात असा उल्लेख येतो की, पारा व अन्य धातूंवर संस्करण करणे, सोने बनविण्याची प्रक्रिया म्हणजे किमया किंवा क्सेर-ग्यूर ही कृती व्यावहारिक

आहे. तिचा आंतरिक उन्नतीशी संबंध नाही. व्यवहारापलीकडील, दैनंदिन ऐहिक जीवनापलीकडील नाडी प्रवाह व वायू यांच्याशी निगडित अंतस्थ रसायनांशी संबंधित साधना सरळ आत्मज्ञान प्राप्तीच्या मार्गाने नेते. ती व्यावहारिक बाह्य किमयेपेक्षा खूपच श्रेष्ठ आहे. वज्रयान किमया साधनेमध्ये चिरंजीवित्व देणाऱ्या रसायनाची मूलतत्त्वे (भुड-रत्सी) प्रज्ञेच्या (स्त्रीतत्त्व, सूज्ञता व शहाणपणाची देवी) अंगी असतात, असे मानले जाते. या प्रज्ञेचा समागम उपायाशी (पुरुषतत्त्व, साधनांच्या वापराचे कौशल्य) करून इंद्रधनु शरीर (झालस) किंवा प्रकाश शरीर (ओड-लस) निर्माण करणे आणि त्याद्वारे बोधीचित्त स्थिर करणे हे प्रमुख उद्दिष्ट असते. अकराव्या आणि पंधराव्या शतकात हिंदू सिद्ध रसायन शास्त्राचा खरा उद्भव झाला. त्यात तांत्रिक किमयाशास्त्र व हठयोगाचा मेळ घातला गेला. या सिद्धांमध्ये 'नाथ' हे फक्त हिंदू होते तर सिद्ध हे बौद्ध आणि हिंदूही होते. त्या सर्वांना सरसकट सिद्ध म्हणूनच ओळखले जाई. सिद्धांचे वर्गीकरण प्रामुख्याने पीठे व आम्नाय यांच्याद्वारे झाले.

पीठांचा उल्लेख सामान्यत: शाक्त भक्तिमार्गातील देवतांच्या तीर्थक्षेत्रांवरून होतो. याखेरीज नवव्या शतकात ब्रह्ममायामाला तंत्र प्रचलित असण्याच्या काळात चार ग्रंथिक (धार्मिक ग्रंथांशी निगडित) पीठेही निर्माण झाली. यात विद्या, मंत्र, मुद्रा व मंडल अशी चार साध्या शीर्षकांतर्गत ग्रंथांची विभागणी होऊन त्यानुसार पीठे निर्माण झाली. या काळात या वर्गीकरणातील महत्त्वाचे संदर्भ ग्रंथ विद्या व मंत्र या विभागात व त्यानुरूप त्या पीठांशी निगडित होते. (विद्यापीठ व मंत्रपीठ)

आम्नायांची वर्गीकरण पद्धत थोडी उशीरा अस्तित्वात आली. यात कौल पंथ व त्यांचे ग्रंथ यांचे वर्गीकरण भौगोलिक पद्धतीने करण्यात आले. आम्नायांमध्ये पूर्वेचे त्रिका हे तीन देवता केंद्रस्थानी असलेले आहे. पश्चिम आम्नायात कुब्जिका देवीची पूजा महत्त्वाची आहे. ती हठयोगिक कुंडलिनीचे रूप आहे. उत्तरेचे आम्नाय 'क्रम'चा समावेश करते. त्यात कालीदेवीच्या पूजेवर भर असतो. दक्षिण आम्नायांत श्री विद्या अंतर्भूत असून त्रिपुरा-सुंदरी देवीची पूजा केंद्रस्थानी असते.

मध्ययुगीन काळातील बौद्ध, हिंदू, जैन, मुस्लीम, योगी आणि तिबेट ते दक्षिण भारतापर्यंतच्या सर्व क्षेत्रांतील किमयाशास्त्रज्ञांच्या एकत्रित वारशावर सर्वसमावेशक असा दृष्टिक्षेप या वर्गीकरणांमुळे टाकता येतो. ग्युसिप्पे टुबी यांनी या सगळ्याचे सार सांगताना म्हटले आहे की, मध्ययुगीन भारतातील गूढवादी तत्त्वज्ञान क्षेत्रात सिद्ध फार महत्त्वाचे तज्ज्ञ होते. शैव पंथ आणि वज्रयान पंथ यांच्यातील उत्कृष्ट असा दुवा होते. एकाच तऱ्हेच्या धार्मिक, गूढवादी मार्गाने सत्य शोधून ते प्रकट करण्याचा प्रयत्न त्यांनी केला. आणि समान प्रतीकांच्या माध्यमातून (त्यांना गवसलेल्या) सत्याची अभिव्यक्ती केली.

माहेश्वर सिद्ध या आणखी एक उल्लेखनीय रहस्यमय गटाची नोंद घ्यायला हवी. ज्या रसायनतज्ज्ञांनी जीवन्मुक्ती किंवा शरीराचे चिरंजीवित्व साध्य करण्यास साधना केली नाही, ज्यांचे अंतिम ध्येय परामुक्ती होते अशा मंडळींना 'माहेश्वर सिद्ध' म्हणून ओळखले जाई. त्यांना अभिप्रेत असलेले स्वातंत्र्य वेगळ्या प्रकारचे होते. त्यांना निर्दोष सिद्ध देह किंवा वज्रदेह अशा तऱ्हेचे भौतिक शरीर यापेक्षा दिव्य देह मिळवायचा होता.

अकराव्या शतकातील 'रसार्णव' हा ग्रंथ म्हणजे किमयाशास्त्राचा उत्कृष्ट ग्रंथ मानला जातो. या पुस्तकात किमया विद्येच्या इतिहासाबद्दल वैश्विक संदर्भ आढळून येतात. तो संस्कृत भाषेत लिहिलेला आहे. त्यात विस्तृत अशा भौगोलिक क्षेत्रांमधील परंपरांचा एकजिनसीपणा आढळून येतो. इतर अनेक तांत्रिक पंथांची वंशपरंपरा या ग्रंथात दिली आहे. या पंथांचा मूळ उगम स्त्रीच्या बाहेर पडणाऱ्या लैंगिक स्त्रावातून झाला असे म्हटले गेले आहे. त्या स्त्रावाला 'सिद्ध द्रव्य' म्हटले गेले आहे. ग्रंथकर्त्याने असेही म्हटले आहे की, लैंगिक प्रेमाचा अंतर्भाव असलेल्या गूढ पूजा व लैंगिक समागम हे किमयेने होणाऱ्या रूपांतरणासाठी आवश्यक आहेत. एक वैशिष्ट्यपूर्ण बाब म्हणजे किमयाविद्येचा प्रत्यक्षात अवलंब करण्यासाठी रसशाळेतील स्त्री साहाय्यकाचे लैंगिक आणि मासिक धर्माच्या काळातील स्त्राव महत्त्वाचे मानले गेले आहेत. अन्य स्त्रियांकडून हे द्रव्य स्वीकारले जात नसे.

तांत्रिक रसायनशास्त्रज्ञ आपल्या तांत्रिक पद्धती ताब्यात ठेवून काही कौल पद्धती मधील वैषयिक सुखाचा अंतर्भाव असलेल्या गूढ विधी, पूजा पद्धतीची तीव्रता कमी करण्यास हठयोगिक व रसायन सिद्धतेच्या प्रत्यक्ष कृती अंतर्भूत असलेली कापालिक तंत्रे यांची जोड देतात.

बौद्ध किमयाशास्त्राचे मूळ उद्दिष्ट असते ते वीर्य आणि स्त्रीच्या ऋतुप्राप्तीच्या वेळी बाहेर येणारे रक्त यांच्या यौगिक व लैंगिक जुळणीतून मनुष्यमात्राला अमृततुल्य द्रव आणि शहाणपण व सूज्ञता प्राप्त करून देणे! हिंदू किमयाशास्त्राचे उद्दिष्टही असेच असते. पण त्यात योग्य परिणाम प्राप्त होण्यास धातू, खनिजे यांसारख्या बाह्य वस्तूंचा आधार घेतला जातो. तंत्रातील गूढ आणि लैंगिक विधी, कर्मकांडे यांना हिंदू योग्यांनी 'वज्रोली मुद्रा' म्हटले आहे. तिबेटी बौद्धांनी त्याला साधे सरळ 'किमया' हेच नाव दिले आहे.

'रस' शब्दाचा वेदांतर्गत अर्थ आहे पाणी आणि इतर सर्व द्रवपदार्थ त्यात पशूंचा मांसरस, भाज्यांचे रस, पशूंचे रक्त इ. आयुर्वेदिक वैद्यकात सुद्धा हा शब्द वापरला जातो. त्याचप्रमाणे हठयोग, रसायन/किमया, आणि एकंदर भारतीय सौंदर्यशास्त्रात हा शब्द सामान्यत: याच अर्थी वापरला जातो. विश्वाचा स्पंदन पावणारा प्रचंड प्रवाह, त्याचे सत्य या सर्वांचे द्रव या अर्थीही 'रस' शब्द वापरला जातो. वेदांमध्ये रस हा

पाणी (आप), सोम (चंद्र), रेत आणि चिरंजीवित्व प्राप्त करून देणारे अमृत (अमृत हे मिथक वेदांपासून प्रचलित आहे.) सर्वसामान्यपणे रस हा शब्द अग्नीला अर्पण केल्या जाणाऱ्या कोणत्याही बली/हविसाठी विशेषत: त्याचे जे सार देवांना वायुद्वारे स्वर्गात पोहोचते होते, त्यासाठी वापरला जातो. हे रस-अग्नी-वायू यांचा संयोग सर्व भारतीय पूजा, विधी, कर्मकांडे, धार्मिक कृत्ये यांच्यात झिरपलेला आढळतो. आर्यक व उपनिषदांमध्ये रस हा शरीराला अर्पण केलेला हवि/बली या अर्थी वापरला असून त्याचे द्रव पदार्थ तपस्येच्या अग्नीमुळे रूपांतरित होतात व प्राणवायूच्या श्वसनाने त्यांना वारा घातला जातो, असे म्हटलेले आढळते.

शरीरातील विशिष्ट स्थानी असल्याचे मानले गेलेले चंद्र, सूर्य व प्राणी हे रस, अग्नी, वायू यांच्याशी समांतर आहेत. त्यांच्या हालचाली, कृती यांच्यावर हठयोगी साधना बऱ्याच प्रमाणात आधारलेली आहे. रस पुष्कळदा स्त्रीबिंदू, पुरुष बिंदू या अर्थी वापरले जातात. हे बिंदू चंद्र, सौर वीर्य व रक्तरंगी असतात. स्त्रीबिंदू म्हणजे शक्ती व पुरुष बिंदू म्हणजे शिव यांची प्रतिके असतात. महत्त्वाची नोंद घेण्याजोगी गोष्ट म्हणजे या दोन्ही तत्त्वांमध्ये (शिव आणि शक्तीमध्ये) संतुलनाची अवस्था प्राप्त करून घेऊन त्यातून महाबिंदू निर्माण करीत, त्या महाबिंदूतून सर्वशक्तिमान अमर पुरुषाचा व स्त्रीचा जीवन्मुक्त आत्मा व यांचे लैंगिक सारतत्त्व काढून किमयाशास्त्रज्ञ, रासायनिक प्रक्रियेने रूपांतरण करून धातूचे सारतत्त्व मिळवत व याबद्दल वर्णन करताना शिवाने असे म्हटले आहे... ''हे देवी, तू जगज्जननी आहेस आणि मी शाश्वत पिता आहे. आपल्या समागमातून जे काही निर्माण झाले तो रस आहे.''

प्राचीन भारतीय आयुर्वेदात शरीरातील द्रव म्हणून 'रस' अत्यंत महत्त्वाचा गणला गेला आहे. सांख्यांनुसार पाण्याचा मूल घटक 'रस' हा रुचीचे ज्ञानेंद्रिय दर्शविणारा असल्याचे मानले गेले आहे. (चव घेणे हे जिभेचे कार्य असते.) यामुळे आयुर्वेदात गोड, कडू, आंबट, खारट, तिखट, तुरट अशी षड्रसांची पद्धत निर्माण झाली. पाण्यात मिसळून मूळच्या चार घटकांचे प्रमाण वेगवेगळे ठेवत रसपद्धती विस्तारली. या आयुर्वेदीय पद्धतीशिवाय भारतीय सौंदर्यशास्त्रात विविध रुचींचे, रसनिष्पत्तींचे आकृतिबंध आहेत. त्यात नृत्य, नाट्य, साहित्य आणि भाव हे प्रकार प्रामुख्याने आढळतात. शरीराचे धातू आणि पचनक्रिया यांना रस आधारभूत असतात, असे आयुर्वेदात म्हटले आहे. धात्वग्नी आणि अन्नाचे पचन यांच्या संपर्काने एक प्रकारचा अन्नयज्ञ चाललेला असतो. त्यातूनच पुरुषामध्ये वीर्य तयार होते व स्त्रियांमध्ये ऋतुप्राप्तीच्या वेळी रक्त निर्माण होते. या दोन्हींच्या एकीकरणातून मानवी गर्भ निर्माण होतो.

दक्षिण भारतातील सिद्ध औषधांमध्ये पाच घटक पाच धातूंशी संलग्न असल्याचे

मानले जाते. ते म्हणजे सोने पृथ्वीसमान, शिसे पाण्यासमान, लोह आणि हवा, तांबे आणि अग्नी, जस्त आणि इथर अशी सांगड घातलेली आढळते. जेव्हा कुंडलिनी मूलाधार चक्रातून वर चढू लागते व स्वाधिष्ठान चक्राकडे जाते. (प्रजनन अवयव, पाणी) तेव्हा भूमितत्त्व मणिपूर चक्राच्या (नाभीस्थान, अग्नी) अग्नितत्त्वात शोषले जाते. तिथून ती अनाहत चक्राच्या (हृदयस्थान वायू) स्थानी जाते. जिथे अग्नीचे रूपांतर हवेत होते. अनाहत चक्राकडून ती विशुद्ध चक्राकडे जाते. (कंठस्थान, इथर.) इथे हवेचे रूपांतर इथरमध्ये होते.

कुंडलिनी जागृत झाल्यावर योग्याचे चित्त आत वळते. तो एक प्रकारच्या उन्मनी अवस्थेत जातो. त्याची अवस्था एकाकार होते. (सगळ्या ज्ञानेंद्रियांचे बाहेर धावणे बंद होते.) या अवस्थेला 'समाधी' म्हणतात. कुंडलिनीची निद्रावस्थेतील व जागृतावस्थेतील टोके असतात, त्यांनाही अलंकारिक तऱ्हेने तिचे विष आणि अमृत म्हटले गेले आहे. जेव्हा ती ओटीपोटाच्या खालच्या भागात निद्रावस्थेत असते, तेव्हा ती विषासमान असते. जेव्हा ती जागृत होऊन मधल्या मार्गाने वर चढून पुढे परमोच्च तत्त्वात शिवात विलीन होण्यास पुढे जाते, तेव्हा ती अमृतासमान असते. हठयोगी साधनेत ही अलौकिक अवस्था योग्याला अमर करते, असे म्हटले आहे. कारण कुंडलिनीचा शिवाशी संगम झाल्यावर अमृत पाझरू लागते, अशी धारणा होती.

चरक संहितेत रसायनाबद्दल असे म्हटले आहे -

'दीर्घ आयुष्य, उच्च दर्जाची स्मृती, रोगांपासून समूळ मुक्ती, आरोग्यपूर्ण चमक, उत्तम कांती, गहिरा शक्तिमान आवाज, शरीर व ज्ञानेंद्रियांच्या मोठ्या शक्ती, आपण उच्चारलेले उद्घोषित केलेले खरे व्हावे अशी क्षमता, मानसन्मान, सौंदर्य या सर्व गोष्टी रसायनांमुळे मिळू शकतात. त्याला रसायन म्हटले जाते कारण शरीरातील रस व धातू यांचा क्षय थांबून त्यांच्यात पुन्हा नव्याने जोमदारपणा निर्माण होतो.

लक्षात घेण्याजोगी गोष्ट म्हणजे रस-रसायन हा शब्द दुसऱ्या शतकात हिंदू तत्त्वज्ञानांमध्ये वापरलेला दिसतो, तो किमयेने होणारे रूपांतरण, सिद्धी आणि जड शरीराच्या पलीकडल्या अस्तित्वाच्या संदर्भात! या सिद्धीचा (विशेष अमानवी शक्तीचा) उल्लेख सुरुवातीच्या अभ्यासग्रंथांमध्ये दिसत नाही. परंतु, ती जादूच्या आठ शक्तींपैकी एक मानली जाई. पदलेपमध्ये (या शक्तीसह) तिची नोंद आढळते. पदलेप या शक्तीत पायाला विशिष्ट मलम चोळले की, उडण्याची शक्ती मिळते. हिंदू आणि बौद्धांना ही संकल्पना विशेष प्रिय असल्याचे आढळते.

सोमयज्ञाचा वैदिक विधी म्हणजे सोमरस पान केल्यावर त्या व्यक्तीचे शरीर पुन्हा तरुण होई. हा रस देवांना अर्पण करण्यात येई. सोमरसाची निर्मिती स्वर्गीय वेल

विमिनली हिच्यातून केली जाई. ती पर्शिया व भारताच्या भूमीत भरपूर उगवत असे. यज्ञाच्या संदर्भात तिचे उल्लेख वेद व अवेस्ता या पवित्र ग्रंथांमध्ये पुष्कळदा येतात. सोमरस वल्ली आणि चंद्र यांचा विशेष संबंध आहे. तिला चंद्रवेलही म्हटले जाई. लोकांचा असा विश्वास होता की, तिची निर्मिती खुद्द चंद्रापासून झाली होती. आणि तिचा तारुण्य व नवचैतन्य प्रदान करणारा रस चंद्रातूनच प्राप्त होई. एवढेच काय, सर्व औषधी झाडाझुडूपांच्या आजार बरे करण्याच्या गुणामागे चंद्राची शक्ती असल्याचे मानले जाई. मनुष्यमात्राला दीर्घायुष्य बहाल करण्याची शक्ती चंद्राकडे असल्याचा लोकांचा विश्वास होता.

विष्णुपुराणात याच्याशी संबंधित अशी महत्त्वाची कथा आढळते. त्यात असे म्हटले आहे की, ब्रह्मदेवांनी सर्व ग्रह, वृक्षवल्ली इत्यादींचा अधिपती म्हणून चंद्राची नेमणूक केली होती. चंद्राचे एक नाव ओषधी-पती किंवा 'शधीस' आहे. त्याचा अर्थ आहे औषधी वनस्पतींचा मालक. सोमवल्लीला सोळा पाने होती, असे म्हटले आहे. ती चंद्राच्या कलांशी संबंधित असल्याचे पौराणिक दंतकथेत नमूद केले आहे.

''समुद्रमंथनात सर्व तऱ्हेच्या औषधी वनस्पती व जखमा भरण्याची शक्ती असलेली झुडुपे, वल्ली इत्यादी समुद्रार्पण केल्यावर समुद्रमंथनातून तीन अत्यंत मौल्यवान गोष्टी बाहेर आल्या. त्या म्हणजे चंद्र (सोम), अमृत व सुरा म्हणजे मद्य.'' आणखी काही दंतकथांमध्ये असे उल्लेख येतात की, सोमरस चंद्राच्या शरीरात सुरक्षितपणे ठेवला गेला आहे. वैदिक आणि वैदिकोत्तर काळातील ऋषी, योगी यांचा खास सोमरसपानाचा विधी त्यांना चिरंजीवित्व प्राप्त होण्यासाठी केला जाई.

किमयेचा आणखी एक महत्त्वाचा घटक म्हणजे आधी पाहिल्याप्रमाणे पारा. आणि किमयेसाठी वापरण्यात येणारा पारा हे देवाचे (महादेवांचे) वीर्य असल्याचा समज त्याकाळी दृढ होता. त्याच्या रासायनिक प्रक्रियेसाठी वापरले जाणारे प्रमुख पदार्थ म्हणजे गंधक, अभ्रक इत्यादी देवीचे ऋतुकालीन रक्तस्राव व अन्य स्राव मानले जात. भारतातील यौगिक व रासायनिक परंपरा पारा (रस, पारद, सूत) हे शिवाचे वीर्य असल्याचे मानत असत व लालरंगी सोमल वनस्पती (मन:शीला) ही देवीचा रजोकालीन रक्तस्राव मानत असत. (ख पुष्प, खजस, सोनाटा, आर्तव) तर गंधक म्हणजे देवीचा लैंगिक स्राव मानला जाई.

विशेषत: भारतीय परिप्रेक्ष्यात कुंकू किंवा सिंदूर हे पाऱ्याचे संयुग किंवा पाऱ्यापासून केलेला कृत्रिम रासायनिक शेंदूर हे रक्त अर्पण करण्याच्या विधीचे प्रातिनिधिक रूप मानले जाते. रक्त हे नेहमीच स्त्रीची बहुप्रसवता व प्रजननशक्तीशी संबंधित असे द्रव मानले गेले आहे. यासाठीच विवाहित भारतीय स्त्रिया आपल्या भांगात सिंदूर लावतात.

कारण रक्तासमान सिंदूर हे बहुप्रसवाचे व प्रजननाचे प्रतीक आहे. लालरंगी सोमल वनस्पती अथवा मन:शीला सुद्धा देवीच्या रजोस्रावासमान मानली गेली. आसामातील कामाख्या पीठाशीसुद्धा ही समजूत निगडित आहे. एका मिथक कथेनुसार सतीची योनी या क्षेत्रात पडल्यावर तिने लाल सोमल खंडाचे रूप धारण केले.

भारतात किमयेशी निगडित पाच पवित्र क्षेत्रे आहेत. हिंगलाज देवी (सध्या बलुचिस्तान), गौरीकुंड (केदारनाथ) आणि कामाख्या येथे देवीची खनिज प्रकटीकरणे आहेत. त्यांच्यात पाराही अवस्थित आहे. गुजरातच्या जुनागढमधील गिरनार व आंध्रप्रदेशातील कुरनुल्ल जिल्ह्यातील श्रीशैल्यम या दोन क्षेत्रांतील पारा अधिक पौरूषयुक्त आहे असे मानले जाते. हिंगलाज, देवी कामाख्येसारखीच आहे. त्या देवस्थानात अनेक गुहा व विहिरी आहेत. सर्वात महत्त्वाची चंद्र विहीर किंवा बाबा चंद्रकूप आहे. तिथे भूगर्भातील औष्णिक हालचाली दिसून येतात. त्यासाठी ती प्रसिद्ध आहे. हिंगुळ याचा अर्थ पारा.

का-री क्षेत्र तिबेटच्या आग्नेय दिशेस आहे. ती गुहा असून शिवाचे व चक्रसंवरा आणि वज्रवाराही या देवतांचे निवासस्थान असल्याचे मानले जाते. हिंदू व बौद्धांसाठी ते परमपवित्र श्रद्धास्थान आहे. या मंदिराचे प्रवेशद्वार म्हणजे त्या गुहेत समोर असलेली निरुंद खाच आहे. ती देवीची योनी असल्याचे मानले जाते. त्यात सिंदूर सरोवर सामावले असल्याची भाविकांची श्रद्धा आहे. जे दैवी आत्मे, डाकिणी, देवता ह्या तिबेटी देवतेच्या गर्भाशियासारख्या गुहेत निवास करतात त्यांचे लैंगिक स्राव या सिंदूर द्रवात मिसळले आहेत. या देव-देवता म्हणजे बौद्ध परंपरा मानत असलेल्या सूक्ष्म देहातील नाड्या व चक्रे आहेत. असे म्हटले जाते की, जो यात्रेकरू या गर्भगुहेत प्रवेश करण्यास असलेल्या अरुंद खाचेच्या त्या निरुंद बोळातून पार पलीकडे जातो तो वज्रवाराही देवीच्या मध्यनाडीतून योनीपासून ब्रह्मरंध्रापर्यंत प्रवास करतो. अशा तऱ्हेने वरच्या दिशेला जाणारा भाविक यात्रेकरू हा पवित्र रक्त, वीर्य आणि पाऱ्याचे संयुग; सिंदूर यांच्या प्रवाहातून पलीकडे जातो. तो प्रज्ञा व उपाय यांचा क्रम आचरत जातो. प्रज्ञा व उपाय हे शिवशक्तीसाठी वापरलेले बौद्ध शब्द आहेत. त्या भाविक यात्रेकरूला अखेर आत्मज्ञानाचा प्रकाश प्राप्त होतो आणि तो मुक्ती साध्य करतो, असे समजत असत.

एक वैशिष्ट्यपूर्ण बाब म्हणजे भारतीय अभ्यासग्रंथ व बौद्ध तंत्राची अशी धारणा आहे की, ही देवीची तीर्थस्थाने किंवा शक्तिपीठे म्हणजे तिच्या सूक्ष्म देहातील केंद्रे आहेत. कामरूप, जालंधर, पूर्णगिरी, उड्डियान ही चार पीठे बौद्धपंथीय मानत असलेल्या सूक्ष्म शरीरातील चार चक्रांना पूरक आहेत. या शिवाय श्रीशैल्यम, हिंगलाज देवी,

कामाख्या, केदारनाथ व गिरनार या शिवशक्तीच्या तीर्थस्थळांशी खोलवर मुळे पसरलेल्या किमया परंपरा निगडित आहेत. विशेषत: भगवान शिवांचा कैलास पर्वत हा 'किमयेची नवलनगरी' आहे, असे वर्णन रसार्णवाच्या प्रास्ताविक पृष्ठांमध्ये येते. या प्रकारे बौद्ध आणि हिंदू किमयाशास्त्रे तांत्रिक आहेत व त्यांची सारतत्त्वे सारखीच आहेत. कारण दोन्ही पंथ शारीरिक, भौतिक ठोस अनुभवांचे महत्त्व मानतात. असे अनुभव अत्यंत ज्ञानदायी व मुक्तीकडे नेणारे (साक्षात्कार) असल्याचे मानत.

> तांत्रिकांचे विश्व हे एक धडधडणारे स्पंदनशील विश्व आहे. कारण अतिशय गूढ आणि उत्तेजनपूर्ण मार्गांनी शिवाच्या मस्तकातून बाहेर पडणारे पवित्र जल, वस्तुजात ध्वनी इत्यादिंनी ते बनलेले आहे. शिव आणि त्याचे शक्तीच्या साहाय्याने झालेले असंख्य आविष्कार म्हणजेच वस्तुजात, मानव आणि प्राणिजात ही शिवाची शक्तीच्या माध्यमातून आकाराला आलेली विविध अस्तित्वे आहेत.

हे द्विमुखी, स्त्री-पुरुष लैंगिक संबंधांनी संपन्न असे जग आहे. यातील परिवर्तन म्हणजे स्त्री तत्त्व व पुरुष तत्त्वांचे आपसात आत प्रवेश करणे या दृष्टीने पाहिले जाते. हे एक उतरंडीचे जग आहे. इथे उच्च पातळीवर असलेले खालच्या पातळीवर असलेल्या लोकांना वेढू शकतात, आत शिरू शकतात, त्यांना आपल्या आत शोषून घेऊ शकतात. तांत्रिक जग प्रकाशमान आलोकित असे जग मानले गेले आहे. यात व्यक्त जगातील अस्तित्वे, तत्त्वज्ञानाच्या श्रेणींच्या दैवतांच्या आणि इतर अनेक गोष्टींच्या महाप्रचंड जाळ्याच्या केंद्रस्थानी असतात. विविध ऊर्जांच्या गुंतागुंतीच्या आपसातील क्रीडेशी आतून निगडित असतात. याहून महत्त्वाचे म्हणजे तांत्रिक जग हे स्वातंत्र्य देणारे, मुक्ती देणारे जग असते. त्यातील सर्व अस्तित्वे, आत्मे, शरीरे वस्तुजात, हे स्वतंत्र असतात आणि सर्व काही दिव्य ईश्वरी जाणिवेची क्रीडा असते. अशा तऱ्हेने तांत्रिक पंथ सर्व पातळ्यांवरील अनुभवांना (भौतिक, व्यावहारिक व प्रत्यक्ष) सामावून घेतो आणि ज्ञानप्राप्तीसह या संपूर्ण वैश्विक रचनेतील प्रत्येक लहान आणि मोठा भाग मुक्त करतो, असे मानले जात असे, पण हा सगळा समजुतींचा भाग आहे.

◈◈◈

३.१० सिद्धांची तांत्रिक प्रतीके

दुष्टपणा, वाईट गोष्टी, दुर्दैव यांच्यापासून संरक्षण व्हावे, म्हणून मंत्रजप केला जातो. तो मोठ्या सार्वजनिक जागी किंवा खासगी घरांमध्ये धार्मिक विधी म्हणून केला जातो. आजार आणि अन्य दुर्दैवी गोष्टींपासून संरक्षण मिळावे हाच त्यामागचा हेतू असतो. हे मंत्र महायान पंथाच्या तत्त्वांमध्ये अंतर्भूत आहेत. ते दुष्ट शक्ती पळवून लावण्यास किंवा अन्य संरक्षक विधी करताना मोठ्या प्रमाणात वापरले जातात.

शेवट नसलेली गाठ

संस्कृतमध्ये या प्रतीकाला 'श्रीवत्स' म्हणतात. ही कुठेही शेवटची टोके न दिसणारी गाठ हिंदू व बौद्धांसाठी अत्यंत पवित्र प्रतीक आहे. ती बुद्धाचे प्रचंड शहाणपण, सूज्ञता आणि करुणेचे प्रतीक आहे. ती एकमेकांवर अवलंबून असलेल्या भ्रममूलक अस्तित्वाच्या बारा कड्यांचीही प्रतीके आहेत. (एकूण तेरा बिंदूमध्ये मधील बिंदू हा दोन मंडळे जोडणारा आहे, म्हणून ते कडे मोजलेले नाही.) जन्ममृत्यूच्या चक्रांच्या सत्याचा पाया असलेले हे परस्परावलंबी जग आहे. त्यांच्या कड्या सतत

घडणारे जन्ममृत्यू दर्शवितात. हिंदू विचारधारेनुसार ही गाठ विष्णूच्या छातीवरील कुरळ्या केसांचे वळण दर्शविते. श्री विष्णूंची देवी लक्ष्मीवर असलेल्या भक्तीचेही ते प्रतीक आहे. देवी लक्ष्मी म्हणजे भाग्य आणि वैभवाचा आविष्कार असल्याने हे प्रतीक संपन्नता आणि संपत्तीचे प्रतिनिधित्व करते. पृथ्वीवरून सूर्य जसा दिसतो त्याचा हा चित्रमय आविष्कारही आहे.

कमळ

कमळ

कमळ चिखलात उगवते. तरी त्याच्यावर अजिबात डाग, कलंक नसतो. बौद्ध पंथानुसार कमळ शुद्धता, शूचिर्भूतता व सर्वसंगपरित्यागाचे प्रतीक आहे. अनेक धार्मिक चित्रांमध्ये देवदेवतांचे आसन म्हणून कमळ असल्याचे आढळते. ते कमळावर उभे असते किंवा बसलेले असतात. हे देवीदेवता हृदय, मन व शरीराने पूर्णतः शुद्ध असतात. हिंदू विचारधारेनुसार 'कमळ' किंवा 'पद्म' नाव असलेले हे फूल सूर्यदेवाच्या दोन हातांमध्ये दिसून येते. सूर्याच्या अंतरिक्षातून असलेल्या मार्गाचे ते प्रतीक आहे. ते जननक्षमतेचेही प्रतीक आहे. हिंदू आणि बौद्ध तंत्र ग्रंथांमध्ये ते दैवी गर्भाशय अथवा दैवी योनीचे प्रतीक असल्याचे मानले गेले आहे. तांत्रिक तत्त्वज्ञानाच्या अभ्यासग्रंथात त्याला स्त्रीयोनीचे प्रतीक मानले गेले आहे. स्त्रीयोनीचे दृष्य स्वरूपात उमललेल्या कमळाशी साधर्म्य जाणवते.

कडाडणारी विद्युल्लेखा / वज्र

संस्कृतमध्ये वज्र म्हणजे कठीण, कडक किंवा अत्यंत सामर्थ्यशाली, अभेद्य. तिबेटमध्ये त्याला 'दोरजे' म्हणतात. शीला, प्रस्तरांचा देव. त्यातून काठिण्य आणि चमकदारपणा ध्वनित होतो. तो अर्थ जवळजवळ अभेद्य, कापता न येण्याजोगा, खंडित न होणाऱ्या हिऱ्यालाही लागू पडतो. बौद्ध सिद्धान्तानुसार ज्या प्राप्तीसाठी साधक साधना करीत असतात, आणि ज्या सत्यज्ञानाच्या प्रकाशानंतर त्यांना बुद्धत्व प्राप्त होणार असते, त्या अंतिम सत्याचे प्रतीक म्हणजे 'वज्र' होय. वेदांमध्ये उल्लेख येतो की, वज्र हे इन्द्राचे आयुध होते. तो पर्जन्यदेव असल्याने कडकडाट करणारी विद्युल्लेखा ही वज्राच्या प्रतीकाद्वारे दर्शविली जाते. ती पर्जन्यदेव इंद्राचे अस्त्र असणे स्वाभाविक आहे. पर्जन्यकाळातील गडगडाट, विजा इत्यादींवर ताबा मिळवण्यासाठी आणि

राक्षस इत्यादींचा वध करण्यासाठी इंद्र हे अस्त्र वापरत असे. 'इंद्रवज्र' म्हणजे संपूर्ण वर्तुळाकार इंद्रधनुष्य होय. एकच टोक असलेले वज्र दोन्ही विरुद्ध दिशांच्या टोकाचा संगम / एकत्रीकरण याचे प्रतीक आहे. इच्छा/वासना, घृणा व अज्ञान या तीन विषांवर ताबा मिळविणे, भूत, वर्तमान, भविष्य या तिन्ही काळांचे आधिपत्य मिळवणे, पृथ्वीखाली, पृथ्वीवर आणि पृथ्वीच्या वर अंतराळात अशा तिन्ही प्रांतांवर वर्चस्व स्थापित करणे या सर्वांचे प्रतीक ही त्रिशुलात्मक वज्र आहे. बुद्धाच्या तीन काया (अलौकिक दिव्य शरीरे), आणि मानसिक पातळीवरील तीन नाड्या अथवा योगमार्ग यांचे प्रतीकही त्रिशुलात्मक वज्र आहे. पाच बुद्धांचे आत्मज्ञान, प्रकाशी शहाणपण व सूज्ञतेचे पंच गुण, पाच शुद्ध घटक, पाच ज्ञानेंद्रिये, पाच आकलनाचे अवयव यांचे प्रतीक म्हणजे पंचमुखी, पाच टोके असलेले वज्र आहे. नियम परंपरेच्या नऊ यानांच्या संपूर्ण सत्याचा साक्षात्कार होण्याचे प्रतीक म्हणजे नऊ टोके असलेले नवमुखी वज्र! शिवाय बुद्ध आणि त्याचा उदात्त असा ज्ञानप्राप्तीचा आठ पदरी मार्ग यांचेही ते प्रतीक आहे. याखेरीज आठ बोधिसत्त्वांनी मंडित वज्राधार व आठ दिशांच्या मध्ये असलेले मुख्य मंडल ही सर्व नवमुखी, नऊ टोकांच्या वज्रांची प्रतीके आहेत.

वज्र

सहा टोकांचा (षट्मुखी) तारा

सहा टोकांचा षट्मुखी तारा हा देवत्वाचे वैश्विक प्रतीक असून त्याचा उघड संदेश आहे की, जग जसे खाली (अधो) असते तसेच वर (ऊर्ध्व) असते. मनुष्यदेहाच्या माध्यमातून स्वर्गाचा पृथ्वीशी संबंध असलेला त्यातून प्रतिकात्मकरीत्या दाखला जातो. हिंदीत त्याला षट्कोन म्हणतात. शिवशक्तीशी निगडित असे ते महत्त्वाचे यंत्रही आहे.

षट्मुखी

त्रिशूळ

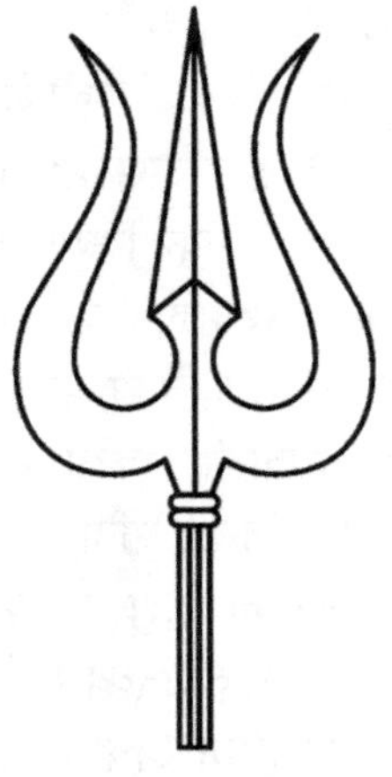

त्रिशूळ

त्रिशूळ हा मूळ संस्कृत शब्द असून सिंधू खोऱ्यातील हडप्पा संस्कृतीइतक्या प्राचीन काळात त्याच्या खुणा सापडतात. सर्व महत्त्वाचे धार्मिक ग्रंथ, वेद इत्यादींमध्ये नमूद केल्याप्रमाणे ते शिवाचे महत्त्वाचे शस्त्र असून त्याचे प्रतीकही मानले जाते. त्यातील तीन शूल म्हणजे इच्छाशक्ती, ज्ञानशक्ती व क्रियाशक्ती या शिवाच्या तीन शक्तींचे प्रतिनिधित्व करतात. तसेच या तीन क्षेत्रांवर असलेले त्याचे प्रभुत्व, संपूर्ण वर्चस्व दर्शवितात. तीन नद्यांचा स्वामी म्हणजे त्रिवेणी, या त्याच्या स्वरूपाचेही ते प्रतीक आहे. या तीन नद्या म्हणजे गंगा, यमुना व सरस्वती होत. निर्मिती, पालन व विनाश ही जगतासंदर्भातील तीन कार्ये ब्रह्मा, विष्णू, महेश या त्रिमूर्ती सांभाळतात. त्यांचेही ते प्रतीक आहे.

तांत्रिक बौद्ध पंथाच्या सुरुवातीच्या काळात ब्रह्माच्या मुकुटाचे चिन्हे म्हणून 'त्रिशूल' ही पहिली प्रातिनिधिक खूण बुद्धाच्या पदचिन्हावर दिसून येते. बुद्धाच्या उपदेशातील तीन मुख्य रत्ने म्हणजे शहाणपण (सूज्ञता), नीतितत्त्वे व ध्यान याचेही ते प्रतीक मानले जाते. वज्रयान बौद्ध पंथात शिवाशी संबंधित देवतांबद्दल प्रतीक म्हणून ते दिसून येते. उदाहरणार्थ, चक्रसंवर, वज्रभैरव आणि महाकाल. महायान त्रिमूर्ती बुद्ध, धर्म संघ आणि वज्रयान त्रिमूर्ती गुरू, इदम्, डाकिणी यांचेसुद्धा त्रिशूल हे प्रतीक आहे.

चक्र

धर्मचक्र

सूर्याची निर्मिती, संरक्षण व सार्वभौमत्व यांची निशाणी या अर्थाने फार पूर्वीपासून हिंदूंनी चक्र या प्रतीकाचा उपयोग केलेला आढळतो. हिंदूंचा पालनपोषणकर्ता देव विष्णू यांच्याबरोबर चक्र नेहमीच आढळते. विष्णूंचे सहा आऱ्या असलेले तेजस्वी, तीक्ष्ण सुदर्शन चक्र हे अखिल ब्रह्मांड, सातत्य, परिवर्तन, गती आणि विश्वाचे गोलाकार फिरणे या सर्वांचे प्रतीक मानले गेले आहे. बौद्ध पंथीयांसाठीही ते महत्त्वाचे प्रतीक आहे. ते 'सुवर्णचक्र' अथवा 'धर्मचक्र' असा त्याचा उल्लेख करतात. ते वैरोचनाचे चिन्ह असून त्याच्या आठ आऱ्या या उदात्त

सत्याच्या अष्टांगिक मार्गाच्या बुद्धाच्या उपदेशाचे प्रतीक आहे. ते अक्षरशः परिवर्तन चक्राचे किंवा आध्यात्मिक परिवर्तन आणि त्याची गती यांचे प्रतिनिधिक रूप असून त्याची हालचाल (वर्तुळाकार फिरणे) हे बुद्धाच्या उपदेशानंतर जलद गतीने आंतरिक बदल घडून येण्याचे प्रतीक आहे. त्याची नेहमी चक्रवर्ती (सम्राटांशी) तुलना केली जाते. सर्व भ्रम, माया, अडथळे यांचा भंग करीत त्यातून मार्ग काढत पुढे जाण्याच्या क्षमतेचेसुद्धा ते प्रतीक आहे.

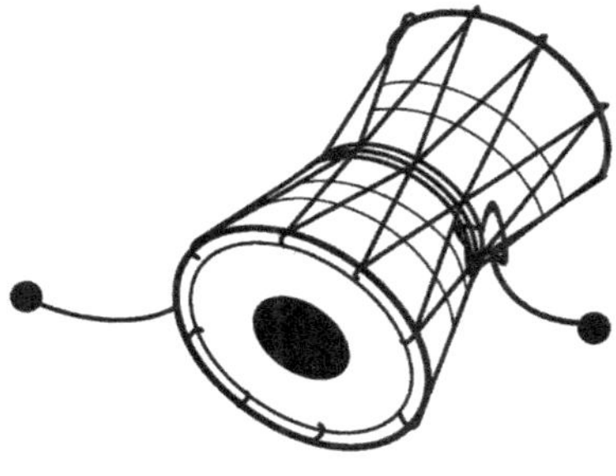

डमरू

डमरू

डमरूचे मूळ हडप्पा संस्कृतीच्या सुरुवातीच्या काळात सापडते. प्राचीन सिंधू संस्कृतीच्या लिपीत ते चित्रात्मक स्वरूपात आढळते. ते शैवपंथीयांचे चिन्ह असून नटराज स्वरूपातील शिवाच्या हातात ते दिसून येते. नटराज म्हणजे नृत्याचा अधिपती. तो नृत्य करताना डमरू वाजवतो. डमरू हे तालवाद्य असून अतिशय थरारक असा ध्वनी त्यातून निघतो. हा ताल पुरुषस्वरूपी असून रागदारी संगीताचा म्हणजे स्त्री स्वरूपी तालाचा पाया असतो. तांत्रिक अथवा कापालिक डमरू अतिशय कोपिष्ट किंवा रागीट बौद्ध देवतांच्या हातात आढळतो. स्मशानातून मिळणाऱ्या मानवी कवट्यांपासून तो निर्माण केलेला असतो. ते नेहमी उजव्या हातात धारण केलेले आढळते. सर्व बुद्ध, बोधिसत्त्व आणि डाकिणी यांचा धावा करीत त्यांना आनंदित करण्यासाठी डमरू वाजविला जातो. पुरुष डमरू उजव्या हातात धरलेला असून ते परमोच्च आनंदाचे प्रतीक असतो. तर स्त्री डमरू उजव्या हातात धरलेले असून शून्यतेचे (रिकामे असणे) प्रतीक असते.

मृदंग

भारतभर वाजवले जाणारे मृदंग हे वाद्य म्हणजे दोन्ही तोंडाला निमुळते होत जाणाऱ्या पिंपासारख्या आकाराचे वाद्य असते. धार्मिक चित्रे, मूर्ती इत्यादींमध्ये ते देवतांच्या सेवक गणांच्या हाती आढळून येते. सण-समारंभ आणि पवित्र प्रसंगांमध्ये मृदंग वाजवला जातो.

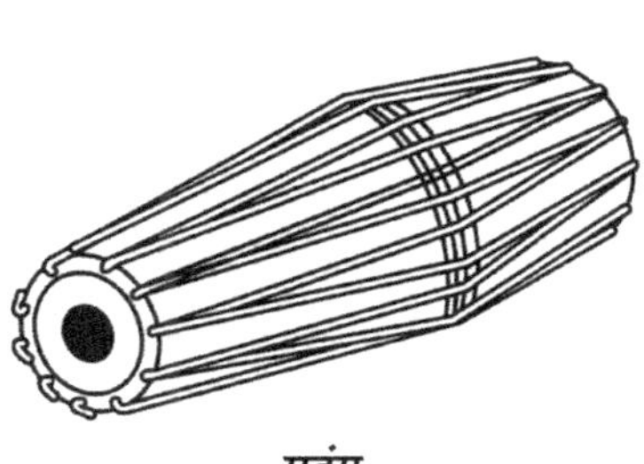

मृदंग

याचा ध्वनी आणि कंपने अगदी वेगळी असून त्यामुळे देवता प्रसन्न होत असल्याचे मानले जाते. मायेमुळे ज्यांच्या मनावर भ्रमाचा पगडा आहे, ते मृदंग वादनाने भ्रमाच्या मोहिनीतून जागृत होऊ शकतात, असे मानले जाते. कदली राज्यात असेच, भ्रमजालात गुरफटलेल्या मच्छिंद्रनाथांना जागृत करण्यासाठी त्यांचे शिष्य गोरखनाथ यांनी मृदंगाचा आणि पर्यायाने नादब्रह्माचा वापर केला होता.

शंख

पांढरा, वक्राकार वर जाणारा शंख हा रणशिंगाप्रमाणे वाजवला जातो. त्यातून येणारा ध्वनी हा शूर, वीर देवतांच्या शौर्याचे किंवा विजय घोषांचे प्रतीक आहे. त्याचे वर्णन अनेक हिंदू महाकाव्यांमध्ये येते. हिंदू देव श्रीविष्णू यांच्या वरच्या हाताच्या जोडीपैकी डाव्या हातात शंख व उजव्या हातात चक्र आढळते. बौद्ध धर्माच्या सुरुवातीच्या काळात शंख म्हणजे बुद्धाच्या शिकवणुकीचा उद्घोष होता, जो निर्भयपणे दशदिशांमधे घुमला. बुद्धाच्या वाणीशक्तीचे ते प्रतीक आहे. त्यामुळे सर्व दुष्टात्म्यांमध्ये भय निर्माण करून त्यांना पळवून लावले जाते, अशी भाविकांची श्रद्धा आहे. शंखनाद धर्मसत्याच्या शक्तीची उद्घोषणा करतो. गरजूंना मदत करण्यास मनुष्यमात्राला जागृत करणारी ती हाक असते. सामान्यतः तो देवतांच्या शहाणपणा अवस्थित असलेल्या हातात, म्हणजे डाव्या हातात आढळतो. पांचजन्य हे श्रीकृष्णाच्या शंखाचे नाव.

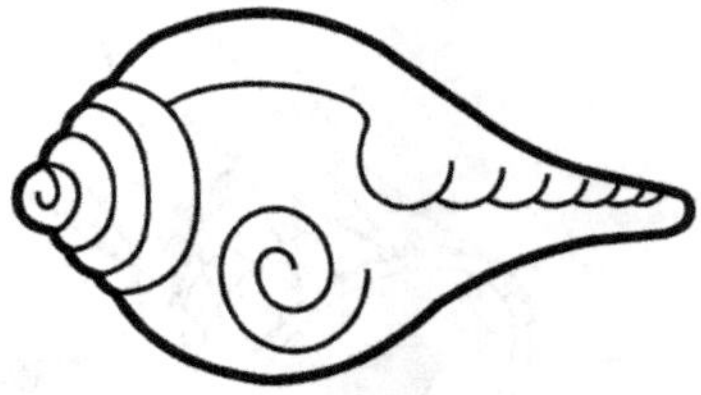

शंख

वाडगा

भिकेसाठी वाडगा किंवा भिक्षापात्र हे बौद्ध आणि हिंदू धार्मिक चित्रे, मूर्ती यांच्यात महत्त्वाचे प्रतीक असल्याचे दिसून येते. हा सामान्यतः साधासुधा, मातीचा, तपकिरी रंगाचा अर्धगोलाकार तळ असलेला तीक्ष्ण किंवा कडक कड नसलेला वाडगा असतो. कधीकधी तो नारळाच्या करवंटीपासून बनवला जातो. भिक्षा मागण्यासाठी उपयोगात येणाऱ्या पितळेच्या वाडग्याला 'तोमरी' म्हणतात. सतत फिरत राहणाऱ्या जवळजवळ सर्व योग्यांच्या हाती तो दिसून येतो. हे योगी घराघरांपुढे जाऊन अन्न आणि पाणी यांची याचना करतात. हिंदू

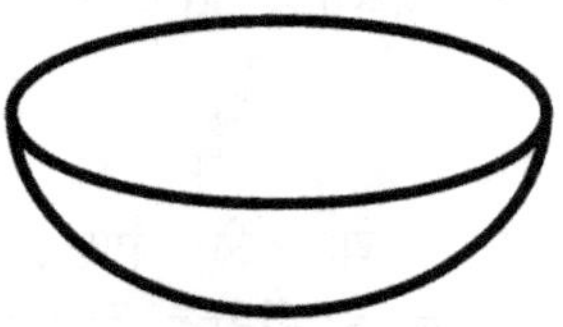

भिक्षापात्र

योगी बहुतेक वेळा 'अलख, अलख' किंवा 'अलख निरंजन' असा पुकारा करतात. भिक्षा मागताना ते महायोगी भगवान शिव यांची स्तवने गातात.

ढाल

खेटक म्हटली जाणारी ढाल ही महाकाव्ये, पुराणे, दंतकथा इत्यादीत पुष्कळदा दर्शविल्याप्रमाणे दुष्ट, पापी प्रभावांपासून रक्षण करणारी असते. युद्धाशी संबंधित कथांमध्ये अर्थात ती शत्रूच्या वारापासून बचाव करते. बौद्ध लोक तिला धर्माचे प्रतीक मानतात. हिंदू परंपरांमध्ये ती अंबिका स्कंद, निवृत्ती आणि इतर लढाऊ देवतांच्या हातात आढळते.

ढाल

मंत्र आणि बीजे

मंत्र म्हणजे शब्दांचा विशिष्ट मेळ सतत पुनरावृत्तीसाठी वापरला जातो. तो ध्वनी एक प्रकारचे शाब्दिक संमोहन असते. त्या शब्दांमध्ये मोठी नाद कंपने असतात. मंत्र जेव्हा योग्य उच्चारासहित श्रद्धेने, एकाग्र चित्ताने पुनरावर्तित केले जातात, (जप केला जातो) तेव्हा त्यात चांगले किंवा वाईट घडविण्याची गूढ शक्ती असते, असे म्हटले जाते. ऋग्वेद, यजुर्वेद, अथर्ववेद आणि अशा अनेक प्राचीन ग्रंथांमधून हे पवित्र मंत्र आढळून येतात. हे मंत्रोच्चारण महत्त्वाच्या सोहळ्यांमध्ये पूजाविधी इत्यादींमध्ये, दीक्षाविधी प्रसंगी योगसाधना आणि ध्यान करताना केले जाते. संस्कृतमध्ये त्याचा अर्थ 'ते जे (माणसाच्या) मनाला तारते' (मनं तारयते इति) ते होय.

बौद्धधर्मीयांमध्ये त्यांचा विशेषतः वापर होतो. असे म्हटले जाते की, विशिष्ट देवतांच्या शक्ती व गुणधर्म त्यांच्यात सामावलेले असतात आणि ध्यान करताना योग्य असे मंत्रजप नेहमी केले जातात. दुष्टपणा, वाईट गोष्टी, दुर्दैव यांच्यापासून संरक्षण व्हावे, म्हणून मंत्रजप केला जातो. तो मोठ्या सार्वजनिक जागी किंवा खासगी घरांमध्ये धार्मिक विधी म्हणून केला जातो. आजार आणि अन्य दुर्दैवी गोष्टींपासून संरक्षण मिळावे हाच त्यामागचा हेतू असतो. हे मंत्र महायान पंथाच्या तत्त्वांमध्ये अंतर्भूत आहेत. ते दुष्ट शक्ती पळवून लावण्यास किंवा अन्य संरक्षक विधी करताना मोठ्या प्रमाणात वापरले जातात.

बीजे ही आध्यात्मिक लाभ देणारी अक्षरे किंवा महत्त्वाचे ध्वनी असतात. विशिष्ट देवतांना प्रसन्न करण्यास (विशिष्ट बीजाक्षर मंत्राचा) जप होतो. पन्नास मुळाक्षरे ही सात

चक्रांशी निगडित आहेत, असे मानले जाते. ॐ हे बीज आणि इतर काही बीजे योगी पुष्कळदा एकग्रतेसाठी, ध्यान साधण्यासाठी वापरतात.

यंत्रे

अनेक रहस्यमय आकृतींची, प्रतीकांची जुळणी करून यंत्रे सिद्ध केली जातात. त्यांच्यात अतींद्रिय शक्ती असल्याचे मानले जाते. शाक्तांना ज्या देवता अतिशय पवित्र वाटतात, त्या सर्व देवतांची आपापली यंत्रे आहेत. कधीकधी हे यंत्र कमळाच्या आकाराच्या आकृतीत बसविलेले असते. सकारात्मक ऊर्जा निर्माण करण्यास व जाणीव अधिक सशक्त करण्यास ही यंत्रे मंत्रजपास वापरली जातात. श्रीयंत्र अथवा श्रीचक्र बौद्धांसाठीसुद्धा विशेष महत्त्वाचे आहे. तंत्रप्रणालीतील कुलपंथात ते वापरले जाते. या यंत्रात आपापसांत छेद देणारे विविध आकाराचे नऊ समद्विभुज त्रिकोण, पाच स्त्रीतत्त्वाचे खालच्या दिशेला टोक असलेले शक्तीचे प्रतिनिधित्व करणारे त्रिकोण, चार वरच्या दिशेला टोक असलेले, पुरुषतत्त्वाचे शिवाचे प्रतिनिधित्व करणारे त्रिकोण असतात. त्यांच्या मध्यभागी शक्ती बिंदू असतो. हुलकावण्या देणारे, नजरेस न पडणारे सर्वोच्च असे ते केंद्र असते. त्यापासून सर्व विश्व विस्तारत गेल्याचे (ते प्रतीक असते.) मानले जाते. त्रिकोणाच्या तिन्ही बाजूंना आठ व सोळा पाकळ्या असतात. हे निर्मितीच्या कमळाचे प्रतीक असते आणि प्रजनन व वंशवृद्धीच्या महत्त्वपूर्ण सामर्थ्याचेही प्रतीक असते.

श्रीयंत्र श्रीमद् आदि शंकराचार्यांनी तयार करून सिद्ध केले, असे म्हणतात. सौंदर्यलहरींमध्ये याचे वर्णन येते. त्रिपुरसुंदरी ही देवता येथे वर्णिली आहे.

कवच

संतानप्राप्तीसारखी एखादी विशिष्ट इच्छा पूर्ण होण्यास स्वतःला किंवा आपल्या प्रियजनांना वाईट नजरेपासून, वाईट शक्तींपासून संरक्षण देण्यास वापरत असलेले ताईत, मंत्रसिद्ध कडी वा ताईत यांना कवच म्हणतात. त्यांच्यात एक मंत्रावलेला किंवा मंत्र लिहिलेला कागदाचा तुकडा अथवा दगड असतो. अनेक हेतूंनी लोक कवच वापरतात. ते दंडावर, गळ्यात, छातीवर अथवा मांड्यांच्या मध्ये शरीराला टेकून राहतील अशा तऱ्हेने बांधले जातात. मुद्रा या हावभावात विशिष्ट शारीरिक स्थिती असते. त्यांना खोलवरचा असा गूढ आध्यात्मिक अर्थ असतो. त्यामुळे रोग, दुखणी कमी होऊन शरीराची शक्ती, कणखरपणा आणि आयुष्य या सर्वांची वृद्धी होते असा भाविकांचा समज आहे.

मुद्रा

मुद्रा या प्रतीकात्मक हावभाव हातांची वा शरीराची विशिष्ट स्थिती इत्यादी प्रकारच्या असतात. हठयोग, साधना आणि बौद्ध साधनेत त्या मोठ्या प्रमाणावर वापरल्या जातात. यांच्यामुळे एकाग्रता वाढते आणि साधकाची व आध्यात्मिक विचार सक्षम होण्यास मोठी मदत मिळते. बौद्ध पंथीयांच्या मुद्रा बुद्धाशी संबंधित असतात. त्या ध्यानप्रसंगी नियमितपणे केल्या जातात. पाच प्रमुख मुद्रा असतात. त्या पाच ध्यानी मुद्रांशी संबंधित असतात. त्या म्हणजे अभय मुद्रा अथवा निर्भयता दर्शविणारे, अभय देणारे भाव किंवा शरीरस्थिती, अभय मुद्रा आध्यात्मिक ताकद दर्शविते. बुद्धाच्या उभ्या मूर्ती / चित्रांमध्ये ती आढळून येते. भूमिस्पर्श मुद्रा पृथ्वीकडे (खाली) नजर वळण्याचा भाव. जेव्हा बुद्धाला सत्यज्ञान प्राप्ती होते, तेव्हा त्याची भूमिस्पर्श मुद्रा होती असे म्हटले जाते. अक्षोभ्य बुद्ध नेहमी भूमिस्पर्श मुद्रेत असतो. धर्मचक्र मंत्र किंवा चाक फिरविण्याची कृती दर्शविणारे भाव हे बुद्धाच्या शिकवणुकीचे प्रतीक आहेत. ध्यानात एकाग्र होण्यासाठी साधक बहुतेकवेळा ध्यानमुद्रा धारण करतात. वरदमुद्रा हा वरदान देण्याचा हावभाव आहे. वरदान देण्याचे ते प्रतीक आहे. ही सर्व प्रतीके साधक, विशेषतः योगी वापरतात. त्यामुळे आध्यात्मिक शक्ती मिळून अंतिम सत्याचे ज्ञान होण्यास मदत होईल, अशी त्यांची धारणा असते.

◈◈◈

३.११ हिंदू व बौद्ध या एकजिनसी धर्मांतील योग व तंत्र

रसायन तत्त्वप्रणालीशी नाथपंथी सिद्धांचे पुष्कळच साम्य आहे. विशेषत: त्यांची मूल्ये व आदर्श याबाबत असे म्हणता येईल. कारण त्यांची साधना ही ठोस पुरावे, ज्ञानेंद्रियांना आकळणाऱ्या भौतिक गोष्टी यांच्या पलीकडचे अंतिम सत्य शोधण्यासाठी चाललेली असते, निर्गुण निराकाराची साधना असते.

बौद्ध सहजयोगी सामान्यत: 'सिद्धाचार्य' म्हणून ओळखले जातात. नाथपंथाचे प्रमुख योगी सिद्ध म्हणून ओळखले जातात. म्हणून सिद्धांच्या कालक्रमासंदर्भात गोंधळ होतो. वर्णरत्नाकर ग्रंथात चौऱ्याऐंशी सिद्धांची यादी असून प्रत्यक्ष सिद्ध असलेल्या शहात्तर व्यक्तींची नावे आढळतात. हठयोग प्रदीपिका ग्रंथात पहिल्या प्रकरणात महासिद्ध असलेल्या योग्यांची यादी दिली आहे. चौऱ्याऐंशी सिद्धांची परंपरा तिबेटी बौद्ध पंथात प्रसिद्ध आहे, तसेच दक्षिणेकडील परंपरेतही लोकप्रिय आहे.

ही चौऱ्यांऐंशी सिद्धांची परंपरा संत साहित्यात तसेच पश्चिम व उत्तर भारतातील सूफी साहित्यात व बंगालच्या नाथपंथी साहित्यातही नोंदविली गेल्याचे आढळते, हे फार महत्त्वाचे आहे. चौऱ्याऐंशी हा अंक गूढ समजला जातो. आजीविकांची अशी श्रद्धा आहे की मनुष्यजन्म प्राप्त होण्याआधी चौऱ्याऐंशी लक्ष योनींमधे जन्म घ्यावा लागतो.

नैत्रयानी उपनिषदांत जन्माच्या चौऱ्याऐंशी हजार पायऱ्यांचा उल्लेख आढळतो. काही पुराणे व तंत्रांमध्ये सुद्धा चौऱ्याऐंशी लक्ष योनींमध्ये म्हणजे विविध अवस्थांमध्ये (पशु, पक्षी, कीटक इ.) जन्म घ्यावा लागण्याचे उल्लेख आढळतात. बौद्ध धर्मस्कंध किंवा तत्त्वप्रणालींच्या शाखा किंवा धर्माचे भाग चौऱ्याऐंशी किंबहुना, चौऱ्याऐंशी हजार आहेत.

पाली अभ्यास ग्रंथ 'गम्ध वंस' मध्ये असे लिहिले आहे की, ''जे विद्वान पाली वाङ्मयातील चौऱ्याऐंशी हजार धर्म स्कंधांवर नोंदी, लेख, भाष्य इत्यादी लिहितील किंवा इतरांना असे लेखन करण्यास उद्युक्त करतील, त्यांना चौऱ्याऐंशी हजार मंदिरे/श्रद्धास्थाने बांधण्याएवढे किंवा चौऱ्याऐंशी हजार बुद्ध मूर्ती घडविण्याएवढे अथवा चौऱ्याऐंशी हजार मठ स्थापन करण्याएवढे मोठे पुण्य प्राप्त होईल.'' पुढे असे म्हटले गेले आहे की, ''जो बुद्धाच्या शिकवणीतील किंवा उपदेशातील सुभाषितांचे उत्तम संकलन करेल किंवा इतरांना तसे करण्यास उपयुक्त करेल, जो बुद्धाची शिकवण स्वतःच्या हाताने लिहून काढेल किंवा इतरांना लिहिण्यास उद्युक्त करेल, जो स्वतः अशा हस्तलिखिताकरता साधनसामग्री व साहित्य पुरवेल किंवा इतरांना पुरविण्यास उद्युक्त करेल, ती हस्तलिखिते काळजीपूर्वक जतन करेल त्याला चौऱ्याऐंशी हजार मंदिरे वा स्मृतिस्थळे बांधण्याइतके किंवा चौऱ्याऐंशी हजार मठ बांधण्याइतके महापुण्य प्राप्त होईल.''

'अनागत वंस' या पाली भाषेतील धार्मिक ग्रंथांमध्ये असे भविष्य वर्तविण्यास आले आहे की, जेव्हा भविष्यातील बुद्ध, मैत्रेय हे वैश्विक करुणेने हेलावून जातील व सर्वसंगपरित्याग करून निघतील, तेव्हा चौऱ्याऐंशी हजार मित्र, नातेवाईक, राजकन्या त्यांच्यामागे जातील. चौऱ्याऐंशी हजार ब्राह्मणे, वेदांतील श्लोकही त्याच्यासोबत जातील. चौऱ्याऐंशी हा अंक लोकांनी स्वीकारलेल्या योगासनांची संख्या दर्शवितो. तसेच तांत्रिक व यौगिक ग्रंथांमध्ये लिहिलेले आढळते. गोरखनाथी जपमाळेतील मण्यांची संख्याही बहुदा चौऱ्याऐंशी असल्याचे म्हटले जाते. स्कंद पुराण अनुक्रमाने येणाऱ्या चौऱ्याऐंशी प्रकरणांमध्ये चौऱ्याऐंशी शिवलिंगांचे तपशीलवार वर्णन आढळून येते. सामान्यतः हिंदू तत्त्वप्रणाली व बौद्ध तत्त्वप्रणाली यांच्यात अनेक साम्यस्थळे आढळून येतात. त्यांच्या यौगिक साधनेची नाव, शब्द इत्यादी भिन्न आहेत. पण सार आणि पाया समान आहे. उदाहरणार्थ, 'मी'ची संकल्पना किंवा अहंकार, ज्याचे वर्णन भगवान श्रीकृष्णांनी पुढीलप्रमाणे केले आहे -

'जो शहाणा माणूस सर्व इच्छा वासनांचा त्याग करतो, लालसा मुक्त, लोभरहित आयुष्य जगतो, जो निर्मम, निरहंकारी आहे. त्याला शांती प्राप्त होते.' (भगवद्गीता अध्याय २, श्लोक ७१)

ही संकल्पना बौद्ध तत्त्वप्रणालीतही आढळते. त्यासाठी आत्मन्सारख्या शब्दांऐवजी 'स्वतःचा मूळ स्वभाव' यांसारखा समानार्थी शब्द आढळतो. अद्वैत आणि पूर्ण शुद्ध केवळ स्वरूपी असे शब्द दोन्ही तत्त्वप्रणालींमधील अभ्यासग्रंथांमध्ये आढळून येतात. आत्मन्शी समानार्थी बोधीचित्त हा शब्द बौद्ध तत्त्वप्रणालीत वापरला आहे. ज्ञानप्रकाशाने आलोकित जाणीव आपल्या हृदयात स्थित असते. अशा या स्थितीसाठी 'बोधीचित्त' हा शब्द वापरला जातो. या तऱ्हेने दोन्ही तत्त्वप्रणाली अहम् आणि आत्मज्ञानाने प्रकाशित झालेली जाणीव यातील फरक अधोरेखित करतात. दोन्ही तत्त्वप्रणालींप्रमाणे सत्य हे सर्व जगाच्या पलीकडे आहे. दोन भागांत विभागले गेलेले, तांत्रिक शब्द आणि सिद्धान्त अनुपस्थितीत आणि शांततेत, मन आणि कल्पना यांचे आकलन होऊ शकते. महायान बौद्धपंथीय विद्वान नागार्जुन यांनी शून्यता, या जगातील सर्व वस्तुजात पोकळ, रिती असल्याचा सिद्धान्त मांडला. त्याचप्रमाणे प्राचीन उपनिषद बृहदारण्यकात ब्रह्मन् हे 'नेती नेती'चा अवलंब करीत गेल्याने समजू लागते. हेही नाही आणि तेही नाही.' (हे शून्यतेच्या संकल्पनेशी समकक्ष असल्याचे दिसते.) या तऱ्हेने दोन्ही विचारधारांमध्ये सत्य हे संकल्पना व गुंतागुतींच्या पलीकडे आहे, हा विचार मूलभूत असल्याचे दिसून येते. बौद्धांसाठी मन हे बुद्ध आहे. हिंदूंसाठी ब्रह्मन् हे आत्मन् अथवा शुद्ध जाणीव आहे. या तऱ्हेने बुद्ध अथवा ब्रह्म हेच, अंतिम सत्य सर्वतोपरी आहे (हा निष्कर्ष दोन्ही विचारधारांमध्ये समान असल्याचे आढळते.)

दोन्ही तंत्रप्रणाली ज्या तांत्रिक देवतांची पूजा आराधना करतात, त्यांचा आत्मभाव व श्रेष्ठता या दृष्टीने आत्मभगिनीच असल्यासारखा आहेत. विशेषतः काली आणि तारा या दिसायला सारख्या आहेतच, त्यांच्याशी संबंधित असे पूजाविधी, सोहळे, उत्सव वगैरे सारखेच आहेत. खरे पाहता, त्यांचे पूजाविधी जरी एकत्रित केले तरी त्यांचा आत्मभाव किंवा धार्मिक महत्त्वाचा भंग अजिबात होणार नाही. हिंदू व बौद्धांच्या पूजा, मंत्र, योग, भक्ती (आपापल्या आराध्य देवतांची) आणि योगाच्या व्यावहारिक, प्रत्यक्षातील बाजू केंद्रस्थानी असणे ह्या गोष्टी समान आहेत)

या साधना, पूजाविधी इत्यादी खेरीज नाथपंथ व तांत्रिक बौद्ध धर्म शाखा यांच्या पूजा प्रार्थनेची काही पवित्र स्थाने व तीर्थक्षेत्रे समान आहेत. त्यांच्या देवतांच्या भोवती अनेक लोककथा व मिथकांचा वेढा आहे. या देवता एकमेकांच्या पंथांमधील वेगवेगळ्या कालखंडातील असल्याचे आढळते. उदाहरणार्थ, आपण पूर्वी पाहिल्याप्रमाणे रातो मच्छेन्द्रनाथ उत्सव हा नाथ सिद्ध मत्स्येन्द्रनाथांचा उत्सव साजरा होतो. तेच बौद्ध देवता 'अवलोकितेश्वर' असल्याचे मानले जाते. लुईपा आणि मत्स्येन्द्रनाथ एकच असल्याचे उल्लेखही काही ठिकाणी आढळून येतात. लुईपा हे बौद्धांचे प्रथम सिद्धाचार्य

होते. श्री. एम.एम.एच.पी. शास्त्री यांच्या म्हणण्यानुसार बौद्ध सिद्धाचार्यांच्या आधी होऊन गेलेल्या नाथयोग्यांनी काही बंगाली गीते लिहिली. त्या गीतांमध्ये व बौद्ध सिद्धाचार्यांच्या गीतांमध्ये खूप मोठे साम्य आढळून येते. श्री. एम.सी. दास यांनी *'पाग सामझोन झँग'* या ग्रंथाच्या सूचीत नमूद केले आहे की, गोरक्ष ह्या गुराख्याला तांत्रिक बौद्ध पंथाची दीक्षा मिळाल्यावर पुढे तो विख्यात संत गोरक्षनाथ झाला. त्यांची धार्मिक विचारप्रणाली आजही योगमार्गातील साधकांमध्ये प्रचलित आहे. या साधकांना 'नाथ' म्हणतात. बौद्ध व हिंदू तत्त्वप्रणाली अगदी पूर्णपणे स्वतंत्र असण्याबाबत जो गोंधळ होतो तो त्यांचे मूळ व उगम यांच्यामुळे होत असावा. खरे पाहता अनेक संशोधनांनुसार मत्स्येन्द्रनाथ, गोरक्षनाथ, चौरंगीनाथ, जालंधरी यांसारखे नाथसिद्ध बौद्ध सिद्धाचार्य म्हणून गणले गेले आहेत. तिबेटी भाषेतील गूढ बौद्ध तत्त्वप्रणालींचे अनेक ग्रंथ त्यांनी लिहिले असल्याचे म्हटले जाते. या सर्व नाथांना अर्ध देवत्वाचे स्थान दिलेले असून ते अद्यापही हिमालयाच्या शिखरांवर वास्तव्य करून असतात. ते तेथील संरक्षक आत्मे असल्याची लोकांची भावना आहे.

आपण आधी पाहिल्याप्रमाणे आहे की, गोरखनाथी/कानफाटा योगींचे बौद्ध तत्त्वप्रणालीशी अनेक दुवे जुळलेले दिसतात, त्यांचे जवळचे संबंध आहेत. हठयोग मार्ग म्हणजे औपनिषदिक तत्त्वांचे सार आणि उत्तरकाळातील बौद्ध तंत्र यांचा मिलाफ आहे, असे म्हणायला हरकत नाही. काही बंगाली अभ्यासग्रंथांप्रमाणे गोरखनाथ मूलतः बौद्ध संत असून त्यांचे नाव रमणवज्र होते. ते वज्रयान पंथाचे होते. पूर्वेकडे शैव पंथ रुजवण्यात काही अंशी खुद्द भगवान शिवाने प्रारंभिक कार्य केले. त्यांची शिकवण तांत्रिक बौद्ध विचारप्रणालीत समाविष्ट झालेली आढळते.

सिद्धपंथ हा प्राचीन धार्मिक पंथ असल्याचे मानले जाते. त्यात योगाच्या मनोरासायनिक प्रक्रियेवर अधिक भर दिला असून त्याला 'काया साधना' म्हणतात. काया साधना म्हणजे जीवन जगण्याची निरामय पद्धत आणि विविध प्रक्रियांद्वारे शरीर अपरिवर्तनीय करून शाश्वत आध्यात्मिक जीवन अथवा मोक्षप्राप्तीसाठी केलेली साधना असते. सिद्धपंथाची ऐतिहासिक मुळे भारतीय क्षेत्रांमध्ये जशी एकत्र गुंतलेली आहेत तशीच नेपाळ, तिबेट, सयाम (थायलंड) सारख्या भारताबाहेरच्या देशातील इतर पौर्वात्य देशांमध्येही गुंतलेली असून त्या सर्व क्षेत्रांच्या (ऐतिहासिक सांस्कृतिक) प्रभावांमुळे प्रभावित झाली आहेत.

नाथपंथाभोवती अनेक लोककथा, मिथके, दंतकथांचे दाट जाळे आहे. त्यामुळे नाथ तत्त्वज्ञानाचा उगम, प्रचार या भोवती रहस्यमयता आहे. त्याबद्दल निश्चित निःसंदिग्ध असा भाग सापडणे कठीण होते. तथापि, इतिहासकारांनी त्याबद्दल अनेक अनुमाने केली

आहेत. त्यात यौगिक शैवपंथ व तांत्रिक बौद्ध पंथाची परंपरेने चालत आलेली वैशिष्ट्ये दिसून येतात. या दोन्ही पंथांच्या वैशिष्ट्यांमध्ये खूप साम्य आहे. ती स्वभावत: समकक्ष आहेत. साध्या शब्दात सांगायचे तर ती फक्त भारतीय (हिंदू) किंवा फक्त बौद्ध नाहीत. तर दोन्ही गूढ तत्त्वज्ञाने व त्यांची वंशपरंपरेने चालत आलेली मूल्ये यांचा संगम आहे. या दोन धर्मांतील योग आणि योगसाधना विषयक अनेक साम्यस्थळे पाहू या -

उदाहरणार्थ, तिबेट आणि नेपाळ येथील हिमालयीन पर्वतीय क्षेत्रात नाथसिद्धांच्या अनेक रीती, बौद्ध सिद्धाचार्यांच्या विधी व धर्मकृत्ये आपसांत मिसळलेली दिसतात. कारण सर्व गूढ तत्त्वप्रणाली वैश्विक घडामोडी व शिवशक्तीचे देवत्व यांच्याभोवती फिरत असतात. शिव-शक्ती यिन यॅग, सूर्य चंद्र, स्त्रीत्व-पुरुषत्व, हे सर्वसामान्य शब्द दोन विरुद्ध ऊर्जांमधील समतोल दर्शविण्यास वापरले जातात. त्या समतोलातूनच मोक्षाकडे प्रवास सुरू होतो.

ऐतिहासिकदृष्ट्या शिव म्हणजे मूळ गुरू. हिंदू योगी त्याला 'आदिनाथ' म्हणतात. तांत्रिक बौद्ध पंथीयांचा असा विश्वास आहे की, भगवान बुद्ध किंवा वज्रसत्त्व (ज्यांना शिवासमान मानले जाते. त्यांचा तसाच आदर केला जातो) हे आद्य योगगुरू आहेत. हिंदू तांत्रिक पद्धतीत शिवशक्तीच्या आध्यात्मिक पातळीवरील मीलनावर भर दिला जातो. तांत्रिक बौद्ध या बाबतीत प्रज्ञा व उपायाचा सिद्धान्त मांडतात, तो वरील हिंदूपद्धती सारखाच आहे.

पुष्कळ बौद्धतंत्रे बहुधा ईश्वर आणि एक करुणामयी स्त्री यांच्यातील आध्यात्मिक/तात्त्विक चर्चा या स्वरूपात उद्धृत केली जातात. तसेच आपण आधी पाहिले आहे की, मत्स्येन्द्रनाथांना हिंदू तंत्रे व योगाचे गूढ ज्ञान प्रत्यक्ष शिवाकडून कशाप्रकारे मिळाले. त्यावेळी मत्स्येन्द्रनाथ एका माशाच्या रूपात जवळच समुद्रात पोहत होते.

बौद्धांचा सूर्य चन्द्र सिद्धान्तही नाथपंथाशी समांतर आहे. आणखी एक सारखाच सिद्धान्त म्हणजे सहज समाधी किंवा शून्य समाधी! या योगाच्या अंतिम टप्प्याची प्रक्रिया बौद्ध सहजपंथीयांचा हा सिद्धान्त मत्स्येन्द्रनाथकृत 'अकुलवीर' तंत्रात आढळतो. त्याचे वर्णन मत्स्येन्द्रनाथ, 'समान संतुलना सारखी अवस्था' या शब्दांत करतात. आपली जी चांगल्या वाईट गुणांची जाण असते, त्या पलीकडे ह्या अवस्थेतील माणूस पोहोचतो. बौद्ध मूलतत्त्व शून्य (शून्य, अतिशून्य, महाशून्य, सहजशून्य) याच्याशी संबंधित हिंदू योग साधनेतील ध्वनीच्या चार पायऱ्या 'हठयोग प्रदीपिका' या हठयोगाच्या ग्रंथात दिलेल्या आढळतात. सर्वांत महत्त्वाचे म्हणजे दोन्ही पंथ परमोच्च वैश्विक प्रेम आणि आनंद प्राप्त करण्यास काया साधनेच्या प्रक्रियेला फार महत्त्व देतात.

नाथसिद्धाचे, अंतिम उद्दिष्ट अमरता (शाश्वत अवस्था) प्राप्त करण्याचे असते तर बौद्ध सिद्धाचार्यांचे अंतिम उद्दिष्ट 'महासुख' असते. सिद्धांचा जन्म-मृत्यूच्या चक्रावर विश्वास असतो. बौद्ध सहजयोग्यांनी 'मी'चे पोकळ अस्तित्व समजून घेऊन (त्या बाबतीतला साक्षात्कार होऊन) हे चक्र आणि अन्य धर्म टाळण्याचा प्रयत्न केला आणि अखेर ते या निष्कर्षाला पोहोचले की 'महासुख' त्यांना अंतिम सत्याप्रत पोहोचण्यास मदत करेल. हळूहळू विनाश पावणारे, मृत्यूकडे नेणारे हे जड शरीर यौगिक प्रक्रियेच्या साहाय्याने रूपांतरित करणे, हे नाथ पंथीयांचे उद्दिष्ट होते. लैंगिक यौगिक विधी आणि आराधना पूजा करून सर्वसामान्य भौतिक सुखांच्या पलीकडे जात उच्च श्रेणीची सखोल आनंदाची अवस्था प्राप्त करून घेणे, हे बौद्धांचे उद्दिष्ट होते. अमृततुल्य दैवी पेय आणि आनंददायी मादक वारूणीची निर्मिती या गोष्टी दोन्ही पंथांमध्ये समान आहेत. तथापि, काही नाथ पंथीयांनी नंतरच्या काळात स्त्रिया म्हणजे साधनामार्गातील अडथळे, मोहाचे सापळे आहेत, असे मानून त्यांच्याशी संबंध ठेवणे निषिद्ध मानले, तर सहजयोग्यांनी स्त्रीत्वाला मोठा मान दिला. स्त्रिया शून्यता व प्रज्ञेची रूपे आहेत, असे मानले व आध्यात्मिक उद्दिष्टप्राप्तीसाठी त्यांचा सहभाग आवश्यक मानला. एका गोष्टीची नोंद घ्यायला हवी की, नाथ पंथीयांची सर्वसामान्य प्रवृत्ती जरी स्त्रीला मार्गातील अडथळा मानणारा असली तरी त्यांनी पुष्कळदा अमरौली, वज्रौली प्रक्रियांचा अवलंब केलेला आढळतो. त्यासाठी स्त्रियांचा सहभाग आवश्यक असला मात्र त्यांना ते कधीच अपवित्र वाटले नाही. अजीविक आणि नाथ यांच्यातील साम्ये दाखविताना डॉ. बारूआ म्हणतात -

१) दोन्ही पंथांनी आपल्या धार्मिक परंपरांमध्ये तीन सर्वोच्च व्यक्तिमत्त्वे मानली. आजीविकांसाठी :- नंद-वत्स, क्रस सांस्कृत्ययान, व मस्कारिन गोसाला. नाथांसाठी :- मीननाथ - मत्स्येन्द्रनाथ - गोरखनाथ.

२) दोन्ही पंथांत नृत्य व गायन हे धार्मिक अभिव्यक्तीसाठी महत्त्वाचे प्रकार मानले गेले.

३) मनुष्यजन्म प्राप्त होण्याआधी आत्म्याला चौऱ्याऐंशी लक्ष योनींमध्ये जन्म घ्यावा लागतो, अशी धारणा दोन्ही धर्मांत होती.

४) दोन्ही धर्मांच्या साधकांची अनंत मनसा किंवा सहस्त्रार ही आत्म्याची परमोच्च स्थिती असल्याचे मानले आणि ती हठयोगाने साध्य होते. असे मानले, त्यासाठी प्राणायाम अथवा महत्त्वाच्या वायूंवर ताबा मिळवणे हा महत्त्वाचा घटक आहे, अशीही त्यांची धारणा होती. तीच गोष्ट चक्रांची.

५) दोन्ही पंथी चतुरंगी (चौरंगी) होते म्हणजे त्यांच्या धार्मिक आयुष्यात त्यांना

सर्वसंगपरित्यागी जीवनाची चौपदरी परीक्षा द्यावी लागे. परमतपस्सिता. (कडक उपवास), परम लुखता (अत्यंत साधेपणा व तपस्या), परम जेगुच्छिता (दुष्कृत्यांबद्दल आत्यंतिक नावड), परम पविवित्ताता (जगापासून पूर्ण अलिप्तता)

> रसायन तत्त्वप्रणालीशी नाथपंथी सिद्धांचे पुष्कळच साम्य आहे. विशेषतः त्यांची मूल्ये व आदर्श याबाबत असे म्हणता येईल. कारण त्यांची साधना ही ठोस पुरावे, ज्ञानेंद्रियांना आकळणाऱ्या भौतिक गोष्टी यांच्या पलीकडचे अंतिम सत्य शोधण्यासाठी चाललेली असते, निर्गुण निराकाराची साधना असते.

दोन्ही पंथांची अशी धारणा असते की, योग्याचे शरीर सर्व पातळ्यांवर परिपूर्ण असते, सर्वोत्कृष्ट असते. आणि त्याला प्राप्त झालेल्या शक्तीमुळे त्याला हवे ते रूप तो धारण करू शकतो, जीवन्मुक्ती हे रसायन तत्त्वप्रणालीचे पायाभूत तत्त्व आहे. त्यात सर्वसामान्य आकलनापलीकडच्या गोष्टी रासायनिक घटकांद्वारे प्राप्त करून शरीर अपरिवर्तनीय करण्याची (जरा, व्याधी, मृत्यूचा काहीही परिणाम न होऊ देण्याची) साधना चाललेली असते. या पायाभूत कल्पनांवर किमयाशास्त्रज्ञ, रसायनतज्ज्ञ नागार्जुन व्याडी आणि व्याजव्यायन यांचा फार मोठा प्रभाव होता. असे म्हटले जाते की ज्या योगी, राक्षस, देव व मानव यांनी असे अपरिवर्तनीय दैवी शरीर 'रसा'द्वारे प्राप्त केले ते जीवन्मुक्त झाले. नाथसिद्धांचे उद्दिष्टही यासारखेच होते. याच पायावर त्यांनी योगाची उभारणी केली. त्यांनी योग साधना केली व इतरांना शिकवली. याप्रकारे नाथ सिद्ध व रससिद्ध दोघांचे उद्दिष्ट एकच होते. ते म्हणजे शरीराला मृत्यू, व्याधी, विनाश यांच्यापासून मुक्त करणे. त्यांचे अंतिम ध्येय होते आत्म्याला जन्म-मरणाच्या फेऱ्यातून मुक्त करणे. मोक्ष अथवा निर्वाणाप्रत नेणे.

शैवपंथीय आणि तांत्रिक बौद्ध पंथीय यांच्यातील दुवा म्हणजे गोरखनाथ! त्यांचे गुरू मत्स्येन्द्रनाथ यांनी नेपाळमध्ये सिद्ध पंथ सुलभ करून लोकप्रिय केला. जगात अनेक ठिकाणी मत्स्येन्द्रनाथ आणि तारा या देवता एकच असल्याचे मानले जाते. इतिहास पाहिल्यास समान तत्त्वे, समान मार्ग प्रतिबिंबित करीत हे देव-देवता समांतर जात असलेले आढळतात. त्यांच्यामुळे पूजास्थाने, तीर्थस्थळे व तत्त्वे आपसात जोडली गेली आहेत. परंतु त्यांचा कालक्रम आणि रूप हे विभिन्न स्थानी व भिन्न पिढ्यांमध्ये बदलत गेले. प्रस्तुत पुस्तकात मांडलेले गृहितक सिद्ध करण्यासाठी, पुराणवस्तु शास्त्र, धर्म व पुराणे मिथके, प्राचीन अभ्यास ग्रंथ इत्यादींमधून पुरेशी माहिती दिली आहे.

त्यामुळे या दोन विचारप्रणालींची समान असलेली मुळे आणि संबंध अधिक समर्थपणे सिद्ध होतात अखेरीस आपण असा निष्कर्ष काढू शकतो की, बुद्ध आणि सिद्ध हे मूलतः धर्मसाथी/कर्मसाथी अथवा आध्यात्मिक मित्र होते. साधकाला मोक्ष वा निर्वाण प्राप्त करण्यास मदत करावी आणि त्यांना ॐ चा खरा आणि आध्यात्मिक, पवित्र मार्ग दाखवावा हेच बुद्ध व सिद्धांचे मुख्य ध्येय होते.

|| ॐ तत् सत् ||

◈◈◈

परिशिष्ट १

नाथसिद्ध परंपरेतील काही प्रसिद्ध संत

निवृत्तिनाथ	-	त्र्यंबकेश्वर, जिल्हा नाशिक, महाराष्ट्र
ज्ञाननाथ ज्ञानेश्वर	-	आळंदी, जि. पुणे, महाराष्ट्र
हठयोगी चांगदेव	-	पुणतांबा, जि. अहमदनगर, महाराष्ट्र
नारायणतीर्थ महाराज	-	ऋषिकेश, डेहराडून, उत्तराखंड
विष्णुतीर्थ महाराज	-	देवास, मध्यप्रदेश
जनार्दन स्वामी	-	देवगिरी (दौलताबाद), औरंगाबाद, महाराष्ट्र
एकनाथ	-	पैठण, औरंगाबाद, महाराष्ट्र
विसोबा खेचर	-	बार्शी, सोलापूर, महाराष्ट्र
दासोपंत	-	अंबाजोगाई, बीड, महाराष्ट्र
निरंजन रघुनाथ	-	सुरत, बडोदा, जुनागड, गुजरात आणि झांशी उत्तरप्रदेश
मुक्तेश्वर	-	मुक्तेश्वर, नैनिताल, उत्तराखंड
श्रीपाद वल्लभ	-	पुखपूर, रायपूर, कर्नाटक
नरसिंह सरस्वती	-	नरसोबावाडी, सांगली, महाराष्ट्र
अक्कलकोट स्वामी समर्थ	-	अक्कलकोट, सोलापूर, महाराष्ट्र
रामानंद बिडकर महाराज	-	पुणे, महाराष्ट्र
शंकर महाराज	-	धनकवडी, पुणे
माणिकप्रभू	-	माणिकनगर, बिदर, कर्नाटक
वासुदेवानंद सरस्वती (टेंबे स्वामी)	-	जन्म : माणगाव, रायगड, महाराष्ट्र समाधी : गरुडेश्वर, गुजरात
नाना महाराज तारणेकर	-	इंदूर, मध्यप्रदेश
साईनाथ - साईबाबा	-	शिर्डी, अहमदनगर
गजानन महाराज	-	शेगांव, अकोला, महाराष्ट्र
तुकामाई	-	गोंदवले, सातारा, महाराष्ट्र
गोंदवलेकर महाराज	-	गोंदवले, सातारा, महाराष्ट्र
साटम महाराज	-	दानोली, सिंधुदुर्ग, महाराष्ट्र
विद्यारण्य स्वामी (१३वे शतक)	-	विजयनगर, कर्नाटक

लोकनाथतीर्थ महाराज	-	पं. बंगाल
गुळवणी महाराज	-	पुणे
नारायण महाराज ढेकणे	-	नाशिक
शिवोम तीर्थ	-	ऋषिकेश, डेहराडून, उत्तराखंड
ब्रह्मानंद महाराज	-	बालेवाडी, पुणे
गुलाबराव महाराज (मधुरा भक्ती)	-	मधान, अमरावती, महाराष्ट्र
दत्तमहाराज कवीश्वर	-	पुणे, महाराष्ट्र
गगनगिरी महाराज	-	खोपोली, रायगड, महाराष्ट्र
गजानन महाराज पट्टेकर	-	ठाणे, महाराष्ट्र
सिद्धारुढ महाराज स्वामी	-	हुबळी, कर्नाटक
लक्ष्मीबाई आणि मधुकर पेडणेकर महाराज	-	अलिबाग
भाऊ महाराज	-	लालबाग, गंगापूर (समाधी) महाराष्ट्र
चांभेकर महाराज	-	मुंबई (शिवाजी पार्क)
मुळे महाराज	-	सातारा (स्वामी समर्थ दीक्षित), महाराष्ट्र
भगवान नित्यानंद	-	गणेशपुरी, ठाणे, महाराष्ट्र
मुक्तानंद स्वामी	-	गणेशपुरी, ठाणे, महाराष्ट्र
रामकृष्ण परमहंस	-	दक्षिणेश्वर, कोलकाता, पं. बंगाल
रामकृष्ण मौनीबाबा	-	चिखली, बुलढाणा, महाराष्ट्र
पारनेरकर महाराज	-	पारनेर, अहमदनगर, महाराष्ट्र
नाथ भुजंग महाराज	-	परांडा, उस्मानाबाद, महाराष्ट्र
मौनी महाराज	-	गारगोटी पाटगाव, कोल्हापूर, महाराष्ट्र
राऊळ महाराज	-	पिंगुळी, सिंधुदुर्ग, महाराष्ट्र
पंतबाळेकुंद्री	-	बेळगाव कर्नाटक
अप्पा महाराज सुपेकर	-	वडोदरा, गुजरात

संत नाथ सिद्ध योगी विशेषकरून महाराष्ट्रातील प्रातिनिधिक स्वरूपाची यादी आहे. ही परिपूर्ण यादी नाही. यात एखादे नाव न आढळल्यास गैरसमज नसावा. यादीतील ही नावे कालानुक्रमे नाहीत.

श्री स्वामी समर्थ

श्री गजानन महाराज

तुकामाई

श्री गोंदवलेकर महाराज

काही शक्तिपात योगी नाथसिद्ध

शक्तिपात म्हणजे सुप्त अवस्थेतल्या कुंडलिनी शक्ती त्वरित जागृत होणे, कुंडलिनी मूलाधार चक्र येथे (मनुष्य मणक्याच्या सर्वात खाली) सर्पावस्थेत असते.

- नारायणकाका ढेकणे महाराज (शक्तिपात गुरू) (नाशिक, महाराष्ट्र)
- प्रकाश भास्कर प्रभुणे महाराज (नाशिक, महाराष्ट्र)
- अनिल गोपाल घोडेकर महाराज (वाराणसी, उत्तर प्रदेश)
- विठ्ठलराव वासुदेव बर्वे महाराज (रामेश्वर, उत्तराखंड)
- शामसुंदर शेषराव देशपांडे महाराज (ठाणे, महाराष्ट्र)
- गोविंदराव नागनाथ पुंड महाराज (औरंगाबाद, महाराष्ट्र)
- हरिभाऊ नितुरकर जोशी महाराज (हैदराबाद, आंध्रप्रदेश)
- मुकुंद वासुदेव ठकार महाराज (पुणे, महाराष्ट्र)
- मोरेश्वरबुवा नागनाथ जोशी महाराज (चारखोलीकर) (पुणे, महाराष्ट्र)
- शरद जोशी महाराज (बार्शी, महाराष्ट्र)
- सूर्यकांत राखे महाराज (खामगाव, महाराष्ट्र)
- प्रा. डॉ. पी.एन. दीक्षित महाराज (फलटण, महाराष्ट्र)
- गुरूमाई चिद्विलासानंद (शक्तिपात गुरू)
- गुरूसियाग (शक्तिपात गुरू)
- परमहंस परिव्राजकाचार्य श्री लोकनाथ तीर्थ स्वामी महाराज (जन्म १८९२ समाधी १९५५)
- योगीराज श्री गुळवणी महाराज (जन्म १८८९ समाधी १९७४)
- श्रीनिवास दादा नखाते महाराज (जन्म १९२० समाधी २००)
- जनार्दनस्वामी खेर (वडोदरा)

बहुतकरून असे म्हटले जाते की शक्तिपाद दीक्षा विधी गुरू वसिष्ठ मुनींनी केला होता. प्रभुरामचंद्र लहान असतानाच त्यांना मुनींनी हा आशीर्वाद दिला होता. तुकामाई गुरूंनी ज्या वेळी गोंदवलेकर महाराजांना शक्तिपात केला, त्यावेळी त्यांनी ही गोष्ट सांगितले होती.

वरील यादी ही प्रातिनिधिक स्वरूपाची असून ती संपूर्ण नाही. एखादे नाव न आढळल्यास गैरसमज नसावा. ही यादी कालानुक्रमे नाही.

परिशिष्ट ३

वर्णरत्नाकरमध्ये उल्लेखित ८४ सिद्धांची नावे

राजा हरीसिंह देव - मिथिला राज्य (तेराशे ते तेराशे एकवीस) - या राजाच्या राजकवीने - ज्योतिरीश्वर ठाकूर यांनी लिहिलेल्या वर्णरत्नाकारमधील ही नावे आहेत. लक्ष्मणसंवत ३८८ (ए.स. १५०६)चे हे दस्तावेज असून (क्र. ४८/३४ आशियाटिक सोसायटी ऑफ बंगाल) हे असून यामधील ८४ नावांपैकी ७६ नावांची यादी इथे दिली आहे. त्यातील उल्लेखनीय, मजेशीर बाब म्हणजे बुद्ध परंपरेतील बहुतांश नावे ही आदरणीय सिद्ध नावांच्या या यादीत समाविष्ट झालेली दिसतात.

मीनानाथ (मीननाथ), गोरखनाथ, चौरंगीनाथ, चामरीनाथ, तंतीपा, हालीपा, केदरीपा, धोंगापा, दारीपा, विरूपा, कपाली, कमारी, कान्हा, कानखला, मेखला, उन्मना, कांदली, धोबी, जालंधर, टोंगी, महवा, नागार्जुन, दौबी, अचिती, चंपक, धेंतासा, बाकली, तुजी, चरपती, भादे, चंदना, कमरी, करवत, धर्मपापतंल, भद्र, पातलीभद्र, पलीहीला, भानु, मीन, निदर्स, सवर, सांत्ती. भर्तुहरी, भीषण, भाटी, गायनपा, गमार, मेनुरा, कुमारी, अधोशाधफ, गिपीऊर, सियारी, नारवाली, बिभावत, सारंग विविकाध्वज, अचित, विचित, नेचक, चापला, नाचन, भिलो, पाहिल, पासल, कमलकंगारी, चिपिल, गोविंद, भय भैरव, द्रव, भामरी, भुरकुटी.

◈◈◈

हठयोग प्रदीपिका या पुस्तकातील नाथसिद्धांची नावे

परिशिष्ट ४

हठयोग प्रदीपिका या पुस्तकातील (पंधरावे शतक) पहिल्या प्रकरणातील काही नावे ज्यांना 'महासिद्ध' म्हटले आहे. यातील काही नावे ही वर्णरत्नाकरमध्येही आढळतात –

आदिनाथ, मत्स्येंद्र, सावर, आनंदभैरव, चौरंगी, मीनानाथ, गोरक्षनाथ, जालंधरनाथ, गहिनीनाथ, विरुपाक्ष, बिलेशय, मंथान, भैरव, सिद्धीबुद्ध, कंठडी, कोरंतुक, सुरानंद, सिद्धपाद, चरपती, कावेली, पूज्यपाद, नित्यनाथ, निरंजन, कपाली, बिंदुनाथ, काकचंडीश्वर, अल्लामा, प्रभुदेव.

◈◈◈

श्रीदत्तात्रयाचे १६ अवतार

योगीराज (कार्तिक शु. १५), अत्रीवरद (कार्तिक कृ. १), दत्तात्रेय (कार्तिक कृ. २) कालाग्निशमन मार्गीषीर्श शु. १४), योगीजनवल्लभ (मार्ग शु. १५), लीलाविश्वम्भर (पौष शु. १५) सिद्धराज (माघ शु. १५), ज्ञानसागर(फाल्युग शु. १०), विश्वम्भर (चैत्र शु. १५), मायामुक्त (वैशाख शु. १५, मायामुक्त (ज्येष्ठ शु. १५), मायामुक्त (ज्येष्ठ शु. १५), आदिगुरू (आषाढ शु. १५), शिवरूप (श्रावण शु. ८), देवदेव (भद्र. शु. १४), दिगंबर (अश्विन शु. १५ कृष्णश्यामकमलनयन (कार्तिक शु. १२)

*कंसातील तिथी प्रकटदिन दर्शविते.

◈◈◈

परिशिष्ट ५

गुजरातमधील काही नाथसिद्ध

वामनबुवा वैद्य
पांडुरंग महाराज
बाल अवधूत
श्रीपाद श्रीवल्लभ (आंध्र प्रदेश)
कलावती स्वामी
रंगावधूत
महर्षि पूनितचारिजी महाराज

◈◈◈

मुस्लिम पीर नाथसिद्ध

बाबा पीर रतननाथ
गग्गा नाथ / गोगानाथ
गग्गा वीर
हाजी रतननाथजी
गोगाजी

जहरवीर गग्गा पीर / गग्गा पीर, गग्गा जहार पीर, गग्गा चौहान, गग्गा राणा, गुरू शंभुनाथजी, अब्दु, कुद्दू, गंगोही, अब्दुल कुद्दू हनाफी गझनव्ही चिश्ती, गंगोही बीन, शेख मुहम्मद इस्माइल बीन शेख शफी अल् दीन

मोइनुद्दीन चिश्ती
बख्तीयार काकी
बाबा फरीद
निझामुद्दीन अवलिया
गहिनीनाथ (गैबी पीर)

◈◈◈

बुद्‌धपरंपरेतील सिद्ध :
८४ महासिद्धांची नावे

अचिंत
अजोगी
आनंगपा
अर्यादेव (कार्नारीप)
बभह
भद्रापा
भांदेपा
भिकासानपा
भूसुकू
कामरीप
चंपक
कर्बरीप (कर्पती)
कात्रप
कौरांगीप
केलूकप
दारीकप
देन्गीप
दहुलीप
धर्मप
धिलीप
धोबीप
धोकरीप
डोम्बीपहेरुक
दुखांडी
लक्ष्मीकरा
घण्टप
घरबारी
गोधुरीप
गोरक्ष
इंद्रभूती
जालंधर
जयानंद
जोगीप
कलप
कम्परीप
कम्बल (लवप)
कनखला
कन्हप (कृष्णाचार्य)
कणकण
कंकरीप
कपालप
खड्‌गप
किलाकीलप
किरापलप
कोकीलीप
कोटालीप किंवा टोगत्सेपा
कुचीप
कुक्रीप (९ वे/१० वे शतक)
कुम्भरीप
राहुल

लीलप
लुचीकप
लुईप
महीप
मणिभद्र
मेदिनी
मेखला
मेकोपा
मीनप
नागबोधी
नागार्जुन
नलीनप
निर्गुणप
नरोप
पचरवीप
पंकजप
पुटलीप
सरह
सकर/सरोरूह
समुद्र
शांतीप (रत्नाकर शांती)
सर्वभक्ष
सर्परीप
स्यालीप
तंतेप
तंतीप
ठगणप
तीलोप
उद्धीलीप
उपनह
विणप
विरुप
व्यालीप

◈◈◈

नाथ परंपरा

गुरू परंपरा : ८४ सिद्ध

श्री अडबंग नाथ

गुरू - श्री शम्भूजाती गुरू गोरक्षनाथ
पंथ - पागल
स्थान - महाराष्ट्र, गुजरात
तपस्या - उत्तरपूर्व डोंगराळ प्रदेशात
साधना - हठयोग क्रियासिद्धी, ताडासनसिद्धी
कार्य - हठयोग प्रसार, मानवी कल्याण कार्य योजना

श्री अल्लामा नाथ

गुरू - श्री शम्भूजाती गुरू गोरक्षनाथ
पंथ - सूफी पंथ
स्थान - पाकिस्तान, कैकेयी जिल्हा
तपस्या - पाकिस्तानातील सिंधुखोरे, उत्तर डोंगराळ प्रदेश
साधना - पवन मुक्तासन, वज्रासन, वीरासन निपुण, ध्यान ज्ञानयोग सिद्धी
कार्य - मुस्लीम व हिंदू एक अशी शिकवण, मानवी कल्याण कार्य योजना

श्री अवघर नाथ

गुरू - श्री शम्भूजाती गुरू गोरक्षनाथ
पंथ - गोरक्षपंथ (अवघड)
स्थान - गिरनार-गुजरात
तपस्या - गिरनार पर्वतराजींमध्ये १२ वर्षे
साधना - पद्मासन सिद्धी पर्वतउत्कटासनसिद्धी
कार्य - समाजासाठी स्वत:च्या सिद्धीचा सदूपयोग, नाथ धर्मप्रचार

श्री बालगुंडाई नाथ

गुरू - श्री शम्भूजाती गुरू गोरक्षनाथ

पंथ - आई

स्थान - कर्नालक्षेत्र, गोरखतीला, पाकिस्तान

तपस्या - गोराखतीला पाकिस्तान, हिमालयातील गढवाल, बद्रीनाथ, केदारनाथ, कर्नाल, हरिद्वार

साधना - गोरक्षासनसिद्धी, शून्यसमाधी, कुंडलिनी साधना, सर्वयोगसिद्धी

कार्य - गुरूसेवा, तपस्या भक्तियोग, हठयोगसिद्धीचे (चमत्कार) परिपूर्ण उदाहरण, पवित्र जीवन

श्री बालक नाथ

गुरू - श्री शम्भूजाती गुरू गोरक्षनाथ

पंथ - भर्तृहरीवैराग

तपस्या - कैलास मानसरोवर, बद्रीनाथ, केदारनाथ, हिमाचल प्रदेश, जम्मू-काश्मीर, पंजाब, सिंध प्रदेश

साधना - द्विपादवक्रासनसिद्धी, पद्मासन ज्ञानमुद्रा, अवधूत तपस्वी, योगसिद्धी

कार्य - योगसिद्धीद्वारे समाजकल्याण, भारतभर परिक्रमा, तीर्थयात्रा, धर्मप्रचार

श्री भद्र नाथ

गुरू - श्री सिद्धयोगी लंकानाथ

पंथ - रावळयोगी

स्थान - भद्रक्षेत्र आंध्रप्रदेश (दक्षिणी भाग)

तपस्या - भद्रप्रदेश (अवधूत साधना) श्री शैल्यपर्वत आंध्रप्रदेश काडकीक्षेत्र कर्नाटक

साधना - वज्रासन, पद्मासन, ताडासन सिद्धी, कप्परचिमटासिद्धी, अवधूत साधना

कार्य - तंत्रसिद्धीद्वारे समाजसेवा, तीर्थयात्रा

श्री भागाई नाथ

गुरू - श्री सिद्धयोगी श्री तैतननाथ
पंथ - आई
स्थान - कुरुक्षेत्र-हरियाणा
तपस्या - ध्यान, शून्य समाधी
साधना - योगमुद्रासन, ताडासन, गरुडासन, अश्वसंचालनासन, हंसासन, पादप्रणामासन सिद्धी
कार्य - योगसिद्धीद्वारे समाजसेवा, नाथधर्मप्रचार

श्री भर्तृहरी (विचार) नाथ

गुरू - श्री शम्भूजाती गुरू गोरक्षनाथ
पंथ - भर्तृहरीवैराग (संस्थापक)
स्थान - उज्जैन, माळवा मध्यप्रदेश
तपस्या - मध्यप्रदेश, पंजाब, हरियाणा, हिमालय, उत्तराखंड, बंगाल, उत्तरप्रदेश, पाकिस्तान
साधना - सिद्धासन, कुंडलिनी योगसिद्धी, अवधूत साधना
कार्य - वैराग पंथ स्थापना, योगसिद्धीद्वारे इतरांना मदत, नाथ धर्मप्रचार

श्री भूचर नाथ

गुरू - श्री सिद्ध योगी भर्तृहरि
पंथ - भर्तृहरि वैराग
स्थान - हजरा (पंजाब)
तपस्या - भूमीगत राहून तसेच योग शक्ती आणि एकूण निर्मितीवर नियंत्रण
साधना - वीरासन, सिद्धासन, सिद्धी, सर्प प्रदेशात ध्यान
कार्य - मानव कल्याण धर्मरक्षण

श्री भुसकई नाथ

गुरू - श्री शंभूजाती गुरू गोरक्षनाथ
पंथ - आई
स्थान - बंगाल (विमल गुफा)
तपस्या - बंगाल, बिहार, उडिशा, हरियाणा येथील जंगले
साधना - पद्मासन, ब्रह्मचर्यासन योग मुद्रासन सिद्धी
कार्य - धर्म प्रचार, समाजासाठी योग चमत्कार

श्री बिलेशय नाथ

गुरू - श्री सिद्ध योगी चरपत नाथ
पंथ - चरपत नाथी
स्थान - हिमाचल प्रदेश येथील मणिमहेश तलाव
तपस्या - उत्तर पर्वतराजी
साधना - द्विपाद ग्रीव्हासन आणि पद्मासन सिद्धी, रससिद्धी
कार्य - योग आणि वनस्पती औषधी द्वारा मानव कल्याण

श्री बिराबंक नाथ

गुरू - श्री शंभूजाती गुरू गोरक्षनाथ
पंथ - ध्वज पंथ (संस्थापक)
स्थान - ऋषी मुख
साधना - ऊर्ध्वपाद शीर्षासन सिद्धी, पवनहारी, राम भक्त, दृज्ञान योगी-ब्रह्मचर्य सर्व गुण संपन्न
कार्य - सर्व प्राणिमात्रांचे संरक्षण ज्ञान विद्या संरक्षण

श्री ब्रह्मणाई (ब्रह्माई) नाथ

गुरू - श्री सिद्ध योग भागई नाथ
पंथ - आई
स्थान - हरियाणा (जिंद) हस्तिनापूर, उत्तर प्रदेश
साधना - गोमुखासन, मत्स्येंद्रासन, बद्धपद्मासन, पवन मुक्तासन सिद्धी
तपस्या - जटाधरावस्था हठ योग तपस्या
कार्य - हट योग कर्मकांड (धुनी योग) योग सिद्धी द्वारे मानव कल्याण

श्री चक्र नाथ

गुरू - श्री शंभूजाती गुरू गोरक्षनाथ
पंथ - नटेश्वरी
स्थान - उत्तर पश्चिम प्रदेश
साधना - स्वस्तिकासन, चक्रासन सिद्धी, चक्री तंत्र साधना, लिंग चक्रासन सिद्धी
तपस्या - गोरखतला (पाकिस्तान) कैकेय प्रदेश उत्तर दिशेकडील पर्वतराजी
कार्य - धर्म प्रचार, मानव कल्याण

श्री चंद्र नाथ

गुरू - श्री सिद्ध योगी कपिल नाथ
पंथ - कपलानी
स्थान - बंगाल गंगाविहार कोलयाट (राजस्थान)
साधना - कपिल आसन, वज्रासन सिद्धी
तपस्या - गुरू सेवा कोलयाट इथे तपस्या, शिव भक्त

श्री चरपत नाथ

गुरू - श्री शंभूजाती गुरू गोरक्षनाथ
पंथ - चरपत पंथी
स्थान - चंबा हिमाचल प्रदेश
साधना - पद्मासन सिद्धी पूर्ण मत्स्येंद्रासन सिद्धी रम सिद्धी, आयुर्वेद अध्यापन (आचार्य)
तपस्या - हिमाचल प्रदेश-बद्रीनाथ केदारनाथ, गंगोत्री, जम्मू काश्मीर
कार्य - योग सिद्धी द्वारे व आयुर्वेदा द्वारे लोकसेवा

श्री दरीया नाथ

गुरू - श्री सिद्ध योगी गुरू गोरक्षनाथ
पंथ - नटेश्वरी (दरीया नाथी)
स्थान - अटक दरीया (पाकिस्तान)
साधना - गुप्त गर्भासन सिद्धी, दीर्घ जल निवास, पद्मासन सिद्धी
तपस्या - पाकिस्तान-सिंध-हिंगलजा काबूल कंदहार, हिमालय पर्वतराजी
कार्य - योग सिद्धी द्वारे मानव कल्याण, भारतभर भ्रमण

श्री दया नाथ

गुरू - श्री शंभूजाती गुरू गोरक्षनाथ
पंथ - भर्तृहरी वैराग
स्थान - गिरनार पर्वतराजी गुजरात
साधना - गोरक्षासन सिद्धी, पद्मासन, अभय मुद्रासन सिद्धी
तपस्या - ध्यान योग तपस्या - विंध्य पर्वतराजी, गिरनार, हिमालय
कार्य - भारतभर तीर्थयात्रा करत सर्वांना साहाय

श्री देव नाथ

गुरू - श्री सिद्ध योगी गोविंदनाथ

पंथ - वारकरी (भागवत धर्म)

स्थान - ओलीयापूर - अमरावती - महाराष्ट्र

साधना - हस्त - पवन मुक्तासन, भक्ती साधना, भागवत गीता प्रचार

तपस्या - ओलीयापूर महाराष्ट्र, कर्नाटक, आंध्रप्रदेश

कार्य - भक्ती, भागवत धर्मप्रचार, मानव कल्याण

श्री धर्म नाथ

गुरू - श्री शंभूजाती गुरू गोरक्षनाथ

पंथ - पव

स्थान - पूर्वी उत्तर प्रदेश

साधना - सिद्धासन द्ज्ञान मुद्रासन सिद्धी, पद्मासन, वेद - शास्त्रसंपन्न

तपस्या - कैलास पर्वतराजी मानसरोवर पाताळ भुनेश्वर

कार्य - धर्मप्रचार

श्री धीर नाथ

गुरू - श्री सिद्ध योगी अल्लम नाथ

पंथ - सुफी

स्थान - बंगालचा उत्तर दक्षिण प्रदेश

तपस्या - बंगाल-उडीशा-सागर किनारी प्रदेश

कार्य - धर्म व नाथ सिद्धी प्रचार - भारतभर भ्रमण

श्री धुंडकर नाथ

गुरू - श्री शंभूजाती गुरू गोरक्षनाथ

पंथ - आई

स्थान - पूर्वी दक्षिण आसाम, नेपाळ, नागभूमी

साधना - पद्मासन सिद्धी, आत्म अनुभव, धुक्यातील साधना, शंख मुद्रा, पवन मुक्तासन

कार्य - उत्तराखंडात दृन्नान योग व समाधी योग शक्तीद्वारे प्रचार लोकांवर प्रभाव

श्री एकनाथ

गुरू - श्री सिद्ध योगी जनार्दन नाथ

पंथ - वारकरी

स्थान - पैठण, महाराष्ट्र

साधना - सिद्धासन पद्मासन भक्ती - रसधारा सिद्धी

तपस्या - शूलभंजन पर्वतराजी त्र्यंबकेश्वर महाराष्ट्र, गंगापूर कर्नाटक श्री शैल मल्लिकार्जुन आंध्रपद्रेश आदी

कार्य - भक्तियोगाद्वारे योग - चमत्कार करून मानव कल्याण

श्री गहिनी नाथ

गुरू - श्री शंभूजाती गुरू गोरक्षनाथ

पंथ - वारकरी

स्थान - त्र्यंबकेश्वर (कनक गाव), महाराष्ट्र

साधना - उन्मनी भक्त रसामृत साधना हस्त कछवासन परिपूर्णता

तपस्या - त्र्यंबकेश्वर, महाराष्ट्र, बंगाल, गुजरात, कर्नाटक, आंध्रप्रदेश

कार्य - वैष्णव वारकरी संप्रदाय संस्थापक भक्तियोग प्रचार

श्री गरीब नाथ

गुरू - श्री शंभूजाती गुरू गोरक्षनाथ
पंथ - भर्तृहरी वैराग
स्थान - कांगडा - हिमाचल प्रदेश - पालमपूर
साधना - पद्मासन उत्कटासन सिद्धी, अवधूत साधना द्ज्ञान योग
तपस्या - उना कांगडा येथील वने सधोरा पंजाब दफरपूर हरियाणा हैद्राबाद आंधप्रदेश तुळजापूर महाराष्ट्र धीनोधर कछ्छ हिंगलजा पाकिस्तान
कार्य - भारतभर योग प्रचार योग शक्तीद्वारे लोकसेवा

श्री गौरव नाथ

गुरू - श्री सिद्ध योगी मत्स्येंद्रनाथ
पंथ - कपालिका (अघोर)
स्थान - बिहार
तपस्या - हिमालय, आसाम, नागभूमी, मणीपूर
साधना - द्ज्ञान ध्यान योग समाधी साधना कंड हरासन सिद्धी
कार्य - योग धर्मप्रचार

श्री गेहल्ला रावळ नाथ

गुरू - श्री शंभूजाती गुरू गोरक्षनाथ
पंथ - रावळ पंथ (कपालिका)
स्थान - हिंगलजाचा पश्चिम प्रदेश - सिंधू क्षेत्र
साधना - पवन मुक्तासन, स्मशान साधना
तपस्या - हिंद पर्वतराजी, बद्रीनाथ केदारनाथ
कार्य - रावळ पंथ संस्थापक, धर्म अर्थ काम मोक्ष यांचा सखोल अभ्यास धर्मप्रचार

श्री घोर चोलीप नाथ

गुरू - श्री शंभूजाती गुरू गोरक्षनाथ
पंथ - आई
स्थान - उत्तर पूर्वी भारत
तपस्या - बंगाल, गौहती आसाम पर्वतराजी
साधना - सिद्धासन, वीरासन सिद्धी, धुनी कर्म साधना, मुद्रासन सिद्धी
कार्य - नाथ धर्म प्रचार

श्री गोपाल नाथ

गुरू - श्री सिद्ध योगी एकनाथ
पंथ - वारकरी
स्थान - त्रिपूर क्षेत्र कोरेगाव
साधना - सिद्धासन व पद्मासन सिद्धी, धुनी कर्म भक्तियोग, अमृतपान नादब्रह्म साक्षात्कार गोमुखासन सिद्धी
तपस्या - महाराष्ट्र कर्नाटक आंध्रप्रदेश, उत्तर प्रदेश
कार्य - भक्तियोग साधना धर्म प्रचार, अमृतपान आनंद

श्री गोर नाथ

गुरू - श्री शंभूजाती गुरू गोरक्षनाथ
पंथ - धर्म नाथ
स्थान - काश्मीर सिंध प्रदेश
साधना - कंधारासन सिद्धी, पद्मासन सिद्धी, दीर्घ जल निवास सिद्धी द्ज्ञान योग
तपस्या - पाण्यामध्ये पद्मासन
कार्य - साधना ज्ञान सिद्धी आविष्कार, बाल कल्याण धर्मप्रचार

श्री हवई नाथ

गुरू - श्री शंभूजाती गुरू गोरक्षनाथ
पंथ - आई
स्थान - पश्चिमी प्रदेश
साधना - वायु भ्रमण, प्राण नियंत्रण, पद्मासन सिद्धी, हस्तपाद पद्मासन सिद्धी
तपस्या - ब्रदीनाथ, केदारनाथ
कार्य - राष्ट्रधर्म प्रसार

श्री जंभा नाथ

गुरू - श्री शंभूजाती गुरू गोरक्षनाथ
पंथ - मन्नथी
स्थान - झालापूर राजस्थान
साधना - वैष्णवी भक्त साधना ध्यान योग, हठ योग, ज्ञान योग, ऊर्ध्व धनुरासन सिद्धी
तपस्या - मन व भावना नियंत्रण
कार्य - भक्तियोग व प्रवचन

श्री ज्ञानेश्वर नाथ

गुरू - श्री सिद्ध योगी निवृत्ति नाथ
पंथ - वारकरी
स्थान - आळंदी, महाराष्ट्र
साधना - कुंडलिनी योग, पद्मासन नितंबासव सिद्धी नादब्रह्म योग भक्तियोग
तपस्या - भक्तियोग प्रचार - महाराष्ट्र कर्नाटक आंध प्रदेश उत्तर प्रदेश गुजरात
कार्य - योग सिद्धी द्वारे मानव कल्याण, ब्रह्म ज्ञान प्रचार

श्री ज्वलेंद्र नाथ

गुरू - श्री ओमकार आदिनाथ
पंथ - पव (संस्थापक)
स्थान - कलश्चल (झालोर)
साधना - कपालिका आणि वज्रासन सिद्धी
तपस्या - कुक्कुटासन आणि जलधारा बंध नियंत्रण
कार्य - नाथ संपदाय प्रचार योग सिद्धी, मंत्र योग

श्री काकचन्डी नाथ

गुरू - श्री सिद्ध योगी चौरंगी नाथ
पंथ - पागल
स्थान - कश्मीर, काकभुंभुडी तीर्थ
साधना - काकमुद्रा सिद्धासन पद्मासन पूर्ण आविष्कार, पवन मुक्त मुखासन, लिंगभेदासन, लिंगभेदी, वक्रासन
तपस्या - जम्मू, कश्मीर, बद्रीनाथ, हिमालय, काकभुंभुडी तीर्थ नेपाळ, कृष्णा आणि गंडगी नदी प्रदेश, सुमेरु, कैलास पर्वतराजी, उज्जैन आदी
कार्य - भक्तियोग साधना आणि धर्मप्रचार

श्री कला नाथ

गुरू - श्री सिद्ध योगी मत्स्येंद्र नाथ
पंथ - अघोर, कपालिका, कपलानी
स्थान - कुलू, हिमाचल प्रदेश
साधना - उत्काटसन, पवन मुक्त कर्णासन सिद्धी
तपस्या - कुलू, हिमाचल प्रदेश, पंजाब, पूर्व भारत, आसाम, नागभूमी
कार्य - मानव कल्याण, ग्रंथरचना

श्री कनकाई नाथ

गुरू - श्री शंभूजाती गुरू गोरक्षनाथ
पंथ - आई
स्थान - बंगाल
साधना - पद्मासन सिद्धी, समाधी साधना योग मुद्रासन सिद्धी
तपस्या - पश्चिम बंगाल, सागर किनारा, हरियाणा, कुरुक्षेत्र, पंजाब, गोरखतिला
कार्य - मानव कल्याणासाठी योग चमत्कार, भारतभर तीर्थयात्रा

श्री कनीफ नाथ

गुरू - श्री सिद्ध योगी जालंधर नाथ
पंथ - पव (कपालिका, हेवव्रज)
स्थान - पहाडपूर (बिहार)
साधना - ऊर्ध्व धनुरासन सिद्धी, बद्ध पद्मासन
तपस्या - राजस्थान, बिहार, महाराष्ट्र, कर्नाटक आणि काही ठिकाणी त्यांनी स्मशान वैराग याची तपस्या केली
कार्य - भारतभर धर्मप्रचार

श्री कपील नाथ (कपील मुनी)

गुरू - श्री शंभूजाती गुरू गोरक्षनाथ
पंथ - कपलानी
स्थान - गंगा सागर बंगाल
साधना - कपिलासन सिद्धी
तपस्या - पूर्वी नीळंकठ कुंड येथील ऊष्ण गंगेचे पाणी येथे, पशुपतीनाथ, कोलायत (राजस्थान) कैलास, बद्रीनाथ
कार्य - सांख्यशास्त्र विकास ज्ञान योग प्रवचने (भारतभर)

श्री काया नाथ

गुरू - श्री सिद्ध भर्तृहरि नाथ
पंथ - भर्तृहरि वैराग
स्थान - पंजाब क्षेत्र आणि नेपाळ
साधना - स्वस्तिकासन, कुंडलिनी योग सिद्धी, अवधूत तपस्या पवन मुक्तासन
तपस्या - नेपाळ, पंजाब, राजस्थान, पाकिस्तान
कार्य - योगशक्तीद्वारे चमत्कार, ज्ञान योग धर्मप्रचार

श्री खेचर नाथ

गुरू - श्री शंभूजाती गुरू गोरक्षनाथ
पंथ - आई
स्थान - पुंछ - काश्मीर
साधना - पद्मासन आणि वीरासन, खेचरी मुद्रा सिद्धी, पवन हारी प्राण सिद्धी
तपस्या - –
कार्य - योगशक्तीद्वारे चमत्कार, नाथ धर्मप्रचार

श्री कोरांत नाथ

गुरू - श्री सिद्ध योगी पीर पतन नाथ
पंथ - सतनाथी
स्थान - तक्शीला, बिहार
साधना - श्रेष्ठ उत्कटासन, पद्मासन सिद्धी, ध्यान योग समाधी योग
तपस्या - तिबेट, नेपाळ, पर्वतराजी
कार्य - –

श्री लाधाई नाथ

गुरू - श्री सिद्ध योगी भूसकई नाथ
पंथ - आई
स्थान - पश्चिम व उत्तर पंजाब हरियाणा कुरुक्षेत्र, इंद्रप्रस्थ
साधना - गोमुखासन सिद्धी
तपस्या - पंजाब, हरियाणा, हिमालय
कार्य - साधनेद्वारे ईश्वर भक्ती प्रचार

श्री लंका नाथ

गुरू - श्री शंभूजाती गुरू गोरक्षनाथ
पंथ - रावळ
स्थान - श्रीलंका, (दक्षिण भाग)
साधना - शक्तितंत्र साधना, पवन मुक्तासन, वीरासन, सिद्धासन, पद्मासन, तारासन, वज्रासन, सिद्धी
तपस्या - कैलास पर्वत (राक्षसतील तलाव) महाराष्ट्र-त्र्यंबकेश्वर, श्री शैल आंध्र प्रदेश, मलिक्कार्जुन कर्नाटक, तामिळनाडू, बंगाल
कार्य - राज योग, ध्यान योग प्रचार

श्री मद्र नाथ

गुरू - श्री सिद्ध योगी लंका नाथ
पंथ - रावळ
स्थान - मद्र देश (मध्यप्रदेशाचा दक्षिण भाग)
साधना - दीर्घ ज्वलन निवास सिद्धी, सिद्धासन, राज योग, धूनीसिद्धी, ध्यान योग, ज्ञान योग, हस्तमुक्त उत्कटासन
तपस्या - मद्र देश, कर्नाटक, उडिसा, श्री शैल, मलिक्कार्जुन श्रीलंका, सागरी किनारे
कार्य - मंत्र तंत्राद्वारे मानव कल्याण, धर्म प्रचार-भारत भर भ्रमण

श्री मल्लिक नाथ

गुरू	-	श्री शंभुजाती गुरू गोरक्षनाथ
पंथ	-	हठनाथी (अघोर)
स्थान	-	उडिसा (निवार जिल्हा)
साधना	-	अर्धवीरासन, सिद्धासन सिद्धी, वज्रासन सिद्धी, स्मशान सिद्धी,
तपस्या	-	बंगाल, उडिशा येथील स्मशाने
कार्य	-	स्मशान सिद्धी द्वारे मानव कल्याण

श्री मनसाई नाथ

गुरू	-	श्री सिद्ध योगी भागई नाथ
पंथ	-	आई
स्थान	-	मथुरा, आग्र (उत्तर प्रदेश)
साधना	-	गोमुखासन, मत्स्येंद्रासन, वज्रासन सिद्धी
तपस्या	-	अवधूत तपस्वी (जात साधना) - हरियाणा, उत्तर प्रदेश, पंजाब
कार्य	-	हठयोग साधना व प्रचार ज्ञान योग द्वारे धर्मप्रचार

श्री माणिक नाथ

गुरू	-	श्री शंभूजाती गुरू गोरक्षनाथ
पंथ	-	वारकरी
स्थान	-	अहमदाबाद, गुजरात
साधना	-	पद्मासन (ज्ञानमुद्रा सिद्धी) भक्तियोग हट योग
तपस्या	-	ऋषी साधना
कार्य	-	भक्तिसाधना प्रचार

श्री मंजु नाथ

गुरू - श्री सिद्ध योगी मत्स्येंद्रनाथ
पंथ - मन्नथी
स्थान - काडली, सिंहल बेटे (श्रीलंका)
साधना - सतत प्रवास अर्धवीरासन सिद्धी, तपस्थली, तंत्र मंत्र योग, ज्ञान योग सिद्धी
तपस्या - पश्चिम बंगाल, कर्नाटक, उडिशा
कार्य - भारतभर धर्मप्रचार

श्री मार्कंडेय नाथ

गुरू - श्री ओमकार आदिनाथ
पंथ - शिव योगी
स्थान - उत्तर पूर्व कैलास पर्वत
साधना - सिद्धासन, ऊर्ध्व कच्छवासन सिद्धी, शंखमुद्रा
तपस्या - ब्रह्मचर्य गुरू आदिनाथ सेवा, अग्नीभ्रमण, भिक्षाकरी, देवासमान तपस्या आणि भूत, वर्तमान, भविष्यकाळ वेध
कार्य - –

श्री मस्त नाथ

नाथ योगी आणि विशेष करून आई पंथीय यांच्यानुसार मस्त नाथजी हे गोरक्षनाथ गुरू परंपरेतील शेवटचे अवतार समजले जातात. (साधारणपणे अठरावे शतक)

श्री मेरू नाथ

गुरू - श्री सिद्धी योगी गौरव नाथ
पंथ - कपलानी (कपालिका)
स्थान - बिहार
साधना - वीरासन, पर्वत उत्कटासन (मेरू आसन) सिद्धी
तपस्या - पर्वतराजीमध्ये
कार्य - भारतभर धर्मप्रचार

श्री मीना नाथ

गुरू - श्री ओमकार आदिनाथ
पंथ - पव
स्थान - काश्मीर, आसाम
साधना - वज्रासन सिद्धी
तपस्या - योग साधना, ध्यान, समाधी मार्ग, ज्ञानमार्ग
कार्य - भारतभर धर्मप्रचार

श्री नागार्जुन नाथ

गुरू - श्री शंभूजाती गुरू गोरक्षनाथ
पंथ - पारसनाथी, रावळ पंथ
स्थान - श्री शैल पर्वतराजी
साधना - रसायन शास्त्र, तंत्र शास्त्र, मंत्र योग ज्ञान योग ज्ञान ज्वलजी, हस्तपाद उत्कटासन सिद्धी
तपस्या - श्री शैल पर्वत
कार्य - ग्रंथ निर्मिती, धर्मप्रचार

श्री नारद देव नाथ

गुरू - श्री सिद्ध योगी मत्स्येंद्र नाथ
पंथ - सतनाथ
स्थान - महाराष्ट्र (दक्षिण)
साधना - भक्तियोग सिद्धी
तपस्या -
कार्य - महाराष्ट्र, गुजरात आंध्र प्रदेश येथे भक्तीप्रचार

श्री नरमाई नाथ

गुरू - श्री सिद्ध योगी ब्रह्माई नाथ
पंथ - आई
स्थान - जिंद (हरियाणा)
साधना - अवधूत तपस्या (नग्नावस्था) हठयोग पद्मासन सिद्धी
तपस्या - हरियाणा, पंजाब, उत्तर प्रदेश
कार्य - नाथ धर्म प्रचार - जम्मू काश्मीर, राजस्थान, हरियाणा, पंजाब, हिमाचल प्रदेश

श्री निवृत्ति नाथ

गुरू - श्री सिद्ध योगी गहिनी नाथ
पंथ - वैष्णवी (वारकरी)
स्थान - त्र्यंबकेश्वर
साधना - पवन मुक्तासन सिद्धी, भक्तियोग साधना, स्वस्तिकासन, सिद्धासन, सिद्धी, कुंडलिनी साधना
तपस्या - भक्तियोगातील सर्व सिद्धी प्राप्त
कार्य - लोकसेवा, भक्तियोग प्रचार

श्री पिप्पल नाथ

गुरू - श्री सिद्ध योगी राम नाथ
पंथ - रामिक (रामनाथी)
स्थान - प्रयाग (उत्तर प्रदेश)
साधना - पद्मासन, सिद्धासन, पर्वत उत्कटासन सिद्धी, महामुद्रा सिद्धी
तपस्या - उत्तर प्रदेश उत्तराखंड, नेपाळ पर्वतराजी
कार्य - नाथ योग प्रचार, योगसिद्धीद्वारे मानव सेवा

श्री प्रभूदेव नाथ

गुरू - श्री सिद्ध योगी मत्स्येंद्र नाथ
पंथ - आई
स्थान - सिक्कीम
साधना - दंडासन
तपस्या - निरीच्छ - नग्नावस्था
कार्य - योग साधना ज्ञान प्रचार

श्री प्रकाश नाथ

गुरू - श्री शंभूजाती गुरू गोरक्षनाथ
पंथ - भर्तृहरि वैराग
स्थान - पश्चिम बंगाल, गुजरात
साधना - पाद, भुजंगासन, सिद्धासन सिद्धी, ज्ञान मुद्रा सिद्धी, ज्ञान योगी सिद्धी, शरीरातून प्रकाश निर्मिती
तपस्या - पर्वतराजी
कार्य - ध्यान योग, ज्ञान योग, लय योग प्रचार

श्री प्रौढ नाथ

गुरू - श्री सिद्ध योगी भर्तृहरि नाथ
पंथ - भर्तृहरि वैराग
स्थान - उज्जैन (मध्य प्रदेश)
साधना - हस्त पदगुष्ठ - शीर्षासन सिद्धी, सिद्धासन अवधूत साधना
तपस्या - मध्य प्रदेश, गुजरात, पंजाब, राजस्थान
कार्य - गोरक्षनाथ धर्म प्रचार, नाथसंप्रदाय प्रचार

श्री रतन नाथ

गुरू - श्री शंभूजाती गुरू गोरक्षनाथ
पंथ - सतनाथ
स्थान - भटींडा (पंजाब)
साधना - राज योग, लय योग, पवनहारी योग, खंजनासन,
तपस्या -
कार्य - भारतभर तसेच काबूल, मक्का कंदहार, मदिना इथे चमत्कार भ्रमण

श्री सहजाई नाथ

गुरू - श्री सिद्ध योगी कनकाई नाथ
पंथ - आई
स्थान - पूर्व बंगाल
साधना - अवधूत अवस्था सागरी राहून साधना, पर्वत उत्कटासन सिद्धी
तपस्या - पूर्व बंगाल पूर्वी समुद्री किनारे
कार्य - वैराग्य, ज्ञान प्रसार

श्री सहिरोबा नाथ

गुरू - श्री सिद्ध योगी गहिनी नाथ
पंथ - वारकरी
स्थान - गोवा क्षेत्र
साधना - भक्तियोग, कुंडलिनी चक्र साधना, भुनमुनासन सिद्धी
तपस्या - महाराष्ट्र, गोवा, आंध्र प्रदेश, बंगाल
कार्य - भक्तियोग प्रचार ग्रंथ निर्मिती

श्री सनक नाथ

गुरू - श्री ओमकार आदिनाथ
पंथ - सतनाथ
स्थान - बद्रीनाथ, काश्मीर, वैकुंठ
साधना - गोमुखासन, पद्मासन सिद्धी
तपस्या - ध्यान ज्ञान योग, गंडकी नदीवर कर्मकांड उपासना
कार्य - ज्ञान, धर्मप्रचार

श्री सानंद नाथ

गुरू - श्री शंभूजाती गुरू गोरक्षनाथ
पंथ - सतनाथ
स्थान - दक्षिण पूर्व कैलास पर्वत
साधना - ज्ञान समाधी, वेद पठण - वेदज्ञान
तपस्या - बद्रीनाथ, केदारनाथ, गंगोत्री, यमुनोत्री
कार्य - ब्रह्मविद्या प्रसार स्वस्तिकासन हस्तपादासन वक्रासन सिद्धी

श्री सनातन नाथ

गुरू	-	श्री ओमकार आदिनाथ
पंथ	-	सतनाथ
स्थान	-	
साधना	-	पद्मासन सिद्धासन सिद्धी
तपस्या	-	बद्रीनाथ, केदारनाथ, गंगोत्री, योगसाधना, ज्ञानसाधान कर्मकांड उपासना (यमुना किनारी)
कार्य	-	धर्म ज्ञान प्रचार

श्री सनत कुमार नाथ

गुरू	-	श्री ओमकार आदिनाथ
पंथ	-	सतनाथ
स्थान	-	नैॠत्य दिशा (भारत)
साधना	-	धारणा ज्ञान समाधी योग द्विपाद वत्सयानासन सिद्धी
तपस्या	-	कैलास, बद्रीनाथ, गंगोत्री
कार्य	-	ब्रह्म ज्ञान, ब्रह्म दर्शन, वेदभाष्य

श्री सरस्वती नाथ

गुरू	-	श्री शंभूजाती गुरू गोरक्षनाथ
पंथ	-	आई
स्थान	-	कैकेई (उत्तर पश्चिम भारत)
साधना	-	पश्चिमोतान्नासन सिद्धासन वीरासन सिद्धी
तपस्या	-	शब्द ब्रह्म, उत्स्फूर्त शब्द ब्रह्म ज्ञान, संगीत ज्ञान, भक्ती सिद्धी
कार्य	-	भक्तियोग प्रचार

श्री शबर नाथ

गुरू - श्री सिद्ध योगी मत्स्येंद्र नाथ
पंथ - कपालिका
स्थान - गौड प्रदेश (बंगाल)
साधना - महामुद्रा, शून्य समाधी, अंतर्मुख साधना, स्मशान साधना
तपस्या - विक्रमशीला, मगध, पश्चिम बंगाल, श्री शैल पर्वतराजी
कार्य - धर्मप्रचार, मानव कल्याण

श्री शृंगेरी नाथ

गुरू - श्री सिद्ध योगी ज्वलेंद्र नाथ
पंथ - पव
स्थान - गौड प्रदेश, रंगापूर (बंगाल)
साधना - मूलबंध सिद्धी - सिद्धासना, गुरू दशानन सिद्धी
तपस्या - पश्चिम बंगाल, राजस्थान, हिमालय
कार्य - नाथ धर्म प्रचार

श्री श्रीताई नाथ

गुरू - श्री शंभूजाती गुरू गोरक्षनाथ
पंथ - आई
स्थान - कुरुक्षेत्र (हरियाणा)
साधना - अर्धपाद हस्तासन, स्वस्तिकासन, गरुडासन सिद्धी, कुंडलिनी योग
तपस्या - हरियाणा, पंजाब, बंगाल, उत्तर प्रदेश, हिमालय
कार्य - नाथ धर्म प्रचार

श्री सिद्धबुद्ध नाथ

गुरू - श्री सिद्ध योगी दरीया नाथ

पंथ - नटेश्वरी (दरियानाथी)

स्थान - कैकेई (पाकिस्तान)

साधना - पद्मासन सिद्धी, ज्ञान मुद्रा, चंद्र रस, अमृत कुरमासन सिद्धी

तपस्या - जम्मू, कश्मीर, अमरनाथ

कार्य - मानव कल्याण

श्री सिद्धपाद नाथ

गुरू - श्री सिद्ध योगी निरंजन नाथ

पंथ - आई

स्थान - हिमाचल प्रदेश

साधना - पाद अंगुष्ठासन सिद्धी

तपस्या - उत्तराखंड, हिमालच प्रदेश, ब्रदीनाथ येथे एका पायावर १२ वर्षे उभे राहून तपस्या

कार्य - नाथ धर्मप्रचार

श्री सिद्धासन नाथ

गुरू - श्री सिद्ध योगी मत्स्येंद्र नाथ

पंथ - आई

स्थान - पश्चिम दक्षिण उडिशा

साधना - सिद्धासन

तपस्या - ओडिशा

कार्य - योग प्रसार - प्रचार

श्री सुखदेव नाथ

गुरू - श्री शंभूजाती गुरू गोरक्षनाथ
पंथ - रामके
स्थान - विविध बेटे आणि पर्वतराजे
साधना - ध्रुवासन पद्मासन सिद्धी
तपस्या - अज्ञात स्थानी
कार्य - मोक्ष व मुक्ती तसेच भागवत धर्म प्रचार

श्री सुरानंद नाथ

गुरू - श्री सिद्ध योगी बालक नाथ
पंथ - भर्तृहरि वैराग
स्थान - पंजाब, उत्तर प्रदेश (शामली)
साधना - पवन मुक्तासन सिद्धी
तपस्या - धुन कर्म साधना
कार्य - योग सिद्धांत प्रचार - उत्तर प्रदेश, पंजाब, हरियाणा, बिहार, राजस्थान या ठिकाणी

श्री सुरत नाथ

गुरू - श्री शंभूजाती गुरू गोरक्षनाथ
पंथ - आई
स्थान - पंजाब, उत्तर प्रदेश (शामली)
साधना - पवन मुक्तासन सिद्धी, धुन कर्म साधना
तपस्या - धुनी शेजारी राहून तपस्या
कार्य - सिद्धान्त योग प्रचार उत्तर प्रदेश, पंजाब, हरियाणा, बिहार, राजस्थान येथे योग सिद्धी दर्शन

श्री तारा नाथ

गुरू - श्री सिद्ध योगी मस्त्येंद्र नाथ
पंथ - पागल
स्थान - पांचजन्य क्षेत्र (दक्षिण पश्चिम दिशा)
साधना - पद्मासन द्विपाद ध्रुवासन सिद्धी
तपस्या - पश्चिम बंगाल, गोहाटी (कामाख्या) हिमाचल, तिबेट
कार्य - मानव कल्याणासाठी अघोर कपालीक सिद्धी

श्री तिंतीनी नाथ

गुरू - श्री सिद्ध योगी जलंदर नाथ
पंथ - पव
स्थान - दक्षिणी भारत
साधना - तोलासन, लोलासन, कुकुटासन, त्रिपाद अश्वासन, सिद्धी
तपस्या -
कार्य - ज्ञान योग प्रचार

श्री वक्र नाथ

गुरू - श्री सिद्ध योगी चक्र नाथ
पंथ - नटेश्वरी
स्थान - कैकेई आणि जम्मू प्रदेश
साधना - स्वतिकासन वक्रासन सिद्धी ब्रह्माचरण
तपस्या - हिमालय पर्वतराजी
कार्य - योग साधना प्रचार, तीर्थयात्रा लोकसेवेसाठी योग चमत्कार

श्री वीरा नाथ

गुरू - श्री शंभूजाती गुरू गोरक्षनाथ
पंथ - दरिया नाथ
स्थान - पंजाब
साधना - पाद वीरासन सिद्धी श्री हनुमान उपासना
तपस्या - पंजाब सिंध प्रदेश, हिमाचल प्रदेश, हिमालय
कार्य - भारत भर धर्म प्रचार

श्री वीरू पाक्ष नाथ

गुरू - श्री ओमकार आदि नाथ
पंथ - साहचर्य (सहजानी योग)
स्थान - देवीकोट पर्वतराजी (उडिशा)
साधना - सिद्धासन, स्वस्तिकासन, पद्मासन, द्विपाद मस्तकासन सिद्धी
तपस्या -
कार्य - यामरी तंत्र यासाठी सहकार्य व प्रचार

श्री याज्ञवल्क्य नाथ

गुरू - श्री सिद्ध योगी सत्य नाथ
पंथ - सतनाथ
स्थान - हिमाचल प्रदेश, कण्व प्रदेश (कोटद्वार)
साधना - धारणा ध्यान समाधी, शून्य समाधी, पवन मुक्तासन सिद्धी
तपस्या - सूर्य साधना करत जीवन अनुभव
कार्य - ज्ञान योग प्रचार

◈◈◈

संदर्भ सूची

भाग १
यौगिक आणि तांत्रिक देव, देवता

१.१ आदिनाथ : नाथ संप्रदायाचे संस्थापक व सिद्धांचे आद्य गुरू

• Andrews, Karen M. Avalokitesvara and the Tibetan Contemplation of Compassion, May 31, 1993.
http://www.sacred-texts.com/bud/tib/avalo.html

• B. Bhattacharya. The Indian Buddhist Iconography. Kolkatta : Firma K.L.M, 1968.

• Briggs, George Weston. Gorakhnath and the Kanphata Yogis. Calcutta: Y.M.C.A. Press, 1938; New Delhi: Motilal Banarasidass, 1982.

• Dowman, Keith. Masters of Mahamudra: Songs and Histories of the Eighty-four Buddhist Siddha, State University of New York Press, Albany, NY, 1985

• Farrand, Thomas Ashley. Shakti Mantras: Tapping into the Great Goddess Energy Within. Ballantine Books; 1st edition, 2003.

• Frawley, David. Spiritual Secrets of Ayurveda: Tantric Yoga and the Wisdom Goddesses. 5th Reprint: Delhi 2012.
Motilal Banarasidass, 2012.

• Ganesha.(n.d.)In Wikipedia. Sourced 10 May 2014.
http://en.wikipedia.org/wiki/Ganesha

• Jackson, Roger. The Journal of the International Association of Buddhist Studies. Dept. Of Religion, Carleton College, Northfield, MN, Volume 13, Number 2, 1990.
Harish Johari. Tools for Tantra. Inner Traditions India Home Office, 1986.

• Kamakhya Temple.(n.d).In Wikipedia. Sourced: 4 April 2014.
http://en.wikipedia.org/wiki/Kamakhya_Temple

• Khatry, Prem K. Rain for the drought: An Anthropological Inquiry into the structure of a Buddhist festival in Kathmandu. CNAS Journal, Vol 2, No. 1, (January 1996)

• Kinsley, David. The Ten Mahavidyas: Tantric Visions of the Divine Feminine. Reprint: Delhi, 2003, 2008: Motilal Banarasidass, 2003, 2008.

• Koester, Hans. The Indian Religion of the Goddess Shakti. The Journal of the Siam Society. Vol.23, part 1, 1929 July, pp.1-18. Retrieved from
http://ccbs.ntu.edu.tw/FULLTEXT/JR-JSS/shakti.html

• Matsyendranath. In Google Sites.
https://sites.google.com/site/nathasiddhas/matsyendranath

• M.K Dhavalikar. The origin of Tara, Bulletin of the Deccan College Research Institute, Vol XI. 1963-64.

• Natha Sampradaya. In Google Sites.
https://sites.google.com/site/nathasiddhas/natha-sampradaya

• Om mani padme hum. (n.d). In Wikipedia. Sourced: 27 April 2014, from http://en.wikipedia.org/wiki/Om_mani_padmehum

• Om Namah Shivaya. In Wikipedia. Sourced: 25 April 2014, from http://en.wikipedia.org/wiki/Om_Namah_Shivaya
Regmi, Jagdish Chandra. Goddess Tara: A Short Study,From Ancient Nepal: Journal of the Department of Archaeolog. Number 100, June-July 1987. Shakti. (n.d.) In Wikipedia. Sourced: 26 April 2014.
http://en.wikipedia.org/wiki/Shakti

• Shiva. (n.d.). In Wikipedia. Sourced: 20 May 2014, from http://en.wikipedia.org/wiki/ Shiva

• Shrivastav, Ramlal. Siddhsiddhant Paddhati. Sourced from Gorakhnath Mandir, Gorakhpur. Printed by The Eureka Printing Works Private Limited, 2000. Tara. (n.d.) In Religion Facts.
http://www.religionfacts.com/buddhism/deities/tara.html

• Tara. In Khandro.net.
http://www.khandro.net/deities_Tara1.html

• Tara Devi. (n.d.) In Wikipedia. 16 May 2014. http://en.wikipedia.org/wiki/Tara_(Devi)

• Tarapith. (n.d) In Wikipedia. Sourced: 4 Feb 2014. http://en.wikipedia.org/wiki/Tarapith

• Taratarini Temple. (n.d.) In Wikipedia. 30 September 2013. http://en.wikipedia.org/wiki/Taratarini_Temple

• The Great Natha Siddhas. In Google Sites. https://sites.google.com/site/nathasiddhas/

• Tripathy, Ram Prasad. Taratarini Shrine through the Ages. Article Sourced from http://www.orissabarta.com/

• Pratima Kamat's article. (http://www.orissa.gov.in/e-magazine/orissareview/2012/nov/engpdf/33-44.pdf)

भाग २

शैव आणि वज्रयान बौद्ध तत्त्वप्रणालींना एकत्र बांधणारा धागा - गोरखनाथ

• Banerjee, Akshay Kumar. Nath Yog. Sourced from Digvijay Nath Trust, Gorakhnath mandir, Gorakhpur. Printed by The Eureka Printing Works Private Limited. 1886

• Banerjea, Akshaya Kumar. Philosophy of Gorakhnath with Goraksa - Vacana - Sangraha. 6th Reprint. Delhi: Motilal Banarasidass, 2014.

• Briggs, George Weston. Gorakhnath and the Kanphata Yogis. Calcutta: Y.M.C.A. Press, 1938; New Delhi: Motilal Banarasidass, 1982.

• Frawley, David. Spiritual Secrets of Ayurveda: Tantric Yoga and the Wisdom Goddesses. 5th Reprint: Delhi 2012. Motilal Banarasidass, 2012.

• Guru Gorakhnath. In Art of Living Blog.
http://artoflivingsblog.com/guru-gorakhnath/

Gorakhnath. In Gorakhnath.net. http://gorakhnath.net/

• Guru Gorakhnath. In Art of Living Blog.
http://artoflivingsblog.com/guru-gorakhnath/

• Muktibodhananda, Swami. Hatha Yoga Pradipika.
Yoga Publication Trust: Munger, India, 2006.
Hinglaj. In Glorius India.
http://www.gloriousindia.com/places/temples/hingula_shakti_peeth.html

• Kamakhya Temple. (n.d). In Wikipedia. Sourced 4 April 2014.
http://en.wikipedia.org/wiki/Kamakhya_Temple

• Kinsley, David. The Ten Mahavidyas: Tantric Visions of the Divine Feminine. Reprint: Delhi, 2003, 2008: Motilal Banarasidass, 2003, 2008.

• Mahahradanatha. Article on The Cult of Maysendra-Mina and Gorakhnath in Nepal. Sourced from http://www.shivashakti.com/werner.htm

• Natha Sampradaya. In Google Sites. https://sites.google.com/site/nathasiddhas/natha-sampradaya

• Pashupatinath Temple. In Nepal Tourism Site.
http://nepal.saarctourism.org/pashupatinath-temple.html

• Pashupatinath Temple. In Nepal Rudraksh.
http://www.nepalrudraksha.com/

• Singh, Uma. Gorakshanath and Patanjali. Retrieved from Gorakhnath Mandir, Gorakhpur. Printed by The Eureka Printing Works Private Limited, 2005.Shree Gorakshanath. In Gorakhnath.org. http://gorakhnath.org/

• Shrivastav, Ramlal. Siddhsiddhant Paddhati. Sourced from Gorakhnath Mandir, Gorakhpur. Printed by The Eureka Printing Works Private Limited, 2000. Swatmaram. Yogindra.
• Hathyoga Pradipika. Sourced from Gorakhnath Mandir, Gorakhpur. Printed by The Eureka Printing Works Private

Limited. Tarapith. (n.d) In Wikipedia. Sourced 4 Feb 2014. http://en.wikipedia.org/wiki/Tarapith

• Taratarini Temple. (n.d.) In Wikipedia. 30 September 2013. http://en.wikipedia.org/wiki/Taratarini_Temple

• The Great Natha Siddhas. In Google Sites. https://sites.google.com/site/nathasiddhas/

• Tripathy, Ram Prasad. Taratarini Shrine through the Ages. Article Sourced from http://www.orissabarta.com/

• White,David Gordon. The Alchemical Body. University of Chicago Press, 1996-2006. First Edition India, Munshiram Manoharlal Publishers Pvt Ltd, 2004.

भाग ३

सिद्ध आणि बौद्ध परंपरा

• Abhayananda, Swami. Jnaneshvar: The Life and Works of the Celebrated Thirteenth Century Indian Mystic Poet. Copyright, 2012 by Swami Abhayananda. http://themysticsvision.weebly.com/

• Alchemy Symbols. In Ancient Symbols. http://www.ancient-symbols.com/alchemy_symbols.html

• Aruna. A.k. Patanjali Yoga Sutras: Translation and Commentary in the light of Vedanta Scripture. Upasana Yoga Media. Sourced from http://issuu.com/circularcube/docs/sangharakshita_catalogue

• Bagchi, P.C. (ed.), Magee, Michael (trans.) (1986) Kaulajnana-nirnaya of the school of Matsyendranath. Varanasi: Prachya Prakashan.

• Banerjee, Akshay Kumar. Nath Yog. Sourced from Digvijay Nath Trust, Gorakhnath mandir, Gorakhpur. Printed by The Eureka Printing Works Private Limited. 1886

• Banerjea, Akshaya Kumar. Philosophy of Gorakhnath with Goraksa - Vacana - Sangraha. 6th Reprint. Delhi: Motilal Banarasidass, 2014.

• Bhattacharya, Narendra Nath. History of Researches on Indian Buddhism. Munshiram Manoharlal Publishers Private Limited, 1981.

• Berzin, Alexander. The Berzin Archives: The Buddhist Archives of Dr. Alexander Berzin. http://www.berzinarchives.com/

• Blavatsky, H. P. The Secret Doctrine: The Synthesis of Science, Religion and Philosophy. Theosophical University Press Online Edition.

• Brien, Barbara O. Madhyamika: School of the Middle Way. http://buddhism.about.com/od/mahayanabuddhism/a/madhyamika.html

• Briggs, George Weston. Gorakhnath and the Kanphata Yogis. Calcutta: Y.M.C.A. Press, 1938; New Delhi: Motilal Banarasidass, 1982.

• Buddhist Symbols. In Religion Facts. http://www.ancient-symbols.com/buddhist-symbols.html

• Buddhism. In Patheos. http://www.patheos.com/Library/Buddhism.html

• Buddhism. Sourced from http://www.buddha101.com/

Chamu, S.V, Ashtanga Yoga, Ashtanga Yoga Vijnana Mandiram, Mysore, India 2005.

• Chu, Joe Hing Kwok. Chapter IV. The Tibetan Tantra and Qigong. Sourced from http://alternativehealing.org/TibetFour.htm

• Coulter, David, Anatomy of Hatha Yoga, Body and Breath, PA, 2001

• Dasgupta, Shashibhushan. Obscure Religious Cults; Calcutta: Firma KLM Private Limited, 1995.

• Dasgupta, Surendranath. Yoga-As Philosophy and Religion Port Washington: Kennikat Press, 1924

• Devananda, Vishnu Swami, "The complete illustrated book of Yoga," Three River Press, NY 1988.

• Dwivedi, Bhojraj. Yantra-Mantra Tantra and Occult Sciences. Diamond Books; 2011 edition (January 1, 2008)

• Eliade, Mircea. Patanjali and Yoga. Trans. Charles Lam Markman. New York: Schoken Books, 1975

• Feuerstein, Georg The Yoga Sutra of Patanjali. London: Dawson, 1975

• Gopalakrishna, M.K., Pranayama with postures, SAKSIVC, Bangalore, 2003

• Gorakhnath. In Gorakhnath.net. http://gorakhnath.net/

• Guru Gorakhnath. In Art of Living Blog. http://artoflivingsblog.com/guru-gorakhnath/

• Hsüan Hua, Dhyana Master. The Diamond Sutra: A General Explanation of the Vajra Prajña Paramita Sutra. Published by Buddha Dharma Education Association Inc. www.buddhanet.net International Journal of Tantric Studies. http://www.asiatica.org/publications/ijts/

• Krishna, Gopi. Article on The Role of Prana as the Energy of Consciousness. Sourced from http://www.icrcanada.org/

• Krishananda, Swami. The Yoga System. The Divine Life Society, Sivananda Ashram, Rishikesh, India.

• Liungman Carl G., Dictionary of Symbols. New York: W.W. Norton & Company, 1991. Mahayana. (n.d.) In Wikipedia. 30 april 2014. http://en.wikipedia.org/wiki/Mahayana

• Miller Stoler, Barbara. Yoga Discipline of Freedom. The Yoga Sutra attributed to Patanjali. Berkeley: University of California Press, 1995

• Miranda Bruce-Mitford, The Illustrated Book of Signs

and Symbols (London: Dorling Kindersley, 1996)

• Mitra, S.C. Cult of Gorakshanatha Journal of Anthropological Society of Bombay, XIV, 1.

• Mookerji, Ajit. The Tantric Way: art, science, ritual. London: Thames and Hudson. 1977

• Nirvana Sutra. In Nirvana Sutra. http://www.nirvanasutra.net/

• Natha Sampradaya. In Google Sites. https://sites.google.com/site/nathasiddhas/natha-sampradaya

• Phuntsok, Chöje Lama. Entering Tantrayana. Copyright Ven. Chöje Lama Phuntsok Rinpoche, Karma Lekshey Ling Institute in Kathmandu, 2007.

• Prasad, M.G. "What is Yoga?" Akka Conference Proceedings, Chicago 2008.

• Ranganathananda, Swami; Math Ramakrishna Jnaneshvari Geeta. Bhartiya vidya Bhavan, 1991.

• Rinpoche, Gyatrul. The Generation Stage in Buddhist Tantra. Snow Lion, 2005.
Rinpoche, Kyabje Trijang, His Holiness. Various Aspects of Tantra. Translated by Gavin Kilty. Prepared by Michael Lewis. Printed in From Tushita, Edited and published by Michael Hellbach, Tushita Editions, 1977.

• Shakya, Bahadur Min. The Iconography of Nepalese Buddhism. Published by Buddha Dharma Education Association Inc. www. buddhanet.net Shree Gorakshanath.
In Gorakhnath.org. http://gorakhnath.org/

• Shrivastav, Ramlal. Siddhsiddhant Paddhati. Sourced from Gorakhnath Mandir, Gorakhpur. Printed by The Eureka Printing Works Private Limited, 2000. Shiva Shakti
Mandalam. http://www.clas.ufl.edu/users/gthursby/
tantra/. Mookerji, Ajit (1977) The Tantric Way: art, science, ritual. London: Thames and Hudson.

• Singh, Uma. Gorakshanath and Patanjali. Retrieved from Gorakhnath Mandir, Gorakhpur. Printed by The Eureka Printing Works Private Limited, 2005.

• Skilton, Andrew. A Concise History of Buddhism, Windhorse 1994.

• Srinath, Vijay Kanchi. The Lesser Known Nath Cult and its Significant Philosophy. Vividhata Research & Training Centre, MJ College Campus. The Great Natha Siddhas. In Google Sites. https://sites.google.com/site/nathasiddhas/

• Venkata Ramanan, K. Nagarjuna's Philosophy: As Presented in the Maha-Prajnaparamita-Sastra. Delhi: Motilal Banarasidass, 1975.

• Werner, Karl. Yoga and Indian Philosophy. Delhi: Motilal Banarasidass, 1977

• WhiteDavid Gordon. The Alchemical Body. University of Chicago Press, 1996-2006. First Edition India, Munshiram Manoharlal Publishers Pvt Ltd, 2004.

• Woodroffe, John (1913/1972) Mahanirvana Tantra (Tantra of the Great Liberation). http://www.sacred-texts.com/tantra/maha/.

• Yantra. In Religion Facts.
http://www.religionfacts.com/hinduism/things/yantra.html
Yoga Sutras of Patanjali. In Writings by Paramhansa Yogananda.
http://www.yogananda.com.au/patanjali/yoga_sutras00

◈◈◈

जयराज साळगावकर

- जन्म १९५४
- एम.ए. : अर्थशास्त्र, डिप्लोमा इन बिझनेस मॅनेजमेंट
- 'कालनिर्णय' या मराठी आणि अन्य विविध भाषांतील लक्षावधी खपाच्या कॅलेंडरचे आणि 'कालनिर्णय' या जगप्रसिद्ध ब्रँडचे सहसंस्थापक आणि व्यवस्थापकीय संचालक.
- लोकसत्ता, म.टा., दिव्य मराठी, लोकमत सारख्या अनेक दैनिकांमधून स्तंभलेखन आणि विविध विषयांवर लेखन, 'जगप्रवाह', 'कशासाठी कुठवर', 'अजिंक्ययोद्धा बाजीराव', 'पैसा आणि मध्यमवर्ग' आदी पुरस्कार प्राप्त पुस्तकांचे लेखक.
- सकाळ प्रकाशनातर्फे 'काली-काला' हे पुस्तक प्रकाशित.
- भारत सरकार आणि महाराष्ट्र शासनाच्या नियोजन मंडळ, तसेच विविध मंडळे, समित्या यांचे सदस्य.
- वेगवेगळे छंद जोपासत असताना बरोबरीने गिर्यारोहण, फिल्म सोसायटी आदी संस्थानचे संयोजन समिती सदस्य.

◈◈◈

www.ingramcontent.com/pod-product-compliance
Lightning Source LLC
LaVergne TN
LVHW050838051026
849532LV00006BA/2012
* 9 7 8 8 1 9 7 3 3 8 4 4 1 *